நடந்தாய்; வாழி, காவேரி!

நடந்தாய்
சிட்டி
தி. ஜானகிராமன்
படங்கள்

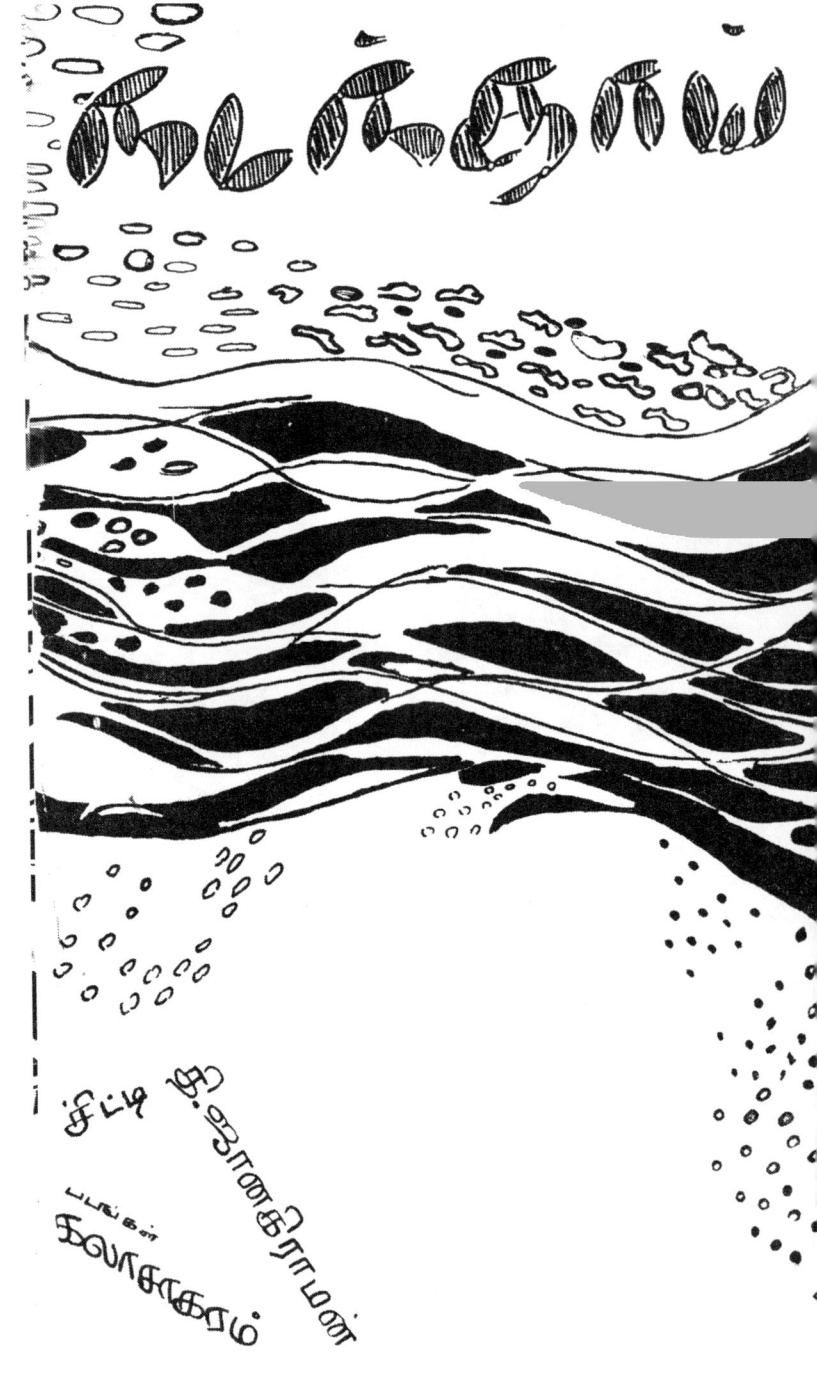

சிட்டி
தி. ஜானகிராமன்

நடந்தாய்; வாழி, காவேரி!

காலச்சுவடு பதிப்பகம்

அன்பார்ந்த வாசகருக்கு,

வணக்கம்.

காலச்சுவடு நூலை வாங்கியமைக்கு நன்றி.

நூலின் உள்ளடக்கம், உருவாக்கம், அட்டைப்படம் இன்ன பிற அம்சங்கள் பற்றிய உங்கள் கருத்துகளையும் ஆலோசனைகளையும் காலச்சுவடு வரவேற்கிறது. தகவல், எழுத்து, வாக்கியப் பிழைகள் தென்பட்டால் அவசியம் தெரிவித்து உதவுங்கள். நூல் தயாரிப்பில் கடும் குறைபாடு இருப்பின் மாற்றுப் பிரதி உங்களுக்குக் கிடைக்கக் காலச்சுவடு ஏற்பாடு செய்யும்.

மின்னஞ்சல்: publisher@kalachuvadu.com

காலச்சுவடு நாகர்கோவில் அலுவலகத்திற்குக் கடிதம் அனுப்பலாம்.

தங்கள்
எஸ்.ஆர். சுந்தரம் (கண்ணன்)
பதிப்பாளர் — நிர்வாக இயக்குநர்

நடந்தாய் வாழி காவேரி ✧ பயணக் கட்டுரை ✧ ஆசிரியர்கள்: சிட்டி – தி. ஜானகிராமன் ✧ © புக் வெஞ்சர் ✧ முதல் பதிப்பு: ஜூலை 1971 ✧ காலச்சுவடு முதல் பதிப்பு: டிசம்பர் 2007, மேம்படுத்திய பதிமூன்றாம் பதிப்பு: மே 2023, பதினாறாம் பதிப்பு: ஆகஸ்ட் 2024 ✧ வெளியீடு: காலச்சுவடு பப்ளிகேஷன்ஸ் (பி) லிட்., 669 கே. பி. சாலை, நாகர்கோவில் 629001

naTantaay vaazi kaaveeri ✧ Travelogue ✧ Authors: Chitti - Thi. Janakiraman ✧ © BookVenture ✧ Language: Tamil ✧ First Edition: July 1971 ✧ Kalachuvadu First Edition: December 2007, Enhanced Thirteenth Edition: May 2023, Sixteenth Edition: August 2024 ✧ Size: Demy 1 x 8 ✧ Paper: 18.6 kg Maplitho ✧ Pages: 296

Published by Kalachuvadu Publications Pvt. Ltd., 669 K.P. Road, Nagercoil 629001, India ✧ Phone: 91-4652-278525 ✧ e-mail: publications @kalachuvadu.com ✧ Line Drawings: Kalasagaram ✧ Printed at Mani Offset, Chennai 600077

ISBN: 978-81-89945-25-1

08/2024/S.No. 227, kcp 5268, 18.6 (16) ass

பொருளடக்கம்

	பதிப்புரை	9
	முன்னுரை: காவேரியை இப்படியும் அறிந்தார்கள்	11
	பயணமும் பொறுப்பும்	19
1.	ஆவேசம்	21
2.	அமைதி	33
3.	அடக்கம்	46
4.	அழகு	56
5.	அணிநடை	80
6.	ஆடு தாண்டும்	93
7.	புகை தரும் புனல்	110
8.	பொன்னி வளம்	123
9.	புதுப் புகார்	129
10.	கொள்ளிடம் தாண்டி...	156
11.	இசை வெள்ளம்	169
12.	கழனி நாடு	186
13.	ஆறிரண்டும்...	203
14.	அகண்டம்	226
15.	காணிக்கை	238
16.	நிறைவு	251
17.	ஆலாபனை	265
18.	பல்லவி	275
I	சென்னை வரும் காவேரி	291
II	காவேரி நீர்ப் பங்கீடு	293

காவேரி
நடக்கும் வழி
கேரளம்
மைசூர்
தமிழ் நாடு
மெர்க்காரா
பாகமண்டலம்
காவேரி
மைசூர்
கபினி
பவானி
அர்க்காவதி
சின்னாறு
மேட்டூர் தேக்கம்
காவேரி
நொய்யல்
கரூர்
திருச்சி
கல்லணை
மேலணை
கொள்ளிடம்
தஞ்சாவூர்
அமராவதி
நாகப்பட்டினம்
காரைக்கால்

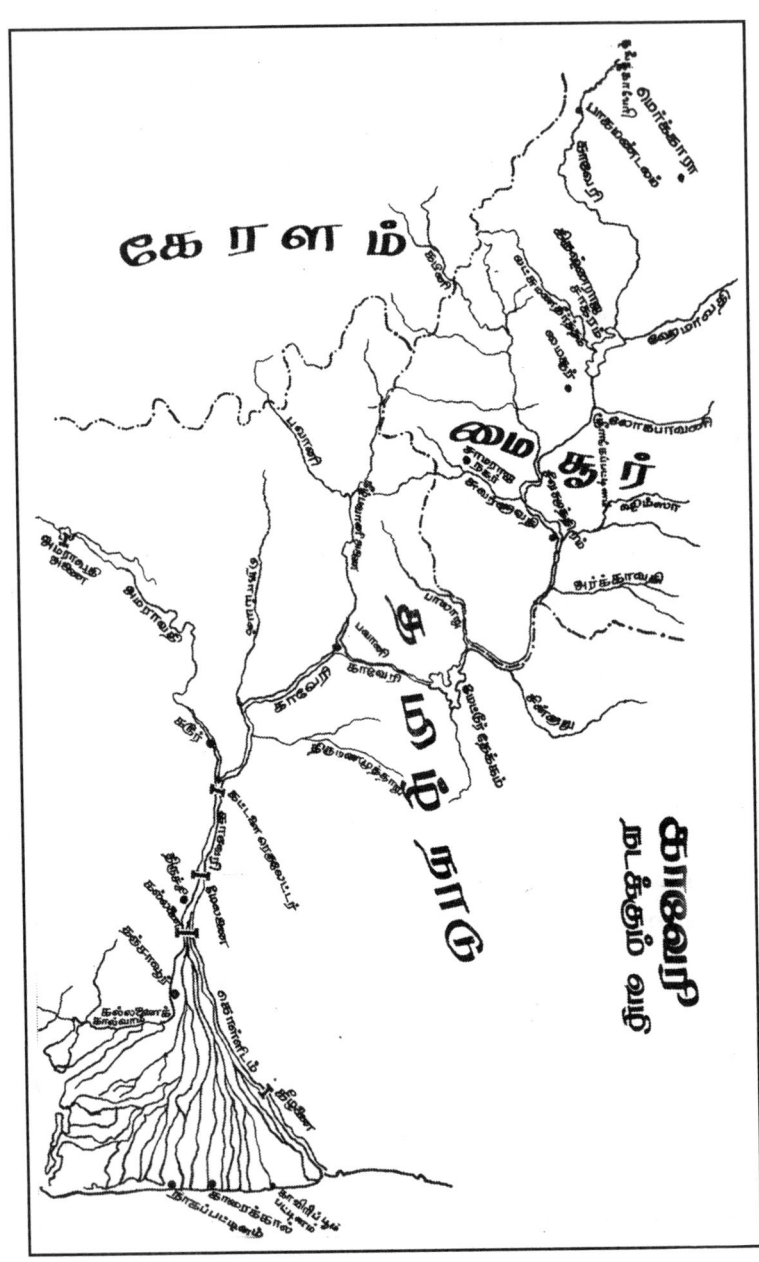

பதிப்புரை

தமிழ்ப் பயணக் கட்டுரை நூல்களில் ஒரு கிளாசிக்காகக் கருதப்படுவது 'நடந்தாய் வாழி காவேரி'. 1971ஆம் ஆண்டு Book Venture பதிப்பகத்தால் வெளியிடப் பட்ட இந்நூல் 'வாசகர் வட்டம்' கிருஷ்ண மூர்த்தி, லக்ஷ்மி கிருஷ்ணமூர்த்தி ஆகியோரின் கனவுத்திட்டம். நீண்ட இடைவெளிக்குப் பிறகு இந்நூலை வெளியிட 'காலச்சுவடு பதிப்பக'த்திற்கு அனுமதி அளித்த கிருஷ்ணமூர்த்தி தம்பதியினருக்கு மனமார்ந்த நன்றி. உரிமை பெறுவதில் உறுதுணையாக இருந்த எழுத்தாளர் சா. கந்தசாமி அவர்களுக்கும் மனமார்ந்த நன்றியைத் தெரிவித்துக்கொள்கிறோம்.

டிசம்பர் 2007

முன்னுரை

காவேரியை இப்படியும் அறிந்தார்கள்

இலக்கிய வகையையொட்டி, 'நடந்தாய்; வாழி, காவேரி!'யைப் பயண நூலாக வாசிப்பது வழக்கம். இலக்கிய நயத்தோடு வரும் புவியியல் விவரிப்பு படிக்கச் சுவைக்கும்தான். ஆனாலும் காவேரியை நூல் எப்படி அறிந்து வைத்திருக்கிறது என்பதையும் பார்க்க வேண்டும் என்று எனக்கு ஆர்வம். இது வழக்கமான வழியில் வரும் அறிதல் இல்லை என்று ஒரு உள்ளுணர்வு.

"தண்ணீர் குழாயிலும்தான் வருகிறது. ஆனால் ஒரு ஆற்றில் ஓடும்போது இப்படியா பாட்டாகக் கேட்கும், கோவிலாக உயரும், கவிதையாகச் சிரிக்கும், கூறறிவாக ஊடுருவும்?" காவிரிக் கரை இசை மேதைகள், சிற்பிகள், கட்டடக் கலைஞர்கள், கவிகள், ஞானிகள் ஆகியோரையும் அவர்கள் படைத்தவற்றையும் இந்த நூல் வியப்பின்மேல் வியப்பாக விழுந்து ததும்பும் அனுபவம் என்று வர்ணிக்கிறது. இந்த அனுபவம் நூலின் கதைசொல்லிகளுக்கு நாம் ஒன்றை அறிந்துகொள்ளும் புலன்வழி மார்க்கத்தில்தான் கிட்டுகிறதா என்று பார்க்க எனக்கு ஆர்வம்.

மூன்று வகையில் காவேரியை இந்தச் சமுதாயம் புரிந்துகொண்டிருக்கிறது: ஒன்று, காவேரி நீரால் வரும் வளத்தை மையமாக்கிய புரிதல்; அது டெல்டாவின் பாசன அமைப்பைப் புரிந்துகொள்வதும் ஆகும். நூல் அதைப் பற்றி வேண்டிய விவரங்களைத் தருகிறது. அது ஒரு வகையில் நம் உணவுத் தேவையை மையமாக்கிக் கொண்ட மனிதமையப் புரிதல். இது கரிகாலன் காலத்தி லிருந்தே உண்டு. கல்லணையும் கர்நாடகத்தில் உள்ள ஜங்கம சந்நியாசிகள் கட்டிய அணையும் இந்தப் புரிதலின் புராதன வெளிப்பாடுகள் என நூல் தெளிவாகச்

சொல்கிறது. இரண்டாவது புரிதல், காவேரியின் அழகை மையமாக்கிக்கொண்ட கவித்துவப் புரிதல். சிலப்பதிகாரத்திலிருந்து தியாகையர் கிருதிகள்வரை இதற்கு எடுத்துக்காட்டுகளைத் தருகிறது நூல். மூன்றாவது புரிதல், காவேரி தரும் ஆன்ம ஆதாயம் பற்றியது. மூன்றுமே காலம்காலமாக இணைகோடுகளாகவே வளர்வதை நூலில் காணலாம். இவை ஒவ்வொன்றும் யார், யாரிடம் எப்படிச் சேர்ந்தும் தனித்தனியாகவும் இயங்கினவென்று நூல் விரிவாகச் சொல்கிறது. முதல் புரிதலைத் தவிர்த்து மற்ற இரண்டும் நூலுக்குள் எப்படி வருகின்றன என்பதைச் சில அடையாளங்கள் நமக்குக் காட்டித்தரக் கூடும்.

ஒன்றைப் பார்த்து அறிதல் என்ற செயல் என்ன என்பது நாம் தெரிந்ததாகக் கொள்வதுதான். ஒவ்வொரு புலன் வழியாகவும் அந்தந்தப் புலனுக்கானவை நம்மை எட்டுகின்றன. அறிதலின் இந்த சராசரித் தன்மையிலிருந்து விலகி நிற்கும் இடங்களையும் நூலில் பார்க்கலாம். ஒன்றைக் கண்டு அறிதல் என்ற செயலே இந்த நூலைப் பொறுத்தவரை வேறு தன்மையானது: வேற்றுலகத் தன்மையானது.

நூலின் சில வரிகளை மேற்கோளாக்கி இதை விளக்கலாம். காவிரிக் கரையில் சதாசிவ பிரம்மேந்திரரின் சமாதிக் கோயில். "அங்கு ஆழ்ந்த அமைதி நிலவிக்கொண்டிருந்தது. அதைக் காயப்படுத்த பயமாக இருந்தது. வாய்மூடிகளானோம்." இது கவித்துவத்தைத் தொட முயலும் வெறும் சொல் சமத்காரம் அன்று; ஒரு புலனுக்கு உரியதை இன்னொரு புலன் அபகரிப்பது. ஒரு புலனுக்கு உரிய பொருள் இன்னொன்றுக்கானதாக வடிவம் மாறுவது. உயரிய நிலையில் வரும் புலன்களின் குழப்பம் இது. ஞானத்துக்கு முன் வரும் ஒருவகைக் குழப்பம் என்று வைத்துக்கொண்டு பேசுவோம்.

"சமாதிப் பகுதியில் நிற்கும்பொழுது தோலிலும் உள்ளேயும் இந்த அமைதி உறைக்கிறது." அமைதி எப்படி தோலில் உறைக்கும்? கொடுமுடியில், "இந்த அமைதி கோவிலிலும் பூரணமாக உடம்பில் படுவதுபோல விரவிக் கிடக்கிறது." கோயிலின் அமைதி உடம்பில் எப்படிப் படும்? சோமநாதபுரம் சென்னகேசவர் ஆலயத்தில் நம் கதை சொல்லிகள் காண்பதைப் பாருங்கள்: "ஆலயத்தின் மேல் மிகவும் அழகான வேலைப்பாடு கொண்ட மூன்று விமானங்கள், தொலைவில் கேட்கும் மெல்லிய நாதஸ்வர ஒலிபோல் எழுந்து நிற்கின்றன." அது எப்படி நாதஸ்வர ஒலி, கோயில் விமானங்களாக நிமிர்ந்து நிற்கும்? இங்கே ஒலி தனக்கு வழக்கமில்லாத பரிமாணத்தைத் தரித்துக்கொள்கிறது; அல்லது

கேட்கும் காதுகளே பார்க்கவும் செய்கின்றன. ஒரு புலனுக்கு உரியது இன்னொரு புலன் பற்றிக்கொள்வதாக உருமாறு கிறது. இதையே நான் நூலின் அறியும் வழியாக, நமக்குக் கைவராத அறிமார்க்கமாகச் சொன்னேன். இந்த அறிமார்க்கப் பயணத்தைத் தூண்டுவது காவேரியின் மகத்துவங்களில் ஒன்று; இது சொற்களால் சொல்லாதது.

இடம், காலம்; உள்ளம், உடம்பு; கனவு, நனவு; மாயை, உண்மை போன்ற மனிதனின் அறியும் செயலுக்கு உதவும் தனித்தனிக் கூறுகள் ஒன்றோடு ஒன்று பிசிறிக்கொண்டு இனம் புரியாத வேற்றுலகப் பிண்டமாகின்றன, வழித்துவிட்ட வானத்தின் மூக்கு முழியற்ற நீலம்போல். அங்கே, இங்கே என்ற இட வேறுபாடு தொலைந்த, அக்காலம் இக்காலம் என்ற கால வேறுபாடு தொலைந்த விசித்திரமான கதைக் களம். திருஈங்கோய்மலை காவேரியில் கதைசொல்லிகளுக்கு "பூமியில் தொட்டும் தொடாமலும் வாழும்" பிரமை. பூமியில் யுகாந்தமாக ஓடும் காவேரியைத்தான் கண் கொண்டு பார்க் கிறார்கள். ஆனால் புலனும் பூமியும் காலமும் தங்களை ஒளித்துக்கொண்ட வெளி ஒன்று அவர்களை அவ்வப்போது தனக்குள் இழுத்துக்கொள்கிறது.

திருச்சிராப்பள்ளியில் காவேரியைப் பார்த்துக்கொண்டு நிற்பவர்களுக்கு "காலம் நின்றுவிட்டதுபோல் ஒரு மயக்கம். அதே சமயம் ஓர் நொடியில் பல காலங்கள் திணித்துவிடும் மயக்கம். . ."; "மயக்கம்" என்ற சொல்லை நிதானித்துத்தான் பயன்படுத்தியிருக்கிறது நூல். உங்களுக்கு இலக்கிய மரபில் 'திணை மயக்கம்' தெரிந்திருக்கும்.

காவேரிப் பட்டணத்திற்குச் செல்லும் சாலை வெகு சில ஆண்டுகளுக்கு முன் மண் சாலை; அதற்கும் முன்பு குதிரை களும் தேர்களும் புகார்த்துறை மரக்கலங்களுக்கான ஏற்றுமதிச் சரக்குகளும் சென்ற சாலை; கோவலனும் கண்ணகியும் புகாரிலிருந்து மதுரைக்கு நடந்த சாலை. வரலாற்றில், காப்பியத்தில் என எங்கெல்லாம் காவேரி தனக்கு இருப்பைத் தேடிக்கொண்டதோ அவற்றையெல்லாம் ஏக காலத்தில் தன் பார்வையில் வைத்திருக்கும் நூல் இது. பாகமண்டலம் என்ற ஊருக்குள் "நுழைந்ததுமே காவேரியின் கதைகளெல்லாம் நினைவுக்கு வந்தன" – இப்படி நடப்பும் நினைவும் வேற்றுமை யற்று நூல் முழுதும் இணையாகச் செல்கின்றன.

சிலப்பதிகாரத்தில் காவேரி, தியாகையர் கிருதிகளில் காவேரி. இப்போது குடகில் தலைக்காவேரி. மறுகணமே கடற்கரை பூம்புகார், கங்கைக் கரை, பொன்னிக் கரை.

தலைக் காவேரியில் ஐப்பசி மாத துலா சங்கம். பூம்புகாருக்கு மேற்கே, மாயவரத்தில் துலா கட்டம். தலைக்காவேரிக்கு அருகே பாகமண்டலம் ஒரே நிழல்காடு. அது நினைவூட்டும் பூம்புகார் அருகில் ஒரு சாயாவனம். நதியின் உற்பத்திக்கு இரண்டு மைலுக்கு அப்பாலும் கடலில் கலப்பதற்கு இரண்டு மைலுக்கு இப்பாலும் ஒரே நிழல் காடு.

"அகண்ட காவேரிக் கரை ஏறக்குறைய ரிஷிகேசத்தைப் போன்றது," – தவ முனிகளும் துறவிகளும் ரிஷிகளுமாக. கங்கைக்கும் காவிரிக்கும் இடவேறுபாடு காட்டும் கோடுகூட அசங்கிவிடுகிறது. காவேரியின் தொன்மையும் பொய்யா இளமையும் என்பதைப் போன்ற எதிரும் புதிருமானவற்றைக் கொண்டு கட்டியமைக்கப்பட்டது மனிதனின் பிரக்ஞை. அதன் எல்லைக் கோடுகள் அசங்கி அழிந்துவிடுகின்றன. தலைக் காவேரி பட்டர் வரும்போது அவர் உருவம், "கிரிதேவன் போல் இன்னொரு உருவம் மேக மூட்டத்தினின்றும் வெளிப்பட்டு, மேல் படியில் நின்றது." நிஜம், மாயை இரண்டும் தங்கள் எல்லைகளை மதித்து அங்கங்கே நின்றுகொள்வதில்லை. அனுபவத்தை வகுக்கும் அல்லது நமக்கு அனுபவமாவதற்காக நாம் வகுக்கும் வகையிலான எல்லைகளே இல்லை.

பூம்புகாரில் நிற்கும் அவர்களின் அனுபவத்தைப் பாருங்கள்: "வெகு நேரம் நின்றோம். கடலும் குப்பமும், பழைய காவியக் காட்சிகளும் அரவங்களும் அகக்கண்ணிலும் புறக்கண்ணிலும் காட்சியும் பிரமையுமாக..." இந்த அகம் – புறம் குழப்பம் வந்தாலொழிய காவேரியின் முழுமையை அறிய முடியாது. "புகார்க் கரையில் கண்ட காட்சிகள் எங்களுடைய மனதில் உணர்ச்சிக் குழப்பத்தை உண்டாக்கிவிட்டன." குழப்பம் என்று நானாகச் சொல்லவில்லை என்பதைக் கவனிக்கவும். ஆன்ம விசாரத்தில் இருப்பவர்களுக்கும் குழப்பமும் கலக்கமும் ஏற்படுவது வழக்கம் என்பதையும் அறிவீர்கள்தானே! காவேரியை அறிவது நூலாசிரியர்களுக்கு அதனை ஒத்த அனுபவம்.

தியாகையரின் அசாவேரி ராகப் பாட்டு ஒன்று, "சீறிய காவேரியைச் சீர்மணல் வழியில் தளர்நடையில் அப்படியே ஒலிவடிவமாக மாற்றியிருக்கிறது. . ." வாசகர்களுக்கு எச்சரிக்கை சமிக்ஞையாக இதற்கு ஒரு சுய விமர்சனம் வருகிறது. "காவேரிக்கு அசாவேரி என்ற சொல்லடுக்கு மட்டுமில்லை." அந்த விழிப்போடு முத்துஸ்வாமி தீட்சிதர் பாடிய முகாரி ராகப் பாட்டு ஒன்றைப் பற்றிச் சொல்வதை நாம் வாசிக்க வேண்டும். "அகண்ட காவேரியைப் போலவே கம்பீர கமகங்களுடன் புரளும் அலைகள் போன்ற திருப்பங்களுடன். . ." இவற்றை

யெல்லாம் வெறும் அணி அழகாக வைத்துக்கொள்வது நல்ல வாசிப்பு ஆகாது என்று தோன்றுகிறது.

காவேரி தரும் ஆன்ம லாபத்தை நூல் இப்படி விவரிக்கிறது: "சும்மா பார்த்துக்கொண்டு நின்றோம். சும்மாதான். அழகைப் பார்க்கும்போது என்னத்தை நினைக்க முடியும்? மனது சூன்யமாகி, வெறுமே பார்த்துக்கொண்டு நிற்பதைத் தவிர வேறு என்ன செய்கிறது?" காவேரி தன்னைக் காண்பவரைச் சொல்லறச் சும்மா இருக்க வைத்துவிட்டால் நமக்கு வேறென்ன வேண்டியிருக்கும்? இந்த நூல் பெரிய ஆன்ம தரிசனத்துக்கும் காவேரிக் காட்சிக்கும் வேறுபாடு காட்டுவதில்லை என்பதைக் கவனிக்க வேண்டும். பவானி சங்கமத்தில் "பவானி காவேரியின் நிறைவுக்கு மேலும் நிறைவு கொடுக்கும் காட்சியைக் கண்டு வியந்து நின்றோம்." நிறைவுக்கு நிறைவு என்பது உபநிடதங்களின் மொழியைப் போன்றது.

காவேரியை ஒரு பெண்ணாக உருவகிப்பது இலக்கிய மரபு. இந்த நூலிலும் அப்படி உருவகம் உண்டு. நூல் அந்த உருவகத்தை அதன் முழுப் பரிமாணத்துக்கும் விரித்து வளர்த் திருக்கிறது. ஆனால் நயத்தோடு சொல்வதற்கு உதவும் இலக்கிய உத்தியாக உருவகம் நின்றுகொள்வதில்லை. இங்கே அது சொல்ல வருவதைச் சொல்பவரே அறிந்து கொள்ள உதவும் அறிதல் சாதனமாகிறது.

அர்க்காவதி சங்கமத்தில் காவேரி "வசீகரம் நிறைந்த தனிமையில்... மகிழ்ச்சியுடன் சுதந்திரமாக விளையாடிக் கொண்டிருந்தாள்." வழக்கமான உருவகம் என்றாலும் இந்த "சுதந்திரம்" காவேரிக்கு ஒரு தன்முனைப்பைக் கொடுக்கிறது. "மனிதனின் தலையீட்டை வெறுத்து, வெகுண்டு, பழி தீர்த்துக் கொள்ளும் வகையில் காவேரி பேரிரைச்சலுடன்..." இன்றைய சூழலியல் சிந்தனையால் நூலின் சொற்களும் உருவகமும் புது அர்த்தம் பெறுகின்றன. இன்றைய நிகழ்வுகள் சில நேரங்களில் நேற்றைய எழுத்திற்குத் தன்னாலேயே புதுப் பொருளைத் தரும். தற்காலம் கடந்த காலத்திற்குப் பின்புல மாகலாம். மொழியில், வரலாற்று நிகழ்வுகளில், இலக்கியப் படைப்புகளில் பின்னால் பிறந்தது தனக்கு முன்னால் தோன்றியவற்றின் பொருளைக் கட்டுப்படுத்தும் விந்தை எப்போதும் நடப்பதுதான். இன்றைய சிறுகதை, புராணங்களின் வாசிப்பு அனுபவத்துக்குச் செறிவைத் தருவதில்லையா? பொருள் என்பது நேர்க்கோட்டில் முன்னோக்கி நகர்ந்து, எதிர்காலங்களுக்குள்ளாக மட்டுமே வளர்வதில்லை.

மனிதர்களுக்கு உள்ளதைப் போன்ற பிறப்பையும் உரிமைகளையும் நம் கலாச்சாரம் மலைகளுக்கும்

ஆறுகளுக்கும் இயல்பாகவே கொடுத்துவிடும். உலோக வார்ப்புகளான இறைவனின் திருமேனிக்கு நம் மரபில் சொத்துரிமை உண்டு. காவிரிக்கு அப்படித் தனிநபர் உரிமைகள் உள்ளதை விவாதிக்கும் காலகட்டத்தில் இருக்கிறோம் என்று வையுங்கள். இந்த நினைவோடு காவேரியைப் பெண்ணாக உருவகிப்பதை மீண்டும் வாசிக்க வேண்டும். தன் போக்கைத் தானே நிர்ணயித்துக்கொள்ளும் தன்னிச்சையை அதற்கு அனுமதிக்கும்போது உருவகம் அணிவிக்கப்பட்ட அணியாக இருக்காது; அணியே அணிபவராகக்கூடும்.

காவேரியின் கட்டுக் கரையில் வெளுப்பும் வழவழப்புமாக ஒரு பட்ட மரம் நின்றது. அது "மரத்துக்குச் சிலை நிறுத்தினாற் போன்ற தோற்றம். ஆனால் பாடம் பண்ணி வைத்த எகிப்திய அரசர்களின் மம்மியோ டம்பமோ, காலத்தை வெல்லும் கையாலாகாத சோனி வெறியோ அதில் இல்லை. மரணத்தையே அழகாக மாற்றி ஆற்று வெளியில் அமைதியுடன் நின்றது அந்தப் பட்ட கோலம்." இங்கே தெரியும் அழகியலை, மரணம் ஓர் அழகாக மாறும் அழகியலை, தானே தன் சிலையாக மாறும் அழகியலை, நாம் நூலின் உருவகத்துக்கும் நீட்டிப் பார்க்க வேண்டும். காவேரியின் சீற்றத்துக்கும் வெள்ளத்துக்கும் ஏது பயங்கரம்? "காவேரியின் நீர்ச்சுழிப்பைப் பார்த்துக்கொண்டேயிருக்கலாம்", "எல்லாவற்றையும் பார்க்கவில்லையே என்று ஏன் இந்த ஏக்கம்?" இந்த லயிப்பும் ஏக்கமும் பயங்கரத்தோடு பொருந்திக் கொள்ளும் அனுபவங்களாகின்றன. வெள்ளத்தைக் கண்டு பயப்படுவது அங்கே உணர்வு முரண். நூலில் உள்ள அழகியல் அனுபவம் இந்த வகையிலானது.

ஏட்டில் எழுதி முடித்த படைப்பு போன்றது காவேரி நதி. இந்த நூல் காவேரியை அப்படித்தான் அறிகிறது. முதல் அடி ஈற்றடியை எட்டிப் பார்க்கும் பார்வையால் பிறந்த ஒரு பனுவலைப் போன்றது காவேரி. தலைக்காவேரியில் துலா மாத முழுக்கு. லாக்கடம் என்ற மாயவரம் துலாக்கட்டத் திலும் அதைவிட அமர்க்களமான முழுக்கு. அர்க்காவதி சங்கமத்தின் புகையிலையும் காவிரிப்பூம்பட்டினத்து மீன் வியாபாரமும் ஒரு புடவைக்கு இரண்டு வண்ணங்களில் நெய்த கரைக்கட்டு. கோயில்கள், காவிரிக் கரை மகான்கள், தத்துவச் சிந்தனைகள், கலைகள், கரைகள், வெள்ளங்கள், விகடக் கலை, ஹரிகதை, குடகியர்கள், பரதவர்கள், வாரச் சந்தைகள், மாடுகள்... இவையெல்லாம் அடுக்கப்பட்ட விவரங்கள் அல்ல; ஒருசேர்ந்து காவேரி என்ற முழுமையை உருவாக்குபவை. இடம்பெயர்த்து வைக்க முடியாத, பொருள் சேதம் இல்லாமல் அழித்து அகற்ற முடியாத, ஈடாக அவை

இருக்கும் இடத்தில் வேறு ஒன்றை வைக்க இயலாத சொற்களைக் கொண்டு முழுமைபெற்ற ஒரு பனுவலைப் போன்றது காவேரி. அதைத் தொட்டுக் குலைக்க இயலாது. இருக்கும் காவேரி ஒரு முழுமை. செய்யுள்போல் கட்டமைந்த ஒன்று.

அதன் உச்சகட்டம் எது என்றா கேட்டீர்கள்? "காவேரி பாயும் வழி முழுவதிலும் அமைதியான எழிற்தோற்றம் எது என்று கேட்டால் நாங்கள் கொடுமுடிக்குத்தான் முதலிடம் கொடுப்போம். கட்டுக்கரைமீது உட்கார்ந்து ஆற்றின் பரப்பை யும் அமைதியையும் சிறிது நேரம் பார்த்தால் மனது அடங்கி விடும்..." பௌதீகத் தளத்திலிருந்து ஆன்மா தனக்குத்தானே தட்டுப்படும் தளத்திற்கு இப்படிக் காவேரி தன் கதைசொல்லி களைக் கண்சிமிட்டி அழைத்துக்கொள்ளும். சாதாரணச் சொற்களான "அடங்கிவிடும்" போன்றவற்றை ஆன்மிக எழுத்தின் துறைச் சொற்களாக்குகிறேன் என்று நினைக்கக் கூடாது. நூலின் பல சொற்கள் இப்படி ஒரே நேரத்தில் இடமும் திரும்பியிருக்கும் வலமும், திரும்பியிருக்கும்; நூலின் இன்னொரு அழிகோடு.

காவேரியைப் பற்றி முன்பு எழுதி வைத்தவை, அவற்றிற்கும் முன்பு எழுதி வைத்தவை எனப் பல நூல்களை, படைப்புகளை இணையாகச் சேர்த்துக்கொண்டு நகர்கிறது நூல். ஒரே பொருளைப் பற்றிய பல பனுவல்கள் இணை கோட்டில் சேர்ந்தாற்போல் நகர்கின்றன, தான் வகுத்துக் கொண்ட வெளியை அடைத்து நகரும் வெள்ளம்போல். ஒற்றை நூல்போல் நெளியும் ஒடுங்கிய கான் அல்ல இந்த நூல். பல இணைப் பார்வைகளில் ஒன்றை முழுதாகக் காட்டும் நோக்கத்தில் 'காவேரி ஓடம்' என்ற பாமர மக்களும் பாடும் பாட்டு ஒன்று நூலின் முடிவில் வருகிறது. அது காவேரியின் போக்கைத் தலைக்காவேரியிலிருந்து புகார்வரை கச்சிதமாக வர்ணிக்கிறது; அதுவும் பயண நூலுக்குள் ஒரு பயண நூல்.

இந்த இணைப் பார்வைகளோடு நூலின் கட்டமைப்பில் காணும் இன்னொரு அங்கத்தையும் சொல்ல வேண்டும். கதைசொல்லிகளே நூலின் கதாபாத்திரங்கள். அவ்வப்போது கதைசொல்லிகள் கதைக்குள் நுழைந்து பாத்திரங்களாகவும் கதைக்கு வெளியே வந்து காவிரியின் போக்கைக் கவனித்து விவரிப்பவர்களாகவும் மாறி மாறி இயங்குகிறார்கள். இப்போது கதைப் பரப்பில் யார் யார் இருக்கிறார்கள் என்று பாருங்கள்: கதைசொல்லிகள், அவர்களே இரட்டித்து வரும் பாத்திரங்கள், இவர்களுக்கும் வெளியே உள்ள கதாசிரியர். கதைசொல்லி களின் கூற்றைப் பதிவுசெய்ய கதாசிரியர் இருந்துதானே

ஆக வேண்டும்! ஆக, மூன்று தரப்பார்கள். இவர்களுள் கதாசிரியரை நாம் காண இயலாது (சிட்டியா, தி. ஜானகிராமனா என்பதல்ல பிரச்சினை). கதாசிரியர் ஒரு தர்க்க ஊகம்தான். கதை அமைப்பில் இது ஒரு வியக்கத் தக்க உத்தி. இதைக் கையாளும்போது சிக்குவிழாமல் நிர்வாகம் செய்வது அசாத்தியம். நூல் அந்த அசாத்தியத்தையும் இயல்பாகச் சாதித்துள்ளது.

தஞ்சாவூர்
14.09.2022

தங்க. ஜெயராமன்

பயணமும் பொறுப்பும்

காவேரியின் போக்கைப் பார்த்துவிட்டுவந்த கையோடு எங்களுடைய அனுபவத்தை எழுதி முடித்து விடலாமென்றுதான் நினைத்தோம். ஆனால் தமிழரின் வாழ்வுக்குத் தொன்றுதொட்டு வளம் கொடுத்துவரும் இந்த முடிவற்ற நீரோட்டத்தின் பல ரூபங்களைப் பற்றி அவ்வளவு விரைவாக வர்ணித்துவிட முடியாது என்பதையும் அறிந்துகொண்டோம். பார்த்த காட்சிகளையும், அந்தக் காட்சிகளின் பகைப்புலம், வரலாறு, மகத்துவம் போன்ற பொருள் ஊறிச் சுரக்கவேண்டிய அவசியத்தையும் உணர்ந்தோம். இந்தப் பயணக் கதையை எழுதுவதில் ஏற்பட்ட தாமதத்திற்கு சமாதானமாக மட்டும் இதைச் சொல்லவில்லை.

காவேரி வெறும் ஆறுமட்டுமல்ல; அதன் கரையில் வாழும் மக்களின் பண்பை விளக்கும் வரலாற்று ஓவியம் என்ற உண்மை தெளியத் தெளிய, நாங்கள் மேற் கொண்ட பொறுப்பு சாதாரணமானதல்ல என்ற உணர்வு சிறிது தயக்கத்தையும் அளித்தது. காவேரிப் பிரயாணத்திற்காக எங்களுக்கு எல்லா வசதிகளையும் செய்துகொடுத்துவிட்டு, அதைப்பற்றிய கதைக்காகப் பொறுமையுடன் காத்திருக்கும் புக்வென்சர் *(Book venture)* நிறுவனத்தாரின் பெருந்தன்மைக்குச் சிறிதளவாவது ஈடுகட்ட வேண்டுமென்ற வகையில் ஒருவாறாக எழுதி முடித்துவிட்டோம். ஒருவாறாக என்பதை அழுத்திச் சொல்லவேண்டும். காவேரிக்குப் பல உருவங்கள், பல நிலைகள் உண்டு. அதைக்காணும் நிலைகளும் பல – மொண்டு குடிப்பதிலிருந்து, கரையிலமர்ந்து தவமியற்றி மனம் இழப்பதுவரை. இந்த அனுபவங்கள் ஒவ்வொன்றையும் ஒரு ஒரு கணவீதம் அடைவதே ஒரு திளைப்புதான். இதுதான் எங்கள் தயக்கத்திற்கும் தாமதத்திற்கும் காரணம்.

சிட்டி
தி. ஜானகிராமன்.

1

ஆவேசம்

மாயவரத்தில் வள்ளலார் கோவிலுக்கு அருகில் ஒரு கைகாட்டிக் கம்பம் நிற்கிறது. 'காவேரிப் பட்டணம்' என்று கிழக்கு நோக்கும் பலகையில் எழுதியிருக்கிறது. குளிக்கப் போகும்போதும், கடைக்குப் போகும்போதும் அதைப் பார்க்காமல் போக முடியாது. எத்தனை தடவை பார்த்தாலும் பழைய நினைவுகள் வராமல் இருப்ப தில்லை. அது நூற்பிடித்தாற் போன்ற நேர்சாலை. கிழக்கே போனால் பூம்புகாருக்குக் கொண்டு போய் விடும்; மேற்கே போனால், கும்பகோணம், சுவாமிமலை, கபிஸ்தலம், கணபதி அக்ரஹாரம், ஈச்சங்குடி, திருவை யாறு, கூத்தூர், கல்லணை வழியாகத் திருச்சி, உறையூரில் கொண்டுவிடும். வெகு சில ஆண்டுகளுக்கு முன்பு அது மண்சாலையாகத்தானிருந்தது. கரும்பும், தேங்காயும், நெல்லும், நாற்றுக்கட்டுகளும், விறகும், வைக்கோலும் ஏற்றிய பாரவண்டிகளையும் வெள்ளைக் காளைகள் சற்று சிரமப்பட்டுத்தான் இழுத்துச் செல்லும். வண்டிச் சுவடுகளைப் பார்கையில், 'கட்டு கட்டு' என்ற தூங்கி வழியும் அச்சு ஓசையைக் கேட்கையில், மனது எங்கோ காலத்தில் ஏறிச்செல்லும். உறையூர் சோழ அரசின் தலைநகராக இருந்த காலத்தில் குதிரைகளும், தேர் களும் பூம்புகார் வர இந்தச் சாலை வழியாகத்தான் சென்றிருக்க வேண்டும். பூம்புகாரில் மரக்கலங்களில் ஏற்றப்பட வந்த ஏற்றுமதிப் பொருட்கள் இந்தச் சாலை வழியாகத்தான் சென்றிருக்க வேண்டும். கூடியவரையில் அதிக வளைவுகள், திருப்பங்கள் இல்லாத நேர்சாலை. படைகளும், பண்டங்களும் சுணக்கமின்றி விரைவதற் காகவே கூடியவரை நேராக அமைத்திருப்பார்கள் என்று

தோன்றுகிறது. படைகளும், குதிரைகளும், பல்லக்குகளும் மலிந்த அந்தப் பெருஞ்சாலை இன்று ஒதுக்குப்புறச் சாலை யாகி விட்டது. அன்றைய நடமாட்டம் இல்லை.

இருமருங்கிலும் நிற்கும் புளியும், ஆலும் மேலேகூடி வளைவுத் தோரணம் கட்டிச் சிள் வண்டுகளைத்தான் இரைய விட்டுக் கொண்டிருக்கின்றன. புகாரைப் போல, உறையூரைப் போல இந்தச் சாலைக்கும் வாழ்வும் பெருமையும் பழைய கதைகளாகி விட்டன.

புகாரைவிட்டு நீங்கிய கோவலனும், கண்ணகியும் மதுரைக் கும் இந்தச் சாலை வழியேதான் சென்றார்கள். இந்த மாதிரி கைகாட்டி அப்போதே இருந்ததோ, என்னவோ? இருந்தால், என்ன எழுத்தில் எழுதி இருந்தார்களோ! வட்டெழுத்தோ, இன்றைய எழுத்தோ? எழுத்து மாறுவது பெரிதில்லை. காவேரியே போக்கு மாறிவிட்டதாகக்கூடச் சொல்கிறார்கள். மாயவரத்தில் இப்போது ஓடும் காவேரிக்குத் தெற்கே, சுமார் முந்நூறு கஜங்களுக்கப்பால் ஒரு கால்வாய் ஓடுகிறது. அதைப் பழங் காவேரி என்று கூறுகிறார்கள். இன்று கழிகள் ஓடும் வாய்க் கால் அது. காவேரி எப்படி, எப்போது ஒதுங்கிற்று என்று தெரியவில்லை.

இடம் மாறினாலும், திசை மாறினாலும் காவேரி இன்னும் இருக்கிறது. காவிய நாயகர்களான கண்ணகியும், கோவலனும் நடந்த சாலை இன்னும் இருக்கிறது. நூற்றுக்கணக்கான தலை முறைகளையும், பண்பாடுகளையும் மறைய மறையப் பார்த்துக் கொண்டு, தான்மட்டும் நிற்கும் ஒன்றைப் பார்த்தால் நமக்கு மலைக்கத்தான் செய்கிறது. பழைமையை அதிகமாகப் பாராட்டக் கூடாது என்றுதான் புதிய யுகமும், இளமையும் கூறுகின்றன. ஆனால் தானாகத் தோன்றும் வியப்பை எப்படித்தான் தடுக்க முடியும்? ஒரு மனிதன் நூறு ஆண்டு வாழ்ந்துவிட்டாலே வியந்து மாய்ந்து போகிறோம். அதுவும் சற்று அறிவு மழுங்கா மல், நடமாட்டம் ஓயாமல், வாழும் ஆசை மங்காமல் இருந்து விட்டால் அவர்களை அதிமானிடர்களாகவே காணும் சபலம் தோன்றிவிடுகிறது நமக்கு. வயதுக்கு எல்லைமீறி மரியாதை காட்டும் இந்தப் பண்பாட்டுக்கு நடுவே வளர்ந்திருக்கையில், காவேரியும், இந்தச் சாலையும் தொன்மை சுமந்திருப்பதைக் கண்டு வியப்பதும் மகிழ்வதும் கௌரவக் குறைவாக எங்களுக்குப் படவில்லை. இத்தனை வயதாகியும் காவேரி இன்றும் இளமை பொங்கிக் கொண்டுதான் இருக்கிறாள். பாலம் போட்டுத்தான் அவளை இன்னும் கடக்கவேண்டியிருக்கிறது. அணையிட்டுத் தான் அவள் வேகத்தைக் கட்டுப்படுத்த வேண்டியிருக்கிறது. நாம் சற்று ஏமாந்து போனால், வெள்ளம் பெருகி கரையை

உடைத்துக்கொண்டு, கழனிகளையும் கிராமங்களையும் முழுக அடிக்கும் குறும்பு, அவளைவிட்டு இன்னும் அகலவில்லை. இந்தத் தொன்மையும், பொய்யா இளமையும் காணும் போது 'காவேரி போற்றுதும்! காவேரி போற்றுதும்!' என்று இளங்கோ வோடு நமக்கும் ஆர்ப்பரிக்கத்தான் தோன்றுகிறது.

இந்தக் கைகாட்டியைப் பார்க்கும்போதெல்லாம் மற்றொரு ஆவலும் தோன்றும். கோவலனும், கண்ணகியும் சென்ற சுவட்டில் புகாரில் இருந்து மதுரைவரை நடந்தே செல்லவேண்டும் என்ற ஆசை. செயற்கைக் கோள்கள் சுக்ரனை வலம் வரும் இந்த நாளில் இது என்ன ஆசை? எங்களுக்கே புரியவில்லை. ஆனால் இந்த ஆசை இன்னும் ஆசைப்பட்டபடி நிறைவேறவில்லை. அதாவது காவேரியோடு நடந்தே செல்லாமல் நடையும், காருமாகச் சென்று காவேரியைத் தலையிலிருந்து கால்வரை பார்த்து வந்தோம்.

> பூவர் சோலை மயிலால, புரிந்து குயில்கள் இசைபாட,
> காமர் மாலை அருகசைய நடந்தாய்; வாழி, காவேரி!

என்று இளங்கோ அனுபவித்த பூரிப்பை நாங்களும் அடைந்து கொண்டே சென்றோம்.

> கோள் நிலைதிரிந்து கோடைநீடினும்
> தான் நிலை திரியாத் தண்டமிழ்ப்பாவை

என்று சாத்தனாரும்,

> வசையில் புகழ் வயங்கு வெண்மீன்
> திசைதிரிந்து தெற்கேகினும்
> தற்பாடிய தளி உணவின் புள்தேம்பப் புயன்மாறி
> வான் பொய்ப்பினும் தான் பொய்யா, மலைத்தலைஇய கடற்காவிரி

என்று பட்டினப்பாலை ஆசிரியரும் பாடியதுபோல இன்று காவேரி முழுதும் பொய்யாக் காவேரியாக இல்லை. சோழ நாட்டின் டெல்டாப் பகுதி கோடையில் வறண்டுதான் கிடக்கிறது. ஆனால், திருச்சி, கோவை, கன்னட, குடகுப் பகுதிகளில் காவேரி கோடை நீடினும் பொய்யாத காவேரியாகத்தான் இன்னும் இருக்கிறாள். கவிஞர் வாக்கும் பொய்யாது பிழைத்து நிற்கிறது.

காவேரியோடு நாங்கள் சென்ற பயணம் முதலில், பூம்பு காரில் தொடங்கவில்லை. ஆனால், பூம்புகாரில்தான் தொடங் கிற்று! சென்னையிலிருந்து குடகு நாட்டுத் தலைக் காவேரி யைக் காணப் புறப்பட்ட நாங்கள் முதல் முதலாக வட ஆர்க் காட்டில் பூம்புகாரைப் பார்த்தபோது எங்களுக்கு நெஞ்சு கொள்ளா வியப்பாக இருந்தது.

சென்னை – பங்களூர் சாலையில் எங்கள் கார் விரைந்த போது ஓர் இடத்தில் ஒரே கூடாரங்களாகத் தெரிந்தன. 'தொல் பொருள் ஆராய்ச்சி, பாயம்பள்ளி' என்று எழுதியிருந்த ஒரு பலகையைப் பார்த்தோம். உடனே காரை நிறுத்தி, கூடாரங் களை நோக்கிச் சென்றோம். விசாரிக்கையில், கி.மு. 1500 முதல் கி.மு. 500 வரை வாழ்ந்த கற்கால மனிதர்களின் வாழ்க்கையைப் பற்றி ஆராய்வதற்காக, தொல்பொருள் துறையினர் அங்கு தங்கி பல அரிய தடயங்கள் தோண்டி எடுத்திருப்பதாக ஒரு பணியாளர் கூறினார். அவரோடு பேசிக்கொண்டேயிருக்கை யில் மத்திய கூடாரத்திலிருந்து வெளிப்பட்ட ஒருவர் எங்களைப் பார்த்துப் புன்னகை செய்தார். என்ன ஆச்சரியம்! திரு. பூம்புகார் ராவ் அவர். கும்பிடப்போன தெய்வம் குறுக்கே வந்தது போலிருந்தது. சோழநாட்டுப் பூம்புகாரில் சில ஆண்டுகளுக்கு முன் பல இடங்களில் தோண்டி, அந்தப் பழைய நகரத்தைப் பற்றிப் பல அரிய பொருள்களையும் உண்மைகளையும் தமிழகத்திற்கு எடுத்துக் கொடுத்தவர் திரு. ராவ் அவர்கள். காவியங்கள் போற்றி, கடல் கொண்ட பூம்புகாரைத் தொல் பொருள் துறையினர் தோண்டி ஆராயவேண்டும் என்று முதல் முதலாக யோசனை கூறி, தாமே அந்தப் பணியைத் தொடங்கி வைத்தவர் திரு. ராவ். காவேரித் தலையைக் காணச் செல்லும் எங்களுக்கு காவேரிப் பூம்பட்டினத்தின் விளக்கமான அவரைக் காணும் வாய்ப்புக் கிடைத்தது ஒரு முதல் ஆசி போலிருந்தது. பூம்புகாரின் பிரதிநிதியே எங்கள் முன் புன்னகையரும்பி நின்றது.

தென்னகத்தைப் பொன்னகமாக மாற்றி, யுகாந்தகாலமாகப் பாய்ந்துகொண்டிருக்கும் காவேரியை, கேவலம் மனிதன் அடக்கியாண்டு அணைகட்டி, நீர் தேக்கி, தானிட்ட திட்டப் படி அந்தப் புனித நீரைப் பயன்படுத்திக் கொள்ள முயல் வதற்கு முன்பு, அந்த நதி வளம் படுத்திய மண்ணில் வாழ்ந்த மக்களின் பழக்க வழக்கங்களை அறிந்துகொள்ள, உண்மை யாகவே ஆழ்ந்த ஆராய்ச்சி நடத்திய அந்த நிபுணர், எங்களை அன்புடன் வரவேற்றுப் பயன்தரும் விஷயங்கள் பலவற்றை எடுத்துரைத்தார். வரலாற்றுக்கும் முந்திய வாழ்க்கை அடங்கிய அந்த இடம் 1964ஆம் ஆண்டில் மத்திய தொல்பொருள் துறை யினால் கண்டுபிடிக்கப்பட்டது. அங்கு தோண்டி எடுக்கப் பட்ட பொருள்களைப் பரிசோதித்ததின் பலனாக, அங்கே கி.மு.1500 முதல் கி.மு.300 வரை கற்கால மனிதர்கள் வாழ்ந்து வந்ததை திரு. ராவ் கண்டுபிடித்திருக்கிறார். தமிழக மன்னன் ஒருவனின் வெற்றிப் பாசறைபோல் விளங்கிய கூடாரங்கள் நிறைந்த அந்த முகாமைச் சுற்றி ஒழுங்காக வெட்டப்பட்ட சதுர வடிவிலான பல பள்ளங்கள் இருந்தன. அந்தப் பள்ளங்

களில் கற்கால மனிதர்கள் வாழ்க்கையை விளக்கும் சின்னங்கள் பல கண்டுபிடிக்கப்பட்டு வகை வகையாகப் பாகுபாடு செய்யப்பட்டு ஓரிடத்தில் வரிசையாக வைக்கப்பட்டிருந்தன. நாலாயிரம் ஆண்டுகளுக்கு முன்பே பாயம்பள்ளியின் சுற்றுப்புறத்தில் வேளாண்மைத் தொழிலை மேற்கொண்ட மக்கள் வாழ்ந்து வந்தார்கள் என்பதை திரு. ராவ் எங்களுக்கு விளக்கினார்.

கி.மு. 1500 முதல் கி.மு. 1000 வரையிலான காலத்தில் அங்கே வாழ்ந்த மக்கள் புதிய கற்காலத்தைச் சேர்ந்தவர்கள். மலைக்குன்றுகளில் அவர்களுக்கு உறைவிடமாக இருந்த பல குகைகள் இன்னும் அப்படியே இருக்கின்றன. அந்த மக்கள் காட்டை அழித்து நாடாக்குவதற்கு உபயோகித்த கற்கோடலிகள், வேட்டையாடுவதற்கு உபயோகித்த வில், அம்பு முதலியவைகளையும் நாங்கள் பார்த்தோம். சமையலுக்குப் பயன்பட்ட பானைவகைகளின் சிதறிய துண்டுகளைத் தொல்பொருள்துறைப் பணியாளர்கள் ஒன்று சேர்த்துப் பொருத்தி வரலாற்றையே உருவாக்கிக்கொண்டு இருந்தார்கள். புதிய கற்கால மக்கள் பின்னர் வெளியிடங்களில் பூமியைத் தோண்டி உறைவிடம் உண்டாக்கி வாழ்ந்து வந்த பல குழிகளையும் பார்த்து வியந்தோம். அக்காலத்துப் பெண்கள் அணிகளாகக் கையாண்ட மண்ணாலான பாசி மணிகளும் அங்கே கிடைத்திருக்கின்றன. அந்தப் பகுதிக்கு அருகே சுமார் 40 மைல் தொலைவில் உள்ள கோலாரில் அந்தக் காலத்திலேயே தங்கம் தோண்டி எடுக்கப்பட்டதற்கான சான்றுகளும் கிடைத்திருக்கின்றன.

அதற்கடுத்த கற்காலமாகிய கி.மு.1000 முதல் கி.மு.300 வரையிலான காலத்தில் வாழ்ந்து வந்த மக்கள் கையாண்ட கருவிகளும் அங்கே தோண்டி எடுக்கப்பட்டிருக்கின்றன. இவர்களுடைய காலத்தில் வட்டமாகவும், சதுர வடிவமாகவும் அமைந்த குடிசைகள் இருந்தது தெளிவாகிறது. இவர்கள் இரும்பை உருக்கி ஆயுதங்களையும் கருவிகளையும் செய்து உபயோகித்தார்கள். பெண்மக்கள் தங்க நகைகள், கண்ணாடி வளையல்கள், பாசி மணிகள் முதலியவற்றை உபயோகித்தார்கள். அவர்கள் கையாண்டு வந்த பானை வகைகள் சாணையில் உருவானவை.

வரலாற்றுத் துவக்கத்திற்கும் அதற்கு முந்திய வாழ்க்கைக்கும் தொடர்பு கண்டு ஆதாரங்களுடன் ஆராய்ச்சி செய்யும் பணியில் ஈடுபட்ட திரு. ராவ் அங்கு கிடைத்த சின்னங்களைக் கொண்டு ஒரு பொருட்காட்சியே அமைத்திருந்தார். அன்றைய வாழ்க்கையின் சூழ்நிலையை விளக்கும் வண்ண ஓவியங்களையும் தயாரித்திருந்தார். அந்தப் பகுதியை முழுவதும் சுற்றிப்

பார்க்கும்போது கற்காலத்திற்கே போய்விட்ட உணர்ச்சி எங்களுக்குத் தோன்றிற்று. தமிழகத்தின் தொன்மையை நேரில் கண்டு, உழைப்பையே குறிக்கோளாகக்கொண்ட பழந்தமிழனை நேரில் சந்தித்துப் பேசியது போன்ற பிரமை எங்களுக்குத் தோன்றிற்று. தமிழகத்துடன் இணைந்து தோன்றி அதன் செழிப்பை உருவாக்கிய காவேரியின் பிறப்பிடத்தைக் காண் பதற்கு யாத்திரை மேற்கொண்ட எங்களுக்கு இந்த அனுபவம் உற்சாகம் அளித்தது.

கடலோடு கலக்க விரையும் காவேரியின் வேகத்துடன் போட்டியிடும் வகையில் நாங்கள் தொடர்ந்து சென்றோம். பிற்பகல் பெங்களூரை அடைந்த நாங்கள் உடனடியாக அந்த நகரைவிட்டுக் கருமமே கண்ணாகப் புறப்பட்டது எங்களை உபசரித்த நண்பர்களுக்கும் எங்களுடைய பிரயாணக் குழுவைச் சேர்ந்த இரண்டொருவருக்கும் வியப்பாகவே இருந்தது. முன் வைத்த காலைப் பின் வைப்பதற்கு வாய்ப்புக்கூட இல்லாத காரில் நாங்கள் பிரயாணத்தைத் தொடர்ந்து அன்றிரவு கொள்ளேகாலம் போய்ச் சேர்ந்தோம். வழியில் சிவசமுத்திரத் தில் தங்க வேண்டுமென்பதுதான் எங்களுடைய திட்டம். ஆனால் அங்கு சேர்ந்தபோது இரவு எட்டு மணிக்குமேல் ஆகிவிட்டதால் சிவசமுத்திரம் மின்சார உற்பத்தி நிலையத்தின் கதவு மூடப்பட்டுவிட்டது. காவேரியைக் கடந்து கொள்ளே காலம் அடைந்தோம். சென்னையிலிருந்து புறப்பட்ட நாளன்றே எங்காவது ஓரிடத்தில் காவேரியைச் சந்தித்துவிட வேண்டு மென்று விரும்பிய நாங்கள், காலந்தாழ்த்தி வந்ததின் காரண மாகக் காவேரி எங்களைப் புறக்கணித்துவிட்டாள் என்றே தோன்றிற்று.

மறுநாட்காலை கொள்ளேகாலத்திலிருந்து புறப்பட்டு மீண்டும் சிவசமுத்திரம் சென்றோம். காமனைக் கண்ணால் எரித்த சிவபெருமானின் சினத்தின் உருவாக விளங்கி கோபக் கனல் கக்கும் வகையில் நீர்த்திவலைகள் தெறிக்கும் அற்புதக் காட்சி அடங்கிய சிவசமுத்திர நீர்வீழ்ச்சிகளைக் காணச் செல்கிறோம் என்ற உணர்வு எங்களை மௌனத்தில் ஆழ்த்தி விட்டது. சிவசமுத்திரம் அடர்ந்த காடு நிறைந்த ஒரு தீவு. அந்தத் தீவை அடையக் காவேரியின் குறுக்கே கட்டப்பெற்ற கற்பாலத்தைக் கடந்து செல்ல வேண்டும். எங்களுடைய கார் மட்டுமே போவதற்கு அகலமான அந்தக் கற்பாலம் நதிப் படுகையில் பாறைகளின்மீது நிற்கும் கல் தூண்களின் மேல் அமைக்கப்பட்ட கல் விட்டங்களால் ஆனது. 1818ஆம் ஆண்டு இந்தப் பாலத்தை மைசூர் சமஸ்தான அதிகாரி திரு. ராமஸ்வாமி முதலியார் பழுது பார்த்துத் திருத்தியமைத்தார் என்று தெரிகிறது.

பாலத்தைக் கடந்து தீவுக்குள் சென்றவுடன் பழைய அழகு நிறைந்த சிவசமுத்திரம் கிராமத்தைக் கண்டோம். அந்தத் தீவைச்சுற்றி காவேரி இரண்டு கிளைகளாகப் பிரிந்து வளைந்து வந்து, பார்சுக்கி, ககனசுக்கி என்ற இரு பெரும் நீர்வீழ்ச்சிகளாக இருநூறு அடி ஆழத்தில் பாய்ந்து மீண்டும் ஒன்றுகூடுகிறது.

மைசூருக்கும், கோயம்புத்தூர் மாவட்டத்துக்கும் எல்லை யாக அமைந்துள்ள காவேரியின் மேற்குக் கிளையில் அமைந் திருக்கும் பார்சுக்கி நீர்வீழ்ச்சியை அடைவதற்கு புதற்கள் நிறைந்த அடர்ந்த காட்டின் வழியாக இரண்டு மைல் தூரம் தான் கார் செல்ல முடியும். அங்கிருந்து எங்களுடைய காமிராக் களையும், படம் வரையும் கருவிகளையும் சுமந்துகொண்டு செங்குத்தான கரடு, முரடான பாதை வழியே இறங்கிச் சென்றோம். எதிரில் கோட்டை மதில்போல் எழுந்துநின்ற மலைப்பகுதியிலிருந்து கீழே பாயும் நீர்வீழ்ச்சி அங்கங்கே மரங்களிடையே மின்னல்போல் புலப்பட்டது. இயற்கையே தோண்டி வைத்த பெரும் அகழிபோல் விளங்கிய நதிப் படுகையை அடைந்ததும், வியப்புடன் அண்ணாந்து நோக்கி அதிர்ச்சி யடைந்து நின்றோம். பல பிரம்மாண்டமான பாறை முண்டு களுக்கிடையே குதித்து விளையாடி, நுரை தெறித்துப் பாய்ந்து குமிழியிட்டு, குலுங்கச் சிரித்துக்கொண்டிருந்தாள் காவேரி. நாங்கள் அங்கு சென்றபோது கோடையின் உச்சியானதால் பிரவாகம் குறைந்திருந்தது. வெள்ளம் நிறைந்த மழைக் காலத்தில் ஒரே நீர்ப்படலமாகப் பாய்ந்து விழும் காவேரியின் கரங்களால் அடிபட்டுத் தேய்ந்து மழுங்கி, தெம்பிழந்து தோன்றிய அந்தப் பாறைகளைப் பார்ப்பதற்குப் பரிதாபமாகவே இருந்தது. காவேரி பெருக்கெடுத்துப் பாயும் மழைக் காலத்தில் சுமார் கால் மைல் தூரத்திற்கு இங்கு ஒரே படலமாக நீர் விழும், அற்புதக் காட்சியைக் காணலாம். சுற்றிலுமுள்ள இயற்கைக் காட்சி வறண்டுபோன மனத்தை உடையவர்களையும் கவிஞர்களாக மாற்றும் வனப்பு மிகுந்து மிளிர்ந்தது. பார்சுக்கி நீர்வீழ்ச்சி, இரண்டு படிகளாக அமைந்திருக்கிறது. குதிரை லாடம் போன்று அமைந்த ஒரு பள்ளத்தில் பாய்ந்துவிழும் வீழ்ச்சி நீர் முழுவதும் பின்னர், சுமார் முப்பதடி ஆழத்தில் வேகம் மிகுந்த மற்றொரு அருவியாகப் பாய்கிறது. பிறகு இரண்டு கிளைகளாக உயர்ந்த பாறைகளுக்கிடையே ஊடுருவி வடக்கு நோக்கிச் சென்று தீவின் வட கிழக்குப் பகுதியில் ஒன்று சேர்ந்து மீண்டும் நதியாகக் காவேரி நடக்கிறாள். அந்த இடம் விட்டு அகல மனமின்றிப் பல மணி நேரம் அந்தச் சூழ்நிலையில் திளைத்து விட்டு பசி உந்த, பகல் முற்ற, நாங்கள் ககனசுக்கி நோக்கிப் புறப்பட்டோம்.

நடந்தாய்; வாழி, காவேரி!

தீவின் வடக்குப் பகுதியில் அமைந்திருக்கும் ககனசுக்கியை பார்சுக்கியின் மூத்த சகோதரி என்று கூறலாம். உயரம், ஓசை, பாயும் நீரின் பரிமாணம், எல்லாவற்றிலும் ககனசுக்கியே பெரியது. சினந்தெழுந்து சீறிவரும் மக்களின் புரட்சிப் படை போல் பாய்ந்து வரும் இந்த நீர்வீழ்ச்சி, காவேரியின் அடக்க முடியாத சக்தியை எடுத்துக்காட்டும் முறையில் அமைந்திருக்கிறது. அடக்கத்துடன் மக்களுக்குப் பயன்படுவதையே நோக்கமாகக் கொண்டு குடகுமலைப் பகுதியிலிருந்து கடுகிவரும் காவேரி தன்னை கண்ணம்பாடியில் அணைகட்டித் தடுத்ததைக் கண்டு, கோபங்கொண்டு, திமிறிக்கொண்டு தமிழகம் நோக்கி ஓடி வருவதுபோலவே தோன்றுகிறது. ககனசுக்கி 300 அடி உயரத்திலிருந்து பாய்ந்து விழும்போது இரண்டு கிளைகளாகப் பிரிகிறது. இரண்டு கிளைகளும் பல பெரும் பாறைகளின் மீது மோதித் தெறித்து பிரவாகமாக நீரைக் கொட்டி மீண்டும் அடியில் ஒரு பள்ளத்தில் சேருகின்றன. இந்த வீழ்ச்சியால் எழும் திவலைப் படலத்தைப்பல மைல்கள் தொலைவிலிருந்தே காணலாம். பருவ காலத்தில் அங்கு விழும் நீர்வீழ்ச்சியின் ஓசை காதுகளை அடைத்துவிடுவதோடு அங்கு எழும் நுரைப் படலம் கண்களையும் மங்கச் செய்யும்.

சுமார் மூன்று மைல் நீளமும் முக்கால் மைல் அகலமும் உள்ள சிவசமுத்திரம் தீவில் நான்கு கோவில்களும், ஒரு முஸ்லிம் சமாதியும் இருக்கின்றன. பார்சுக்கி நீர் வீழ்ச்சிக்குப் போகும் வழியில் உள்ள பீர் கைப் என்ற முஸ்லிம் மஹானின் சமாதி பசுமை நிறைந்த அந்தச் சூழ்நிலையில் நீல வண்ணத்துடன் ஒரு மணிபோல் விளங்குகிறது. அங்கிருந்து பார்த்தால் அக்கரையில் ககனசுக்கி நீர்வீழ்ச்சியும், அதற்கப்பால் சிவசமுத்திரம் *Bluff* என்ற மலைச்சரிவும் தென்படும். *Bluff* பகுதியில்தான் மின்சக்தி உற்பத்தி மனை இருக்கிறது. சாதாரணமாக *Bluff*இல் இருந்துதான் உல்லாசப் பிரயாணிகள் ககனசுக்கி நீர்வீழ்ச்சியைக் கண்டுகளிப்பது வழக்கம். அந்தச் சரிவின் நடுவில் பார்ப்போர் தங்குவதற்கான ஒரு சிறு கட்டடமும் இருக்கிறது. *Bluff* முனையிலிருந்து அந்தக் கட்டடத்திற்கும், அதற்குக் கீழும் செல்லும் படிகள் சரிவில் அமைக்கப்பட்டிருக்கின்றன. முஸ்லிம் பெரியாரின் சமாதியிலிருந்து பார்த்தால் அந்தப் படிகளில் ஏறி இறங்கிச் செல்லும் உல்லாசப் பயணிகள் எறும்புச் சாரிபோல் காணப்படுகிறார்கள்.

தீவில் இருக்கும் நான்கு கோவில்களில் முக்கியமானவை சோமேஸ்வர சிவாலயமும், ரங்கநாத விஷ்ணு ஆலயமும் ஆகும். சோமேஸ்வரர் ஆலயம் பழமை நிறைந்த பெரிய அமைப்பு. ஆலயம் மேற்கு நோக்கி நிற்கிறது. ஆனால் மூல

விக்ரகம் கிழக்கு நோக்கி அமைந்திருக்கிறது. இந்தக் கோவிலின் உட்புறத்தில் அமைந்திருக்கும் சுப்ரமண்ய விக்ரகம் புதுமை யானது. அந்த விக்ரகம் ஏழு தலை கொண்ட நாகத்தின் படக்குடையின் கீழ் நின்று காட்சியளிக்கிறது. இக்கோவிலின் அம்மன் பெயர் மீனாட்சி. நான்கு கரங்களைக்கொண்ட தேவி, இரண்டு கரங்களில் சங்கு சக்ரங்களைத் தாங்கி மற்ற இரண்டு கரங்களை அபயஹஸ்த பாணியில் கொண்டு நிற்கிறாள். சோமேஸ்வரர் ஆலயத்தின் தனிச் சிறப்பு கோபுர வாசலின் உச்சியில் நந்தியின் வடிவம் அமைந்திருப்பதாகும்.

விஷ்ணு ஆலயத்தில் ஜகன்மோஹன ரங்கநாதர் பள்ளிகொண்டிருக்கிறார். இந்தக் கோவிலுக்குக் கோபுரம் இல்லை. காவேரி அம்மனின் விக்ரஹமும் இந்தக் கோவிலில் காணப்படுகிறது. தட்சகன் என்ற சர்ப்பராஜன் இங்கு ரங்க நாதரை வழிபட்டதாக ஐதீகம். உடலின் அடிப்பாகம் சர்ப்ப ரூபமாகவும் மேற்பகுதி மனித ரூபத்திலும் தோற்றமளிக்கும் தட்சகனின் உருவமும் இந்தக் கோவிலில் இருக்கிறது. காவேரி யின் நடைபாதையில் மூன்று இடங்களில் ரங்கநாதர் பள்ளி கொண்ட கோலத்துடன் காட்சி அளிக்கிறார். இந்த மூன்று க்ஷேத்திரங்களில் ஸ்ரீரங்கபட்டணம் ஆதிரங்கம் என்றும், ஸ்ரீரங்கம் அந்தியரங்கம் என்றும் வர்ணிக்கப்படுகிறது.

ஆலயங்களைப் பார்த்துவிட்டு கற்பாலத்தின் வழியாகக் காவேரியைக் கடந்து நாங்கள் சிவசமுத்திரத்தின் அக்கரையை அடைந்தோம். அங்கே மின்சக்தி உற்பத்தி மனைப் பணியாளர் களின் விடுதிகளுக்கு எதிரே ஓடும் மத்தூர் மாலவல்லி சாலைக்கப் பால் ஒரு சிறிய ஆசிரமத்தில் வசித்து வந்த துறவியொரு வரைச் சந்தித்தோம். அந்தப் பகுதியில் பலகாலமாக வாழ்ந்து வருவதால் சிவசமுத்திரம் பற்றிய தகவல்களையும் மற்றும் அருகிலுள்ள இடங்களைப்பற்றியும் அறிந்துகொள்ள உதவி செய்வார் என்று சென்னையிலுள்ள அவருடைய நண்பரொரு வர் எங்களுக்குச் சொல்லி இருந்தார். ரேடியோ ஸெட், மின்சார விசிறி முதலிய நவீன வாழ்க்கை வசதிகளுடன் தனிமையை நுகர்ந்து வாழ்ந்து வந்த அந்தத் துறவியைச் சந்தித்தது எங்களுக்கு ஒரு நல்ல அனுபவமாக இருந்தது. வர்ணாசிரம தர்மத்திற்கு அவர் ஒரு விளக்கமாக இருந்தார். அரசாங்கத்துறையில் பணி யாற்றி வாழ்வு நடத்தி ஓய்வெடுத்துக்கொண்ட பின்னரே அவர் துறவறம் மேற்கொண்டு பிறருக்கு உதவிசெய்வதையே பொழுது போக்காகக் கொண்டிருந்தார். முந்திய நாள் இரவே, அவரைத் தொந்தரவு செய்யக்கூடாதென்ற நோக்கத்தில் அவரைச் சந்திக்காமல் அவருடைய ஆசிரமத்தைக் கடந்து கொள்ளே காலம் சென்றது தவறு என்பதை, அவரைச் சந்தித்த பிறகு

தான் உணர்ந்தோம். சிவசமுத்திரம் மட்டுமன்றி காவேரியின் இருகரையிலும் அமைந்துள்ள பல்வேறு ஸ்தலங்களையும் பற்றி அவர் நன்றாக அறிந்திருந்தார். முந்திய நாள் இரவே அவரைச் சந்தித்திருந்தால் சிவசமுத்திரம் தீவிலுள்ள ஆலயங் களின் மேலும் பல சிறப்புக்களை அவருடைய உதவியால் அறிந்திருக்கலாம் என்பதையும் அன்று உணர்ந்தோம்.

மின்சக்தி உற்பத்தி மனைப் பணியாளர் விடுதிக்குள் காவேரிக் கால்வாயில் அமைந்திருந்த பிரத்தியேக ஸ்நான கட்டத்தில் நாங்கள் நீராடுவதற்கு ஏற்பாடு செய்ததோடு, அந்தத் துறவி, அருமையான ருசி மிகுந்த நெல்லிக்காய் ஊறுகாயையும் எங்களுக்குக் கொடுத்துதவினார். ஒரு சிறிய குடும்பத்திற்கு சுமார் ஒருமாத காலத்திற்குப் பயன்படும் அளவு இருந்த அந்த ஊறுகாய் முழுவதையும் நாங்கள் முக்கிய உணவாக உட்கொண்டுவிட்டு அது அடங்கியிருந்த பாத்திரத்தையும் சுத்தமாக அலம்பி அவரிடம் சேர்த்துவிட்டோம். ஏதோ பாவம் தனித்து வாழும் துறவி தமக்கென வைத்திருந்த ஊறுகாய் முழுவதையும் அபகரித்து விட்டோமே என்று எங்கள் மனம் உறுத்திற்று. ஆகவே எங்கள் கைவசமிருந்த பல்வேறு உணவுத்துணைகளில் ஒன்றான கருவேப்பிலைப் பொடியை சீசாவுடன் அவருக்குக் கொடுத்து ஈடு செய்ய முயன்றோம். நெடுந்தூரம் பிரயாணம் மேற்கொண்ட எங்க ளுடைய வழித்துணைப் பண்டங்களில் ஒன்றை ஏற்றுக்கொள் வதின் மூலம் நாங்கள் சிரமப்படக் கூடாதென்று அவர் நாங்கள் கொடுத்ததை ஏற்க மறுத்தபோது நாங்கள் மீண்டும் வற்புறுத்தி அவரிடம் சேர்த்துவிட்டோம். நாங்கள் நினைத்த படி தாம் ஒருவித வசதியும் இன்றித் தனிமையில் தவிக்க வில்லை என்பதை அந்தத் துறவி எடுத்து விளக்கி எங்களுக்கு வியப்பளிக்கும் வேறொரு காரியத்தையும் செய்தார். மேலே காவேரியின் ஓட்டத்தை எதிர்நோக்கிச் செல்லும் எங்களுக்கு ஸோமநாதபுரம் வரை வழிகாட்டி விளக்கிக் கூறுவதற்காக சிவசமுத்திரம் விஷ்ணு ஆலயத்தில் சேவை செய்து வந்த பட்டர் ஒருவரை வரவழைத்து எங்களுடன் அனுப்ப ஏற்பாடு செய்துவிட்டது பற்றி நாங்கள் வியப்படையவில்லை. அந்தக் காரியம் அந்தப் பெரியவரின் பரோபகார சிந்தைக்கு ஒரு சான்றாக இருந்தது இயல்புதான். “பட்டர் வரும்வரை சற்று சிரம பரிகாரம் செய்துகொள்ளுங்கள். அதற்குள் காபி தயாரித்து விடுகிறேன்” என்று அவர் கூறியபோதுதான் ஆச்சரியம் அடைந்தோம். துறவு மேற்கொண்டு தனிமையில் ஆனந்தம் காண்பதற்கு சமூகத்தைப் புறக்கணித்து காடு நோக்கிச் செல்லவேண்டியது அவசியமில்லை; பிறருக்கு உதவி

செய்வதற்கு ஒரு அமைப்பின் தலைவராக இயங்கவேண்டி யதும் அவசியமில்லை. இரண்டையும் மனப் பக்குவத்தினாலும், பற்றற்ற தனிமையின் மூலமும் சாதித்துவிடலாம் என்ற ரகசியத் தை அந்தத் துறவியின் நடவடிக்கைகளிலிருந்து நாங்கள் அறிந்து கொண்டோம்.

2

அமைதி

சிவசமுத்திரம் விஷ்ணு கோவில் பட்டருடன், நாங்கள் காபி சாப்பிட்டுவிட்டுப் புறப்பட்டோம். அன்று மாலைக்குள் ஸோமநாதபுரம் போய்ச் சேர்ந்து விட வேண்டுமென்பது எங்களுடைய விருப்பம். வழியி லுள்ள முக்கியமான இடங்களையெல்லாம் எங்களுக்குக் காட்டவேண்டுமென்று அந்தத் துறவி பட்டருக்குச் சொல்லியிருந்தார். காவேரியின் வடகரை வழியாகச் சென்றோம். சுற்றுப்புறம் முழுவதும் காவேரியினால் வளம் பெற்ற நிலப்பகுதி நஞ்செய் நிலங்கள் நிறைந்து தஞ்சைபோல் காட்சி அளித்தது. நாங்கள் போய்க் கொண்டிருந்த சாலையுடன் பல வளைவுகளில் நெருங்கி யும் விலகியும் வந்து சென்று காவேரி எங்களுடன் தொட்டு விளையாடிக்கொண்டிருந்தாள்.

வழியில் அகண்ட காவேரிபோல் தோற்றமளித்த ஓரிடத்தில் ஒரு தாழ்வான அணைக்கட்டைப் பார்த் தோம். அந்த அணைக்கட்டிற்கு மாதவமந்திரி கட்டே என்று பெயர். விஜயநகர சாம்ராஜ்ய ராஜ வம்சத்தின் ஆசார்யரான வித்யாரண்யர்தான் அந்த அணைக் கட்டை அமைத்த மாதவமந்திரி என்று சிலர் கருது கிறார்கள். முழுவதும் கற்களால் கட்டப்பட்ட அந்த அணைக்கட்டு அந்தப் பகுதியில் பாசனத்திற்கு உதவி செய்கிறது. அங்கிருந்து ஒரு கால்வாய், பயிர்களுக்கு நீர் கொண்டு செல்கிறது. பாழடைந்து போன கோவில் களின் கட்டடக் கற்களால் அமைந்த ஸ்நான கட்டம் ஒன்று அங்கே காணப்படுகிறது. திருமுக்கூடல் – நர்சிபூர் என்ற அந்த தாலுகா பகுதி மைசூரின் நெற்களஞ்சிய மாக விளங்குகிறது. காவேரியின் பாசனத்தால் கழனி யெங்கும் கதிர் குலுங்கும் காட்சி சுற்றிலும் நிலவுகிறது.

பின்னர், தொன்மை மிகுந்த தலைக்காடு சென்றடைந் தோம். அங்கே கீர்த்தி நாராயணசுவாமி கோவிலைப் பார்க்கச் சென்றபோது ஒரு கனவுலகத்திற்கே சென்ற பிரமை ஏற்பட்டது. மலைபோல் குவிந்திருந்த மணல்மேடுகள் அரண்கள்போல் நின்று ஒரு பெரிய தடாகத்தைச் சுற்றிக் காவல் புரிந்தன. மற்றும் சில மணல் மேடுகளின்மீது ஏறிச் சென்று பார்த்த போது கீர்த்தி நாராயணசுவாமி கோவில் மணற் குன்று களிடையே ஒரு பள்ளத்தில் புதைந்திருப்பதைக் கண்டோம். அந்தக்கோவிலின் அர்த்தமண்டபம் முழுவதும் மணலுக்கு அடியில் இருந்தது. கோவிலில் கோபுர தள மட்டத்திற்கு நிறைந்து குவிந்திருந்த மணல் மேட்டுக்கிடையே கோவிலுக்குள் செல்வதற்கான வழி தோண்டப்பட்டிருந்தது. அந்தக் கோவில் தொல்பொருள் துறையின் பாதுகாப்புக்குட்பட்ட புராதனச் சின்னம் என்று விளக்கும் தகவல் பலகையையும் பார்த்தோம். தலைக்காட்டில் உள்ள பல கோவில்களில் கீர்த்தி நாராயணர் கோவில் மட்டும்தான் ஹோய்சால சிற்ப முறையில் கட்டப் பெற்றது. அந்தக் கோவிலின் மூல விக்ரகம் எட்டடி உயர்ந்து கம்பீரமாக நிற்கிறது.

தலைக்காட்டில் எங்கு பார்த்தாலும் மணற் குன்றுகள் நிறைந்திருப்பதின் மர்மத்தை எங்களுடன் வந்த பட்டர் எடுத்து விளக்கினார். 17ஆம் நூற்றாண்டின் ஆரம்பத்தில் விஜயநகர சாம்ராஜ்யத்தின் பிரதிநிதி திருமலை ராஜா என்பவர் ஒரு கொடிய நோய்க்கு உட்பட்டு இருந்ததால் தலைக்காட்டிற்கு வந்து வைத்தீஸ்வரர் கோவிலை வழிபட்டு சிகிச்சை தேடினார். அவருடைய மனைவி ரங்கம்மாள் என்பவள் அவரைப் பார்ப்பதற்காக ஸ்ரீரங்கப்பட்டணத்திலிருந்து புறப்பட்டுத் தலைக்காடு வந்தாள். வரும்போது ஸ்ரீரங்கப்பட்டண நிர்வாகத்தை மைசூர் மன்னரிடம் ஒப்படைத்திருந்தாள். ரங்கம்மாளிட மிருந்த மதிப்புற்ற மூக்குத்தி ஒன்றைக் கவர்ந்துகொள்ள மைசூர் மன்னர் திட்டமிட்டார். தம்முடைய சூழ்ச்சி பலிக்காமற் போனதும் அவர் தலைக்காட்டின்மீது படையெடுத்து வந்தார். போரில் திருமலை ராஜா இறந்துவிட்டதும் பத்தினி ராணி ரங்கம்மாள் காவேரிக்கு விரைந்து தன்னுடைய விலையுயர்ந்த மூக்குத்தியை நீரில் எறிந்துவிட்டுத் தானும் மூழ்கி உயிர் நீத்தாள். தலைக்காட்டுக்கு அக்கரையில் உள்ள மாலங்கி என்ற இடத்தில் அவள் காவேரியில் மூழ்கியபோது தனக்கு நேர்ந்த துன்பத்தை வெளியிடும் வகையில் ஒரு சாபமிட்டவாறே உயிர் நீத்தாள்.

"தலைக்காடு முழுவதும் மண்மூடிப் போகட்டும்! மாலங்கி ஒரு சுழற்சுனையாகட்டும்! மைசூர் மன்னர்களுக்கு சந்ததி இல்லாமற் போகட்டும்!"

என்பதுதான் தலைக்காடு சாபத்தின் சொற்கள். அந்த சாபத்தின் விளைவாகத்தான் தலைக்காட்டில் எங்கு பார்த் தாலும் மணல் குவிந்திருக்கிறது என்பது ஐதீகம். அந்த ஊரில் முப்பதுக்கும் மேற்பட்ட கோவில்கள் மணலுக்கடியில் மறைந்து கிடப்பதாகச் சொல்லப்படுகிறது. சுமார் ஒரு மைல் நீளத்திற்கு இந்த மணற்குன்றுகள் பரவி பழைய நகரமான தலைக்காட்டைப் புதைத்திருக்கின்றன. ஆண்டுதோறும் பத்தடிதூரம் விகிதம் நகர்ந்து வந்து இந்த மணற்குன்றுகள் மக்களின் வாழ்வையே ஆக்ரமித்துக்கொள்கின்றன. இதன் விளைவாக அங்குள்ள மக்கள் அடிக்கடி இடம் பெயர்ந்து வாழ வேண்டிய அவசியமும் ஏற்படுகிறது. வைத்தீஸ்வரர் கோவில் ஒன்றுதான் இந்த மணலின் ஆதிக்கத்திற்குத் தப்பி நிற்கிறது. சமீபகாலத்தில் மணற்குன்றுகள் நகர்வதைத் தடுப்பதற்கான நடவடிக்கைகள் பல மேற்கொள்ளப்பட்டிருக்கின்றன. மணற்சரிவைத் தடுக்கப் பலவகைச் செடிகளும், மரங்களும் நடப்பட்டதால் பயன் கிடைத்திருக்கிறது. ஆயினும், மணலின் ஆக்கிரமிப்பு, சாபத்தின் விளைவு! என்ற நம்பிக்கையில் அந்த மக்களில் பலர் அந்த நிலைக்கு உட்பட்டு விதியின்றி வாழ்கிறார்கள்.

சமவெளிப்பரப்புத் தோற்றத்தை உடைய அந்தப் பகுதி யில் தலைக்காட்டில் மட்டும் எங்கிருந்து இவ்வளவு மணல் வந்து சேர்ந்தது என்பது ஒரு ஆச்சரியமாகவே இருக்கிறது. கண்ணுக்கெதிரே அந்த இயற்கை நடவடிக்கையைப் பார்த்த போது எங்களுக்கு மனித வாழ்க்கையில் ஏற்படும் பல பெரும் இடையூறுகளைப் பற்றிய அச்சம் தரும் உணர்ச்சி தோன்றிற்று.

மாலை முதிர்ந்து வெளிச்சம் குறைவதற்குள் ஸோமநாத புரம் சேர்ந்து, ஹோய்சால சிற்ப மேதை ஜகணாச்சாரியின் கைத்திறனைப் பார்க்க வேண்டும் என்று விரைந்தோம். வழியில் திருமுக்கூடலில் காவேரி, கபிலை (கப்பனி என்றும் இதற்குப் பெயருண்டு) இரண்டும் கலக்கும் சங்கமத்தைப் பார்த்தோம். கபிலை காவேரியில் கலக்கும் இவ்விடத்தில் காவேரிப் படுகையிலேயே “ஸ்தபதிகஸரோவர” என்ற ஒரு தடாகமும் இருப்பதாக ஐதீகம். இந்த சங்கமத்திற்கு அருகே தான் ஸோஸலே என்ற கிராமத்தில் வியாஸராய மடத்தின் தலைமைப் பீடம் அமைந்திருக்கிறது. காவேரியின் உபநதியான கபிலை மேற்குத் தொடர்ச்சி மலைகளில் வடக்கு வைநாடு பகுதியில் தோன்றி மைசூர் ராஜ்யத்தில் கக்கன் கட்டே காடுகளின் வழியாகப் பாய்ந்து பின்னர் வடமேற்கு திசையில் ஓடி, கிழக்கே திரும்பி, இரண்டு சிறிய உபநதிகளின் நீரையும் பெற்று, நஞ்சன்கூடைத் தாண்டி வந்து, திருமுக்கூடலின் அருகே காவேரியில் கலக்கிறது. மைசூர் ராஜ்யத்தில் பாயும் காவேரி நதியின் அகலம் சராசரி 300 முதல் 400 அடி

அளவிருக்கும். கபிலையின் சங்கமத்திற்குப் பிறகு சிவ சமுத்திரம் வரை காவேரியின் அகலம் அதிகரித்து விடுகிறது. பிரவாக சமயங்களில் அந்தப் பகுதியில் காவேரியில் பாயும் தண்ணீரின் அளவு வினாடிக்கு சுமார் இரண்டு லட்சத்து நாற்பதாயிரம் கன அடி என்று கணக்கிடப்பட்டிருக்கிறது. வெள்ள நீரின் ஆழம் 4 முதல் 10 அடிவரை இருக்கும். இந்தப் பகுதியில் படுகையின் அடியில், பாறைகளும், கற்களும் நிரம்பி இருக்கும். அகலமும், அமைதியும் நிறைந்த நீர்ப் பரப்பில் படகு முதலிய போக்குவரத்துக்கு வசதியில்லை. சிற்சில பகுதிகளில், படுகையை ஒட்டி, முலாம், வெள்ளரி போன்ற பழ வகைகள் பயிரிடப்படுகின்றன. கரைகளின் இரு மருங்கிலும் கழனிகளின் பசுமை நிறைந்த காட்சி கண்களுக்குக் குளுமை கொடுக்கிறது.

திருமுக்கூடலில் உள்ள அகஸ்தியேச்வரர் ஆலயம் ஒரு பெரிய அமைப்பு. அந்த ஆலயத்தில் அகஸ்தியேச்வரர் மணலால் அமைந்த லிங்கமாகத் தோற்றமளிக்கிறார். அந்த லிங்கத்தின் தலையில் உள்ள ஒரு சிறு பள்ளத்தில் எப்பொழுதும் சிறிது தண்ணீர் தேங்கியிருப்பதாகவும், அந்தத் தண்ணீர் கங்கா தீர்த்தம் எனவும் சொல்லப்படுகிறது. அந்தத் தண்ணீர் வழிபாட்டுக்கு வரும் பக்தர்களுக்கும் புனித தீர்த்தமாக வழங்கப்படுகிறது. ஒரு சமயம் அகஸ்தியர் இங்கு லிங்கம் ஒன்றை பூஜிக்க விரும்பி ஒரு குறிப்பிட்ட நேரத்திற்குள் நர்மதையிலிருந்து ஒரு லிங்கத்தைக் கொணரும்படி ஹனுமானுக்கு உத்தரவிட்டாராம். அகஸ்தியர் நிர்ணயித்த முகூர்த்தத்திற்குள் ஹனுமான் லிங்கத்தைக் கொண்டு வராததால் அகஸ்தியரே மணலைக் கொண்டு ஒரு லிங்கத்தை உருவாக்கி பூஜித்தார். ஹனுமான் வந்தவுடன் மணல் வடிவத்தைப் பாாத்து கோபம் கொண்டு அதைத் தகர்த்து விட முயன்றார். ஹனுமானின் முயற்சிகள் வெற்றி பெறாவிட்டாலும் அவருடைய தாக்குதலின் விளைவாகத்தான் அந்த லிங்கத்தின் தலையில் ஒரு பள்ளம் ஏற்பட்டது என்பது ஐதீகம்.

நாங்கள் ஸோமநாதபுரம் போய்ச் சேர்ந்தபொழுது மாலை தொடங்கி மஞ்சள் வெயில் படர்ந்து கொண்டிருந்தது. பகைப் புலத்தைப் பொன்னாக மாற்றிய அந்த அந்தி மயக்கத்தில் பிரஸன்ன சென்னகேசவ ஆலயம் ஒரு அருமையான பெட்டகம் போல் எங்கள் கண்முன் நின்றது. ஹோய்சால சிற்பச் செல்வத்தின் சிறந்த சின்னங்களில் ஒன்றான இந்த அமைப்பு ஹளேபீடு ஆலயத்தைப்போல் அவ்வளவு பெரிதாக இல்லாவிட்டாலும் மொத்தத்தில் பார்ப்பதற்கு அதைவிட அதிக அழகாகத் தோற்றமளிக்கிறது. மூன்று பகுதிகள் கொண்ட இந்தக் கோவில் ஹோய்சால மன்னன் மூன்றாவது நரசிம்மன்

காலத்தில் கி.பி. 1269இல் கட்டப்பட்டது. அந்த மன்னனின் ஆட்சியில் பணியாற்றிய உயர் அதிகாரி ஸோமநாதர் என்பவர் அந்த ஆலயத்தைக் கட்டுவதில் முயற்சி மேற்கொண்டு அங்கு ஒரு கிராமத்தையும் அமைத்தார். அவருடைய பெயரே அந்த கிராமத்திற்கும் ஸோமநாதபுரம் என்று இடப்பட்டது.

பாழடைந்த நிலையிலிருந்த இந்த அருமையான கட்டுக் கோப்பை இப்பொழுது தொல்பொருள் ஆராய்ச்சித் துறை பராமரித்து வருகிறது. அங்கிருந்த தொல்பொருள் துறை விளக்கப் பணியாளர் எங்களை உற்சாகத்துடன் வரவேற்று அந்தக் கோவிலின் அற்புதங்களை எடுத்துரைக்கத் தொடங் கினார். அவருடைய விளக்கத்தில் நாங்கள் புரிந்து கொள்ளக் கூடிய சரியான தகவல்களை விட உற்சாகமே அதிகமாகக் காணப்பட்டதால், அவரைச் சிறிது ஓய்வெடுத்துக் கொள்ளச் சொல்லிவிட்டு நாங்களே அந்தக் கோவிலைச் சுற்றிப் பார்த் தோம். ஆலயத்தைச் சுற்றி அமைக்கப்பட்டிருந்த சிற்பங்களில் பல சிதைந்திருந்ததைக் கண்டபோது அந்த வழிகாட்டியின் விளக்கத்தில் ஆங்கில மொழி அடைந்த சிதைவுகள் நினைவுக்கு வந்தன. ஸ்தபதி, சிற்பி ஆகிய சொற்களின் ஆங்கிலப் பதங்களைக் கட்டடக்கலை, சிற்பக் கலை இரண்டிற்குமான சொற்களுடன் சேர்த்து வேற்றுமையன்றி அந்த இளைஞர் விளக்க முயன்ற போது விளைந்த திணை மயக்கத்துடன் எங்களுக்கே மயக்கம் வந்துவிடும்போல் இருந்தது.

சென்னகேசவர் ஆலயம் மூன்றடி உயரமுள்ள ஒரு மேடை யின் மேல் அமைக்கப்பட்டிருக்கிறது. இந்த மேடையின் எட்டு மூலைகளிலும் அஷ்டகஜங்கள் நின்று ஆலயத்தைத் தாங்கு கின்றன. ஆலயத்தைச் சுற்றி 210 அடி நீளமும் 172 அடி அகலமும் உள்ள ஒரு திறந்த வெளி. அதைச் சுற்றி 64 அறைகள் கொண்ட ஆளோடி போன்ற ஒரு அமைப்பு. மூன்று பகுதிகள் கொண்ட ஆலயத்தின் மேல் மிகவும் அழகான வேலைப்பாடு கொண்ட மூன்று விமானங்கள், தொலைவில் கேட்கும் மெல்லிய நாதஸ்வர ஒலிபோல் எழுந்து நிற்கின்றன. மூன்று பகுதிகளும் உட்புறத்தில் ஒரு நவரங்க மண்டபத்தில் சேரு கின்றன. நடுவில் உள்ள அந்த நவரங்கத்தை அடுத்து முக மண்டபம் அமைந்திருக்கிறது. வெளிப்புறச் சுவரில் கீழிருந்து மேலே வரிசை வரிசையாகச் செதுக்கப்பட்ட அழகான சிற்பக் கோவைகள் ஏழு காணப்படுகின்றன. அடி வரிசையில் நாற் படைகளில் ஒன்றான யானைப் படை. அதற்கு மேல் வரிசை யில் குதிரைப் படை. அதற்கும் மேலே பல மலர் வடிவங்கள் கொண்ட சிற்ப வேலை. நான்காவது வரிசையில் இதிஹாஸ புராணங்களிலிருந்து காட்சிகள். அடுத்த வரிசையில் சிறு, சிறு பிறைகளுக்கிடையே உருவங்கள். ஆறாவது வரிசையில்

சோமநாதபுரம் சென்னகேசவர் ஆலயம்

சிறிய விமானங்கள் போன்ற அமைப்புகள். ஏழாவது வரிசையில் நானாவித ரூபங்கள். இந்த வரிசைகளுக்கு மேலே கல்லிலே அமைந்த சாளரங்கள், காற்றுப் போக்கிகள்.

இதிஹாஸ புராணங்களிலிருந்து செதுக்கப்பட்டிருக்கும் சிற்ப வரிசையில் தெற்குப் பகுதியில் ராமாயணத்தில் இருந்தும், மேற்குப் பகுதியில் பாகவத புராணத்திலிருந்தும், வடக்குப் பகுதியில் மஹா பாரதத்திலிருந்தும் பல நிகழ்ச்சிகள் உருவாக்கப் பட்டிருக்கின்றன. அதற்கு மேல் வரிசையில் ஒரு பகுதியில் பிரஹலாத சரித்திரம் சித்தரிக்கப்பட்டிருக்கிறது. அந்த வரிசை யில் பல பகுதிகளில் விஷ்ணுவின் வடிவம் காணப்படுகிறது. இந்த சிற்பக் கோவைகள் ஆலயச் சுவரின் மற்ற பகுதிகளைச் சுற்றிப் பெரிய சிற்ப வடிவங்கள் அமைக்கப்பட்டிருக்கின்றன. கிட்டதட்ட 200 வடிவங்களை இங்கே காணலாம். இவை களில் 80 வடிவங்கள் புருஷ ரூபம்; பெரும்பாலும் விஷ்ணு வடிவம். மற்றவை, தேவியின் ரூபங்கள், விஷ்ணுவின் பல்வேறு வடிவங்களான நரசிம்ம, வராஹ, ஹயக்ரீவ, வேணுகோபால, பரவாசுதேவ, தோற்றங்களை இங்கே காண்கிறோம். லக்ஷ்மி, சரஸ்வதி, மஹிஷாஸுரமர்த்தினி போன்ற வடிவங்களையும் பார்க்கிறோம்.

ஆலயத்தின் மூன்று பகுதிகளுக்கும் தனித்தனி கர்ப்ப க்ருஹங்கள் இருக்கின்றன. முக்கியமானவர் மூலவர், கேசவனின் மூலஸ்தானம் கிழக்கு நோக்கி இருக்கிறது. மற்ற இரண்டும் வடக்கும், தெற்குமாக எதிர் நோக்கி அமைந்திருக்கின்றன. ஆரம்பத்தில் பிரதிஷ்டை செய்யப்பட்ட கேசவ ரூபம் இப்பொழுது இல்லை. வடக்குப் பகுதியிலுள்ள கர்ப்பக்ருஹத் தில் ஜனார்த்தனனும், தெற்குப் பகுதியில் வேணுகோபாலனும் தோற்றமளிக்கிறார்கள்.

நவரங்க மண்டபத்தின் மேலே அதிசயிக்கத் தக்க வகையில் வேலைப்பாடுகள் நிறைந்திருக்கின்றன. கல்லிலே செதுக்கப் பட்ட வாழைப் பூ வடிவங்கள் பல அமைக்கப்பட்டிருக்கின்றன. பூவின் அடிப்பாகத்தைச் சுற்றியிருக்கும் கல் வளையம் ஒன்று, காப்புபோல் அமைந்திருக்கின்றது. அதே கல்லில் செதுக்கப் பட்ட அவ்வளையத்தை நன்றாக நகர்த்தி சுற்றி உருட்டிப் பார்க்கலாம். கோவிலுக்குள்ளிருக்கும்பொழுது, ஆபரணங்கள் நிறைந்த அழகான சம்புடம் ஒன்றுக்குள் நடமாடுவது போலவே தோன்றிற்று. வெளிப்புறத் தோற்றமும் அதே பிரமையைத் தோற்றுவிக்கிறது. நுட்பமான சிற்பவேலையில் கைதேர்ந்த ஹோய்சாலக் கலைஞர்கள் பலர் ஜகணாச்சாரியின் தலைமை யில் சென்னகேசவர் ஆலயத்தை எழுப்பும் திருப்பணியில் ஈடுபட்டதற்குச் சான்றாக அவர்களில் பலருடைய பெயர்கள் சிற்பக் கோவைகளுக்கிடையே பொறிக்கப்பட்டிருக்கின்றன.

முற்றிவரும் மாலை எங்களை அவ்விடத்தைவிட்டு வெளி யேறச் செய்தது. காவேரி நடக்கும் வழியில் முதல் தீவில் ரங்கநாதர் பள்ளிகொண்டிருக்கும் ஆதிரங்கமான *ஸ்ரீரங்கப் பட்டணம்* நோக்கிச் சென்றோம். கவிஞன் வர்ணித்தபடி மெல்ல நகர்ந்துவர வேண்டிய, புன்மாலை அந்திப்பொழுதுடன், போட்டியிட்ட வண்ணம் விரைந்தோம்.

ஸ்ரீரங்கப்பட்டணத்திற்கு அருகே காவேரிப் பாலத்தைக் கடந்து, கோட்டை வாயிலில் நுழைந்ததும் ஐந்தாறு பேர் கொண்ட ஒரு குழு எங்களை எதிர்நோக்கி வந்து காரை நிறுத்திற்று. நாங்கள் வருவதுபற்றி எப்படியோ தெரிந்துகொண்டு வரவேற்புக் குழு ஒன்று அமைத்துவிட்டார்கள் என்று நினைத்து மாலைகளை வாங்கிக்கொள்ளத் தயாரானோம். காரை நிறுத்தியவர்கள் சுகாதாரத் துறை ஊழியர்கள்; காலராநோய்த் தடுப்பு ஊசி போடுவதற்குத்தான் வந்தார்கள் என்று தெரிந்தவுடன் காரோட்டியை விரையச் சொல்லி விட்டோம். கார், வேகமாக ஓட்டுவதற்குத்தான்! மெதுவாக செலுத்துவதற்கோ நிறுத்துவதற்கோ அல்ல! என்ற அடிப் படைக் கொள்கையைத் தன்னுடைய வாழ்க்கைத் தத்துவ

அமைதி 39

மாகக் கொண்டிருந்த எங்கள் காரோட்டி மிகவும் மகிழ்ச்சி யுடன் எங்கள் கட்டளையை நிறைவேற்றி வைத்தார்.

வரலாற்று வழியில் திப்பு சுல்தானும், ஐதீக ரீதியில் ஸ்ரீரங்கநாதரும் தவிர, ஸ்ரீரங்கப்பட்டணத்தின் மற்றுமொரு சிறப்பு, அங்கு அடிக்கடி தொத்து நோய் ஏற்படும் என்பது தான். இரண்டு மூன்று நாட்கள் தங்கினால் கூட ஒருவித ஜுரம் வரக்கூடிய சூழ்நிலையை சில காலம் ஸ்ரீரங்கப்பட்டணம் அடைந்திருந்தது. திப்பு சுல்தான் கோட்டையையும், பள்ளி கொண்ட ரங்கநாதர் ஆலயத்தையும் பார்க்க வந்த நாங்கள் அந்தப் பகுதியின் நோய்ச் சிறப்பையும் அறிந்து கொள்ள வேண்டும் என்பதற்காகத்தான் அப்பொழுதும் காலரா பரவிற்று போலும்! தடுத்தாட்கொண்டு, ஊசிபோட முயன்றவர்களைத் தாண்டிச் செல்லும்பொழுது எங்கள் உள்ளங்களில் குடிகொண் டிருந்த எண்ணங்களின் எண்ணிக்கை இரண்டுதான். ஸ்ரீரங்கப் பட்டணத்தை நெருங்கும்பொழுது பாலத்திற்கடியில் காவேரியில் இறங்கி எங்களுடைய மூடிபோட்ட குடம் நிறைய எடுத்து வைத்திருந்த தண்ணீரை உபயோகிப்பதா, கொட்டிவிடுவதா என்பது ஒன்று. மற்றொன்று அன்றிரவு ஸ்ரீரங்கப்பட்டணத்தில் தங்காமல் பிரயாணத்தை மேற்கொண்டு தொடர்ந்துவிடுவது என்பது.

ஸ்ரீரங்கநாதர் கோவிலுக்குப் போகும் வழியில் திப்புவின் பிரசித்தி பெற்ற நிலவறைச் சிறைச் சாலையைப் பார்த்தோம். பூமி மட்டத்திற்கடியில் கட்டப்பட்டிருந்த குதிரை லாயம் போன்ற அந்தப் பெரிய கட்டடத்தைப் பார்க்கும்பொழுது அதற்கு ஏன் சிறைச்சாலை என்று பெயரிட்டார்கள் என்று எங்களுக்குப் புரியவில்லை. அந்தக் கட்டடத்தின் அமைப்பும், விசாலமும் இன்று சென்னை போன்ற நகரங்களில் ‘வீடு’ என்ற மங்கலப் பெயரில் ஒருவனுடைய வாழ்க்கை வருமானத் தின் பெரும் பகுதிக்கு வாடகையாக விடப்படும் பகுதிகளை விட நன்றாகத் தானிருந்தன. கோட்டையின் இப்பகுதியைத் தான் ஸ்ரீரங்கப்படணத்து மக்கள் மாலை நேரங்களில் உல்லாச ஸ்தலமாக பயன்படுத்தி அங்கே கூடுகிறார்கள்.

ஸ்ரீரங்கநாதர் ஆலயம் பாண்டியர் கால சிற்ப பாணியில், முன் வாயிலில் உயர்ந்த கோபுரத்துடன் அமைந்திருக்கிறது. கௌதம ரிஷி ஸ்ரீரங்கநாதரை இங்கு வழிபட்டதாக ஐதீகம். காவேரியின் வடகரையில் வடமேற்குப் பகுதியில் உள்ள ஒரு இடத்திற்கு இன்றும் கௌதம க்ஷேத்திரம் என்று பெயர். மூல விக்ரகமான ரங்கநாதர் ஆதிசேஷனின் மீது பள்ளி கொண்டு கம்பீரமாகக் காட்சி அளிக்கிறார். காவேரி தேவதை யின் வேண்டுகோளுக்கிணங்கி ரங்கநாதர் அங்கு பள்ளி கொண்ட

தாக ஸ்தல புராணம் கூறுகிறது. காவேரியே தேவி வடிவத்தில் ரங்கநாதர் காலடியில் வீற்றிருக்கிறாள். கௌதமரின் ரூபமும் அங்கே காணப்படுகிறது. பிராகாரத்தைச் சுற்றி வைஷ்ணவ ஆழ்வார்களின் விக்ரஹங்கள் இருக்கின்றன. கர்ப்ப க்ருஹத்தில் நுழையும் வழியில் இரண்டு தூண்களில் விஷ்ணுவின் 24 மூர்த்திகளும் செதுக்கப்பட்டிருக்கின்றன. கோவிலில் உள்ள வெள்ளிப் பாத்திரங்களில் காணப்படும் எழுத்துக்களிலிருந்து அந்தப் பாத்திரங்கள் திப்புசுல்தானின் நன்கொடைகள் என்பது விளங்குகிறது. கோவிலில் உள்ள பல்வேறு கல்வெட்டுக்களில் வரலாற்று முக்கியத்துவம் வாய்ந்தது, கி.பி. 1210ஆம் ஆண்டு பொறிக்கப்பட்ட தமிழ்க் கல்வெட்டு ஆகும்.

ரங்கநாதர் ஆலயம் கி.பி. 12ஆம் நூற்றாண்டில் காடுகள் நிறைந்த அந்தத் தீவில் கங்க ராஜாக்கள் காலத்தில் தனிப்பட்ட ஒருவரால் கட்டப்பட்டதாகத் தெரிகிறது. 1117ஆம் ஆண்டில் ராமானுஜர் சோழநாட்டை விட்டு வெளியேறி மைசூர் ராஜ்யத்திற்கு வந்தபோது அங்கு ஆட்சி புரிந்து வந்த ஹோய் சால மன்னன் பிட்டிதேவனை ஜைன மதத்திலிருந்து வைணவத்திற்கு மாற்றினார். அதற்குப்பின் விஷ்ணு வர்த்தனன் என்ற பெயரைக் கொண்ட பிட்டிதேவன் ராமாநுஜருக்கும் அவருடைய சீடர்களுக்கும் ஸ்ரீரங்கப்பட்டணத்திற்கு அருகே காவேரியின் இரு கரையிலும் சில பகுதிகளை மான்யமாகக் கொடுத்தான். அஷ்டகிராமம் என்ற எட்டு ஊர்கள் அடங்கியது இந்தப் பகுதி. ஸ்ரீரங்கப்பட்டணம் 1120ஆம் ஆண்டில் விஷ்ணு வர்த்தனின் சகோதரன் உதயாதித்யனால் நிறுவப்பட்டதென்பதும் வரலாறு மூலம் அறியப்படும்.

ஸ்ரீரங்கபட்டணம்: கோட்டை வாயில்

ரங்கநாதர் ஆலயம் தவிர கங்காதரேஸ்வரர் ஆலயம், நரசிம்மர் ஆலயம் இரண்டும் திராவிட பாணியில் அமைந் தவை. கங்காதரேஸ்வரர் ஆலயத்தில் நவரங்க மண்டபத்தில் கணபதி, சுப்ரமணியர், சப்தமாதாக்கள் முதலிய தெய்வங்களின்

வடிவங்கள் இருக்கின்றன. சுப்ரமணியர் இரண்டு ரூபங்களில் தோற்றமளிக்கிறார். ஒன்றில் மயில்வாகன ஆறுமுகனாகவும், மற்றொன்றில் நான்கு கரங்களுடன், பத்து தலைகள் கொண்ட ஒரு நாகத்தின் மீது நின்ற கோலத்திலும் இருக்கிறார். நரசிம்மர் ஆலயத்தின் வெளிப் பிராகாரத்தில் கற்கள் அகற்றப்பட்டு அருகே உள்ள நீராடும் துறைகட்டுவதற்கு உபயோகிக்கப்பட்ட தாகச் சொல்லப்படுகிறது. அந்தக் கோவிலை அமைத்த மைசூர் மன்னன் கண்டீவ நரஸராஜ உடையாரின் உருவச் சிலையும் அங்கே இருக்கிறது. மூலஸ்தானத்தில் தவழும் பாலகிருஷ்ணனின் அழகு நிறைந்த விக்ரஹம் ஒன்று இருக்கிறது. மற்றும் ராமன், லக்ஷ்மிநாராயணன், ஜனார்த்தனன், ஆஞ்சநேயர், மாரியம்மன் முதலிய தெய்வங்களின் ஆலயங்களும் ஸ்ரீரங்கப்பட்டணத்தில் இருக்கின்றன. அந்த நகரத்திலுள்ள பெரிய மசூதி ஒரு அழகு மிக்க அமைப்பு. ஓங்கி உயர்ந்து நிற்கும் இரண்டு தூபங்களைக் கொண்ட இந்த மசூதியில் குர் – ஆனிலிருந்து சில பகுதிகளும், அல்லாவின் 99 பெயர்களும் பொறிக்கப்பட்டிருக்கின்றன.

ஸ்ரீரங்கப்பட்டணத்தின் அரண் அமைப்பு 15ஆம் நூற் றாண்டிலேயே துவக்கப்பட்டது. விஜய நகர மன்னரிடமிருந்து அனுமதி பெற்று ஸ்ரீரங்கப்பட்டணம் பகுதியை நிர்வகிக்கும் அதிகாரம் பெற்ற ஒரு ஹெப்பார் தலைவன் தான் கண்டெடுத்த புதையல் ஒன்றின் உதவியைக் கொண்டு கோட்டையைக் கட்டியதோடு ரங்கநாதர் ஆலயத்தையும் விஸ்தரித்தான். பின்னர் 15ஆம் நூற்றாண்டு இறுதியில் ஸ்ரீரங்கப்பட்டணம் விஜயநகர மன்னர்களின் நேரடி ஆதிக்கத்திற்கு உட்பட்டது. விஜயநகர மன்னர்கள் அந்தப் பகுதியை ஒரு ராஜப்பிரதிநிதியின் மூலம் நிர்வகித்து வந்தார்கள். மாலங்கியை மணல் மூடிப் போகும் படி சாபம் கொடுத்த ராணி ரங்கம்மாளின் கணவன் திருமலை ராஜாவுக்குப் பிறகு ஸ்ரீரங்கப் பட்டணம் மைசூர் மன்னர் களின் ஆதிக்கத்திற்குள் வந்துவிட்டது. அதற்குப்பின் மைசூரில் முஹம்மதியர்கள் ஆண்டகாலத்திலும், அப்பொழுதும், ஸ்ரீரங்கப் பட்டணமே ராஜ்யத் தலைநகராக விளங்கிற்று. 1799ஆவது ஆண்டில் பிரிட்டிஷார் திப்பு சுல்தானை முறியடித்து ஸ்ரீரங்கப் பட்டணத்தைக் கைப்பிடித்தார்கள்.

வரலாற்று வழியில் ஸ்ரீரங்கப்பட்டணம் பலமுறை முற்றுகை இடப்பட்டது. 17ஆம் நூற்றாண்டில் ஒரு முறை பீஜப்பூர் படைகள் அந்த நகரத்தை முற்றுகையிட்டுத் தோல்வியடைந்தன. மற்றொரு முறை மராட்டியர்கள் முற்றுகையிட்டார்கள். அவர்களும் தோல்வியுற்றனர். 18ஆம் நூற்றாண்டில் தாக்க வந்த ஆற்காடு நவாபு படைகளுக்கும் இதே கதிதான் நேர்ந்தது. 1755ஆம் ஆண்டு பிரெஞ்சுப் படைகள் நகரை முற்றுகையிட்ட போது அவர்களுக்கு 56 லஷம் ரூபாய் பணம் கொடுக்கப்பட்டு

தாரிய தௌலத்பாக்

ஸ்ரீரங்கப்பட்டணம் காப்பாற்றப்பட்டது. 1757இல் ஐரோப்பிய உதவியுடன் மராட்டியர்கள் மீண்டும் முற்றுகையிட்டபோதும் இதே மாதிரி ஒரு ஏற்பாடு செய்யப்பட்டது. இரண்டு ஆண்டுகள் கழித்து மீண்டும் மராட்டியர்கள் தாக்கியபோது ஸ்ரீரங்கப்பட்டணத்தைக் காப்பாற்றும் பொறுப்பை ஹைதர் ஆலி ஏற்றுக்கொண்டார். பின்னர் ஹைதர் ஆலியே ஆதிக்கத்தையும் மேற்கொண்டார். பிறகு ஒரு போரில் ஹைதர் ஆலியைத் தோற்கடித்த வேகத்தில் மராட்டியர்கள் 1771இல் மீண்டும் ஸ்ரீரங்கப்பட்டணத்தை முற்றுகையிட்டார்கள். பதினைந்து மாத காலம் நடைபெற்ற இந்த முற்றுகையின் முடிவில் முப்பது லக்ஷம் ரூபாய் ஈடு கொடுக்கப்பட்டு உடன்பாடு உண்டாயிற்று.

பதினெட்டாம் நூற்றாண்டின் இறுதியில் பிரிட்டிஷ் படையினர் ஏழு ஆண்டுக் காலத்திற்குள் இரு முறை முற்றுகையிட்டார்கள். திப்பு சுல்தான் தீவிரமாக எதிர்த்துப் போராடினார். ஆனால் அவருக்கு வெற்றி கிடைக்கவில்லை. தன்னுடைய ராஜ்யத்தில் பாதியையும், முப்பது கோடி ரூபாய்க்கும் மேலான பணத்தையும் கொடுத்து உடன்பாடு தேடும் நிர்ப்பந்தம் திப்புவுக்கு ஏற்பட்டுவிட்டது. அதற்குப் பிறகு திப்பு சுல்தான் கோட்டையை வலுப்படுத்தும் வேலையில் ஈடுபட்டார். கோட்டை மதில்களையும், அகழிகளையும் இரட்டித்து, அரணுக்குள் அரணாக, ஒரு அமைப்பை நிறுவினார். 1799இல் மாலவல்லி என்னும் இடத்தில் நடந்த போரில் திப்புவின் படைகளைத் தோற்கடித்துவிட்டு பிரிட்டிஷ் படைகள் ஸ்ரீரங்கப் பட்டணத்தை நெருங்கின. கோட்டையின் தென் மேற்குப் பகுதி முக்கியமான தாக்குதலுக்குள்ளாயிற்று. அப்பொழுது தனக்கு உதவியாயிருந்த பிரெஞ்சு படைகளுடன் திப்பு எதிர்த்தாக்குதலில் ஈடுபட்டார். பதினாறு ஆண்டுகளுக்குப்பின்

வாடர்லூபோரில் நெப்போலியனை முறியடித்த வெலிங்டன் பிரபு அன்று கர்னல் வெல்லெஸ்லி என்ற பெயரில் பிரிட்டிஷ் படைகளுக்குத் தலைமை தாங்கி தாக்குதல் நடத்தினான். அந்தப் போர்தான் திப்புவின் இறுதி முயற்சியாக முடிந்தது. அதன் விளைவாக ஸ்ரீரங்கப்பட்டணம் பிரிட்டிஷ் அரசாங்கத்தின் வசமாகிப் பின்னர் மைசூர் சமஸ்தானத்திற்கு 50 ஆயிரம் ரூபாய்க்குக் குத்தகை விடப்பட்டது.

திப்புவின் காலத்தில் ஸ்ரீரங்கப்பட்டணம் கோட்டை புதிதாகக் கட்டப்பட்டு வலுப்படுத்தப்பட்டது. 1791இல் கோட்டைக்கு ஒரு நல்ல முகூர்த்தத்தில் அடிக்கல் நாட்டப் பட்டதாகக் கோட்டையின் பிரதம வாயிலான, யானைநுழை வாயிலில் உள்ள ஒரு கல்வெட்டு கூறுகிறது. கோட்டையின் வடக்கு, மேற்கு பகுதிகளில் காவேரியின் இரு கிளைகளும் பாய்வதால் ஒரு இயற்கை அகழின் பாதுகாப்பு கிடைத்தது. கோட்டையின் அமைப்பில் செலுத்தப்பட்ட சிறந்த கவனமும், மேற்கொள்ளப்பட்ட கடும் உழைப்பும்தான் அதற்கு நல்ல வலுவைக் கொடுத்திருந்தன. பல ஆழமான அகழிகள், உரம் நிறைந்த பெரும் மதில்கள் போன்ற அமைப்புகள் கோட்டையின் அரணாக விளங்கின.

1799இல் பிரிட்டிஷ் படைகள் தாக்கியபோது கோட்டைச் சுவரில் ஏற்பட்ட பிளவைத் தென்மேற்கு மூலையில் காணலாம். ரங்கநாதஸ்வாமி கோவிலுக்கருகில், பழைய மைசூர் மன்னர் களுடையவும், ஸ்ரீரங்கப்பட்டணம் ராஜப்பிரதிநிதிகளுடையவு மான அரண்மனை இருந்த அடையாளங்கள் தென்படுகின்றன. கோட்டையின் மைசூர் வாயிலுக்கு முன், திப்பு கட்டிய உயர்ந்த மசூதி ஒன்று தொலைவிலிருந்தே கண்ணைக் கவரு கிறது. வடக்கு மதிலுக்கு உட்புறத்தில்தான் திப்பு சுல்தான் போரில் உயிர் துறந்தார். வெளிப்புற மதிலை எதிரிகளிடமிருந்து காப்பாற்றுவது கடினம் என்று தெரிந்ததும், திப்பு ஒரு சிறிய நுழை வளைவு மூலம் உட்புறக் கோட்டைக்குள் சென்று தப்பிவிட முயற்சித்தார். ஆனால் பிரிட்டிஷ் துருப்புகளிடமிருந்து தப்பி ஓடும் படைப்பகுதியினர் அங்கே நிறைந்துவிட்டதால் திப்பு எளிதில் விரைய முடியவில்லை. இரண்டு மதில்களுக் கிடையே கொல்லப்பட்டார்.

திப்பு ஓய்வு நேரத்தை உல்லாசமாகக் கழிப்பதற்குப் பயன்பட்ட 'தாரிய தௌலத் பாக்' என்ற வசந்த மாளிகை கோட்டைக்கு வெளிப்புறத்தில் உள்ளது. 'கடற் செல்வத்தின் தோட்டம்' என்பது அந்த அமைப்பின் பெயரின் பொருள். மிகவும் எளிமையான முறையில் அமைக்கப்பெற்ற அந்தக் கட்டடத்தின் வடிவமும் வண்ணமும் கவர்ச்சி அளிக்கின்றன.

பாரசீகத்தில் புகழ்பெற்ற இஸ்பஹான் அரண்மனைகளின் அழகுடன் இந்த அமைப்பை பழையநாள் பிரயாணி ஒருவர் ஒப்பிட்டிருக்கிறார். தாரிய தௌலத்தின் உட்புறச் சுவர்களில் போரில் பிரிட்டிஷ் படைகள் அடைந்த தோல்வி, பல சம்பவங்களில் ஹைதர், திப்பு இருவரும் தோன்றும் காட்சிகள் முதலிய ஓவியங்கள் தீட்டப்பெற்றிருந்தன.

ஸ்ரீரங்கப்பட்டணம் தீவின் கிழக்குக் கோடியில் இருக்கும் கும்பாஸ் என்ற சமாதி திப்பு, தன்னுடைய தாய், தந்தை இருவருக்கும் நிறுவியது. சதுர வடிவில் உச்சியில் ஒரு மூட்டமும், மூலைகளில் விமானப் பலகணிகளும் கொண்ட அழகான கட்டடம் கும்பாஸ்.

இருட்டு மாலையை முட்டித் தள்ளிக்கொண்டு ஆதிக்கம் செலுத்தத் தொடங்கிவிட்டது. கோட்டைக்குச் சற்றுத் தொலைவிலிருந்த, பிரயாணிகள் பங்களாவுக்குச் சென்றோம். அதிகாரிகள் தங்கவரப்போவதால் எங்களுக்கு இடம் கிடையாதென்று காப்போன் சொல்லிவிட்டான். காலரா பரவியிருக்கும் அந்த ஊரில் தங்கத் தயங்கிய எங்களுக்கு இது ஒரு விதத்தில் உபகாரமாகவே இருந்தது. உடனே கிருஷ்ணராஜ சாகரம் நோக்கிப் புறப்பட்டோம். கண்ணம்பாடி அணையையும் பிருந்தாவனத் தோட்டத்தையும் வண்ணவிளக்குகள் வெளிச்சத்தில் காணும் வாய்ப்பு கிடைக்கும் போலிருந்தது.

அமைதி

3
அடக்கம்

கிருஷ்ணராஜ சாகர் வாயிலை அடைந்ததும் அன்று பிருந்தாவனத் தோட்டத்தில் ஒரு உல்லாசப் பயணக் குழுவுக்காக விசேஷ விளக்கு வெளிச்சம் போடுகிறார்கள் என்று கேள்விப்பட்டோம். அணைக் கட்டின் பிரம்மாண்டமான யந்திரங்களின் மேல் பாகம் அமைந்திருக்கும் குறுகிய பாதையில் ஒரு கார்தான் செல்லக் கூடும். நாங்கள் பாதி வழி சென்றதும் எதிரே ஒரு பஸ் வந்துவிட்டது. குறுகிய ஒற்றையடிப் பாலத்தில் எதிர்த்து நின்ற ஆடுகளைப் போல் நாங்கள் நின்றோம். கதையில் வரும் அந்த ஆடுகளைப்போல் மோதிச் சண்டையிட்டு விழுந்து சாவதற்கோ, பஸ் மீது நாங்கள் ஏறி விவேகமாகக் கடந்து சென்று புத்திசாலித்தனமான ஆடுகளைப்போல் நடந்து கொள்வதற்கோ வழியில்லை. டன்கர்க்கில் பிரிட்டிஷ் துருப்புகள்போல் பின் வாங்கினோம். பல தடவைகளில் நாங்கள் நிற்க வேண்டிய இடத்தில் காரை நிறுத்தாமல் ஓட்டிச் சென்றுவிட்டுப் பின்னோக்கி ஓட்டுவதில் தனிப் பெருமை கொண்ட எங்களுடைய ஓட்டுநருக்கு இது இயல்பான பொழுது போக்காயிற்று. பின்னாலேயே வாயிலுக்கு வந்து பஸ் வெளியேறுவதற்கு இடம் கொடுத்துவிட்டு மீண்டும் பிருந்தாவனத் தோட்டத்திற்குள் விரைந்தோம். அங்கு சென்ற பிறகுதான், எங்களை எதிர்த்து வந்த பஸ் பிரயாணிகளுக்காக ஏற்பாடு செய்யப்பட்ட விளக்கு வெளிச்ச ஏற்பாடுகள் முடிந்துவிட்டன என்று தெரிந்து ஏமாற்றம் அடைந்தோம்.

காலரா பயத்தில் ஸ்ரீரங்கப்பட்டணத்தில் தண்ணீர்கூட சாப்பிடாமல் வந்த எங்களுக்குப் பசி.

தோட்டச் சூழலில் இருந்த ஒரு ஹோட்டலுக்குச் சென்றோம். அந்த நிறுவனம், மணி இரவு 10 ஆகிவிட்டதால் மூடப்படும் தறுவாயிலிருந்தது.

நாங்கள் கையில் கொண்டு வந்திருந்த சிற்றுண்டி வகைகள் இன்னும் கொஞ்சம் மீதியிருந்ததால் ஏதோ கிடைத்ததைச் சாப்பிட்டுவிட்டு இரவைக் கழிக்க அங்கிருந்த பெரிய ஹோட்ட லுக்குச் சென்றோம். ரூம் வாடகை விகிதத்தின் விவரங்கள் தெரிந்ததும் ஒரு பிரச்னை தோன்றிற்று. எங்களுடைய காரை அடகு வைத்தால்தான் அங்கு தங்க முடியும் என்று விளங்கிய தால் அடுத்தாற்போலிருந்த மத்திய அரசாங்க விடுதிக்குச் சென்றோம். நல்ல வேளையாக ஜனதா விகிதத்தில் ரூம்கள் கிடைத்தன.

மாடியில் எங்களுடைய ரூம்களில் சேர்ந்து உறங்க முயன்று கொண்டிருக்கையில் ஏதோ ஒரு விழாக் கூட்டமே வருவது போன்ற ஓசை கேட்டது.

ஒரு பெரிய விலையுயர்ந்த ஆடம்பரக் காரில் வந்திறங்கிய ஏழு உல்லாசப் பயணிகள் (3 ஆண்கள், 4 பெண்கள்) தங்களுடைய உல்லாசத்தை ஒலி வடிவமாக வெளியிட்ட வண்ணம் வந்து எங்களுக்கு அடுத்த ரூம்களை அமர்த்திக் கொண்டார்கள். பிறகு இரவின் பெரும் பகுதி முழுவதும் அவர்கள் செய்த அட்டகாசமும், பாட்டும், கூத்தும், எங்களில் ஒருவரைத் தவிர மற்றவர்களைத் தூங்க விடவில்லை. நன்றாக அயர்ந்து தூங்கிய அந்த நண்பர் தம்மை, நாங்கள் உரிய காலத்தில் எழுப்பவில்லை என்பதற்காகக் கோபித்துக் கொண்டு இன்னும் எங்களுடன் சரியாகப் பேசாமலே இருக்கிறார். அவருடைய வஞ்சத்திற்குக் காரணம், அந்த உல்லாசப் பயணிகளின் நடவடிக்கைகள் திரைப்படத்தில் தணிக்கை அதிகாரிகள் மட்டும் பார்க்கும் காட்சிகளைப் போலிருந்தன என்பதுதான். ரூம்களை விட்டு வெளியேறி அந்த உல்லாசக் குழு வெராந் தாவை அரங்காகக் கொண்டு நடத்திய கலை நிகழ்ச்சியில் ஒரு பகுதியை நாங்கள் தற்செயலாகக் காண நேரிட்டதென் றாலும், அதைப்பற்றி எங்கள் நண்பரிடம் சொல்லாமலிருந் திருக்கலாம். ஆனால் நாங்கள் பார்த்தது ஊமை கண்ட கன வல்ல; ஆகையால் காணாத கண்டதைச் சொல்லி பெருமைப் படுவதோடு காணும் வாய்ப்பை இழந்தவர்களுக்குச் சொல் வதில் உள்ள தனி மகிழ்ச்சியை நாங்கள் இழக்கத் தயாரா யில்லை. தனி மனிதனின் அனுபவ உரிமைகளில் தலையிடும் சட்டம் அமுலிலிருந்த தமிழ் நாட்டிலிருந்து இன்பம் தேடி மைசூர் ராஜ்யம் செல்லும் பிரயாணிகளின் பொழுது போக்கு நிகழ்ச்சிகளைக் காணும் வாய்ப்பு கிடைத்தபோது, கூடவந்த

நண்பருடன் அந்த அனுபவத்தைப் பகிர்ந்து கொள்ள வேண்டியது கடமை அல்லவா என்பதும் ஒரு நியாயமான பிரச்னைதான். ஆனால், அவரை எழுப்பும் நேரத்தில் காட்சியின் சில பகுதிகளைப் பார்க்கும் வாய்ப்பு தவறிவிட்டால்...!

காலையில், அழகு நிறைந்த பிருந்தாவனத் தோட்டத்தைச் சுற்றிப்பார்த்தோம். கணக்கிலடங்காத வண்ண மலர்கள் நிறைந்த அந்தப் பெரிய பூங்காவை ஏன் வண்ண விளக்கு களால் அலங்கரிக்கிறார்கள் என்பதுதான் புரியவில்லை. இரவில் மலர்களின் வண்ணங்கள் தெரியாது என்பதற்காகத் தானோ என்னவோ. பகலில் சூரிய வெளிச்சத்தில் அந்தத் தோட்டத்தைப் பார்ப்பதே ஒரு சிறந்த அனுபவம். தேக்கி வைக்கப்பட்ட கிருஷ்ணராஜ சாகரத்தின் காவேரித்தண்ணீர் தன்னுடைய குளுமை முழுவதையும் அணைக்கு மறுபக்கத்தில் மலர்ச் செடிகளாகப் பரிணமிக்கச் செய்கிறது. தோட்டத்தின் பல பகுதிகளில் நாள் முழுதும் சுற்றிக்கொண்டிருக்கலாம். பலவிதமான நீர் ஊற்றுப் பாய்ச்சல்கள், அடக்கி வைக்கப் பட்ட காவேரியின் உற்சாகத்தைப் பிரதிபலிக்கின்றன.

கிருஷ்ணராஜ சாகரம் என்ற பெயர் மைசூர் மகாராஜா வாக இருந்த கிருஷ்ணராஜ உடையாரைக் கௌரவிக்கும் முறையில் ஏற்கெனவே கண்ணம்பாடி என்று வழங்கி வந்த அந்த அணைக் கட்டுக்கு 1917இல் இடப்பட்டது. 1792இல் பிரிட்டிஷ் படைகளை நடத்திச் சென்ற கார்ன்வாலிஸ் பிரபு இங்குதான் காவேரியைக் கடந்து சென்று ஸ்ரீரங்கப்பட்டணத்தை முற்றுகையிட்டார். ஆறு ஆண்டுகளுக்குப் பிறகு இந்த இடத்தில் காவேரியைக் கடந்து திப்பு சுல்தான் பிரிட்டிஷ் படைகளைத் தாக்கினார். இன்னும் பல போர்ச் சம்பவங்களுக்கு இங்கு இருந்த ஒரு சிறு பாலம் உதவிற்று.

கிருஷ்ணராஜசாகர நீர்த்தேக்க அமைப்பு வேலை 1911இல் துவக்கப்பட்டது. 1902இல் சிவசமுத்திர நீர்வீழ்ச்சி மின்சக்தி உற்பத்திக்காகப் பயன்படுத்தப்பட்டது. கோலார் தங்கவயல் களுக்கும் மைசூர், பெங்களூர் போன்ற நகரங்களுக்கும் சிவ சமுத்திரத்தில் மின்சக்தி உண்டாக்கப்பட்டது. காவேரியில் பிரவாக காலத்தில் விநாடிக்கு இரண்டு லட்சத்து ஐம்ப தாயிரம் கன அடி நீர் பாய்ந்தாலும் கோடைக்காலத்தில் அதன் வேகம் விநாடிக்கு 1000 கன அடி அளவுக்குக் குறைந்துவிட்டது. சிவசமுத்திரம் மின் சக்தி உற்பத்திக்கு, தொடர்ச்சியாக ஒரே அளவான நீர்ப்பாய்ச்சல் அவசியமாயிருந்ததால் ஒரு நீர்த் தேக்கம் அமைத்து அதிலிருந்து தண்ணீரைக் கட்டுப்படுத்திப் பாயச் செய்யும்திட்டம் மேற்கொள்ளப்பட்டது. இவ்வகையில் தோன்றிய கண்ணம்பாடி அணைக்கட்டுத் திட்டத்தின் பயனாக

ஒரு லட்சத்துக்கும் அதிகமான ஏகர் விஸ்தீரணத்திற்கு நீர்ப் பாசன வசதியும் கிடைத்தது. காவேரிப்படுகையிலிருந்து 130 அடி உயரத்திற்கு 8,600 அடி நீளம் அணை அமைக்கப்பட்டது. நீர்த்தேக்கத்தில் 4,830 கோடி கன அடி தண்ணீரைத் தேக்கலாம். தேக்கம் அமைக்கப்படும்பொழுது உலகிலேயே இரண்டாவது பிரம்மாண்டமான செயற்கை ஏரியாக இந்த சாகரம் விளங்கிற்று.

பிரவாக சமயத்தில், 50 சதுர மைல் விஸ்தீர்ணமுடைய இந்த சாகரத்திலிருந்து மிகவும் அதிகப்படியாக வெளியே பாய்ச்சக் கூடிய தண்ணீரின் அளவு விநாடிக்கு மூன்றரை லட்சம் கன அடியாகும். இரட்டை அடுக்குகொண்ட 136 கதவுகள், 27 ஒற்றை அடுக்கு கதவுகள் மூலம் இந்தத் தண்ணீர் வெளியே விடப்படுகிறது.

அணைக்கட்டின் மீதுள்ள பாதையில் நடந்து சென்று சாகரத்தின் நீர்ப்பரப்பைக் காணும்போது, காவேரி, தன்னை அடக்கி ஆள முயலும் மனிதனைத் துச்சமாக எண்ணும் பிரமை தோன்றுகிறது. பரந்து கிடக்கும் நீர் நிலைக்கடியில் நாற்பதுக்கும் அதிகமான கிராமங்கள் மூழ்கியிருப்பதை நினைத்தால் பாய்ந்துவரும் தண்ணீரைத் தடுப்பதால் ஏற்படும் விளைவு ஒருவித பயங்கரத்துடன் புரிகிறது. ஆயினும் அப்படித் தடுத்து வைக்கப்பட்ட நீரின் உதவியால் மின்சக்தி உற்பத்தியாவதை நினைக்கும்போது நீரின் அடைபட்ட வேகத்திலிருந்து ஒளியும் சக்தியும் கிடைக்கும் விந்தை, வியப்பு தருகிறது. முப்பதினாயிரம் ஏகருக்கும் மேற்பட்ட நிலப்பரப்பு அந்த ஏரித்தண்ணீருக்குள் அடங்கியிருக்கிறது. அன்று நாங்கள் அணையின் மீதிருந்து கண்ணுக்கெட்டிய தொலைவுவரை பரவியிருந்த நீர்ப் பரப்பைப் பார்த்தபோது கோடையின் உச்சியாதலால் ஏரியில் அளவு குறைந்திருந்தது. நடுவில் ஓரிடத்தில் ஒரு மண்டபத்தின் மேல்பாகமும் கல் தூண்களும் தெரிந்தது. வருஷத்தில் பல மாதங்கள் நீருக்குள் அடியில் மூழ்கிக் கிடந்த அந்த மண்டபம் சிறிது பெருமையுடன் நிமிர்ந்து நின்று தானும் இருப்பதாக அறிவிப்பதுபோல் தோன்றிற்று.

வேண்டியமட்டும் புகைப்படங்கள் எடுத்துக்கொண்டு காவேரியை எதிர்த்து எங்கள் பிரயாணத்தைத் தொடங்கினோம். கிருஷ்ணராஜ சாகரத்தை விட்டுப் பிரிவதற்குள் ஒரு ஹோட்டலில் காலை ஆகாரத்தை முடித்துக்கொண்டு வழிக்குத் தேவையான இட்லிப் பொட்டலங்களைக் கட்டிக்கொண்டு புறப்பட்டோம். சுமார் ஐந்து மைல் தூரம் சென்றவுடன், வெற்றிலை இல்லை என்ற உணர்வு தோன்றிற்று. வழியில் தென்பட்ட கிராமங ்களில் வெற்றிலை பாக்குக் கடைகள் அதிகம் காணப்பட வில்லை. அப்படி பெட்டிக் கடைபோல் ஏதாவது காணப்

பட்டால் அதைச் சரியாகப்பார்த்து முடிவு செய்வதற்குள் கார் அரைமைல் கடந்து பறந்துவிடும். காவேரியின் உற்பத்தி ஸ்தானத்திற்குப் போய்ச் சேருவதில் எங்களைவிட கார் ஓட்டுநருக்கு அதிக ஆர்வம்போல் தெரிந்தது.

பெலிகிரி என்ற ஊரைக் கடக்கும்போது ஒரு கடையைப் பார்த்தவுடன் நாங்கள் எல்லோரும் சேர்ந்து கோஷமிட்ட அதிர்ச்சியில் காரோட்டி கால் மைல் தூரம்தான் விரைய முடிந்தது. மீண்டும் காரைக் கடைக்கருகில் பின்னோக்கி ஓட்டிவரச் செய்து வியாபாரத்தில் ஈடுபட்டோம். கன்னடப் பிரதேசத்தில் உட்பகுதிகளில் சென்று கொண்டிருந்ததால், எங்களுக்குத் தெரிந்த இரண்டொரு கன்னடச் சொற்களைப் பயன்படுத்திவிடுவது என்று முடிவு செய்தோம். அந்தக் கடையில் வீற்றிருந்த பெண்மணியிடம் கன்னடத்தில் பேச முயன்றபோது, அந்த அம்மாளுக்கு எங்கள் மீது இரக்கம் தோன்றியிருக்க வேண்டும்.

நல்ல பேச்சுத் தமிழில் “நல்ல வெத்திலைங்க; எவ்வளவு வேணும்” என்று கேட்டபோது நாங்கள் அடைந்த வியப்பில் தேவைக்கும் அதிகமான வெற்றிலை வாங்கிக் கொண்டதோடு 25 வாழைப் பழங்களையும் வாங்கிக் கொண்டோம். தமிழ் நாட்டிலிருந்து அங்கு குடியேறிய தம்முடைய குடும்பத்தின் பூர்வோத்திரத்தையும் அந்த அம்மணி விளக்கி, எங்களுக்கு ஒரு நிம்மதியைக் கொடுத்தார். கடைசியில் எங்களை அண்ணன் மார்களாக விளித்து விடை கொடுத்தது வரலாற்றுச் சிறப்பு மிகுந்த தமிழ்ப் பண்பை எடுத்துக் காட்டிற்று.

அங்கிருந்து தொடர்ந்த சாலையின் மட்டம் மெல்ல மெல்ல உயர்ந்துகொண்டே வந்தது. மைசூருக்கும் குடகுக்கும் இடையே தொடர்பான காட்டு மலைப்பகுதிகளை நெருங்கிக் கொண்டிருந்தோம். இயற்கை சூழ்நிலை வனப்பு மேற்கொண்டு, பொழுதொரு வண்ணமாகத் தோற்றமளித்தது. மனித வாழ்க்கையில் வர்த்தகத்தையொட்டி, பணத்தினால் ஏற்படும் போட்டி அடிப்படையிலான நாகரிகத்தின் ஒலிக்குறிகள் மறைந்து, இயற்கையின் அமைதிக் குரலான மோனம் இசைக்கத் தொடங்கிற்று.

தஞ்சை மாவட்டத்து மிராசுதாரர்கள் வைகாசி, ஆனி வந்ததும் ‘மெர்க்காரா மெர்க்காரா’ என்ற ஜபம் செய்யத் தொடங்குகிற வழக்கம். முக்காலே மூன்று வீசம் பேருக்கு மெர்க்காரா எங்கிருக்கிறது என்று தெரியாது. நாங்கள் சின்னப் பையன்களாக இருந்தபோது ‘மெர்க்காரா மெர்க்காரா’ என்று கேட்கும்போதெல்லாம் ஒரு சுவர் உயரத்திற்கு நிற்கிற பெரிய மைசூர்ப்பாகு ஒன்று மனதில் எழும். ‘இஞ்சி முரப்பா’ போன்ற சொற்களைக் கேட்டதன் பயனோ என்னவோ. பள்ளிக்கூடத்

தில் சேர்ந்து பல ஆண்டுகள் கழித்துத்தான் மெர்க்காரா குடகு நாட்டின் தலைநகரம் என்றும், அங்கு மழை பெய்தால்தான் சோழ நாட்டில் சோறு கிடைக்கும் எனறும் தெரிய வந்தது. குடகு நாட்டு மழையை அளந்து பத்திரிகைகளுக்கு புள்ளி விவரம் தருபவர்கள் மெர்க்காராவில் உள்ள அதிகாரிகள். கோடை முடிவில் மெர்க்காரா நகரிலேகூட கடுமையான மழை பெய்யும். குடகு நாட்டு மழைதான் பல நதிகளில் ஓடி காவேரியைப் பெருக்கி, சோழநாட்டிற்கு வர வேண்டும். அதனால் வேறு எங்கு மழை பெய்தாலும் தஞ்சாவூர்க்காரர்கள் சட்டை செய்வதில்லை. மெர்க்காராவில் என்ன என்று தினச் செய்தித்தாள்களில் தேடிக்கொண்டிருப்பார்கள். மெர்க்காராவுக்கு எங்கள் கார் விரையும்போது அந்த இளமை மன ஓவியங்கள் நினைவில் எழுந்துகொண்டிருக்கின்றன. நாங்கள் போகும்போது மழை தொடங்குகிற சமயம் மழை எங்களை எதிர் நோக்கிக் கொண்டிருக்கிறது; போனதும் கொட்டி எங்களை வரவேற்கப் போகிறது என்று எண்ணிக்கொண்டே போனோம். ஒரே ஈரமும் சதசதப்புமாக அழுக்கும் கறுப்பாக வழிந்துகொண்டிருக்கும் ஓர் ஊர்தான் மனக்கண்முன் தோன்றிக்கொண்டேயிருந்தது.

மெர்க்காராவுக்கு சித்தாபூர் என்ற ஊர் வழியாகப் போக வேண்டும். இன்னொரு சாலையும் இருக்கிறது என்று வழியில் சொன்னார்கள். அந்த இன்னொரு சாலையில்தான் போகலாமே என்று தோன்றிற்று. காவேரியைப் பற்றிய தலபுராணக் கதை களும், கவிதைகளும், தோத்திரப் பாக்களும் அதன் கரையிலுள்ள நூற்றுக்கணக்கான சைவ, வைணவக் கோவில்கள் பற்றிக் குறிப்புக் களும் கொண்ட அருமையான, புத்தகம் ஒன்று எங்களிடம் இருந்தது. காமகோடி ஆசார்யாளின் ஆசியுடன் மிகவும் சிரமப் பட்டுத் தயாரிக்கப்பட்ட நூல் அது. இத்தனை மத விஷயங் களையும் காவேரியைப்பற்றி இந்த மாதிரி யாரும் தொகுத்த தாகவே தெரியவில்லை. பல இடங்களில் அதுதான் எங்களுக்குத் துணையாக இருந்தது, வழி காட்டிற்று. அந்த நூலில் சித்தா பூரைப்பற்றியும் எழுதி இருந்தது. சித்தாபூரில் வர்ணா என்னும் ஒருவகைப் பாம்புகள் மரக்கிளைகளில் ஏராளமாகச் சுற்றிக் கொண்டிருக்குமாம். புலி நடமாட்டம் அதிகமாம். இரவு படுக்கப் போகுமுன், பரண்மீது படுப்பார்கள். வீடுகளைச் சுற்றி முள்கம்பி களைப் போட்டு, புலி வராமல் வேலி கட்டியிருப்பார்கள், என்று எழுதியிருந்தது.

மரக்கிளைகளில் பாம்புகள் தொங்க, முள் வேலிக்கு மறு பக்கத்தில் புலிகள் உறுமும்; எப்படி இந்த ஊர் மக்கள் நிம்மதி யாகத் தூங்குகிறார்கள், என்று வியப்பாக இருந்தது. ஆனால் மனிதன் எங்குதான் வாழவில்லை? ஒரு சாண் வயிற்றுக்காக அவன் சஹாராப் பாலைவனத்தில் ஒட்டகத்தின் மீதும், மணலில்

மொக்காரா செல்லும் வழி: மூங்கில் புதர்

கால் பொசுங்கியும் செத்துச் செத்துப் பிழைக்கவில்லையா? பாசிகூட இல்லாத பனிப்பொட்டலில் எஸ்கிமோ என்ற உருவில் வாழவில்லையா? அந்த மாதிரி இந்த ஜன்மங்களும், பாம்புக்கும் புலிக்கும் நடுவில் ஓயாக் கிலியுடன் வாழும் தலையெழுத்து. நாம் எதற்கு அங்கு போய்த் தொலைக்க வேண்டும்? வயிற்றில் லேசான ஒரு நமநமப்புடன் போனோம். சாலையில் ஓடுகிற பாம்பு எப்படியோ சக்கரத்தில் ஒட்டிக்கொண்டு உள்ளே வரலாம். புலியும் பாய்ந்து வந்து அறையலாம். கண்ணாடிக் கதவுகளை ஏற்றிவிட்டு, காரை வேகமாக விடச் சொன்னோம். மரங்களைப் பார்த்துக்கொண்டே போனோம். சாலையையும் உன்னிப்பாகப் பார்த்துக்கொண்டே போனோம்.

நகரம் நெருங்கிற்று. கடைத்தெருவுக்குள் புகுந்தோம். வர்ணாவும் இல்லை. பாம்பும் இல்லை. வர்ணம் அடித்த கடைகளும் வீடுகளும் தென்பட்டன. பரணும் இல்லை; புலியும் இல்லை. முள் வேலியும் இல்லை. பெட்ரோல் கடையில் காருக்குத் தீனி வாங்கும்போது வர்ணாப் பாம்பு எங்கே என்று கேட்டோம். அவன் திருதிருவென்று விழித்தான். "வர்ணாப் பாம்பு எங்கே? இங்கே நிறைய பாம்புகள் உண்டாமே." என்று தாக்கினோம். அவன் ஒரு பாம்பைக்கூட அங்கு பார்த்த தில்லையாம். பாம்புக்காரன் கூடையில்தான் பார்த்திருக்கிறானாம். சித்தாபூரில் பாம்பும், புலியும், முள் வேலியும் இல்லாதது தான் ஆச்சரியம். வேறு ஒன்றும் அதிசயமாக அங்கு இல்லை. மூங்கில் இருக்கும்போலிருந்தது. லாரிலாரியாக முரட்டு மூங்கில்கள்தான் தெருவில் போய்க்கொண்டிருந்தன. பழைய புத்தகங்களைப் பார்ப்பதில் இந்தமாதிரி தொல்லைகளும் உண்டு.

சித்தாபூர் கடைத்தெருவைக் கடந்து சிறிது தூரம் சென்றதும் காவேரியைக் கடக்கவேண்டும். அழகான பழைய காலத்துப் பாலம் இருக்கிறது. பாலத்தின் வளைவுகளில் எல்லாம் அடை அடையாகத் தேன் கூடுகள். ஒன்றிரண்டு ஒரு முக்கால் அரிசி மூட்டை அளவுக்கு இருந்தது. இந்தத் தேனடைகளைக் குடகு நாட்டில் இடறிவிழுந்த இடம் எல்லாம் காணலாம். மலையிலும், மரத்திலும் வீட்டிலும் பாலத்திலும் தேனீக்கள் இப்படி வாசம் செய்து மனிதனுக்காகப் பாடுபட்டுக்கொண்டிருக்கின்றன.

சித்தாபூரைக் கடந்துபோனதுமே மெர்க்காரா சாலை மலைச் சாலையாக மாறிவிடுகிறது. குடகு நாட்டின் காப்பித் தோட்டங்களும், பலாக்களும், தேக்குகளும், மலைச்சரிவு வயல்களும் நமக்குத் தோரணம் கட்டி ராஜோபசாரம் செய்கின்றன. திரும்பின இடம் எல்லாம் காப்பித்தோட்டம்.

மெர்க்காரா வந்தேவிட்டது. ஆனால் ஈரமும் சதுப்புமாக மனதில் உருவான நகரம் இல்லை. துப்புரவான நகரம். படிப்பும்

அடக்கம்

உடையழகும் பண்பும் மெருகிட்ட நகரம். ஏற்றமும் இறக்கமு மாகத் தெருக்களும் சாலைகளும் அழகிட்ட நகரம். அந்த நடுக்கோடையில் டிசம்பர் மாதத்துச் சென்னையைவிட இன்னும் ஜில்லென்றிருந்தது. அங்கிருந்து தலைக்காவேரி இருபத்தைந்து மைலுக்குள்ளாகவே இருக்கிறது என்று சொன்னார்கள். தலைக்காவேரியைப் பார்க்கிற வேகத்தில், போய் எட்டிப் பார்த்துவிட்டு, திரும்பிவந்து விடுவது, இரவை மெர்க்காராவில் கழித்து, மீண்டும் ஒருமுறை தலைக்காவேரி சென்று சாவகாசமாகப் பார்க்கலாம் என்று முடிவுசெய்து கொண்டோம். இரவுக்காக ஒரு விடுதியில் நல்ல அறையாகப் பேசிவிட்டு, காரில் ஏறினோம். மீண்டும் மலைச் சாலை, திருப்பங்கள், வளைவுகள், தேனடைகள், காப்பித் தோட்டங்கள்.

பாகமண்டலம் நெருங்கும்போது லேசாக மழை பெய்தது. ஊருக்குள் நுழைந்ததுமே காவேரியின் கதைகள் எல்லாம் நினைவுக்கு வந்தன. குடகு நாடே காடுமயம். பாக மண்டலம் ஒரு காட்டுச் சோலைநகரம். காவேரியோடு முதல் உபநதி கலக்கிற இடம் இதுதான். அதைக்கூட எங்களுக்குப் பார்க்கத் தோன்றவில்லை. எப்படியாவது தலைக்காவேரியை எட்டிவிட வேண்டும் என்று துடித்தது.

கடைத்தெருவில் விசாரித்தோம். எங்கள் காரைப் பார்த்துக் கொண்டேயிருந்த ஒருவர் "தலைக் காவேரியில் உற்பத்தி ஸ்தானம் வரையில் இப்பொழுது மலைச்சாலை போட்டி ருக்கிறார்கள். ஆனால் சரியாகப் போடவில்லை. பாதகமில்லை. உங்கள் கார் புதுக்கார்போல் இருக்கிறது. போய்விடலாம். ஜீப்பாக இருந்தால் கவலையே இல்லை, ஜாக்கிரதையாகப் பார்த்துப் போங்கள். மழை பெய்திருக்கிறது. இருந்தாலும் கவனமாகப் போனால் போய்த் திரும்பி வந்துவிடலாம். தைரியமில்லாவிட்டால் காரை விட்டுவிட்டு நடந்து போங்கள்."

"தூரம்?"

"நடந்து மலையேறினால் மூன்று மைல். மலைச்சாலையில் போனால் ஐந்து மைல்."

"காரில் போகலாமா? தீர்மானமாகச் சொல்லுங்கள்."

"போய்ப் பாருங்களேன்" என்று கூட இருந்த சகாக்களைப் பார்த்தார் அவர்.

"போகலாம் போகலாம்" என்றார்கள் அவர்கள்.

கடைத் தெருவின் கோடியிலேயே மலைச்சாலை ஏறத் தொடங்கிற்று. வழியெல்லாம் சிறுசிறு சரளைக் கற்கள். வளைந்து வளைந்து வண்டி பெருமூச்சுடன் ஏறிற்று. ஊர் கீழே போய்க்

கொண்டே இருக்கிறது. கீழே வயல்கள், வாழை, காப்பித் தோட்டங்கள், ஒரே பனி மூட்டம், சாரல், வெகு தொலைவில் கேட்கும் ஒலிகள்.

ஒரு மைல் போனதுமே சாலையில் ஓர் ஆழ்ந்த தனிமை கவ்விக்கொண்டிருந்தது. ஓர் ஆடு, மாடு, நாய்கூட இல்லை. மனிதவாடையும் இல்லை. சூரியனும் மறையப் போகிற நேரம். ஆனால் சூரியன் தெரிந்தால் தானே ஒளியோ மறைவோ தெரிய? பாதையெல்லாம் ஈரக்கசிவு. மலைச்சாலையில் ஓரத்தில் பாதுகாப்பு இல்லை. திருப்பதி, ஊட்டி மலைச் சாலை அல்ல இது. மலைக் கொக்கித் திருப்பங்களில் சுவரோ தடுப்போ கிடையாது. ஏதாவது சிறிது சலிப்புடன் கார், ஓர் அடி சற்றுத் தள்ளியோ நகர்ந்தோ சென்றால், உருண்டு, உருண்டு, உருண்டு கீழே போய்க் கொண்டே... இது என்னடா விபரீதம்! "காரை ஜாக்கிரதையாக ஓட்டப்பா" என்று எச்சரித்துக் கொண்டே சென்றோம். காரின் இரண்டு டயர்களுக்கு வழுக்கைத்தலை. சென்னை – பெங்களூர்ப் பெருஞ்சாலையிலேயே ஒரு தடவை எங்களைப் பயமுறுத்தியிருந்தது அது. வேலூரைக் கடந்து முப்பது மைல் சென்றதும் மழை கொட்டு கொட்டென்று கொட்டிற்று. மெதுவாகவே போய்க்கொண்டிருந்த வண்டி திடீரென்று கட்டுக்கடங்காமல் சாலையோரத்தில் இருந்த ஒரு புளியமரத்தை ஆசையாகத் தழுவிக்கொள்ள விரைந்தது. காரோட்டி உயிரைக்கையில் பிடித்துக்கொண்டு, பிரேக்கைப் போட்டு, எப்படியோ அந்தக் காதல் நிகழாமல் தடுத்துவிட்டார். "நல்லவேளை, ஆண்டவன் ரொம்பக் கருணையா இருக்கான்" என்று அவர் பரிதவித்த குரலைக் கேட்டபோதுதான், எவ்வளவு பெரிய ஆபத்து எங்கள் தலைப் பாகையைக்கூட தொடாமல் சீறிக் கடந்துவிட்டது என்று புரிந்துவிட்டது. மழை நின்றதும் காரோட்டி இறங்கி பங்க்சர் இல்லை என்றும் காரின் வழவழப்பு டயர் செய்த சறுக்கு வித்தை என்றும் விளக்கினார். இப்போது அந்த ஞாபகம் வந்தது. முதல்தரச் சாலையில் சறுக்கு வித்தை காட்டிய வழுக்கை டயர் இந்தப் படுமோசமான தொடக்கநிலைச் சாலையில், கட்டுவேலி ஒன்றும் இல்லாத மலைச்சாலையில் என்ன செய்யப் போகிறதோ!

4
அழகு

கார் வளைந்து வளைந்து ஏறிக்கொண்டிருந்தது. கீழே மேகப் புகை வழியே நிலம் இறங்கிக்கொண்டிருந்தது. ஒரு முழு நிசப்தம். எப்பொழுதாவது ஒரு இனிய புட்குரல் கேட்கும். ஒரு வளைவு திரும்பியதும் ஒரு சிறு பாலம். பாறைகளும் மரங்களும் இதுகாறும் காட்சியை மறைத்ததற்கு மாறாக, இப்போது கிழக்குப் பக்கம் ஹோவென்று கண்முன் கிடந்தது. நாங்கள் சற்று முன் விட்டு வந்த பாகமண்டலம், அதற்கப்பால் உள்ள கிராமங்கள், காடுகள், வயல்கள் – எல்லாம் கீழே சித்திரமாகத் தெரிந்தன. காரை நிறுத்தினோம். இறங்கிப் பார்க்கவில்லை. நேரமாகி விட்டது. சூரியன் மலை வாயில் விழும் நேரம். தலைக் காவேரியைப் பார்த்து விட்டு, இருட்டுவதற்குள் மெர்க்காரா சேர்ந்து விட வேண்டும். வழி நெடுக மலையில் சுருளும் பாதை. மேலும், மழை பெய்தால் யானைகள் எப்போதாவது பாதையில் வந்து நிற்கும் என்று நண்பர்கள் எச்சரித்திருந்தார்கள். எனவே இறங்காமலேயே அந்த வனப்பைச் சிறிது நேரம் பார்த்தோம். குளித்துவிட்டுத் துடைத்துக் கொள்ளாமல், மாற்றுடை அணியாமல் சொட்டச் சொட்ட வரும் பெண்போல கீழ்நிலம் காட்சியளித்தது.

சிறிது நேரம் கழித்து காரை விடச் சொன்னோம். புதிய சாலை இன்னும் செப்பனிடாததால் மேடும் பள்ளமுமாகக் குலுக்கிற்று. எட்டிப்பார்த்தால் கிடுகிடு பள்ளங்கள். கிலோமீட்டர் கல் எப்போது முடியும் என்று கவலையோடு எண்ணிக்கொண்டே சென்றோம். நாலைந்து வளைவுகளுக்குப் பிறகு, தொலைவில் சின்னச் சின்ன கூரைகளாகத் தெரிந்தன. தலைக் காவேரியில் உள்ள கோவில்கள் அவை. எங்கள் கவலை தெளிந்தது.

நடந்தாய்; வாழி, காவேரி!

மீண்டும் ஒரு திருப்பத்திற்குப் பிறகு கார், தலைக் காவேரியின் திரு வடியை வணங்குவது போல காவேரி பிறக்கும் குண்டத்திற்கு மிக அருகே சென்றது. நிற்பதற்கு நாலைந்து கணங்களுக்கு முன்பு, எங்கிருந்தோ விறுவிறுவென்று மேக மூட்டம் வந்து கவிந்துகொண்டது. மழை மேகம்தான். இன்னும் சிறிதே நேரத்தில் அடைமழையாகப் பிடித்துகொண்டு விடப் போகிறது. கண்முன்னே ஒன்றும் தெரியவில்லை. கோவில்கள், குண்டம் எல்லாம் மறைந்துவிட்டன. எதிரே நாங்கள் நெருங்கும் போது பார்த்த, உயரம் சொல்லும் குறிப்பலகை கூட மறைந்து விட்டது. கடல் மட்டத்திற்கு மேல் நாலாயிரத்து நூற்று எண்பத்து ஏழு அடி என்று படித்த அடுத்த சில கணங்களில் மேகமூட்டம் அதை மறைத்துவிட்டது.

அங்கேயே ஒரு ஜீப் திரும்பிப் போகத் தயாராக நின்று கொண்டிருந்தது. மூட்டத்திலிருந்து இரண்டு மூன்று பெண் களும் ஒரு ஆணும் கிரிதேவர்கள் போல முன் வந்து கொண் டிருந்தார்கள். மனிதர்கள்தான். ஜீப்பில் வந்து உட்கார்ந்து கொண்டார்கள் அவர்கள்.

மழை பிடித்துக்கொண்டால் ஒன்றையும் பார்க்க முடியாது. திரும்பியும் போகமுடியாது. மலைப்பாதை சறுக்கலாம். பத்தடிக்கு அப்பால் எதுவுமே தெரியாத மூட்டம். ஜீப்பில் உள்ள ஆளைக் கேட்டோம். "நான் ஜீப்பில் வந்திருக்கிறேன். இது எங்கு வேண்டுமானாலும் காலை ஊன்றிப் போய்விடும். நீங்கள் வந்திருப்பது சாதாரணக் கார். நான் என்ன சொல்ல முடியும்? சிறிது நேரம் இருந்து பார்த்துவிட்டு, மழை நின்றவுடன் போங்கள். இல்லை, இங்கு ஏதாவது தங்க இடம் இருக்கிறதா என்று பாருங்கள். பட்டர் அங்கேதான் இருக்கிறார். அவரைக் கேட்டால் சொல்லுவார்" என்று சொல்லிக்கொண்டே அவர் ஜீப்பைக் கிளப்பி விட்டார்.

மூட்டம் அதிகரித்துக்கொண்டே வந்தது. மழை இன்னும் பிடிக்கவில்லை. சரி, தலைக்காவேரிக் குண்டத்தைப் பார்க்க வாவது செய்யலாம் என்று அருகே போனோம். ஒரு சாதாரண, பெரிய அறையின் நீள அகலமுள்ள ஒரு படிக்கட்டுக்குளம். அதைக் கடந்து கோவில்களுக்குப் போகும் படிக்கட்டின் மீது ஏறும் பொழுது, கிரிதேவன் போல இன்னொரு உருவம் மூட்டத்தினின்றும் வெளிப்பட்டு, மேல் படியில் நின்றது. அருகே வந்ததும் தெளிவாகத் தெரிந்தது. சிவந்தமேனி. கிராப்புத் தலை. அரையில் அரக்குநிறப் பட்டுத்துண்டு. நல்ல குளிர். ஆனால் அந்த உருவம் மார்பை மூடாமல் வெறும் உடம்போடு நின்றது. மனித இளைஞன்தான். இருபத்து மூன்று வயதிருக்கும்.

"இங்கே தங்க இடம் கிடைக்குமா?" என்று தமிழில் கேட்டோம்.

"எனக்குத் தமிழ் பேச வராது. கன்னடம் வரும். ஆங்கிலத்தில் சொல்லுங்கள்" என்று ஆங்கிலத்தில் விடை வந்தது.

"தங்க இடம் கிடைக்குமா."

"இங்கு தங்க இடம் இராது. இப்படிக் கீழே இறங்கிப் போனால் காவேரிக்குப் பூஜை செய்யும் பட்டர்கள் வீடு நாலைந்து இருக்கிறது. அங்கே தங்க இடம் இராது. ஆனால் ஒரு அரை மைல் தூரத்தில் காட்டிலாகா விடுதி இருக்கிறது. அங்கு தங்கலாம்."

"இங்கு கிடைக்காதா?"

"இல்லை என்றேனே. அங்கே போய்ப் பாருங்கள். அங்கு இல்லாவிட்டால் திரும்பி வாருங்கள். என் அறையில் தங்கலாம். ஆனால் மிகவும் கீகடமாக இருக்கும். அந்த விடுதியில் நிச்சய மாக இடம் கிடைக்கும்."

"வெகு தூரமோ."

"அரை மைலுக்கும் குறைவு."

"ஒன்றுமே தெரியவில்லையே கண்ணுக்கு. எப்படி அங்கு போகிறது."

"கார் போகும் பாதை இருக்கிறது."

என்னடா இப்படி இரக்கமில்லாமல் தள்ளுகிறாரே என்று தயங்கிக் கொண்டே நின்றோம்.

"போய்ப் பாருங்கள். நிச்சயம் இடம் கிடைக்கும்" என்றார் அந்த இளைஞர்.

"நீங்கள்..."

"நான் இங்கு பூஜை செய்கிறேன். நாளை காலையும் இங்குதான் இருப்பேன்."

மூட்டம் அடர்ந்துகொண்டேயிருந்தது. ஐந்து மைல் இனி மலை வளைவில் கார் இறங்குவது முடியாத காரியம் எனத் தோன்றிற்று. மழை அடையாகப் பிடித்துக்கொள்ளும் தருணம். மெர்க்காராவுக்குத் திரும்பிச் செல்லும் யோசனையை வேறு வழியில்லாமல் கைவிட்டு, காரைத் திருப்பச் சொல்லி ஏறிக் கொண்டோம். சிறிது தூரம் இறக்கத்தில் சென்றதும், இடது பக்கம் காட்டிலாகா விடுதிக்கு ஒரு வழி திரும்பிற்று. மறு படியும் ஏற்றம். அதில் சிறிது சென்றதும் கார் குலுங்கத் தொடங்கிற்று. ஊளைச் சதை மனிதன், விந்தினால் எப்படி

தலைக்காவேரி: புனித குண்டம்

இருக்கும்? அப்படி இடமும் வலமும் விழுந்து கொண்டு சென்றது வண்டி. அசல் காட்டு மலைப்பாதை. இரண்டு பர்லாங் சென்றதும் திடீர் என்று ஒரு சாக்கடை போன்ற பள்ளம். பொத்தென்று விழுந்துவிட்டு மேலே ஏறிற்று வண்டி. "இப்படியெல்லாம் இழுத்தடிச்சா வண்டி உருப்பட்டாப் போலத்தான்" என்று காரோட்டி அழாக்குறையாக முனகினார். எங்களுக்குப் பதில் சொல்ல வாயில்லை. பள்ளம் எங்கள் வயிற்றையும் அப்படிக் கலக்கிவிட்டது. அவரைச் சொல்லி என்ன?

ஒரு நிமிஷம் ஆயிற்று. திடீரென்று பாதை மீண்டும் இடப்பக்கம் திரும்பிற்று. அங்கே எங்கள் உயிரே வடிவெடுத்து வந்ததுபோல், சொர்க்கமே குறுக்கிட்டதுபோல ஒரு அழகிய கட்டடம் எதிர்ப்பட்டது. கண்ணாடி ஜன்னல்கள், கண்ணாடிக் கதவுகள், முன்னால் மலர்கள் குலுங்கும் தோட்டம். பின்னால் மலை, வலப்பக்கம் மலை. எங்கள் ஆசைக் கனவுதான் இப்படி ஏமாற்றுகிறதா என்று ஒரு கணம் பிரமையாக இருந்தது. மழை கொட்டத் தொடங்கிவிட்டது. கார், விடுதியின் முகப்பில் நின்றது. நின்ற இடத்திற்கு மேல் கொடி படரக் கம்பிகள் பின்னியிருந்தார்கள்.

கார் நின்றதுமே விடுதியின் படியில் ஒரு ஆள் நின்றார்.

"இடம் இருக்கிறதா?"

"இருக்கிறது, வாருங்கள்" என்று அன்போடு அழைத்தார் அவர்.

பெட்டிகள், படுக்கைகள், கூஜாக்கள், பட்சண டப்பாக்கள் எல்லாவற்றையும் மழையில் நனைந்துகொண்டே இறக்கினோம். குளிரோடு மழையும் சேர்ந்து குத்திற்று. படி ஏறியதும் ஒரு வராந்தா. அதைக் கடந்ததும் ஒரு விசாலமான ஹால். அதன் நடுவே பெரிய நீள்வட்ட மேஜை. சுற்றிலும் நாற்காலிகள். ஹாலுக்கு இடமும் வலமும் இரண்டு அறைகள். ஒவ்வொரு அறையிலும் இரண்டு கட்டில்கள், மேஜை, நாற்காலிகள், நுரை மெத்தைகள், வழவழவென்ற உயர்ந்த ரக கனகம்பளிகள், பூத்துவாலைகள் – இப்படி முதல்தர நவீன ஹோட்டல் ஒன்றின் வசதிகள் அத்தனையும் இருந்தன. கண்ணாடி ஜன்னல்கள். கண்ணாடிகளின் மீது மழை நீர் முத்தாகவும், பூச்சிகளாகவும் ஊர்ந்து வழிந்தது. வெளியே நல்ல மழை. ஆனால் சாரல், குளிர் ஒன்றும் தெரியவில்லை. கதகதவென்றிருந்தது. மனித நடமாட்டம் அற்ற மலைக் காட்டு வெளியில், கடுங்கூதலில் இப்படி ஒரு இடத்தை எங்களுக்காகக் காவேரித்தாயே எழுப்பியது போலிருந்தது. இரவு அங்கேயே தங்கி காலையில் தலைக்

தலைக்காவேரி: அகத்தியர் ஆலயம்

காவேரியைப் பார்த்துவிட்டு இறங்கலாம் என்று முடிவுக்கு வந்தோம். விடுதியின் கவனிப்பாளர் மலையாளி. ராமன் நாயர் என்று சொன்ன ஞாபகம். வெந்நீர் போட்டுக் கொடுத்தார். அவருக்காக வைத்திருந்த வெற்றிலை பாக்கு புகையிலை களை எங்களோடு பகிர்ந்துகொண்டார். சாப்பாட்டுக்கு ஒன்றும் இல்லை. பழம், பால் ஏதும் இல்லை. நான்கு மைல் மலையில் இறங்கி, அதாவது பாகமண்டலம் சென்றால்தான் கிடைக்கும். யாத்திரை போகிறவர்கள் திருத்தலங்களில் உண்ணா நோன் புடன் இருப்பார்கள். அது எங்களுக்கு, எங்களையறியாமல், விருப்பத்திற்கு மாறாகக்கூட கிடைத்துவிட்டது. ஆனால் நம் ஊர் வழக்கப்படியே உபவாசம் இருந்தோம். சரி, செவ்வாய்க் கிழமை இரவுகளில் உண்ணாநோன்பு இருப்பவர்கள், அரிசிச் சோறு உண்ணக் கூடாது என்று அரிசியை மட்டும் விலக்கி விட்டு, தோசை, சேவை என்று இரட்டைச் சத்துள்ள மாற்றுணவு களைப் பதம் பார்ப்பது எங்களுக்கும் பழக்கமான சேதி. எனவே வீட்டிலிருந்து கொண்டு வந்திருந்த ஓமப்பொடி, கடலை உருண்டை, தேன்குழல் டப்பாக்களைத் திறந்து பட்சண மட்டத்தைப் பாதிக்குக் குறைத்துவிட்டோம். ராமன் தனக்காக வைத்திருந்த காபிப் பொடியில் காபி போட்டுக் கொடுத்தார்.

நள்ளிரவு வரையில் தூக்கம் வரவில்லை. வெகு நேரம் வரை பேசிக்கொண்டிருந்தோம். ஜன்னல் கண்ணாடி வழியாக நிலவு தெரிந்தது. எறும்பு வயிறெல்லாம் புகும் நிசப்தம் கேட்டது. இடைஇடையே சிறுசிறு புட்களின் ஒலியும் கேட்டது. விடுதியில் மின்சார விளக்கு கிடையாது. தீக்கோழி முட்டையை சற்று நீட்டி வட்டவடிவில் கண்ணாடி பொருந்திய மண்ணெண்ணெய் விளக்கு. பெரிய வெள்ளைச்சுடர். அதனால் சுவரில் விழுந்த

நிழல்கள். காடு, மலை, தனிமை, காட்டுவிலங்கைப் பற்றிய உணர்வு – இவற்றிற்கு நடுவில் எங்களுக்கு ருட்யார்ட் கிப்ளிங்கின் கதைகள் நினைவுக்கு வந்தன. நாங்களே அந்த நிகழ்ச்சிகளை வாழ்வது போல் தோன்றிற்று.

நல்ல கோடைக்காலம். ஆனாலும் குளிர் அங்கு அதிகமாக இருந்ததற்கு, கம்பளிப் போர்வையை விலக்காமல் நாங்கள் தூங்கியதே சாட்சி சொல்லிற்று.

காலையில் எழுந்து ராமன் கொடுத்த காப்பியைக் குடித்துவிட்டு வெளியே வந்து பார்த்ததும், கண் கொள்ளாத காட்சியாக இருந்தது. இடது பக்கம் அலை அலையாக மலைத்தொடர்கள். கடல் மட்டத்தினின்றும் நல்ல உயரத்தில் காணப்படும் மலைத் தாவரங்கள், மலர்கள். வெயில் நன்றாகக் காய்ந்தது. குளித்துவிட்டு, உடலைத் துடைத்து, மலரும் பன்னிற உடைகளும் அணிந்து புன்னகை பூக்கும் பெண் போல் தோன்றிற்று மலைக்காட்சி. ஊர்க்குருவி, காட்டுப் புறாக்களின் ஓசைகள் மலைவெளியில் ஆங்காங்கு நீர்த் துளிகள்போல் விழுந்துகொண்டிருந்தன.

காரில் ஏறி காவேரி பிறக்கும் இடத்தை அடைந்தோம். பட்டரும் அவருடைய தம்பியும் காவிரி பிறக்கும் சிறு குண்டத்தில் பூஜை செய்துகொண்டிருந்தார்கள். முடியும் வரையில் காத்திருந்தோம்.

அண்ணன் அதே அரக்குப் பட்டுத் துண்டுடனும் திறந்த மார்புடனும் எழுந்து வந்து எங்களைப் புன்னகையுடனும் வரவேற்றார்.

காவேரி பிறக்கும் இடம் ஒரு சிறிய சுனை. சுமார் நான்கடிக்கு நான்கடி சதுரமாக ஒரு சின்ன தொட்டிபோல் கட்டியிருக்கிறார்கள். அதன்மீது கல்லால் சிறிய அலமாரி போன்ற ஒரு கட்டடம். அந்தக் கட்டடத்திற்கும் பின்னால் ஒரு மேடைமீது இரண்டு சிறிய மரங்கள். இங்குள்ள நெல்லி மரம் திருமாலின் உருவம் என்று கருதுகிறார்கள்.

காவேரி உற்பத்தியாகும் இடம் இதுதான் என்று பட்டர் அந்தச் சிறிய சுனையைக் காட்டியபொழுது, அந்த ஆழ்ந்த அமைதிக்கிடையே உண்மையான பெரியவர்களின் புனித நினைவு வந்து நெஞ்சை நிறைத்தது. இந்தச் சிறிய சுனைதான் மலையிலும் காட்டிலும் விழுந்து பெருகுகிறது. நல்ல காரியங்களையும், உலகிற்கு நன்மையையே கருதும் பெரியவர்களுக்கு, பல பக்கங்கள் சேர்வது போக வேறு பல நதிகளின் நட்பும் கிடைக்கிறது. இப்படியே பெருகிப் பெருகி விரைந்து, சீறும் ஓடையாகவும் அகண்ட காவேரியாகவும் வளர்ந்து, வளர்ந்து

பலப்படுத்திக்கொள்கிறது. பிறகு தன் உடலையே பல கூறும் கிளைகளுமாக்கி, மாந்தர்களின் உய்விற்காகவே தன்னை அர்ப்பணித்துக்கொண்டு, கடைசியில் அடக்கமும் பணிவும் சோர்வும் நிறைவுமாகக் கடலில் கலந்துவிடுகிறது. எத்தனை லட்சம் மக்களுக்கு வாழ்வு! எத்தனை லட்சோப லட்சம் நிலப்பரப்புகளுக்குப் பசுமை! எத்தனை கனிவளம்! எத்தனை தாவர வளம்! எத்தனை தொழிற்சாலைகள்! எத்தனை ஒளிசக்தி, இயந்திர சக்தி! இவ்வளவும் செய்துகொண்டிருக்கிற ஒரு மகத்தான சக்தியின் தொடக்கத்தில் எவ்வளவு அமைதி, எவ்வளவு அடக்கம்! பெரிய காரியங்களைச் செய்யத் தொடங்குபவர்கள் ஆரம்ப சூரர்களாக இருப்பதில்லை. ஆர்ப்பாட்டமும் அமளியுமாகப் பறை கொட்டுவதில்லை. பயனைக் கொண்டுதான் பெரியவர்கள் தொடங்கும் பணியின் நோக்கங்களையும் நுட்பங்களையும் அறிய முடியும் என்று காளிதாசன் அருளிய வாக்குக்கு ஒரு சான்று வேண்டுமானால் தலைக் காவேரியின் இந்த மௌனச் சுனையைத்தான் காணவேண்டும். தட்சிணாமூர்த்தியைப்போல நமக்கு அது மௌனமாக வாழ்க்கைப் பாடத்தைக் கற்பிக்கிறது.

பெரிய பட்டர் ஹாசன் என்ற ஊரில் பொறியியல் கல்லூரியில் இறுதி ஆண்டு படித்து இறுதித் தேர்வும் எழுதி யிருந்தாராம். தேர்வு முடிவுக்காகக் காத்துக்கொண்டிருந்தாராம். அவருடைய தம்பி கீழே பாகமண்டலத்தில் ஒரு பள்ளி ஆசிரியர். ஆனால் குலத்தொழில் காவேரிக்குப் பூஜை செய்வது. அதை விடாமல் செய்து வருகிறார்கள். சுமார் ஏழெட்டு குடும்பங்கள் முறை வைத்துக்கொண்டு காவேரி பூஜை செய்கிறார்கள். நாங்கள் சென்றபோது இந்த சகோதரர்களின் முறை. இருவரும் சிரத்தையோடு பூஜை நடத்துகிறார்கள்.

பெரிய பட்டர் சொன்னார்: "நீங்கள் காவேரியைப் பற்றிப் படித்திருப்பீர்கள். நான் ஒன்றும் சொல்ல வேண்டிய தில்லையல்லவா?"

"சொல்லுங்கள். பெரியவர்களின் கதையை மீண்டும் கேட்டால் காது புளித்துவிடாது."

பட்டர் சிரித்தார். சொன்னார்.

"சஹ்யாத்திரி மலை என்று இந்தப் பிராந்தியத்தைக் கூறுகிற வழக்கம். மேற்குத் தொடர்ச்சி மலைக்கே இப்படி ஒரு பெயர் என்று நினைக்கிறேன். பிரும்மகிரி என்றும் இதைச் சொல்வதுண்டு. கவேரர் என்ற மகரிஷி இங்கு தவம் செய்தார். பிரம்மன் அவருக்கு லோபாமுத்திரை என்ற பெண்ணை அருளினார். எழில் மிக்க அந்தப் பெண்ணை அகத்தியருக்கு

மணம் செய்து கொடுத்தார் கவேர முனிவர். லோபாமுத்திரை விஷ்ணு மாயையின் அம்சம். அவளே தன்னை இரு உருவங்களாக ஆக்கிக்கொண்டாள் என்றும் கூறுவார்கள். ஒரு அம்சம் லோபாமுத்திரை என்ற பெண். இன்னொரு அம்சம் காவேரி என்ற புனித நீராக அகத்தியரின் கமண்டலத்தில் இருந்தது. ஒருநாள் ஒரு காகம் கமண்டலத்தின்மீது அமர்ந்து அதைக் கவிழ்த்துவிடவே நீர் கீழே பெருகி ஓடத் தொடங்கிற்று. திருமாலின் உருவமான நெல்லி மரத்தின் அடியிலிருந்து காவேரி முன்னேறிற்று. பிரும்மகிரியிலிருந்த ஒரு சிறு ஓடையாக ஓடும் காவேரியோடு, பாக மண்டலத்தில் கனகா என்னும் நதி கலக்கிறது. கங்கையோடு யமுனையும் மறைவான சரஸ்வதி என்ற நதியும் சேர்வதாகச் சொல்கிறார்கள்.

அதே மாதிரி இதற்கும் ஒரு கதை சொல்கிறார்கள். சுஜ்யோதி என்னும் நதி பாகமண்டலத்தில் இதோடு மறைவாகக் கலப்பதாக ஒரு ஐதீகம். ஸிங்கத்தூருக்கருகில், ஒரு சிறிய ஆறும் சொண்டேடி என்ற இடத்தில் சிரங்கலா நதியும் கூடுகிறது. இப்படிப் பல சிற்றாறுகள் கலக்கின்றன. முக்கியமான உபநதிகள் என்று சொல்ல வேண்டுமானால் பனஹள்ளியில் ஹேமாவதி, ஸ்ரீனிவாசபுரத்தில் லோகபவானி, சிவசமுத்திரத்திற்கருகில் ஷிம்ஸாநதி, பின்பு அர்க்காவதி, பாலையூருக்கருகில் தொப்பை ஆறு, காவேரிப்பட்டிக்கு அருகே சரபங்கா நதி, நஞ்சை இடையாருக்கு அருகில் திரு மணி முத்தாறு – இவை வடகரையில் கூடும் ஆறுகள். தென்கரையில் கூடுபவை புலிக்கோட்டில் ஹொளே நதி, சாகர்கட்டே – கிருஷ்ணராஜபுரத்திற்கு அருகில் லக்ஷ்மணதீர்த்தம் என்ற ஆறு, திருமுக்கூடல் நர்சிபுரத்தில் கபினி, ஹெரளேயில் குண்டலா நதி, பின்னர் பவானி, நொய்யல், அமராவதி ஆகியவற்றைக் கூறலாம்.

பட்டர் மேலும் சொன்னார்.

“நாம் மேநாட்டுப் படிப்பு படித்தவர்கள். நம்முடைய புராணங்களின் கூற்றில் நமக்கு அவ்வளவாக அக்கறை இராது. இருந்தாலும் சொல்லிவைக்கிறேன். ஸ்கந்த புராணத்திலும், ஆக்னேய புராணத்திலும், காசிகண்ட புராணத்திலும், பிரும்ம கைவர்த்த புராணத்திலும் காவேரி ஆற்றின் மகிமையையும் தெய்வீகத் தன்மையையும் பன்னிப்பன்னிப் புகழ்ந்திருக்கிறார்கள். அவற்றில் வரும் அமானுஷ்யக் கதைகளில் நமக்கு நம்பிக்கை வராமலிருக்கலாம். ஆனால் காவேரியின் வளத்தைக் கண்டு, அதை அனுபவித்து நல்வாழ்வு வாழ்ந்த மக்களின் நன்றிதான் இப்படிப் புகழுரையும் புராணமுமாக வடிவெடுத்திருக்கின்றது. இந்தக் காலத்துக் கவிகளாக இருந்தால் வேறுமாதிரியாகச்

சொல்லியிருப்போம். அவர்கள் புராணம் எழுதினார்கள். உணர்ச்சி என்னவோ ஒன்றுதான்."

பட்டர் கூறுவதைக் கேட்டுக்கொண்டே நின்றோம். மேகம் வெயிலோடு விளையாடிக் கொண்டிருந்தது. திடீரென்று சூரியனின் முகத்தை மறைக்கும். பிறகு விலகும். நான்கு பக்கங்களிலும் அலையலையாக மலைத்தொடர்கள் தெரிந்தன. அதைக் காணும்பொழுது பெங்களூரில் வாழும் கவியும் அறிஞருமான ஸ்ரீ D.V.குண்டப்பா அவர்களின் பாமாலை நினைவுக்கு வந்தது. குடகின் எழிலை வர்ணிக்கும் பாக்கள் அவை.

"மலையும் குகையும் வனங்களும் நிறைந்த இந்த அழகு, இறைவன் படைப்பு விசித்திரங்களை வரிசைப்படுத்திய சந்தையாக மனதை அள்ளுகிறது. இந்த அழகெல்லாம் தெய்வக் காவேரியின் பிறப்பிடத்திற்கன்றி வேறு எதற்குப் பொருந்தும்?"

"கடலைப் பார்த்துத் தானும் அதைப்போல இயங்க வேண்டுமென நினைத்து, பூமி தன்னை மலைத்தொடர் என்னும் இலையடுக்காக அலையடுக்காக மாற்றிக்கொண்டது. இது இயற்கையின் நடன அரங்கு. பார்க்கும் பேறு பெற்றோரின் கண்களுக்கு ஓர் உற்சவ அரங்கு. புனையாத கவிதை மாலை. கவலையில் உழலும் மனங்களுக்கு சாந்தியளிக்கும் அரங்கு" என்று பாடிய கன்னடக் கவிஞரின் பரவசம் எங்களையும் ஆட்கொண்டது.

ஆதிமாதவ முனி அகத்தியன் தரு
பூதநீர்க்கமண்டலம் பொழிந்த காவேரி
மாதர் மண்மடந்தை பொன் மார்பில் தாழ்ந்ததோர்
ஓதநீர் நித்தலைத் தாமம் ஒக்குமால்

என்று சேக்கிழார் தலைக்காவேரிக்கதையைக் குறிப்பாகக் காட்டி, பூமிக்கே காவேரி ஒரு மாலையாக விளங்கி அழகு கூட்டுவதை வர்ணித்திருப்பது நினைவுக்கு வந்தது.

தொலைகாணியை வைத்துச் சுற்றிலும் நோட்டம் விட்டோம். தொலைவில் உள்ள மூங்கில் காடுகள், தேக்குத் தோப்புகள், காப்பித் தோட்டங்கள், வாழையும் பலாவும் மண்டிய அடர்ந்த சோலைகள் யாவும் அருகில் வருவதுபோல் இருந்தது.

காவேரியும், லோபாமுத்திரையும் உடனிருக்கக் கோவில் கொண்டுள்ள அகத்தீச்வரரின் ஆலயத்தைப் பார்த்துச் சுற்றி விட்டு, மீண்டும் படியிறங்கி வந்து அந்த இடத்தையே வட்ட மிட்டுக் கொண்டிருந்தோம். அந்த இடத்தை விட்டு வர மனம் இல்லை. வெயில் நன்கு ஏறும்வரை காவேரி பிறக்கும் குண்டத்திற் கருகில் உள்ள பெரிய குண்டத்தின் கரையில் அமர்ந்திருந்தோம்.

சிறிய குண்டத்திலிருந்து வரும் காவேரி நீர் பக்கத்திலேயே சிறிய குளம் போன்ற பெரிய குண்டத்தில் நிறைகிறது. அதில் இறங்கி முழுகினோம். இரண்டு குண்டங்களின் அடியிலும், காதணி, மூக்கணி, கையணி என்று பொன் ஆபரணங்கள் மின்னிக்கொண்டு கிடந்தன. யாத்திரீகர்கள் அன்புடன் நழுவ விட்ட காணிக்கைகள் அவை. அவற்றைவிட சிறிய குண்டத்தின் நீரின்மீது பட்டர் போட்ட ரோஜாக்களும் பலவர்ண மலை மலர்களும் இன்னும் அழகாகத் தோன்றின.

பெரிய குண்டத்திலிருந்து புறப்படும் காவேரி மூன்றாவது தொட்டி ஒன்றில் விழுந்து புதர்களிடையே மறைந்து விடுகிறது. புதர்களுக்கும் பாறைகளுக்கும் இடையில் கண்ணுக்குத் தெரியாமல் பாய்வதால் அந்தர்வாஹினியாகச் சென்று, சிறிது தொலைவுக்கப்பால் கீழே மீண்டும் வெளிப்படுகிறது. அதற்கப்பால் மலைச்சரிவில் வளைந்து நெளிந்து பாய்ந்து நான்கு மைல்கள் தொலைவில் உள்ள பாகமண்டலத்தில்தான் நதியாக உருப்பெறுகிறது. எங்கள் குழுவிலிருந்த இருவர் கால்களின் விரல்களிலிருந்து ரத்தம் கசிந்து கொண்டிருந்தது. திடீரென்று ஏது ரத்தம்? முள் ஏறிவிட்டதா? காரணத்தை விசாரிக்கையில் பட்டர் வந்தார். “ஒன்றுமில்லை. அது அட்டைப் பூச்சி, அட்டை இங்கு அதிகம். நம்மையறியாமல் காலில் ஒட்டி, ரத்தத்தைக் குடித்துக்கொண்டிருக்கும். இது இங்கு சகஜம்” என்றார்.

காலம் தேங்கி நின்றது. குளிர்தோய்ந்த மெல்லிய வெய்யில். பட்சிகளின் நாதம். ஆழம் காணாத ஒரு சாந்த நிலை.

“என் தம்பி பாகமண்டலம் போகிறான். உங்கள் காரில் போகும்பொழுது அவனையும் சற்று ஏற்றிச் செல்ல முடியுமா?” எனறு கேட்டார் பட்டர்.

அப்பொழுதுதான் எங்களுக்கும் கீழே போகவேண்டும் என்ற நினைவு வந்தது. அந்த நினைவு வந்ததும் மறந்திருந்த பசி தலையைத் தூக்கிற்று. வயிறு குமைந்தது. மனமில்லாமல் காரில் ஏறிக்கொண்டோம். சின்னபட்டரும் ஏறிக்கொண்டார்.

தலைக்காவேரியை அணுகும்பொழுது அரைமைல் தூரத்தில் ஒரு பெரிய பாறை இருக்கிறது. பீமனுடைய கல் என்னும் இந்தப் பாறைக்கு ‘சலாங்கல்’ என்று பெயர். இந்தப் பாறைக்கு அருகில் வந்தவுடன்தான் முதல்முதலாக தலைக்காவேரி ஊற்று கண்ணுக்குத் தெரியும். உற்பத்தி ஸ்தானத்திற்குச் செல்லும் பொழுதும் அங்கிருந்து திரும்பும் பொழுதும் யாத்ரீகர்கள் இந்தப் பாறைக்கு அருகில் நின்று காவேரி அன்னைக்கு அஞ்சலி செலுத்துவார்கள். இதைப்பற்றி இன்னுமொரு கதையுண்டு. குடகு நாட்டின்மீது படையெடுத்த திப்பு சுல்தான் இந்த

இடத்திற்கு வந்தவுடன், காவேரியின் சக்தியால் கட்டுண்டு மேலே செல்ல முடியவில்லை. இதை உணர்ந்த திப்பு அந்தப் பாறைக்கு அருகிலிருந்தவாறே காவேரிக்கு சலாம் செய்துவிட்டுப் பின் வாங்கிவிட்டார்.

ஐப்பசி மாதத்தில் தலைக்காவேரியில் தொடங்கும் துலா சங்கம் விழா ஒரு மாத காலம் நடைபெறுகிறது. துலா சங்கம தினத்தன்று காவேரியில் எந்த இடத்தில் நீராடினாலும் மிகவும் புண்ணிய மென்றாலும் தலைக்காவேரியில் ஸ்நானம் செய்வது கங்கையில் நீராடுவதற்கொப்ப ஒரு சிறப்பாகக் கருதப்படுகிறது. குடகு மக்கள் அதிருஷ்டசாலிகள். காவேரியின் உற்பத்தி ஸ்தானத்திற்கு அருகே வாழ்க்கை நடத்த பேறுபெற்ற அந்த மக்கள் அனுபவித்ததின் மிச்சம்தான் தமிழ்நாட்டின் காவேரிக் கரையில் வாழ்பவர்களுக்கும், துலாஸ்நானத்திற்காகக் காவேரி யாத்திரை மேற்கொள்பவர்களுக்கும் கிடைக்கிறது.

காவேரித் திருவிழா நெருங்கும் சமயத்தில் அந்தப் பகுதியில் எங்கு பார்த்தாலும் பசுமையும் பொன்னிறமும் கண்ணைக் கவரும். நெல் வயல்களில் முற்றிய கதிர் குலுங்கும் பாகமண்டலத் திலிருந்து தலைக்காவேரி செல்லும் மலைப்பாதையில் நூற்றுக் கணக்கான மக்கள் ஆண்கள், பெண்கள், குழந்தைகள் சாரிசாரி யாக ஏறிச் செல்வது ஒரு கண்கொள்ளாக் காட்சி. தலைக் காவேரி சேர்ந்த பிறகு யாத்ரீகர்கள் அருகிலுள்ள முந்நூறு அடி உயரமுள்ள பிரம்மகிரியின் சிகரத்திற்கு ஏறிச் செல்வார்கள். பல மகரிஷிகள் தவமிருந்த பிரம்மகிரியில் உச்சியிலிருந்து பார்த்தால் எந்தத் திசையிலும் பசுமை நிறைந்த மலைத் தொடர்கள் தாழ்ந்தும் நிமிர்ந்தும் மாபெரும் அலைகள்போல் தோன்றும். தெற்கிலும் தென்கிழக்கிலும் முடிவற்ற மலையலைகள். மைசூருக்கருகேயுள்ள சாமுண்டிமலை, மலையாளப் பகுதியில் உள்ளவை, நாடுமலை மற்றும் தொலைவிலுள்ள நீலகிரித் தொடர்கூட கண்ணுக்குத் தென்படும். மேற்கே திரும்பிப் பார்த்தால் பல செங்குத்தான சிகரங்களுக்கப்பால் தொலைவில் அரபிக்கடலின் கரையோரம்கூடத் தெரியும்.

வண்டி வேகமாக ஐந்து மைலும் வந்து பாகமண்டலம் கடைத் தெருவில் நுழைந்தது. பாகமண்டலம் ஒரே நிழல்காடு, நெடிய மரங்கள், சோலைகள்; அதைப் பார்க்கும்போது இன்னொரு இடம் ஞாபகம் வந்தது. அதுதான் சாயாவனம் என்ற சாய்க்காடு. பூம்புகாரின் மேற்குப் பகுதியாக இருந்த இடம் இது. இன்று காணும் சாயாவனம் கிராமம், காவிரிப் பூம்பட்டினம் – இரண்டிலுமே மரங்கள் அடர்ந்த ஒரே சோலையும் நிழலுமாக மண்டிக் கிடப்பதைக் காணலாம். காவேரி உற்பத்தியாகி இரண்டு மைலுக்கப்பாலும், கடலில்

கலப்பதற்கு இரண்டு மைலுக்கு இப்பாலும் ஒரே நிழல் காடாக இருப்பது ஒரு இனிய வியப்பு.

பாகமண்டலத்தில் இறங்கி ஒரு மலையாளியின் ஹோட்டலில் இட்லி, காபி சாப்பிட்டு, பயணத்திற்கும் பெரிய பொட்டலமாகக் கட்டி வாங்கிக்கொண்டோம். குடகில் மலையாளிகள் ஏராளமாக வாழ்கிறார்கள். காபித் தோட்டங்களில் அவர்கள்தாம் பெரும்பாலான வேலை ஆட்கள். நெல்லும் சுகமாகக் கூலியாக அவர்களுக்குக் கிடைக்கிறது.

பாகமண்டலத்தில்தான் காவேரியின் முதல் உபநதி கனகா வந்து கலந்துகொள்கிறது. கனகாவைத் தவிர சுஜ்யோதி என்ற கண்ணுக்குத் தெரியாத நிலத்தடி நதியொன்றும் அங்கே காவேரியுடன் கலக்கிறது என்பது ஐதீகம். ஆகவே பாகமண்டலம் மிகவும் புண்ணிய க்ஷேத்திரமாக விளங்குகிறது. ஐப்பசி மாதத்தில் தலைக்காவேரித் திருவிழா கொண்டாடப்படும்பொழுது பாகமண்டலத்தில் ஆயிரக்கணக்கான யாத்ரீகர்கள் வந்து கூடுவார்கள். இங்கு ஈஸ்வரன், சுப்ரமணியம், கணபதி, விஷ்ணு ஆகிய தெய்வங்களுக்காக நான்கு முக்கியக் கோவில்கள் இருக்கின்றன. ஈஸ்வரன் கோவிலில் ஒரு தமிழ்க் கல்வெட்டும் இருக்கிறது. 18ஆம் நூற்றாண்டிலிருந்து திப்பு சுல்தான் இந்தக் கோவிலை ஒரு கோட்டையாக மாற்றியமைத்தார். பின்னர் குடகுமன்னன் வீரராஜேந்திரன் நேரில் முற்றுகையிட்டு கோவிலைக் கைப்பற்றினார். தாமே இயக்கிய பீரங்கி குண்டு வீழ்ச்சியின் பயனாக அந்தக் கோவிலில் இருந்து தகர்க்கப்பட்ட மூன்று பித்தளை ஓடுகளுக்குப் பதிலாக வீரராஜேந்திரன் வெள்ளி ஓடுகளை அமைத்து அக்கோவிலைப் புதுப்பித்தார்.

குடகு மக்களுக்கு மிகவும் முக்கியமான காவேரித் திருவிழாவின்போது விளைபயிர்களையும் காப்பாற்றுவதற்கான ஒரு சடங்கும் நடைபெறும். யாத்ரீகர்கள் பாகண்டேசுவர கோவிலில் உள்ள அக்ஷயபாத்திரம் என்னும் களஞ்சியத்திலிருந்து ஒருபிடி அரிசியை எடுத்துக்கொண்டுபோய் தங்களுடைய இல்லங்களிலுள்ள களஞ்சியங்களில் சேர்த்துவிடுவார்கள். இதன் பயனாக மகசூல் அதிகரிக்கும்.

பாகமண்டலம் குடகுத் தேனுக்குப் பெயர்போனது. மிகவும் மலிவுகூட. வாங்கிக்கொள்ள வேண்டும் என்று நினைத்த நாங்கள், பேச்சுவாக்கில் மறந்தே விட்டோம்.

கனகா காவேரியுடன் கூடும் இடத்திற்கு அருகில் பாகண்டேசுவரர் ஆலயம் இருக்கின்றது. அகத்தியர் இங்கு முருகனை நினைத்து தவம் இயற்றி அருள்பெற்ற இடம் என்றும் அது ஸ்கந்தவனம் என்றும் சொன்னார் பட்டர். ஒரு சின்னஞ்சிறு

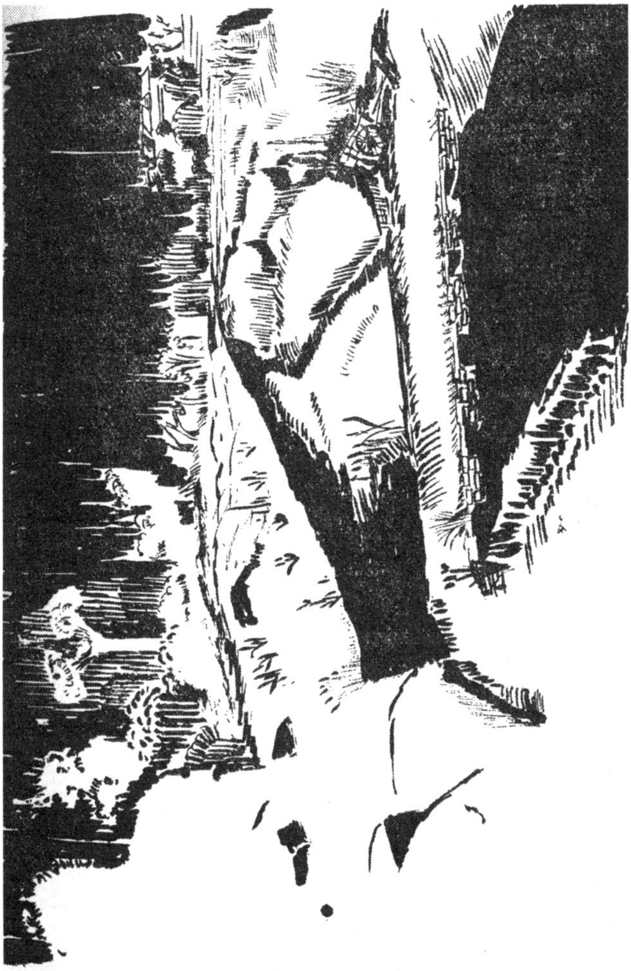

நாபோக்லுக்கு அருகில் . . .

நகரம் இது. ஆனால் நவநாகரிகச் சின்னமான சினிமாக் கொட்டகை இல்லை. சின்னபட்டர் சொன்னது வேடிக்கை யாக இருந்தது. இந்த ஊர் ஜனங்கள் சினிமா பார்ப்பதில்லை. பார்க்க வழியில்லை. சினிமா பார்க்க 25 மைலுக்கு மேல் பஸ்ஸில் சென்று மெர்க்காராவிற்குப் போனால்தான் உண்டு. பட்டிக்காடு குப்பைக் காடெல்லாம் படையெடுத்த திரைப் படம் பாகமண்டலத்திற்கு வராத விந்தை வேடிக்கையாக இருந்தது; சிறிது சந்தோஷமாகவும் இருந்தது. இப்படியே இருந்தால் நல்லது என்று தோன்றிற்று.

"சரி, பொழுதுபோக்கிற்கு என்னதான் செய்வீர்கள்?" "யட்ச கானம் பாடும் கூட்டத்தார் அடிக்கடி வருவதுண்டு" என்றார் அவர். பாணர், பரணர் போன்ற நாடோடிப் பாடகர்கள் இவர்கள். அதைக்கேட்டு சங்கத்தமிழகத்தின் நினைவு வராமல் இருக்குமா?

பாகமண்டலத்தைச் சுற்றிப் பார்க்கும்போது சின்னபட்டர் சொன்னார். "இதற்கு பிரேதாரண்யம் என்றும் ஒரு பெயர் உண்டு. முன்னோர்களுக்கு இங்கு திதி கொடுப்பார்கள் யாத்திரீகர்கள்."

அவரிடம் விடைபெற்றோம். "அடுத்து எங்கு போகலாம்?"

"பாலூரு போகலாம். அது 14 மைல். அதற்கும் அப்பால் விருபாட்சபுரம். இரண்டு நல்ல க்ஷேத்திரங்கள்" என்றார் அவர்.

"அசல் குடகியர்களைப் பார்க்கவேண்டும். எங்கு பார்க்கலாம்?"

"அதற்கு மெர்க்காரா போகவேண்டும். இல்லாவிட்டால் வீரராஜப்பேட்டை போக வேண்டும். இரண்டிலும்தான் அசல் குடகியரை அதிகமாகக் காணமுடியும். வீரராஜப்பேட்டை முன் காலத்தில் குடகியரின் தலைநகரமாக இருந்திருக்கிறது" என்றார் அவர்.

காவேரிக்கரையோடு போகவேண்டும் என்றால் பல பாகங் களில் நடந்தோ, சைக்கிளிலோ, கட்டை வண்டியிலோதான் செல்ல முடியும். பல பகுதிகளில் முக்கியமாகக் குடகுப் பிராந்தியத்தில் காவேரியை அணைத்துக்கொண்டு செல்லும் கார்சாலை கிடையாது. காவேரியை ஒட்டி பல இடங்களில் காடாந்தரமாக இருக்கிறது. அவற்றை ஊடுருவி, கரையோடு முடியிலிருந்து பாதம் வரை செல்ல எத்தனையோ மாதங்கள் பிடிக்கும்.

மெர்க்காராவிற்குப் போகாமல், வீரராஜப்பேட்டைக்குப் போவதென்று முடிவுசெய்து அந்த வழியில் காரைவிடச் சொன்

னோம். காப்பித் தோட்டங்களையும், மூங்கில் காடுகளையும் பலாக்காடுகளையும் உராய்ந்துகொண்டே மலைப்பாதைகளில் ஏறியும், இறங்கியும், வளைந்தும் சென்றது வண்டி. குடகு நாட்டின் அழகை இந்தப் பாதைகளில் போகும்போது நூற்றுக்கு நூறு காணமுடிகிறது. குளிர்ந்த காற்று, நிசப்தம், பட்சி ஓசைகள், காற்றில் கலக்கும் அலைத்தாவரங்கள், மணக்கலவைகள், ஒவ்வொரு திருப்பத்திலும் மாறி மாறி வரும் புதியபுதிய மலை, பள்ளத்தாக்குக்காட்சிகள், ஆங்காங்கு தென்படும் குடகியரின் தனிப்பட்ட உடுத்தும் முறை – இவைதான் குடகு.

சாலையில் ஓர் இடத்தில் திரும்பியதும் திடீரென்று காவேரி சோலையோரமாகக் காட்சி கொடுத்தாள். ஜரிகை முண்டாசும், கோட்டும், கால்சட்டையுமாக ஒரு குடகியர் நின்று கொண்டிருந்தார். காரை நிறுத்தி அவரை விசாரித்தோம். "இதுதான் நாபோக்லு என்ற ஊர். அதோ தெரிகிறதே அதுதான். இங்கு சுப்ரமண்யருக்குக் கோயில் உண்டு" என்றார் அவர் ஆங்கிலத்தில். சிறிது நேரம் அவரோடு உரையாடி விட்டு, எங்களுக்குள் தமிழில் பேசத்தொடங்கினோம். உடனே அவர் "எனக்குத் தமிழ் நல்லா வரும்" என்று ஆரம்பித்து விட்டார். அவர் பெயர் காவேரியப்பா. காவேரியும் காவேரி யப்பாக்களும் குடகுப்பெயர்களில் அதிகம். காவேரியை அவர்கள் தெய்வமாகத்தான் கொண்டாடுகிறார்கள்.

"அசல் குடகியர் குடும்பத்தைப் பார்க்கவேண்டும். ஒரு போட்டோ பிடித்துக்கொண்டால்கூட நல்லது. நீங்கள்..." என்று இழுத்தோம்.

"நான் இப்போது ஒரு கலியாணத்திற்கு அயலூர் போகிறேன். நீங்கள் வீரராஜப்பேட்டைக்குப் போங்கள். இன்று முகூர்த்த நாள். குறைந்தது பத்து கலியாணமாவது அங்கு நடக்கும். வேண்டியது பேசலாம். படமெடுக்கலாம்" என்றார் அவர்.

நாபோக்லுவைத் தாண்டிக் குஷால் நகருக்குச் செல்லும் வழியில் பெத்திரி என்ற கிராமத்திற்கருகே காவேரி மீண்டும் குறுக்கிட்டாள். கைப்பிடிச் சுவர்களுக்குப் பதிலாக சங்கிலிகள் அமைக்கப்பட்ட ஒரு பாலத்தின் மூலம் காவேரியைக் கடந்தோம். காவேரி ஒரு பெரிய நதி என்பதற்கான சின்னங் கள் இந்தப் பகுதியில் காணப்பட்டன. ஓங்கி வளர்ந்த மரங்கள், அடர்த்தியான புதர்கள், இருபுறத்திலும் நெருங்கி வளர்ந்தி ருந்தன. குடகு நாட்டிலும், மைசூர் பிரதேசத்திலும், காவேரிக் கரையில் தமிழ்நாட்டில் காண்பதைப் போன்ற அவ்வளவு நடவடிக்கை கிடையாது. சித்தாபூரில் சலவைத் தொழி லாளர்கள்தான் காவேரி நீரைப் பயன்படுத்தினார்கள். பெத்திரியில் பாலத்திற்கருகே வீடுகள்கூட அதிகம் இல்லை.

மக்கள் எண்ணிக்கை மிகவும் குறைந்த குடகு மலை நாட்டில் மக்களுக்குக் காவேரியைத் தேடிவந்து கூட்டம் போடுவதற்கான நிர்ப்பந்தங்களும் தேவைகளும் ஏற்படவில்லை. காவேரியின் வளம் முழுவதும் அவர்களைச் சுற்றி ஒரு வனப்புக் கொடுத்தது இதற்குக் காரணமாக இருக்கவேண்டும்.

பெத்திரியைக் கடந்ததும் வீரராஜப்பேட்டைக்குள் புகுந்தோம். புகும்பொழுதே திருமணங்கள் எங்களை வரவேற்றன. சாலையில் பல ஆண்கள் நீண்ட கருப்பு அல்லது நீலக்கோட்டு, அதன்மீது ஒரு அகல ஜரிகைப்பட்டியான பெல்ட்டு, அந்த பெல்ட்டில் பளபளவென்ற பிச்சுவா கத்தி, தலையில் ஜரிகைத் தலைப் பாகை, முழுக்கால்சட்டை – இந்த கம்பீர சம்பிரமத்துடன் நின்றுகொண்டு உரையாடிக்கொண்டிருந்தனர். முன்பக்கம் காணும் முந்தானைச் சேலையும், முழுக்கை ரவிக்கையுமாகப் புத்தாடை உடுத்திய குடகுப் பெண்களையும் கண்டோம். காரை நிறுத்தினோம். கலியாணக் கூட்டம் என்று தெரிந்தது. புகைப்படம் எடுக்க அனுமதி கேட்டோம். ஒத்துக்கொண்டார்கள்.

குடகியர் நல்ல அழகர்கள். போர்வீர மரபினர். சரா சரியாக நல்ல உயரம், எடுப்பான முக அமைப்பு, உடற்கட்டு, நேர்மை, எளிமை – இத்தனையும் நிறைந்தவர்கள். பெண்கள் இனிமையும் நளின உடலமைப்பும் கூடியவர்கள். பாதிப் பேருக்குமேல் தமிழ் நன்றாகப் புரிந்தது. பேசத்தான் முடிய வில்லை. ஆனாலும், குடகு மொழி, கன்னடம், தெலுங்கை விட மலையாளம்போல, தமிழை இன்னும் அதிகமாக ஒத்திருப்பதால் அவர்கள் சொல்வதை எங்களால் கூட்டல் கழித்தல் போட்டு கூடியமட்டும் புரிந்துகொள்ள முடிந்தது.

கலியாணம் நடக்கும் வீட்டிற்கு அழைத்துச் சென்றார்கள். காம்பவுண்டு சுவரைக் கடந்ததும் தழைவாகப் பந்தல் போட்டு இருந்தது. நம்மூர்போல் கீற்றுப்பந்தல் இல்லை. மூங்கில் கம்பு களை நட்டு அதன்மீது குறுக்குக் கம்புகளை நட்டு அதன்மீது சுள்ளிகளையும் பரத்தி அவற்றின்மீது பச்சை இலைகளையும் மலர்களையும் அடர்த்திப் பரத்தியிருந்தார்கள். அந்த இடுக்கு களின் வழியாக வெள்ளிக் காசுகாசாக, அழகிய உடையணிந்த ஆண் பெண்கள் மீது வெயில் வட்டங்கள் விளையாடிக்கொண் டிருந்தன. அன்புடன் வரவேற்றார்கள். மணமகனுக்கு அறிமுகப் படுத்தினார்கள். மணமாவதற்கு முன் மணமகளை அவன் பார்க்கக்கூடாதாம். எனவே தான்மட்டும் வந்து நின்றான். மணமகளைப் படம் எடுப்பதற்கு அவன் இசையவில்லை.

திருமணம் நடக்கும் வீட்டிற்கு நாங்கள் போய்க்கொண் டிருக்கும்போது எங்களுக்குள்ளே பேசிக்கொண்டிருந்தோம். “பார்க்க விடுவார்களோ இல்லையோ” என்ற எங்கள் கேள்விக்கு

“நல்லா பார்க்கலாமுங்க” என்று ஒரு குரல் பதில் கொடுத்தது. வியப்புடன் சுற்றுமுற்றும் தேடியபோது தெருவில் போய்க்கொண் டிருந்த ஒரு பெண்தான் பேசினாள்; தமிழ் நாட்டைச் சேர்ந்தவள் என்று தெரிந்தது. பல தலைமுறைகளாகக் குடகில் விவசாயத் தொழில் நடத்திவரும் ஒரு தமிழ்க் குடும்பத்தைச் சார்ந்தவள். அவளுடன், அவளுடைய பாட்டி, கணவன் இருவரும் வயலி லிருந்து வேலை முடிந்து திரும்பிக்கொண்டிருந்தார்கள். 20 ஆண்டுகளுக்கு முன்பே ஒன்றரை லட்சம் மக்கள் எண்ணிக்கை கொண்டிருந்த குடகில் சுமார் மூவாயிரம் பேர் தமிழ் பேசுபவர்கள் என்ற உண்மை அப்பொழுதுதான் எங்களுக்குப் பட்டது. கொடகி என்ற குடகுமொழி தவிர, கன்னடம், மலையாளம், துளு முதலிய மொழிகளும் பேசப்படுகின்றன.

மணமகனைப் படம் எடுக்கக் காமிராவைப் பொருத் துகையில், பளபளவென்ற அரிவாளுடன் ஒருவர் விரைந்து வந்து “நில்லுங்கள்” என்றார். ஒரு கணம் கிலியாகிவிட்டது.

சிரித்தார் அவர். “ஒன்றுமில்லை; அதற்குள் எடுத்து விடாதீர்கள். இந்த அரிவாளை மணமகனிடம் கொடுக்கிறேன். பிறகு எடுக்கலாம். மணமகனுக்கு முக்கியமான அலங்காரங் களில் இது ஒன்று. குடகு மக்கள் போர் வீரர்கள். போர் இல்லாத காலங்களில் நல்ல உழைப்பாளிகள். அதற்குத்தான் அரிவாள்” என்றார்.

மணமகளை சம்பிரதாயப்படி மூன்று மணமான பெண்கள் நீராட்டுவர். பின்னர், ‘மாப்பிள்ளைத் தோழன்’ மணமகனுக்கு ஆடை அணிவிப்பான். வலது ஓரம் இடது ஓரத்தின்மீது படியும் வகையிலான ஒரு வெள்ளைத் துணி அங்கி, இடுப்பைச் சுற்றி சிவப்புப்பட்டுக் கச்சை, அதில் சொருகப்பட்ட ஒரு கத்தி முதலிய அணிகளுடன் மணமகன் தோற்றமளிக்கிறான். மற்றொரு வாள் இடுப்பைச் சுற்றி சங்கிலியில் இணைக்கப் பட்டு மணமகனின் முதுகுப் புறத்தில் தொங்கவிடப்படுகிறது. சில ஆபரணங்களையும் மணமகன் அணிந்துகொள்கிறான். மணமகனின் தலைப்பாகை உச்சியில் தட்டையாக இருக்கும்; தோல் தீண்டுவது ஆகாது என்பதால் காலணி அணியப்படுவ தில்லை. கையில் “கஜ்ஜை தண்டு” என்ற சிறுமணிகள் கட்டிய ஒரு பிரம்பு. மணமகள் ஒரே சிவப்பாகக் காட்சியளிக்கிறாள். சிவப்புப்புடவை, சிவப்பு ரவிக்கை, சிவப்புச் சவுக்கம்; எல்லாம் பட்டு. கையில் வளையல்கள், கழுத்தணிகள், காதணிகள், காப்பு, கொலுசு, மிஞ்சா முதலிய பல ஆபரணங்களுடன் காட்சியளிக்கிறாள்.

மணமகனையும் மற்றவர்களையும் படம் எடுத்த பிறகு எங்களைச் சாப்பிட மல்லுக் கட்டினார்கள் அத்தனை பேரும்.

ஆனால் எல்லாம் புலால் உணவு. நாங்கள் காய்கறி சைவ ஆடுகள் என்ன செய்வது? வேண்டா வெறுப்பாக மறுத்தோம். சேர்ந்து உண்ணுவதனால் நட்புப் பெருகுகிறது. இந்தப் பழக்கங்கள் ஓரளவிற்கு இந்த உறவாடலுக்கு இடையூறாகத் தான் இருக்கிறது.

சிறிது பேசிக்கொண்டிருந்தோம். விருந்தினர்கள் பலர் மதுவில் திளைத்திருந்தார்கள். சிலருக்குத்தான் நல்ல உணர் வோடு பேச முடிந்தது. அதிகமாய்ப் பேசவும் அவர்களுக்கு நேரம் இல்லை. கலியாணக் கோலாகலம். விடை பெற்றோம்.

ஆண்களில் பெரும்பாலோர் கழுத்துமட்டும் விசேஷ நாட்களில் வெள்ளை முழு அங்கி அணிவதுதான் வழக்கம். ஆனால், இப்பொழுதெல்லாம் கருப்புக் கம்பளியாலான அரைக் கை அங்கி பொதுவாக அணியப்படுகிறது. வசதி படைத்த நிலைக்கும் இது ஓர் அடையாளமாகி விட்டது. குடகு மக்களிடையே ஒருவருக்கொருவர் வணக்கம் செலுத்தும் காட்சி மிக அருமையானது. சம வயதுடையவர்கள் இரு கைகளாலும் மார்பைத் தொட்டவண்ணம் தலை வணங்கு கிறார்கள். வயதில் சிறியவர்கள் பெரியவர்களின் பாதங்களை மூன்று முறை தொட்டும் நெற்றியில் ஒற்றியும் வணங்குகிறார்கள். திருமணம் நடக்கும் வீட்டுக்கு வெளியில் தெருவில்கூட புழுதி படிந்த பூட்ஸ்களுடன் நிற்கும் பெரியவர்களின் பாதங்களை, புதிய ஆடைகள் அணிந்த இளம் பெண்கள் தொட்டு வணங்கி யதைப் பார்க்க எங்களுக்கு வியப்பாகவே இருந்தது.

குடகுப் பெண்கள் புடவை உடுத்தும் மாதிரி தென்னிந்திய பாணிக்கு மாறுபட்டதாக இருப்பதற்கு ஆதாரமாக ஒரு கதையுண்டு. காவேரி திருவிழாவின்போது குடகு மன்னன் தேவகாந்தன் கனவில் பார்வதி தேவி தோன்றி அந்த மன்னனும் மக்களும் பால்முரி என்ற ஓரிடத்தில் கூடி தன்னை தரிசிக்க வேண்டும் என்று தெரிவித்தாள். குறிப்பிட்ட இடத்தில் மக்கள் கூடியிருந்தபோது பார்வதி ஒரு நதி ரூபமாகத் தோன்றினாள். அந்த நதியின் பிரவாகம் மிகவும் வேகமாக வந்ததால் பெண் களின் உடையில் முன்பக்கமிருந்த முடிச்சு பின்புறமாக நகர்ந்து விட்டது. இதையொட்டித்தான் குடகு மாதரின் உடை மாறு பட்ட முறையில் அமைந்தது.

தங்களுடைய பண்பாட்டைக் காப்பாற்றுவதிலும் தொடர்ந்து கையாளுவதிலும் குடகு மக்கள் சிறிதும் வெட்கப் படவில்லை என்பது பெருமைப் படக்கூடிய அம்சம். கடுமை யான உழைப்புக்கு வசதி கொடுக்கும் குடகு நாட்டு இயற்கைச் சூழ்நிலை அந்த மக்கள் நமது நாட்டின் பல முக்கியமான துறைகளிலே பணியாற்ற உதவி செய்திருக்கிறது. நமது

ராணுவத்தில் உயர் பதவி வகித்து வருபவர்களில் பலர் குடகு மக்கள். பாங்கு முதலிய பொருளாதாரத் துறைகளிலும் சில குடகுப் பிரமுகர்களின் பெயர்கள் நமக்குப் பழக்கமானவை. தென்னகத்து வாழ்க்கையை வளப்படுத்தி செல்லுமிடமெல்லாம் செழுமை தோற்றுவிக்கும் காவேரி அன்னையின் அருள் முழுவதையும் முதலிலேயே பெற்றவர்கள் அல்லவா குடகு மக்கள் !

பெரும்பாலும் மலைப்பிரதேசமான குடகு நாட்டின் நடுவில் காவேரி பாய்கிறது. மலைத் தொடர்களில் அடர்த்தி யான காடுகள் நிறைந்திருக்கின்றன. கிழக்குப் பகுதியில் அதிக மலைகள் இல்லாத மட்டமான பகுதிகளில் மூங்கிலும் சந்தனமும் செழித்து வளர்கின்றன. மலைச்சாரல்களில் காப்பி, ஆரஞ்சு முதலிய தோட்டங்கள் காணப்படுகின்றன. காடுகளில் யானை, புலி, சிறுத்தை, காட்டுப் பன்றி, கரடி, மான், நரி முதலிய விலங்குகள் உண்டு.

மலைகளுக்கு நடுவே அடர்த்தியான காடுகளாலும் பெரு மழை வீழ்ச்சியாலும் மற்றப் பகுதிகளுடன் எளிதில் தொடர்பு கொள்ள முடியாமல் இருந்ததால் குடகு நாட்டு மக்களின் வாழ்க்கை ஒரு தனித்தன்மை பெற்றிருந்தது. இன்றும் பல்வேறு மலைச்சாலைகள் அமைக்கப்பட்டிருந்த போதிலும், ரயில் பாதை இல்லாததாலும் வெளியுலகத் தொடர்பு அதிகரிக்க வில்லை. சுமார் 1500 சதுர மைல் பரப்புள்ள குடகுநாடு சிறிய அமைப்பே என்றாலும் அதற்குள்ளேயே சில கலாசார வேறுபாடுகள் காணப்படுகின்றன. தலைநகரான மெர்க்காராவிற்கு வடக்கிலும், கிழக்கிலும் உள்ள பகுதிகளில் மைசூர் ராஜ்யப் பண்பாடு நிலவுகிறது. மேற்குப் பகுதிகளில் தென் கன்னடப் பண்பாட்டு அம்சங்களும், தெற்கில் மலையாள கலாசாரமும் புலப்படுகிறது.

குடகு பற்றிய தெளிவான வரலாறு கி.பி. 17 ஆம் நூற்றாண்டுக்குப் பிறகுதான் விவரமாகக் கிடைத்திருக்கிறது. ஒன்பதாவது, பத்தாவது நூற்றாண்டுகளில் குடகில் ஆட்சி புரிந்த செங்கல்வ வம்சத்தினர் மைசூரை ஆண்ட தலைக்காடு கங்கர்களின் ஆதிக்கத்திற்கு உட்பட்டிருந்தார்கள். 11ஆம் நூற்றாண்டில் கங்கர்களைத் தோற்கடித்த சோழ மன்னர்களை, பின்னர் தோன்றிய ஹோய்சாலர்கள் 12ஆம் நூற்றாண்டில் முறியடித்தபோது, குடகுச் செங்கல்வர்கள் ஹோய்சாலர் ஆதிக்கத்தை எதிர்த்து சுதந்திர உரிமை கொண்டாடினார்கள். பல போர்களில் தோல்வியுற்ற செங்கல்வர்கள் ஹோய்சாலர் ஆதிக்கத்தை ஒப்புக்கொள்ள நேரிட்டது. 14ஆம் நூற்றாண்டில் ஹோய்சாலர் ஆதிக்கம் மறைந்து விஜயநகர ஆட்சி ஓங்கிய

குடகு நாட்டுப் பெண்

போது செங்கல்வர்கள் தொடர்ந்து அதற்கு உட்பட்டிருந்தார்கள். பின்னர் குடகுப் பகுதி விஜயநகர ராஜ்யத்தின் பிரதிநிதி களான நாயக்கர்கள் ஆளுகைக்குட்பட்டது. ஆயினும் அவர் களுக்குள் ஏற்பட்ட சச்சரவுகளின் விளைவாக ஒரு லிங்காயத்துத் தலைவன் தன்னுடைய ஆதிக்கத்தை நிலைநாட்ட வசதி கிடைத்தது. இந்த வம்சத்தில் தோன்றிய முத்துராஜா 17ஆவது நூற்றாண்டில் மெர்க்காராவைத் தலைநகராகக் கொண்டார். முத்துராஜாவின் மகன் இரண்டாவது வீரராஜனின் காலத்தில் குடகு நாட்டின் சீரமைப்பு நிலைபெற்றது.

மைசூருக்கும், குடகுக்கும் இடையே நிலவிய பகைமை 18ஆம் நூற்றாண்டில் ஹைதர் ஆலி ஆட்சியின்போது அதிகரித்து, திப்புசுல்தான் ஆட்சியில் உச்சநிலையை அடைந்தது. குடகு மக்கள் தங்களுடைய உரிமைகளைக் காப்பாற்றத் தீவிரமாகப் போராடினர். திப்புவின் இறுதித் தோல்விவரை குடகு மன்னன் திப்புவுக்கு எதிராக ஆங்கிலேயருக்குத் துணைபுரிந்தார். அவருடைய பரம்பரையில் தோன்றிய 5ஆவது வீரராஜா திறமையற்ற கொடுங்கோலனாக விளங்கியதால் பிரிட்டிஷ் காரர்கள் அவரைப் பட்டத்திலிருந்து நீக்கி குடகு நாட்டை ஆக்கிரமித்துக் கொண்டார்கள்.

குடகு நாட்டின் சரித்திரத்தைப்பற்றிப் பேசிக்கொண்டே சென்றதால் கார் செல்லும் வேகத்தை நாங்கள் கவனிக்க வில்லை. திடீரென்று ஓட்டுநர் காரை நிறுத்தினார். பின் சக்கரத்தில் இரண்டு விரல் மொத்தத்திற்கு ஒரு மூங்கில் முள் ஏறி டயர் பஞ்சராகிக் கிடந்தது. இரண்டு பக்கங்களும் அடர்ந்த மூங்கில் காடுகள். சாலையில்கூட வயதான மூங்கில்கள் ஆங்காங்கு விழுந்து கிடந்தன. ஓட்டுநர் கவனமாகத்தான் இருந்தார். குடகு நாட்டுக்குத்தான் எங்கள்மீது ஆசை.

வேறு டயர் மாட்டும் நேரத்திற்குள் வேடிக்கை பார்க்கலாம் என்று நடந்தோம். நெல் வயல்களும் வாழைக் கொல்லைகளு மாகக் காட்சி அளித்தன. வீடுகளெல்லாம் தோட்ட வீடுகள். மலையாளத்து கிராம வீடுகளின் அமைப்பைப்போலவே இருக்கிறது. தமிழ்நாட்டில்போல வீடுகளைச் சேர்த்துக் கட்டுவதில்லை. ஒவ்வொரு வீடும் ஒரு பெரிய தோட்டத்திற்கு நடுவில் இருக்கும். பளீரென்ற வெள்ளைச் சேலையும் (குடகு முறையில்) வெள்ளை முழுக்கைச் சட்டையும் அணிந்த ஒரு குடகுப் பெண் எங்களைக் கண்டு வரவேற்றாள். மொழிச் சங்கடம். அந்த அம்மாளோடு ஏதும் பேச முடியவில்லை. நல்ல வேளையாக அவருக்கு உறவின இளைஞன் ஒருவன் தற்செயலாக வந்தான். அவனோடு ஆங்கிலத்தில் பேச முடிந்தது.

எங்கள் யாத்திரையைப்பற்றிச் சொன்னதும், காவேரிக் கரையில் சில புனிதத் தலங்களைப்பற்றி அவன் கூறினான். பாலூர் அப்பா (பரமசிவன்) கோவில் கொண்டுள்ள பாலூரில் சித்திரையும் துலாவும் விசேஷ மாதங்களாம். கருகண்டகி ஹோலி என்ற சிறிய உபநதி ஒன்று காவேரியோடு அங்கு கூடுகிறது. ரங்க சமுத்ர பலகோடுவில் காவேரி வடக்கு நோக்கிச் செல்லும் ஆற்றில் குளிப்பது விசேஷம் என்று நாட்டு நம்பிக்கை. கங்கை அப்படிச் செய்வதால்தான் காசிக்கு அத்தனை பெருமை.

கார் சக்கரத்தைப் பழுது பார்த்துவிட்ட ஓட்டுநர் "புறப்படலாம்" என்றார். பையனிடம் விடைபெற்றோம்.

இதுவரை மலைச்சாரல்களிலும் கணவாய்களிலும் புகுந்து மறைந்து ஒளிந்து விளையாடிவந்த காவேரி மங்கைப் பருவம் தவிர்த்து மடந்தைப் பருவமடைவதை உணர்ந்து ஒரு நிதானத் துடன் நடப்பதுபோல் தோன்றிற்று. பெத்திரி, குஷால்நகர் போன்ற இடங்களைத் தவிர மற்ற பகுதிகளில், மலைச்சாலை யிலிருந்து அதுவரை காவேரி, கண்ணுக்குத் தென்படவில்லை. ஓங்கி வளர்ந்து, பெரிய கோவில் பிராகாரத்தின் தூண்கள் போலவும், கிருஸ்தவ கோவில்களின் நடை வளைவுகள் போலவும், மாறி மாறித் தோன்றிய மூங்கில் காடுகளின் வழியாக வரும்

போது காவேரியின் சலசலப்புகூட காதில் விழவில்லை. சிள்வண்டுகளின் கோஷ்டிகானம், மற்றும் பல பறவைகளின் கொஞ்சுதல்களே எங்களுக்குத் துணையாயிருந்தன.

மெர்க்காராவிலிருந்து மைசூர்வரை செல்லும் சாலையில் அமைந்திருக்கும் பிரேசர்பேட்டை தன்னுடைய முதல் பெயரான குஷால் நகரம் என்பதை இப்பொழுது மீண்டும் பெற்றிருக்கிறது. ஹைதர் ஆலி இந்த இடத்தில் ஒரு வெற்றிச் செய்தியைக் கேட்டு மகிழ்ந்ததின் விளைவாக குஷால் நகரம் என்ற பெயரைச் சூட்டினார். குடகில் பிரிட்டிஷ் ஆதிக்கத்தின் ஆரம்பத்தில் முதல் கமிஷனரான *Fraser* என்பவருடைய பெயரைப் பின்னர் அந்த நகரத்திற்கு வைத்தனர். இன்று மீண்டும் குஷால் நகரமாக விளங்கும் அந்த இடத்தில் காவேரியின் குறுக்கே ஒரு கற்பாலம் கட்டப்பட்டிருக்கிறது. இங்கும் நதிக் கரையில் அதிக மக்கள் நடமாட்டம் கிடையாது. குஷால் நகரம் ஒரு வர்த்தக ஸ்தலம். பாலத்தைக் கடந்து. காவேரி எங்களுடைய வலது பக்கம் நடந்து வர, மைசூர் நோக்கிப் போய்க் கொண்டிருந்தோம். பிற்பகலைத் தொடர்ந்து மாலை நெருங்கிக்கொண்டிருந்தது.

வழியில் ஸ்ரீரங்கலா என்ற ஊருக்கு அருகே காவேரியின் சுயரூபத்தைக் கண்டு மகிழ்ந்தோம். திருச்சிப் பகுதியில் காணும் அகலமான நீர்ப்பரப்புடன் காவேரி இந்த இடத்தில் கிழக்கே திரும்பிப் பாய்கிறாள். இதுவரை வடக்கு நோக்கிவந்த நதியின் திருப்பம் ஒரு பிரமிப்பளிக்கும் தோற்றமாயிருந்தது. மறைந்து வரும் மாலை வெய்யிலுடன் போட்டி போட்டுக்கொண்டு, காரிலிருந்து இறங்கி வயல்களுக்கு நடுவே விரைந்து, ஓடி, காவேரியின் நீர்ப்பரப்பைப் படம் பிடித்தோம். இங்குதான் மக்கள் காவேரியைத் தேடிவரும் காட்சியைக் கண்டோம். சமவெளிப் பரப்பான அந்தப் பகுதியில் பாயும் காவேரியில் பலர் நீராடுவது தமிழ்நாட்டை நினைப்பூட்டியது.

காவேரி பல இடங்களில் உத்தரவாஹினியாக (வடக்கு நோக்கி) செல்கிறது. அந்த இடங்களையெல்லாம் புனிதமான ஸ்நான கட்டங்களாகக் கருதுவது நம்நாட்டு மரபு. அதனால் தான் விரூபாட்சபுரம், ரங்க சமுத்ர பலகோடு, கொப்பா, கூடிகே, ஹுல்ஸே, கடுவினஹோஸ ஹள்ளி, ஸரகூரு, ஹெரளெ, மஞ்சன ஹள்ளி, இடத்துறை, சிவசமுத்திரம், பணகரை, செமங்கி, நெருவளி, கீழையூர், மேலப்பாதி என்று பல இடங்கள் புனித மான ஸ்நான கட்டங்கள் மக்கள் மனதில் இடம் பெற்றுள்ளன.

அன்று இரவு ராமநாதபுரம் சேரவேண்டும் என்று எங்கள் நோக்கம். குடகுப் பிராந்தியத்தைக் கடந்து சுமார்

இருபது மைல்களுக்கு அப்பால் காவேரியின் மீதுள்ள புனிதத் தலம் இது. ஆதி சங்கரர் யந்திரப் பிரதிஷ்டை செய்த கோவில் அங்குள்ளது என்றும் பழைமையும் இயற்கை வனப்பும் நிறைந்த இடம் என்றும் ஒரு நண்பர் கூறியிருந்தார்.

ஸ்ரீரங்கலா

5
அணிநடை

தமிழ்நாட்டு ராமநாதபுரத்திற்கும் இதற்கும் பெயர் தான் ஒன்று. நம் ராமநாதபுரம்போல இது மானம்பார்த்த சீமை இல்லை. வளமான இடம். பெரிய கிராமம் என்று சொல்லலாம் ஊரையடைய காவிரிப்பாலத்தில் செல்லும் பொழுது ஆற்றின் நடுவே ஒரு பாறைமேடும் கோவிலும் தெரிந்தன. இதை கோகர்ப்பம் என்று அழைக்கிறார்கள்.

இந்த ஊர் நினைவில் ஆழ்ந்து பதிந்திருக்கிறது. ராமநாதேஸ்வரர் ஆலயத்தின் பின்புறத்தை நனைத்துக் கொண்டே காவேரி இங்கு நல்ல அகலமும் வேகமுமாகப் பெருநடை போடுகிறது. முருகன், திருமால், ராமன் எல்லோருக்கும் ஆலயங்கள் உள்ளன.

இரவு தங்குவதற்கு இடம் பார்த்துக் கொண்டிருந் தோம். பதின்மூன்று வயதுள்ள ஒரு பையன் நான் உதவி செய்கிறேன் என்று ஓடி வந்தான். குறுகுறுவென்று முகம். கத்தியை சளப் சளப் என்று தோலில் தீட்டுது போல பேச்சு, நகைச்சுவை. அதைவிட அவன் பேசும் மொழி இன்னும் வேடிக்கையாக இருந்தது. தமிழும் கன்னடமும் கலந்து உருவான மொழி. பட்டரின் பையன். அவன் எங்களுடன் காரில் ஏறிக்கொண்டு, மற்ற பையன்கள் ஆற்றாமையுடன் பார்க்க, பொதுப்பணித்துறை விடுதிக்குப் போகும் வழியைக் காட்டினான். காவிரிக்கரையில் உள்ள அந்த விடுதி பூட்டியிருந்தது. எங்களை உட்காரச் சொல்லி விடுதிச் சிப்பந்தியைக் கூட்டிவர ஓடினான் அவன்.

ஒரு மணிநேரத்திற்கு யாரும் வருவதாகத் தெரிய வில்லை. நிலவு காய்ந்தது. பசி கிள்ளிற்று. பாகமண்டலத் தில் வாங்கி வைத்திருந்த இட்லிகளைக் கஷ்டப்பட்டுத்

நடந்தாய்; வாழி, காவேரி!

தின்றோம். இட்லிகள் பாதி காய்ந்தும் காயாததுமான வடாமாக உருமாறியிருந்தன. வேறு வழி இல்லை. தண்ணீரைக் குடித்து, பிரேசர் பேட்டையில் ப்ளாஸ்கில் வாங்கி அடைத்திருந்த காபியை கார்க் வாடையோடு தொண்டைக்குள் இறக்கினோம். முந்தா நாள் பழையதின் ஊளை மணத்தைச் சுவைக்கக் கற்றவன் யாரோ ஒருவன்தான், மறு ஜன்மம் எடுத்து, நாகரிகக்காரர்கள் மீது வஞ்சம் தீர்க்க, தர்மாஸ் பிளாஸ்கில் கார்க் மூடிபோடும் சூன்ய வித்தையைக் கற்பித்திருக்க வேண்டும். தஞ்சை மாவட்டத்திலும் மதுரையிலும் நாக்கை நீட்டி வளர்க்கப்பட்ட இந்தக் 'குழந்தை'களுக்கு இந்தச் சோற்றுத் திண்டாட்டம் வந்தால் மாடி தலையில் இடிந்து விழுந்த மாதிரி. என்ன செய்வது? வழி இல்லை.

விடுதிச் சிப்பந்தி, நிலவில் மெதுவாக நடந்து வந்தார். கதவைத் திறந்தார். கையெழுத்து வாங்கிக்கொண்டார். ஒரு அறையும் கூடமும்தான் கிடைத்தன. இன்னொரு அறையில் வேறு யாரோ தங்கியிருக்கிறார்கள். மூட்டையை எடுத்து வைத்து இளைப்பாறுகையில், அந்த ஆசாமியே வந்துவிட்டார். தன் பெயர் ராகவேந்திரராவ் என்றும் 'காஸர்கோடு' என்று சொன்னால் யாரும் புரிந்து கொள்வார்கள் என்றும் தன்னைக் கண் சிமிட்டி அறிமுகப்படுத்திக் கொண்டார். எங்களுக்கும் இரண்டுக்கும் வித்தியாசம் தெரியவில்லை. அவர் ஒரு கட்டட கண்டிராக்டராம்.

எங்கள் யாத்திரைபற்றி அவரிடம் சொன்னோம். "நல்ல வேளையாக இங்கு தங்கினீர்கள். இங்கிருந்து மூன்று மைல் தொலைவில் பலநூறு ஆண்டுகளுக்கு முன் கட்டிய ஒரு புராதன அணை காவேரிமீது இருக்கிறது. பழைய காலத்துப் பொறியியலின் ஒரு நுணுக்கம். அதைக் காண வேண்டாமா?" என்றார்.

ஒரு திட்டமும், முன் ஆயத்தமும் இல்லாமல் போய்க் கொண்டிருந்த எங்களுக்கு காவேரியே இவ்வாறு வழிகாட்டிகளை ஆங்காங்கு அறிமுகப்படுத்துவது போலிருந்தது.

நிலவு வெண்மேகங்களூடே உறங்கிக் கொண்டிருந்த இரவு அது. குளிர்ந்த காற்று. வெளியே சிமெண்ட்டு பெஞ்சில் வந்து உட்கார்ந்தோம். உயரமான பாலத்தின்கீழ் காவேரி சலசலத்தது. ராமநாதன் ஆலயத்தின் முதுகைத் தவழ்ந்து வந்தது காவேரியின் வெள்ளி நீர்க்கூட்டம். நதி, கோவில், இயற்கை வனப்பு – இவை எல்லாம் மையமாக ஒன்றி நின்று ஒரு வாழ்க்கை முறையை உருவாக்கிய பழைய காலத்தில் வாழ்வது போலிருந்தது. தெருக்களில் மின் விளக்குகள் அணைந்துவிட்டன. கார், லாரிகளின் ஓசையும் இல்லை. எனவே முந்திய காலம் ஒன்றிற்குத் திரும்பிப் போன மயக்கம் பூர்ணமாகிக் கிடந்தது.

நிகழ்காலமும், எதிர்காலமும்தான் முக்கியம் என்று நாம் வாழ்ந்து கொண்டிருக்கிறோம். அந்த உணர்வுதான் நம் கடமையும்கூட. ஆனால் நடுநடுவே இத்தகைய மயக்கங்களும் தேவை என்று தோன்றிவிடுகிறது. பாலம், காவேரி, கோவில், நிலவு, நிசப்தம், ஆழ்ந்த அமைதி – இவற்றைச் சேர்க்கும்போது, அவற்றில் ஒன்றித் தோய்ந்தபோது, இடைஇடையே இந்தமாதிரி பழைமையில் புகுந்து கொள்வது ஒரு ஆறுதல் என்றே தோன்றிற்று. உயிர்களின் குளிர்காலத் தூக்கம்போல, செயலோய்வு போலிருந்தது. எதிர் காலத்திற்கான சக்திகளைத் திரட்டிக்கொள்ள உதவும் ஓய்வாகத் தான் அன்று கண்ட கனவுநிலை இருந்தது.

காவேரியின் போக்கைக் காணச் செல்கிறவர்கள், இந்த ராமநாதபுரத்தை மறக்க வேண்டாம் என்பதற்காகத்தான் இதைச் சொல்கிறோம். தமிழ் நாட்டின் கிராம அமைதியை ஞாபகப் படுத்தும் ஊர் இது. கன்னடநாடு மட்டுமல்ல; மகாராஷ்டிரம், குஜராத், வங்காளம், உத்தரப்பிரதேசம் என்று எங்கு போனாலும் புற வேறுபாடுகளையெல்லாம் கடந்து நம்நாட்டு மணம் வீசிக் கொண்டுதானிருக்கும். மொழி, பிராந்தியம் என்ற பெயர்களில் நம் நாட்டை இன்னும் சின்னாபின்னப்படுத்திக் கொண்டிருக்கும் அறிவிலிகளைக் கண்டு, இந்த இந்திய உணர்வு ஊமை அழுகை போல் எங்களுக்கு ஒலித்தது. ஆற்று நீரும், மண்ணும், கன்னடம், மராட்டி, தெலுங்கு என்று ஏதேதோ மொழி பேசுவது போலவும். அது அந்தந்த மொழிக்காரர்களின் வயிற்றுக்குள்ளேயே புகுந்து கிடக்கவேண்டும் என்பது போலவும்மனத்தில் குட்டிச் சுவர் களை எழுப்பி வேரறுக்கும் அறிவிலிகளைக் கண்டு இந்த கிராம எழில் அழுகிறது.

இந்தியாவின் ஒருமையைக் காண, பல மாநிலத்து மக்கள் சேர்ந்து வாழும் பிலாய், ரூர்க்கேலா, டில்லி போன்ற நகரங் களுக்குப் போகவேண்டும். ஆனால் இந்தியாவின் பல்வேறு மூலைகளில் உள்ள கிராமங்களையும் பாருங்கள். அடிப்படை யான இந்தியத் தன்மை இழையோடுவது தெரியும்.

மறுநாட் காலையில் 'காஸர்கோடு' எங்களை அந்த அணைக் கட்டைக் காண அழைத்துச் சென்றார். மூன்று மைல் தொலை வில் ஒரு கிராமம். காவேரியின் வேகத்தைத் தடுத்து கட்டுப் படுத்தும் அந்த அணை. காவேரியின் முதல் அணை சுமார் ஒன்பது நூற்றாண்டுகளுக்கு முன்பு ஜங்கம சன்யாசிகளால் நிறுவப்பட்டது என்று சொல்கிறார்கள். சுமார் நாலடி நீளமுள்ள கருங்கற்களை வெல்ல அச்சுவடிவில் கருக்காகச் செதுக்கி கூரை மீது ஓடு வைப்பதுபோல் ஒன்றின் மீது ஒன்றாக அடுக்கிப் பரப்பியிருக்கிறார்கள். யுகாந்த காலத்தில் வாழ்ந்து மறைந்த பிரம்மாண்டமான டினொஸாரஸ், ப்ரோண்டஸாரஸ் போன்ற

ராமநாதபுரம்: காவேரி ஸ்நான கட்டம்

ராக்ஷஸ மிருகங்களின் செதில்கள்போல் தோன்றின அந்தக் கற்கள். பல்லாயிரக்கணக்கான கற்களை இப்படிச் செதுக்கி ஆற்றின் குறுக்கே படுக்க வைக்கப்பட்டுள்ள இந்தக் காட்சி, எந்த வசதியும் இல்லாத அந்தக் காலத்துக் கண்ணோடு பார்த்தால் ஒரு பெரிய சாகசம் என்றே சொல்லத் தோன்றுகிறது. வெள்ளத்தை அறவே நிறுத்தியும் விடாமல், வேகத்தைத் தணித்து, மெல்லப் பாய்ச்சுகிறது இந்த அணை. கற்களின் இடுக்கிலும் மேலும் கீழுமாகப் புகுந்து நெளிந்து நீர் சலசலக்கிறது.

ஜங்கம சன்யாசிகள் கட்டியது என்பதைக் கேட்கும் போது தான், இந்தப் பெரும் பணிகளில் மக்கள் எந்த விதமான பொறுப்பும் உணர்ச்சியும் காட்ட வேண்டும் என்று நம் சிந்தனை இயங்கத் தொடங்குகிறது. சன்யாசிகள் பற்றற்றவர்கள். நல்ல காரியம் செய்வது ஒன்றுதான் நோக்கம். வயிற்றுப் பிழைப்பு, லாபநோக்கு ஏதும் இல்லாதவர்கள். பிறர் நலனைப்பற்றி நினைப்பது ஒன்றுதான் ஒருவன் எண்ணக்கூடிய லாபம், சேர்க்கக்கூடிய சொத்து. அவர்களும் பாட்டாளிகளை வைத்துக் கொண்டுதான் இதைச் செய்திருப்பார்கள். ஆனால் நடுவில் ஒரு கண்டிராக்டர் வயிற்றில் ஓட்டைக் குடத்தில் நீர் நிரப்புவதைப்போல, பாதி காசு அழிந்திருக்காது. பாட்டாளிகளும் மண்ணரசியைக் காக்கிற பக்தியோடு வேலை செய்திருப்பார்கள். பௌத்த, சமணத் துறவிகள் பலர் சிற்பிகளாகவும் பொறியியல் அறிஞர்களாகவும், திட்டம் வகுப்பவர்களாகவும் தலைமை

ஜங்கமகட்டே: கட்டேபுர

ஏற்று, பொறுப்போடு, கலைச்செல்வங்களையும் பெரும் பணி களையும் நம் நாட்டில் செய்திருக்கிறார்கள் என்று வரலாறு கூறுகிறது. துறவிகளின் பற்றற்ற பொது உணர்வு, பெரும் பணிகளை நடத்துவோருக்கு இப்போது முக்கியமான தேவை. ஜங்கமகட்டே என்ற இந்த அணையின் கற்களில் இந்தப் பாடம்தான் சலசலவென்று கேட்டுக்கொண்டே இருக்கிறது. காவேரியைப் பார்க்கப் போகிறவர்கள் இதைக் கட்டாயம் பார்த்துவிட்டு வாருங்கள். அணை கட்டப்பட்டிருப்பதையொட்டி இந்த கிராமத்திற்கு 'கட்டேபுர' என்று பெயர்.

அணையின் கற்கள்மீது தாண்டித் தாண்டிச் சென்று பாதி ஆறுவரை சென்றுவிட்டு ஒருமணி நேரம் கழித்துத் திரும்பி னோம். இருள் பிரியாத நேரங்களில் ஊர்வாசிகள் இந்த அணைக் கட்டையே பொதுக் கழிவிடமாகப் பயன்படுத்துகிறார்கள் என்று தெரிந்தது. நடுத்தெருவை இப்படிப் பயன்படுத்துவது நம்முடைய தொன்று தொட்ட பாரதப் பண்பு! அணை மட்டும் என்ன ஓசத்தி, விலக்குக் கொடுக்க!

திரும்பி ராமநாதபுரம் வந்தோம். காவேரிப் பாலத்திற்கு முன்பே ஆற்றின் நடுவில் கோகர்ப்பம் என்ற ஒரு கருங்கல் மேடு. ராமன் ராவணனைக் கொன்ற பாபத்தை இங்குதான் லிங்கார்ச்சனை செய்து போக்கிக் கொண்டாராம். அதைப் பற்றி இதிஹாசத்து வரலாற்று ஆசிரியர்கள்தாம் சொல்ல வேண்டும். ராவணனைக் கொன்று சீதையை மீட்ட ராமன் புஷ்பக் என்ற 'ஜம்போ ஜெட்டில் தம் சகாக்களையும் ஏற்றிக் கொண்டு கிஷ்கிந்தையில் மட்டும் இறங்கி, சகாக்களின் மனைவி களை ஏற்றிக்கொண்டு நந்திகிராமத்துக்கும் பிறகு அயோத்திக் கும் வந்தார் என்று ராமாயணம் கூறுகிறது. அப்படியானால் அவர் செய்துகொண்ட பிராயச்சித்தங்கள் எல்லாம், மகுடா பிஷேகம் செய்துகொண்டபிறகு ஆட்சிக் காலத்தில் மேற் கொண்ட நீண்ட தீர்த்த யாத்திரையில்தான் நடந்தனவோ என்னவோ.

ஜங்கம அணைக்குப் பிறகு காவேரியில் பல அணைக் கட்டுகள் ஒன்றன்பின் ஒன்றாக வருகின்றன. சாமராஜ அணைக் கட்டு, ராம சமுத்திர அணைக்கட்டு, கிருஷ்ணராஜ சாகர் போன்றவற்றையும் காண முடிகிறது. சிவசமுத்திரத்திற்கு முன்பே, காவேரி இன்னொரு அருவியாக விழுகிறாள். சுஞ்சன் கட்டே என்ற இடத்தில் சுமார் 80 அடி உயரத்திலிருந்து விழும் இந்த வீழ்ச்சியை தனுஷ்கோடி அருவி என்று சொல் கிறார்கள், அதாவது ராம – சீதை கதையோடு தொடர்பு கொண்ட இடம். ஆற்றங்கரையில் இராமன் கோவிலும் இருக்கிறது. மீண்டும் அதே கோபம்தான் வந்தது. ஆறு தனக்கு

இடமளிக்கும் நிலமெங்கும் பாய்கிறது. பண்பாடு மனம் திறந்த வரிடமெல்லாம் பாய்கிறது. இவற்றையெல்லாம் மீறி, பிராந்திய மொழி வெறியாளர்கள் கங்கணம் கட்டிக்கொண்டு, பாறை யாக உறைந்து கிடக்கும் ஒருமைப்பாட்டைக் குலைத்துக் கொண்டேயிருக்கிறார்கள்.

சிவசமுத்திரத்தில் 230 அடி உயரத்திலிருந்து விழும் பார்சுக்கியைப் போலவோ, 300 அடி உயரத்திலிருந்து விழும் கனக சுக்கியைப் போலவோ, பிரமிக்க அடிக்கும் அருவியல்ல சுஞ்சன்கட்டேயில் உள்ள அருவி. ஆயினும் இங்கு ஒரு தனி அமைதியும் அமர்ந்த எழிலும் நிறைந்து மனதைக் கவர்கின்றன.

கிருஷ்ணராஜசாகர் வழியாக மைசூருக்கு வந்தோம். பகல் உணவை முடித்துக்கொண்டதும், எங்களுடன் வந்திருந்த நண்பரை பெங்களூருக்கு ஒரு டாக்ஸியில் ஏற்றிவிட்டோம். அவருக்கு அவசரமாகச் சென்னை திரும்ப வேண்டியிருந்தது. மாலையில் பெங்களூரிலிருந்து சென்னைக்குப் புறப்படும் ரயிலில் ஏற்றி விடுவதாக உறுதிகூறி அவரை ஏற்றிக்கொண்டு போனான் டாக்ஸிக்காரன்.

நாங்கள் சீரங்கப்பட்டணம் வந்து, பெங்களூர் செல்லும் வேறு சாலையில் பிரிந்தோம். மீண்டும் சிவசமுத்திரத்தைக் காண ஆசை. தலைக்காவேரி போகும்பெழுது, சிவசமுத்திரத் தீவினுள் சென்று. ரங்கநாதன், சோமேசர் ஆலயங்கள் – இவற்றைக் காண முடிந்தது. ஆனால் தீவுக்கு வெளியே சிவசமுத்திர நீர்மின்நிலையம் உள்ள Bluff என்ற முகட்டிலிருந்து காணமுடிய வில்லை. அப்பொழுது மணி ஆறு ஆகிவிட்டது. வாசலை மூடிவிட்டார்கள். இப்பொழுதாவது கண்டுவிடலாம் என்று அவசர அவசரமாகச் சென்றோம்.

சிவசமுத்திரத்தைக் காணச் செல்கிறவர்கள் இந்த இடத்திற்குத்தான் வருகிறார்கள். சுற்றுலா பஸ்கள் சுமை சுமையாக மனிதர்களைக் கொண்டுவந்து தள்ளுகின்றன. கான்டீன் வசதி, அலுவலகக் கட்டடங்கள் எல்லாவற்றையும் நவநாகரிகமாகச் செய்திருக்கிறார்கள். காப்பியைச் சாப்பிடுவதும் ஓரங்களில் ஒதுங்கி ஒன்றுக்குப் போவதும், முட்டில் வந்து நின்று கண்ணை இடுக்கிப் பார்ப்பதுமாக, கூட்டங்கள் வந்து வந்து போய்க்கொண்டேயிருக்கின்றன. சரி, பட்டியலில் இன்னொரு இடம் சேர்ந்துவிட்டது என்று குறித்துக்கொண்டு அவசர அவசரமாகப் பஸ்ஸில் ஏறுகிறார்கள். சுற்றுலா பஸ்கள் இப்பொழுது புது மோஸ்தர். நாலே நாளில் நாற்பது ஊர் களைச் சுற்றிக் காண்பித்துவிட்டு வந்துவிடுகின்றன. நாலு நாளுக்குப் பிறகு மனதில் என்ன நிற்கிறது? எங்கெங்கோ காபி குடித்தது, கிச்சடி தின்றது, ரோடு ஓரத்தில் இடம்

சிவசமுத்திரம் Bluffலிருந்து தோற்றம்

தேடியது, வியர்த்து விட்டது, வழிகாட்டியின் மேய்ச்சலுக்குப் பயந்து பயந்து பெருநடை போட்டது, கூட்டத்தில் ஒரு மூலையில் நின்று அவர் சொல்லுகிற வரலாற்று – புராண உபன்யாசங்களை அரையும் குறையுமாகக் கேட்டது, அதையும் கேட்கவிடாமல் முழுக அடித்த பக்கத்து நண்பரின் ட்ரான்ஸிஸ்டர் – இந்த நினைவுகள்தான் மிச்சம். இவற்றையும் மீறி ஏதாவது ஞாபகம் இருந்தால், அது நம்மையும் அறியாமல் நாம் ஆறறிவு படைத்தவர்களாக இருப்பதால்தான்.

நிச்சயமாகக் காவேரியைப் பார்க்கப் போகிறவர்கள் இந்த மாதிரி சுற்றுலா பஸ்ஸுகளில் போகக்கூடாது. எங்கள் மாதிரி தனிக் காரிலும் போகக்கூடாது. ஏனெனில் காவேரி பல இடங்களில் காட்டுப்பாதைகளூடே செல்கிறது. தன் அழகையும் தனிமையையும் மறைத்துக்கொண்டு செல்கிறது. நடந்து சென்றுதான் அவற்றைப் பார்க்கவேண்டும். ஜப்பான், அமெரிக்கா போல நாம் முற்போக்கு நாடாக ஆகும் காலத்திலும் காவேரியைத் தழுவிச் செல்லும் ரஸ்தா ஒன்றைப் போட முடியாது. பல இடங்களில் அத்தனை மலைப்பாங்கு. நடந்து போனால்தான் பார்க்கலாம்.

அணிநடை

சிவசமுத்திரம் முகட்டிலிருந்து பார்க்கும்போது இந்த நினைவுகள் வந்தன. அங்கிருந்து அருவி விழுவதைக் காண முடிந்தது. தொலைவில் அக்கரை முகட்டில் முஸ்லிம் மகான் பீர்கைப் சமாதி தெரிகிறது. அருவியின் கண்கொள்ளாத வேகமும் நுரைப்பும் தெரிகின்றன. ஆனாலும் சிவசமுத்திரம் தீவுக்குள் சென்று அனுபவித்த பழைமை உணர்வு, அமைதி, துண்டித்து விடப்பட்ட ஒரு தனிமை – இவையெல்லாம் நீர்மின் நிலைய முகட்டில் காணக் கிடைக்கவில்லை.

காவேரியை இரு கரையோரமாகச் சென்று காண விரும்புபவர்கள், பூரண மன ஓய்வுடன், மாதக்கணக்கில் நடந்து சென்று பார்ப்பதுதான் சிறந்தது என்ற அறிவு இப்பொழுது தான் எங்களுக்கு உண்டாயிற்று.

ஷிம்ஸா நதி காவேரியோடு கலப்பதையும், முத்தத்திர என்ற இடத்தில் வாசனை விபூதி இயற்கையாகக் கிடப்பதையும் நாங்கள் பார்க்க முடியாததற்குக் காரணம் எங்கள் கார்தான்.

கன்னடக் கவிஞர் ஸ்ரீ D.V. குண்டப்பாவின் கவிதை ஒன்றை அவர் மைந்தர் பீ.ஜி.எல். ஸ்வாமி அவர்கள் சொல்லக் கேட்ட நினைவு வந்துகொண்டே இருந்தது.

கிரிய கெலதி பனத நடுவெ ஜரிய தெரதி ஸுளிது பருதெ
தலதெ சிலய இரிது கொளது கெலத நெலவ நெரது முரிது

எனத் தொடங்கும் சிவசமுத்திரக் காவேரியின் வருணனை அது.

மலைச்சாரலில் வனத்திடையே
ஓடையாகச் சுழித்து வரும்:
அடியில் உள்ள கற்களை இடித்துச் செதுக்கி,
கரையின் நிலத்தை அரைத்து முறிக்கும்;
தெள்ளிய நீரின் பரந்த ஊற்று
அமுத அலையாய்த் தோன்றிக் கவரும்
சோர்ந்தவனுக்கு நட்புக்காற்றைப் பரப்பித் தேற்றி
மென்மை ஒலியுடன் முன்னே சென்று
அங்கு சுழித்துச் சுற்றி
இங்கு மெதுவாய் ஓற்றி
அங்கு நடுங்கி
இங்கு சுற்றி
அங்கு வளைத்து இங்கு வந்து
நுரைகளின் குப்பலை வீசி எறிந்து
திரையெனும் விசிறியை ஆர வீசி
சிறுமியைப் போல் நெளிந்து ஆடி
காளியைப் போல் கனலாய்க்கத்தி ... ...
... ...

என்று காவேரியின் சீற்றத்தையும் குழைவையும் நெளிவையும் கதிகளையும் சொற்காவேரியாக ஆக்கியிருக்கிறார் குண்டப்பா.

இந்த கதிகள் அனைத்தையும் காவேரியோடு நடந்து போனால்தான் காண முடியும்.

மேகதாட்டுவில் காவேரியின் சீற்றத்தையும் காண முடியும் என்கிறார்கள். மேகதாட்டு எங்கே இருக்கிறது? எப்படிப் போகிறது?

முகட்டிலிருந்து திரும்பி வந்து, காவேரி ஓரமாக உள்ள பாசன அலுவலகத்தில் விசாரித்தோம். அவர்களும் எங்களைப் போலவே விழித்தார்கள். ஒரே ஒருவர் மட்டும் "சாத்தனூரில் போய் விசாரியுங்கள்" என்றார். தமிழ் நாட்டில் ஒவ்வொரு மாவட்டத்திலும் இரண்டு மூன்று சாத்தனூர்களாவது இருக்கும். மைசூர் ராஜ்யத்திலும் ஒரு சாத்தனூர் இருக்கிறதா?

அந்தி மயங்கிவிட்டது. ஆல், புளிகளுக்கிடையே கார் விரைந்தது. திடீர் என்று ஒரு கடைத்தெரு. வெற்றிலை, பாக்குக் காக வண்டியை நிறுத்தினோம். வாங்கிக்கொண்டு மீண்டும் வண்டிக் கதவைத் திறந்தபொழுது, பதினாறு வயதிருக்கும்; ஒரு பையன் வந்து நின்றான்.

"சார், நான் கங்கனஹள்ளி போக வேண்டும். என்னை யேற்றிச் செல்ல முடியுமா?" என்று வேண்டினான்.

"நாங்கள் சாத்தனூர் அல்லவா போகிறோம்."

"சாத்தனூருக்கே நானும் வருகிறேனே."

"நீ கங்கனஹள்ளி போகவில்லையா?"

"அது எங்க அப்பா அம்மா இருக்கிற ஊர். சாத்தனூரில் என் தாத்தா இருக்கிறார்."

"நீ ஊருக்குப் போக வேண்டாமா?"

"பரவாயில்லை, தாத்தாவைப் பார்த்துவிட்டு நாளைக்குப் போகலாம் நான்."

"உன்னைத் தேட மாட்டார்களா?"

"மாட்டார்கள். இப்போது கோடை விடுமுறை."

"நாங்கள் மேகதாட்டுக்கல்லவா போகிறோம்."

"நானும் வருகிறேன்."

"உனக்குத் தெரியுமா?"

"தெரியும். போன வருஷம் எங்கள் பள்ளிக்கூடத்தில் சுற்றுலா போனோம். அங்கு எனக்கு வழி தெரியும்."

"சரி, உட்கார்" என்று பையனை ஏற்றிக்கொண்டோம். அந்த பஸவப்பாவுக்கு எப்போதும் சிரித்த முகம். எந்த வேலையையும் மாட்டேன் என்று சொல்ல மாட்டான். எடுபிடி வேலை கூட. முன்னேறுவதற்காக சில பிள்ளைகள் பிறந்திருக்கின்றனவே, அவர்களில் ஒன்று. ஏழெட்டு மைல் போனதும் மிநுங்கு மிநுங்கு என்று மீண்டும் ஒரு கடைத்தெரு, வலது பக்கமாகப் போன ஒரு பாதையில் காரைத் திருப்பச் சொன்னான் பஸவப்பா. பெரும் சாலையைப் போகவிட்டு, நாங்கள் வலப்பக்கம் திரும்பினோம்.

"சாத்தனூர் இங்கிருந்து ஆறு மைல்தான்" என்றான்.

சாத்தனூர் சின்ன பஞ்சாயத்துச் சிறு நகரம். மின்சார ஒளி இருக்கிறதோ என்னவோ; இருக்கிற ஞாபகம். மண்ணெண்ணெய் விளக்களவுக்குமேல் ஒளியைக் காணாததால், அப்படி ஞாபகமயக்கம். ஊருக்குள் நுழைந்து, கடைத்தெருவில் நின்றதும், காரைச் சுற்றிக் கும்பல் மொய்த்துக் கொண்டது. இவ்வளவு பழைய ஊரா என்று வியந்துகொண்டே இருக்கையில், கூட்டம் காருக்கோ, எங்களுக்கோ அல்ல என்று புரிந்தது. பஸவப்பா காரில் இருந்ததற்குத்தான் அவ்வளவு ஆவல். அவன் இறங்கி தாத்தாவைப் பார்த்துவிட்டு வந்தான். பிறகு எங்களைப் பொதுப்பணித்துறை விடுதிக்கு அழைத்துச் சென்றான். மீண்டும் வண்டி சாமான்களை இறக்கினோம். விடுதிச் சிப்பந்தியை விசாரித்தோம். 18 மைலில் உள்ள அர்க்காவதி சங்கமத்திற்குக் காரில் சென்று, பிறகு ஆற்றைக் கடந்து காட்டில் மூன்று மைல் நடந்து போனால் மேகதாட்டுவை அடையலாம் என்றார் அவர்.

விடியற்காலையில் மீண்டும் சாமான்களை ஏற்றிப் புறப்பட்டோம். போகும் வழியெல்லாம் பட்டுப்பூச்சி வளர்க்கும் ஊர்கள். திருப்பதிக்குடை அளவுக்கு மூங்கில் பிளாச்சு தட்டிகள் செய்து ஒவ்வொரு வீட்டு வாசலிலும் சாத்தியிருந்தார்கள். ஒவ்வொரு தட்டியிலும் முட்டை முட்டையாகப் பட்டுப் பூச்சிக் கூடுகள் நூற்றுக்கணக்கில் தொற்றிக் கொண்டிருந்தன. தொட்ட ஹள்ளி என்ற ஊரோடு பஸ்போக்கு நின்று விடுகிறது. அதற்குப் பிறகு சாலை சரியாக இல்லை. ஆனால் சின்னக் கார்களும் ஜீப்புகளும் போகமுடியும் என்றார்கள். போனோம்.

வழி திடீரென்று காடடர்ந்தக் கரடுமுரடாக மாறி விட்டது. "மயிர்க் கொக்கித் திருப்பங்கள்", "மலைச்சாலை" என்று எச்சரிக்கைப் பலகைகள் எதிர்ப்பட்டன. பாதை குறுகிற்று. கல்லிலும், முட்டிலும் டயர் குதித்துத் தடுமாறியது.

ஒரு டயர் வழுக்கை. ஏற்கனவே தலைக்காவேரியிலிருந்து திரும்பும்போது ஒரு டயரில் ஒரு முரட்டு மூங்கில் முள் துளைத்து, வேறு டயர் போட்டிருந்தோம். எனவே, வண்டியை ஒரு முகட்டில் நிறுத்திவிட்டு நடந்து போனோம். பாதை வளைந்து வளைந்து இறங்கிற்று. ஒரு வளைவு திரும்பியதும் சட்டென்று ஒரு விசாலமான பள்ளத்தாக்கு கண்முன் விரிந்தது. நின்று பார்த்தோம். பாதை சரிவாக இறங்கி பள்ளத்தாக்கில் கலந்தது. இரண்டு மைல் அகலப் பள்ளத்தாக்கு. இடதுபக்கம் அர்க்காவதி நதி ஓடிக்கொண்டிருந்தது. தொலைவில் சுமார் இரண்டு மைலுக்கப்பால் காவேரி, வெயிலில் வெள்ளிப்பாளம், பாளமாக ஜொலித்தது. இரண்டு மைல் தொலைவில் இரண்டு ஆறுகள் கூடும் காட்சியை இந்த உயரத்திலிருந்து தெள்ளக்காண முடிந்தது. கூடுமிடத்தில் ஆல், அரசுகள், ஒரு கோவில். மேலும் கரடுமுரடான மலைப்பாதைக் கொக்கிகளில் கார் போகாது என்று ஓட்டுநர் சொல்லிவிட்டார்.

இறங்கி நடந்தோம். ஜனநடமாட்டம் அற்ற இடம். ஆனால் எங்களோடு சுற்றுவட்டத்து ஊர்களிலிருந்து வேலைக்குப் போகிற பல ஆட்கள் வந்துகொண்டிருந்தனர். நாய்க்கர்கள் என்று சிலர் தங்களை அழைத்துக் கொண்டனர். அவர்களோடு லம்பாடிகள் போன்ற நாலைந்து பெண்களையும், ஆண்களையும் கண்டோம். பாவாடை, முட்டாக்கு, ஜரிகைப் பூவேலைசெய்த முதுகு தெரிய அணியப்பட்ட ரவிக்கை, காதிலும் மூக்கிலும் பற்பல அணிகள் – காபுலிகள் போலிருந்தது.

பிறகுதான் தெரிந்தது; நாங்கள் வந்த வழியிலேயே சாலைக்குச் சிறிது தொலைவில் லம்பாடிகள் வாழும் கிராமம் ஒன்று இருக்கிறது என்று. நாடோடிகளாக வாழும் ஒரு லம்பாடிக் கூட்டம். எத்தனையோ ஆண்டுகளுக்கு முன் இங்கேயே நிரந்தர மாகத் தங்கி விட்டிருக்கிறது. அவர்கள் பேசுகிற அரபி, பஷ்டு, உருது முதலியவை கலந்த மொழி இப்போது கன்னடமும் கலந்த ஒரு அவியலாக மாறியிருக்கிறது. அவர்களோடு பேச்சுக் கொடுத்துக் கொண்டே நடந்தோம்.

நாலா பக்கமும் மலைத்தொடர்கள். புதர்க் காடுகள். தென் வடலாக ஒரு ஆறு. தொலைவில் கிழக்கு மேற்காக ஒரு ஆறு. இடையே பெரும் பள்ளத்தாக்கு. இள வெயிலும் குளிர் காற்றும் கூடி இந்த வனப்பைக் கூட்டிவிட்டது.

நதிக்கூடல் நெருங்கிக் கொண்டிருந்தது. நடந்துகொண்டே யிருந்த எங்கள் கண்முன் இரண்டு மூன்று குடிசைகள், வண்டி களும் மாடுகளும் களங்களும் தென்பட்டன. விசாலமான களம் ஒன்றில் பத்துப்பன்னிரண்டு ஆட்கள் வேலை செய்து கொண்டிருந்தனர். நெருங்கினோம்.

"வாங்க வாங்க" என்று குரல் கேட்டது. தமிழ்க்குரல்!

சாத்தனூரிலும், அதற்கு முன்பும் தமிழில் தொடர்பு கொள்ள முடியாமல், எங்களுக்குத் தெரிந்த அரைகுறைக் கன்னடத்தின் மூலமும், எங்களுக்கு வழிகாட்டியாக வந்த பையனுடன் ஆங்கிலத்திலும் பேசிக்கொண்டுவந்த எங்களுக்கு ஒரு இனிய அதிர்ச்சி.

வாய் நிறைய புன்னகையும் புகையிலையும் மென்று கொண்டு ஒருவர் எங்களை வரவேற்றார். "எங்கேர்ந்து? மெட்ராஸா, திருச்சியா, கோயம்புத்தூரா?"

அவர் பவானியைச் சேர்ந்த திரு. ரங்கசாமி செட்டியார், பெங்களூரில் புகையிலை, வெங்காயம் சாகுபடி செய்து வருகிறார். கண்டு முதல்களைப் பாடம் செய்யப் பெரிய களம் போட்டு அதில் இரண்டு மண் வீடுகள். அவருக்குச் சமையல் சாப்பாடு அங்குதான். அடிக்கடி இங்குவந்து தங்கி சாகுபடியைக் கவனித்து விட்டுப் போகிறார்.

அர்க்காவதி: பண்ணை முதலாளியுடன் ராஜகோபால், சிட்டி

6
ஆடு தாண்டும்

"நடந்தா வந்தீங்க?" என்றார் அவர்.

"இல்லை; காரில்தான். மலைச்சாலையில் வர முடியவில்லை. அரை மைலுக்கு அப்பால் நிறுத்திவிட்டு நடந்து வந்தோம்."

"அங்க பாருங்க" என்றார். வீடுகளுக்குப் பின்னால் ஒரு கார் நின்றுகொண்டிருந்தது. "இது சுத்தாத இடம் கிடையாது. இதை விட மோசமாயிருக்காதே உங்க வண்டி! நல்லா நடுக்காட்டிலே நிறுத்தி வச்சீங்க. டேய் நாய்க்கா! போயி ஐயா கார் நிக்கிதாம். இங்க ஓட்டியாரச் சொல்லு" என்று ஒரு ஆளுக்கு உத்தரவு கொடுத்தார். கன்னடத்தில் அதைத்தான் சொல்லியிருக்க வேண்டும் அவர். ஒரு குடுமி நாய்க்கன் உடனே அங்கிருந்து விறுவிறுவென்று நாங்கள் வந்த பாதையில் விரைந்தான்.

அறுவடை செய்த வெங்காயம் கொட்டகையில் குவிந்து கிடந்தது. மேலும் மேலும் பக்கத்துச் சிற்றூர்களி லிருந்து வேலைக்கு வந்துகொண்டிருந்தார்கள். இராணுவ அணிவகுப்பு நடத்துவதுபோல் செட்டியார் எல்லோரை யும் நிற்கவைத்து வேலைப் பங்கீடு செய்துகொண்டிருந்தார். நடுநடுவே எங்களோடும் பேசினார். மேகதாட்டுக்குப் போகும் திட்டத்தை முன்பே அறிவித்துவிட்டோம். திடீரென்று "நம்ம வண்டிதானா உங்களதும்" என்றார் தொலைவில் பார்த்துக்கொண்டே. "ஜீப்பாயிருந்தால் ஆத்தைத் தாண்டி மேகதாட்டு வரைக்கும் அதிலேயே போய் வந்திரலாம்."

எங்கள் கார் வந்து நின்றது. செட்டியார் ஒரு வழிகாட்டியை எங்களுடன் அனுப்பினார். சாத்தனூரில்

வாங்கி வைத்திருந்த சாப்பாடு, வெற்றிலை, பாக்கு, காமிரா முதலியவற்றை எடுத்துக் கொண்டு புறப்பட்டோம்.

அர்க்காவதி ஆறு காவேரியுடன் சங்கமமாவதற்கு நூறு கஜத்திற்கு இப்பால், அர்க்காவதியைக் கடந்து அக்கரை சென்று பிறகு வலப்பக்கம் திரும்பி, கூடிய காவேரியின் கரையிலே நடந்து செல்ல வேண்டும்.

அர்க்காவதியைக் கடக்கிற இடத்தில் நாலைந்து பெரிய மரங்கள். அங்கே நின்று வேட்டியை வரிந்து கட்டிக்கொண்டோம்.

அப்போது நாங்கள் வந்த வழியே ஒரு பிரும்மாண்ட மான நீளக்கார் ஒன்று விரைந்து வந்துநின்றது. மேனாட்டுக் கார் அது. நான்கு பேர் கௌபாய்கள்போல கட்டம் போட்ட அங்கியும் அரைக்கால் சட்டையுமாக வந்து இறங்கினார்கள். இரண்டு பேர் வெள்ளைக்காரர்கள்; ஒரு வெள்ளைக்காரி. பெண் என்று குரலையும், சற்று நெருங்கி முகத்தையும் பார்த்த பிறகுதான் தெரிந்தது. அவளும் கட்டம்போட்ட அங்கியும், முழுக்கால் சட்டையுமாக ஆண் உடை தரித்திருந்தாள். வந்து இறங்கியதும் இறங்காததுமாக ஒருவன் துப்பாக்கி ஒன்றை எடுத்துத் தோளில் சாத்திக்கொண்டான். மற்ற இருவரும் பெரிய மீன் தூண்டில் இரண்டை எடுத்துக்கொண்டார்கள். பெண்ணிடம் விடைபெற்றுக் கொண்டார்கள்.

“ஜானி, ஜாக்கிரதை, மூன்று பேரும் சேர்ந்தே இருங்கள். ரொம்ப ரொம்ப கவனமாக இருக்க வேண்டும்” என்றாள் பெண்.

“சரி, டார்லிங்” என்றான் நடுவன்.

அவள் முகத்தில் தோன்றிய கவலை சாதாரணமாக இல்லை. அதைப் பார்த்து எங்களுக்கும் கவலை வந்துவிட்டது. அந்த மூன்று பேரும் ஒரு கணப்பொழுதில் ஆற்று நீரைக் காலால் அளைந்து மிதித்துக்கொண்டே அக்கரை சென்று விட்டார்கள்.

கூடவந்த நாய்க்கன் சொன்னான். கன்னடத்தில் அவன் சொன்னது எங்களுக்கும் பாதி புரிந்தது. அவர்கள் எங்கிருந்து வந்தார்களோ தெரியாது. காபி, தேயிலை எஸ்டேட் முதலாளிகள் போல் இருக்கிறது. கூடாரமடித்து பக்கத்துக்காட்டில் தங்கி யிருந்தார்களாம். ஒருநாள் குழந்தைகளுடன் எங்கேயோ நாலைந்து மைல் காரில் வெளியே சென்றிருக்கிறார்கள். திரும்பிவந்து பார்த்தபோது ஒரு யானையோ, யானைகளோ வந்து கூடாரத்தை மிதித்துத் தகர்த்து பிய்த்துவிட்டுப் போய் விட்டனவாம். மிச்சம் மீதிகளைத் திரட்டிக்கொண்டு அவர்கள் வேறு எங்கேயோ கூடாரம் அடித்துக்கொண்டிருக்கிறார்கள்.

"இங்கெல்லாம் யானைகள் உண்டா?"

"நிறைய காட்டானை வரும். புலிகூட வரும். நாலைந்து பேராகச் சேர்ந்துபோனா கிட்ட வராது" என்றான் நாய்க்கன். பெண்ணின் முகத்தில் தோய்ந்து கிடந்த கலவரத்தின் காரணம் இப்பொழுது புரிந்தது. எங்களுக்கும், சுற்றுமுற்றும் புலி உறுமல் கேட்கும் பிரமை. அர்க்காவதியில் ஆழம் இல்லை. கோடை காலம், முழங்கால் இடுப்பு மட்டத்திற்குத்தான் சில இடங் களில் ஓட்டமிருந்தது. அக்கரை ஏறி மேலே நடந்து வலப் பக்கம் திரும்பினோம்.

அது ஒரு புது அனுபவமாக இருந்தது. எங்களைக் கண்டு சிரிப்பது போலவோ என்னவோ, காவேரி ஓயாமல் பெரும் பெரும் பாறைகளுக்கிடையே சீறியும், குதித்தும் இரைச்ச லிட்டுக் கொண்டிருந்தாள். பாதை நல்ல முரட்டுக் காட்டுப் பாதை. காவேரியின் இரைச்சலுக்கு ஒத்து ஊதுவதுபோல இங்குமங்கும் ஓரிரண்டு சிள்வண்டின் இரைச்சல். மற்றபடி வேறு சத்தம் கிடையாது. சுத்தமாக சந்தடி, போக்குவரத்து – ஏதுமற்ற இடம். எத்தனையோ நாட்களுக்குமுன் போன ஒரு ஜீப்காரின் சுவடு மட்டும் அழிந்தும் நலிந்தும் தென்பட்டது. ஜனநடமாட்டம் சுத்தமாக அற்றுக் கிடந்த இடம்.

இருந்தாற்போலிருந்து வாசனை மூக்கைத் துளைத்தது. மல்லிகையா, முல்லையா – எதுவென்று சொல்லமுடியாத ஒரு மணம்; எல்லாம் கலந்த மணமாக இருந்தது. ஆட்களில் ஒருவன் டெரிலின் சட்டைபோட்டு, தலையில் வழிய வழிய எண்ணெய் தடவியிருந்தான். ஏதாவது தைலமாக இருக்கும் என்று அவனருகே சென்று முகர்ந்தோம். தூசும் வேர்வையும் காய்ந்த வாடைதான் வீசிற்று. அவன் சட்டையைக்கூட எங்களில் ஒருவர் முகர்ந்து பார்த்தார்.

"என்னது?" என்றான் அவன்.

"வாசனை பூசிக்கொண்டிருக்கின்றாயா?"

"இல்லையே" என்று குழம்பினான்.

"பின்னே இந்த வாசனை எப்படி வருகிறது?"

"இதுவா? இது கந்தா மரம்."

"அப்படியென்றால்?"

"அது ஒரு மரம் – சந்தன மரம் மாதிரி."

"பார்க்கலாமா?"

"ம். பார்க்கலாம்."

அவன் ஒரு மரத்தைக் காட்டினான். பட்டையை நறுக்கினான். ரத்தச் சிவப்பாகக் கனிந்து கிடந்தது. ஆனால் அந்த வாசனை இல்லை. காளிதாசன் இமயத்தின் மணத்தை வர்ணித்திருக்கிறான். தமிழ்க் கவிகள் பொதிகையில் மணங் களை வர்ணித்திருக்கிறார்கள். படிக்கும்போது மிகையெனத் தோன்றியதெல்லாம் உண்மை என்று இப்பொழுது தெரிந்தது. ஆனால் நிச்சயமாக நாய்க்கன் நறுக்கிக் காட்டிய மரமல்ல அது. சுமார் அரை மைல் தொலைவு வரையில் அந்த மணம் எங்களை விடவில்லை.

ஹன்னடு சக்ர

காவேரி எங்களோடு இரைச்சலிட்டவாறு வந்துகொண்டே யிருந்தாள். பஸவப்பா என்ற எங்களுடைய வழிகாட்டிப்பையன் தனக்கென்று காசோ, துணியோ கொண்டுவரவில்லை. எங்கள் மூட்டை ஒன்றைத் தலையிலும், எங்கள் ஃப்ளாஸ்க் ஒன்றைக் கையிலுமாக வைத்துக்கொண்டு நடந்துகொண்டிருந்தான். அவனைப்பற்றி அவனுடைய பெற்றோர்கள் இந்த சமயம் நினைக்கிறார்களா, கவலைப்படுகிறார்களா? ஒரு பைசாக்

நடந்தாய்; வாழி, காவேரி!

காசில்லாமல் அவர்கள் பையன் எங்கோ, யாரோடோ சுற்றுவது அவர்களுக்குத் தெரியுமா? ஒரு கறுப்பு முழுக்கால் சட்டையும், ஹவாய் செருப்பும், அரைக்கைச் கட்டச் சட்டையு மாக எங்களுக்குக் குற்றேவல் செய்துகொண்டு நடந்த அந்தப் பையனைப் பார்த்து, எங்கள் பிள்ளைகளின் ஞாபகம் வந்து கொண்டிருந்தது. ஆனால் பஸவப்பா பிழைக்கிற பிள்ளை. நிச்சயமாக ஒருநாள் மைசூர் ராஜ்யத்து அமைச்சர்களிலோ, பெரிய பொது மனிதர்களிலோ ஒருவனாக, வரப்போகிறான் என்று தோன்றிற்று.

வெயில் ஏறிக்கொண்டிருந்தது. பசி வேறு. ஒன்றரை மைலுக்குமேல் நடந்தாயிற்று.

"இதோ ஹன்னடு சக்ர, போய்ப் பார்க்கலாமா" என்றான் குடுமி நாய்க்கன். முட்புதர்களை ஒதுக்கிக்கொண்டு அவனோடு நடந்தோம். காவேரி ஆற்றில் இறங்கினோம். இறங்கவில்லை. பாறை பாறையாகத் தாண்டினோம்! எத்தனை பாறைகள்! எத்தனை பாறைகள்! தாண்டித்தாண்டி ஒரு உயர்ந்த பாறை முகட்டில் நின்றோம். "அதோ ஹன்னடு சக்ர" என்றான் குடுமிநாய்க்கன். அவன் காட்டிய இடம் ஒரு பாறைமடு. அங்கு காவேரி தன் பெரும்உடலையும் வேகத்தையும் சக்கர வளையமாகச் சுருட்டிச் சுழன்றுகொண்டிருந்தாள்.

"இங்கே எந்தப் பொருளைப் போட்டாலும் அது பன்னி ரண்டு தடவை சுழன்று அடியில் மறைந்துவிடும். அகாதமான ஆழம். எத்தனைஆழம் என்று யாருக்கும் தெரிந்ததில்லை."

அந்த ஹன்னடு சக்ரவில் (பன்னிரு சுழல்) நாங்களும் எதை எதையோ போட்டோம். பத்து தடவையா, பன்னிரண்டு தடவையா, எத்தனை முறை சுற்றியது என்று தெரியவில்லை. பார்த்துக் கொண்டேயிருக்கும்போது பொருட்கள் மறைந்து விட்டன.

அங்கிருந்து சுற்றிலும் பார்த்தபொழுது முதுகுத் தண்டு சிலிர்த்தது. அவ்வளவு தனிமை. தண்ணீரும், பாறைகளும், நாங்களும்தான். பறவைகள்கூட தென்படவில்லை. முற்றிலும் துண்டித்துவிட்ட தனிமை. ஊரிலும் வீட்டிலும் இருக்கும் பொழுது, தனியாக ஒரு அறையில் ஒரு பொழுதிருந்தாலே இரண்டாம் முகத்தையும் குரலையும் நாட ஏங்குகிற நமக்கு இந்த ஆழ்ந்த தனிமை முனிவர்களைத்தான் நினைவுறுத்தும். எந்த மனிதத் தோழமையும் வேண்டாமல், தனித்து ஒதுங்கி இமயம் போன்ற பகுதிகளில், உட்புறத்தில் குகைகளிலும், வனங்களிலும் தன்னந்தனியாக வருடக்கணக்கில் சில ஏகாங்கிகள் வாழ்வதாகச் சொல்கிறார்கள். எப்படித்தான் வாழ்கிறார்களோ!

"ஹன்னடு சக்ர"ச் சுழலைவிட்டு, மீண்டும் பாதைக்கு வந்து மேலே நடந்தோம். சுமார் ஒன்று ஒன்றரை மைல் நடந்தபிறகு, காவேரி இருக்கிற இடம் தெரியவில்லை. உயர மான பாறைச் சுவர்கள்தான் தெரிந்தன. நீரின் ஓசைமட்டும் தொலைவில் கேட்டது.

திடீரென்று அந்த வாசனை மீண்டும் வீசிற்று. இந்தத் தடவை அது எந்த மரத்தின் மணம் என்று கண்டுபிடிக்கத் தீர்மானித்து விட்டோம். குடுமி நாய்க்கன் பழையபடி ஒரு மரத்தைக் குத்தி, ரத்தச் சிவப்பாக, பட்டைக்குள் தெரிந்த சோற்றைக் காட்டினான். முகர்ந்தோம். ஒரு வாசனையும் இல்லை.

"இதுதான் கந்தாமரம். இந்த வாசனைதான்'' என்று பிடிவாதம் செய்தான் அவன். செஞ்சனமரம் போலிருந்தது அது. ஆனால் வீசின மணம் அதல்ல. ஏதோ புதர்ப்பூக்களாகத் தான் இருக்கவேண்டும் என்று தோன்றிற்று. மணம் பிறந்த இடத்தை மட்டும் சுருக்கென்று பிடிக்க முடியவில்லை. பொது மக்களின் அபிப்பிராயம்போல, இருக்கிற இடம் தெரியாமல், ஆனால் பரவியும் கொண்டிருந்தது அது.

"இதுதான் மேகதாட்டு" என்றான் குடுமி நாய்க்கன்.

"எது ?"

"இதுதான். மேலே ஏறிப் போகவேண்டும்."

படிக்கட்டுப்போல இருந்த இடத்தில் ஏறி மேலே சென்றதும் கீழே ஒரே பாறைப்படுகையாகத் தெரிந்தது. அந்த இடத்தி லிருந்து ஒரு நூறு கஜத் தொலைவில் மேகதாட்டு என்ற இடத்தையும் அதன் நடுவில் சீறும் காவேரியையும் ஓரளவுக்குக் காண முடிந்தது. ஆனால் அதை அருகில் போய்க் காண வேண்டும். ஆனால் பெரும் பாறைக் கற்களில் ஏறியும், தவழ்ந்தும், இறங்கியும், பற்றியும் போகவேண்டும். உடல் பருத்தவர்களுக்குச் சற்று சிரமமான காரியம். எப்படியோ பாறைகளை அணைத்தும் பற்றியும் மெதுவாக அந்த இடத்தை அடைய முயன்றோம், முயன்றோம் என்று பட்டபாட்டைச் சொல்லவில்லை. மேகதாட்டுவைவிட இந்தப் பாறைகளையே பார்த்துக்கொண்டு நின்று விடுவோம் போலிருந்தது. பாறைகள் சில இடங்களில் லேசான நீலம், லேசான சிகப்பு. அதாவது லேசான சிந்தூர வர்ணம். சிற்சில இடங்களில் யானையின் கால்களை உள்ளங் காலை மேல் நோக்கி நிறுத்தி வைத்தாற்போல் இருந்தது. யானையின் கால்களைப்போல கறுப்பு; சுற்றிலும் அதன் போன்ற அரைவட்ட வெள்ளை அமைப்புக்கள். யானைக் கால்கள்தான், ஒரு காலத்தில் அப்படியே அமிழ்ந்து ஃபாஸில்

மேகதாட்

களாக (fossils) மாறி, பின்பு ஏதோ கிளர்ச்சியினால் பூமிக் குள்ளிருந்து மேல் பரப்புக்கு முண்டிவிட்டனவோ என்று ஒரு பிரமை உண்டாயிற்று. பிரமைதான். பாறைகள் அத்தனை விந்தை வடிவங்களில் அங்கு காட்சி கொடுக்கின்றன. கீழே பார்க்கையில் ஒரு இடத்தில் பெரிய பெரிய கப்பறைகள் போல குழிவாகக் கடையப்பட்டுக் கிடந்தன. ஏதோ லட்சக் கணக்கான பேருக்கு அன்னதானம் செய்ய வைத்திருந்த இயற்கைக் கப்பறைகளாகத் தோன்றின அவை. ஒரு இடத்தில் ஒரு பிரம்மாண்டமான கப்பறைக் குழிவு. அதன் நடுவில் துண்டாக வழவழவென்று ஒரு பெரும் பாறைப்பந்து தெரிந்தது. அந்த மலைப்பந்தை யாரும் அங்கு கொண்டு வைக்கவில்லை. நீரின் சீற்றம் அங்கு சுற்றிச் சுற்றி, பாதையை அரித்து, வெண்ணை திரட்டுவதுபோல நடுபாகத்தை அரித்துத் துண்டாகத் திரட்டிக் கழற்றிப் போட்டுவிட்டது. நாங்கள் அதைப் பார்த்த சமயம் கோடை. வெள்ளம் இல்லை. ஆறு நிறைந்து ஓடும் நாளில் வந்திருந்தால் கப்பறைக்குள் நீர்புகுந்து, பாறைப்பந்து சுழன்று சுழன்று அலைபடுவதைப் பார்த்திருக்க முடியும். சில பாறைகள் காகித அட்டைகள்போல் நீர் அரிப்பால் மெலிந்து கிடந்தன. அவற்றில் வட்டவட்டமாக துவாரங்கள். மாடர்ன் ஆர்ட் என்று சொல்லப்படும் கோணல் சித்திரங் களை அப்படியே பாறை வடிவாக மாற்றியது போலிருந்தது இந்தக் காட்சி அனைத்தும். பாறைகளில் அரிக்கப்பட்டுள்ள துவாரங்களின் விந்தை வடிவங்களையும் பாறைகள் நீண்டும் குறுகியும் எதிர்பாராத உருவங்களில் வழிந்து கிடந்த விசித்திரங் களையும் பார்க்கும் பொழுது பிகாஸ்ஸோ, மடிஸ்ஸே போன்ற நவீனக் கவிஞர்களுக்கெல்லாம் இந்த புவி இயல் அதிசயங்கள் தான் ஆதி குருநாதர்களாக இருந்திருக்குமோ என நினைக்க வேண்டியிருந்தது. நவீனக் கலைஞர்களுக்கு இத்தகைய கோணங்களைக் கற்பனை செய்ய முடியாது. ஆயிரக்கணக் கான ஆண்டுகாலமாக நீரும் காற்றும் தவம் செய்துச் செதுக்கிய கோணங்கள் இவை.

மெதுவாக ஏறி இறங்கி மேகதாட்டுக்கு அருகே போய் விட்டோம்.

மேகதாட்டு என்றால் ஆடுதாண்டும் என்று அர்த்தம். மேஷம் மேகவாகவும் தாட்டு தாண்டாகவும் கன்னடத்தில் மாறிவிட்டது. காவேரி இரண்டு உயரமான பாறைச் சுவர் களுக்கிடையே சீறுகிறாள் இங்கு. இரு கரைகளுக்குமிடையே மிகக்குறுகிய இடைவெளி. ஆடு தாண்டிவிடலாம். அருகில் போய்ப் பார்க்கும்போது, அப்படித் தாண்டுகிற ஆடு நாம் பார்க்கிற சாதாரண ஆடாக இருக்க முடியாது என்று தோன்று

கிறது. ஆட்டுக் கிடாவாகனம் என்று தெய்வங்களுக்கு முதுகு கொடுக்கிற ஆடாக இருக்க வேண்டும். அல்லது ஒலிம்பிக் விளையாட்டுப் போட்டிக்காக, பிறந்தது முதல் தாண்டும் பயிற்சி செய்து கொண்டிருக்கிற ஆடாக இருக்கவேண்டும்.

இரண்டு சுவர்களுக்குமிடையே ஆழத்தில் ஓடினாள் காவேரி. சற்றுத் தொலைவில் நாங்கள் அர்க்காவதியில் பார்த்த இரண்டு வெள்ளையர்களும் நம் நாட்டுக்காரரும் சகடைத் தூண்டிலைக் கீழே கிடுகிடு பள்ளத்தில் பாயும் நீரில் விட்டு மீன் பிடித்துக்கொண்டிருந்தார்கள். சற்று ராட்சத மீனாக மாட்டிக்கொண்டு தூண்டிலை இழுத்து, அவர்களுடைய காலும் சற்று விட்டுக் கொடுத்தால், பள்ளத்தில் ஓடும் வெள்ளத்தில் விழவேண்டும். அந்தத் தொலைவில் அந்த வெயிலில், வழவழவென்ற பாறையின்மீது அவர்கள் நிற்பது ஏதோ குச்சி பொம்மைகளை நிற்க வைத்தது போலிருந்தது. பெண்ணின் கவலை முகம் எங்கள்முன் நின்றது.

கீழே, நீர் மஞ்சளாக ஓடிக்கொண்டிருந்தது. குளிக்கலாம் என்று நாய்க்கன் ஒரு இடத்தைச் சுட்டிக் காட்டினான். இயற்கையாக அமைந்த கோணல் படிக்கட்டுகள்; முண்டும் முடிச்சுமாக நீட்டிக்கொண்டிருந்தன. மெதுவாக இறங்கி, இறங்கி, நீர்மட்டத்திற்குச் சென்று இரண்டுபேர் உட்கார்ந்து கொண்டோம். சௌகர்யமாக ஒருவர்தான் உட்காரலாம். இரண்டாவது ஆள் சற்று மேலேதான் உட்காரலாம். நீர் எங்கள் காலடியில் சீறிற்று. இறங்கிக் குளிக்க முடியாது. இறங்கினால் கால் பாவாது. எத்தனை ஆழமோ. அந்த வேகத்தை எதிர்த்து நீந்த முடியாது. தப்பித்தவறி சறுக்கி நீரில் நழுவிவிட்டால் புவிஇயல் மிச்சமாக மாறுவதைத்தவிர வேறு ஒன்றும் செய்வதற்கில்லை.

ஒவ்வொருவராக, குவளையால் தண்ணீரை மொண்டு மொண்டு குளித்தோம். மேலே பார்த்தால் மஞ்சளாகத் தோன்றும் நீர் கையில் எடுக்கும்போது தெள்ளிய படிகமாக இருந்தது. குடிக்கவும் இனிமையான இனிமை. ஒரு அண்டா வுக்கு அதிகமான நீரை எங்கு கண்டாலும், துணிகளை அவிழ்த்து சவுக்காரம் போடத் தொடங்கிவிடும் எங்கள் குழுவினர் ஒருவர் தம் வேலையைத் துவக்கி விட்டார். நாங்கள் தென்னை மர உயரத்திற்குமேல் நின்ற அக்கரைச் சுவரைப் பார்த்துக்கொண்டே உட்கார்ந்திருந்தோம். ராஜ கோபால் முண்டு முண்டாக மாறிமாறி உட்கார்ந்து ஓவியம் வரைந்து கொண்டிருந்தார்.

“சீதை குளிச்ச இடம் இது” என்றான் நாய்க்கன், நாங்கள் இட்லி மூட்டையை அவிழ்க்கும்போது.

இட்லியைத் தின்றுகொண்டே அவன் கதை சொன்னான். "இங்கே ராஜ கோட்டை எல்லாம் இருக்குது. சமந்தாக ராஜா இங்கே ஊஞ்சல் கட்டி ஆடியிருக்கிறாரு. உடனே பாசனத்துக் காக கால்வாய் வெட்ட ஆரம்பிச்சாரு. உடனே சாமிக்குக் கோவம் வந்து கோட்டை, ராஜா எல்லாத்தையும் அழிச்சுப் போட்டாரு" என்றான்.

ஏதோ கட்டுவேலையின் சின்னங்கள் ஆங்காங்கு தெரி கின்றன. ஆனால் அதிகமாக ஒன்றும் தெரியவில்லை. மேக தாட்டுக்கருகில் பாசனக் கால்வாய்கள் வெட்டுவது பகீரதப் பிரயத்தனம். சிறு அஜாக்கிரதைகூட பெரும் முயற்சிகளையும் ஏற்பாடுகளையும் அழிக்க முடியும். அப்படி ஏதோ நேர்ந்து விட்டதைத்தான் நாய்க்கன் சொன்ன கதை குறித்தது போலும்.

ஜனநடமாட்டம் முற்றிலும் அற்ற இடம். முழுத் தனிமை. நான்குமணி நேரம் நாங்கள் பேசிய ஒலியும் ஆற்றின் ஓசையும் தான் கேட்டன. மனமில்லாமல்தான் திரும்பிப்போக எழுந்தோம். பசி. கொண்டுவந்த உணவு தீர்ந்துவிட்டது. பாறைகளைத் தாண்டித் தாண்டி வேடிக்கை பார்த்த மும்முரத்தில் சாப்பிட்ட தனைத்தும் ஜீரணித்து விட்டது. வெயில் வேறு பசியைக் கிளறி விட்டது. பாறைகள்மீது இறங்கி ஏறி, பாதைக்கு வந்ததும், ஒரு வண்டிச் சுவடு தெரிந்தது.

"இது எங்கே போகிறது?" என்றோம்.

"ஹொகெனகல். இப்படியே நடந்து முப்பது மைல் போனால் ஹொகெனகல் வந்துவிடும்" என்றான் நாய்க்கன்.

எங்களுக்குப் பெருமூச்சு வந்தது. "இப்படியே நடந்து போய் விடலாம். 30 மைல் நடக்க வேண்டிய சோறும் இருந்தால் போய் விடலாம். ஆனால் காரை அர்க்காவதியிலல்லவா விட்டு வந்திருக்கிறோம். அங்கிருந்து ஹொகெனகல் போக, மீண்டும் சாத்தனூர் போய், கனகபுர, பன்னாரிகட்டா, ஹொசூர், பெண்ணாகரம் வழியாக, மொத்தம் 120 மைலுக்குமேல் போக வேண்டும்." அப்போது காரைக்கண்டு எரிச்சலாக வந்தது.

மேட்டூர், பவானி போன்ற ஊர்களிலிருந்து அர்க்காவதிக்கு வருகிற நாலைந்து ஆட்கள் காவேரிக்கரையோடு, காட்டுப் பாதையில் நடந்து இரண்டு நாட்களில் வந்துவிடுகிறார்கள் என்று நாய்க்கன் சொன்னான்.

"கொஞ்சம் பயமான வழிதான். நாலஞ்சு பேரா சேர்ந்து கிட்டா வந்திடலாம்" என்றான் அவன்.

வரும் வழியில் மீண்டும் ஒருமுறை ஹன்னடு சக்ரவைத் தொலைவிலிருந்தே பார்த்துவிட்டு நடந்தோம். வெயில்

மண்டையைப் பிளந்தது. வறட்டு வெயில். பெரிய மரங்களும் இல்லை. புதர்களும் சிறு மரங்களும்தான். ஈரமாகக் கட்டிவந்த துணியும் காய்ந்து விட்டது. நாக்கு ஒட்ட ஒட்ட, நின்று நின்று ஒன்றரை மணி நடைக்குப் பிறகு அர்க்காவதி சங்கமத்திற்கு வந்து சேர்ந்தோம். திரும்பி வந்ததும் செட்டியார் எங்களுக்கு உணவு தயாரிப்பதாகச் சொல்லியிருந்தார். வெம்மையும் வேட்கையும் தாங்க முடியாது, மீண்டும் சங்கமத்தில் குளித்துவிட்டு, செட்டியாரின் களத்தை நோக்கி நடந்தோம். பொத்தென்று கொட்டகை நிழலில் உட்கார்ந்தோம். செட்டியார் சற்றுத் தள்ளியிருந்த பாசனக் கண்காணிப்பு விடுதிக்குச் சொல்லி அனுப்பினர். பத்து நிமிடங்களுக்குள் எங்கள் அனைவருக்கும் உப்புமா தயார் செய்துவிட்டார் விடுதிக் காவலாளி. தின்றதும், அங்கேயே படுத்து உறங்கி விடவேண்டும் போலிருந்தது. அன்றிரவு அங்கேயே தங்கி யிருக்கலாம். என்னவோ நாங்கள் அன்றிரவு வேறு எங்காவது போகலாம் என்று முடிவு செய்தோம். பைத்தியக்கார முடிவுதான். செட்டியாரின் களம் அழகான இடம். முன்னால் வயல்கள். அப்பால் அர்க்காவதி, அதற்கு அக்கரையில் மலைத்தொடர். அதேபோல பின்னால் பள்ளத்தாக்கு, வலது பக்கம் காவேரி அதற்குமப்பால் மலைத்தொடர். பக்கத்தில் சங்கமேச்வரர் கோவில். சிறு கோவில். ஆல், அரச மரங்கள். ஆற்றின் ஓசை, அமைதி, தனிமை இவற்றை எல்லாம் விட்டு, ஏன் இரவை வேறு எங்கோ கழிக்க நினைத்தோம் என்று தெரியவில்லை.

செட்டியார் ஹொகெனகல் போக சுருக்கு வழி சொன்னார். எங்களுக்கு ஒரு கட்டு நல்ல பாடம் செய்த புகையிலையும்

கொடுத்தார். தேநீர் போட்டுக் கொடுத்தார்கள். அவருடைய ஆட்கள். புறப்பட்டோம்.

காவேரி, தான் பாயும் இடங்களில் அழகுக்கு என்று பொறுக்கி எடுத்த இடங்களில் இந்த அர்க்காவதி சங்கமமும் ஒன்று. வசீகரம் நிறைந்த தனிமையில் அவள் மகிழ்ச்சியுடன் சுதந்திரமாக விளையாடிக் கொண்டிருந்தாள்.

மீண்டும் மலைப்பாதையில் ஏறி வளைந்து வளைந்து கார் சமதளத்திற்கு வந்தது. லம்பாடிகள் குடியேறியிருக்கிற கிராமத்தைப் பார்க்க ஆசை. வழி காட்டுவதற்காக, குடுமி நாய்க்கனையும் காரில் ஏற்றிக்கொண்டோம். சிறிது தொலைவு வந்ததும், காரை நிறுத்தச் சொன்னான். எங்களை இறக்கி, ஒரு பாதை வழியாக அழைத்துச் சென்றான்.

வறுமை நிறைந்த கிராமம். காபூலிகள் போன்ற நாடோடி களும் கன்னடம் பேசும் நாய்க்கர்களும் சேர்ந்து வாழ்கிறார்கள் அங்கு. லம்பாடிகள் முஸ்லிம்கள் மாதிரி இருந்தார்கள். பேசும் பாஷை உர்து, கன்னடம் என்று பல மொழிகளின் கலவை. ஒரு கிழவனையும் கிழவியையும் புகைப்படம் எடுத்தோம். ஒரு லம்பாடிப் பைத்தியமும் பிடிவாதம் பிடித்துப் படம் எடுத்துக்கொண்டது. பிறகு படம் எடுத்துக் கொண்டதற்காக எங்களிடம் பணம் கேட்டது. அமெரிக்கர் போன்ற வெளி நாட்டினர்கள் படம் எடுத்துக் கொண்டு பணம் கொடுப்பார் களாம். அந்த வாசனை. இந்த லம்பாடிகள் எப்போது வந்தார்கள்; ஏன் நிரந்தரமாகத் தங்கினார்கள் என்று தெரியவில்லை. மைசூர் நாட்டில் ஹைதரும் திப்புவும் கோலோச்சினார்கள் என்பது மட்டும் நினைவு வந்ததே தவிர, வேறு ஒன்றும் தெரிந்துகொள்ள இயலவில்லை.

ஊர் என்ன? ஒரு தெரு. நாலு பக்கமும் வீடுகள். நடுவில் திறந்த வெளி. வீட்டு வாசல்களில் மாடுகள்.

மாடுகள் பார்க்க அழகாக இருந்தன. மனிதர்களைவிட மாடுகள்தான் ஒரு சீமைக்குத் தன் அடையாளம் தருகின்றன என்று தோன்றுகிறது. கொம்பு தீய்ந்த, தஞ்சாவூர் மொட்டை மாடு, உம்பளாச்சேரி, காங்கயம் காளை, உசிலேத்திக் காளை, ஓங்கோல் மாடு – எல்லாம் இதற்கு எடுத்துக் காட்டுகள். முக்கியமாக, கொம்பில் தெரியும் சீமை. கன்னடப் பிரதேசத்தில் இந்த அர்க்காவதிப் பகுதி மாடுகளின் கொம்புகள் சிறியவை. சேர்ந்து நேராக நீண்டிருந்தன. எந்தச் சீமைக்குப் போனாலும் மாட்டு முகத்தையும் கொம்பையும் பார்க்காமலிருந்து விடாதீர்கள். எது அழகு என்று சொல்லிவிட முடியாது. அப்படி போட்டி போடும். குஜராத் மாடுகளின் கொம்புக்கு

ஒரு தனி கம்பீரமும் வலுவும் உண்டு. பார்த்தால் தெரியும். இந்தப் பிரயாணத்தில் மோசமான மாடுகளை நாங்கள் பார்த்தது குடகு நாட்டில்தான்.

இந்த இடத்தில் மாடுகள் நன்றாக இருந்தன. மனிதர்கள் வறுமைப்பட்டுக் கிடந்தார்கள். அதனால்தான் படத்திற்குக் காசு கேட்டார்களோ என்னவோ. ஆனால் லம்பாடிக் கிழவி முதலில் மறுத்தது பணச் சபலத்தால் அல்ல. வெட்கத்தால்! ஐயோ! அவள் பட்ட வெட்கம்! அந்தப் பொக்கைச் சிரிப்பில் பெண்மையின் நாணம்! உள்ளத்திற்கும் உணர்ச்சிக்கும் மூப்புக் கிடையாது என்று சொல்வது போலிருந்தது அந்தப் பொக்கை வெட்கம்.

நாய்க்கன் அந்தக் கிராமத்துக்காரன். அவனை அங்கேயே விட்டு, விடைபெற்றுப் புறப்பட்டோம்.

அந்தப் பயணம் லேசில் மறக்கமுடியாத பயணம். இரண்டு மைல் போவதற்குள் மாட்டுமந்தைகள் பல எதிர்ப்பட்டன. ஒரு மாட்டுக்காரப் பையன் மீது எங்கள் கார் ஏறத் தெரிந்தது. அவன் சக்கரத்தடியில் போவதற்குள் கார் ஓட்டி காரை மிகுந்த லாகவத்துடன் நிறுத்திவிட்டார். விழுந்த பையன், சட்டென்று எழுந்து, வெறும் கிலியில் அழத் தொடங்கி விட்டான். அவனுக்குக் கீழே விழுந்த சிராய்ப்புக்கூட இல்லை. கிலிதான். வழக்கம்போல் அவனுக்கு இரண்டு பாட்டு விட்டு விட்டு, வண்டியைச் செலுத்தினார் கார் ஓட்டி. பையனைவிட எங்களைத்தான் அதிர்ச்சி அதிகமாக தாக்கிற்று. பையன்மீது கார் ஏறியிருந்தால்? – என்று தொடர்ந்து எங்கள் சிந்தனை கவலையிலும் கலவரத்திலும் மேய்ந்து படர்ந்தது. கார் ஓட்டியை எச்சரித்துக்கொண்டே போனோம். அவர் மிகவும் திறமைசாலி. நல்ல தோழமை உள்ளவர். ஆனால் போகும் வழியில் ஏதாவது கைகாட்டியிருந்தால் ஒரு பர்லாங் தவறான சாலையில் போய்விட்டு, காரைப் பின்னுக்கு மீண்டும் ஓட்டி வந்துதான் கைகாட்டியைப் பார்த்து, சரியான வழிக்குத் திரும்புவார். இது அவருக்கு ஒரு பழக்கமாகி விட்டது. காபி சாப்பிடவேண்டும் என்றால் காபிக் கடைகளைத் தாண்டி இரண்டு பர்லாங் போய் விடுவார். அடுத்த ஊரில் நல்ல காபி கிடைக்கும் என்பார். அங்கும் இதே பாட்டு. இது ஒன்றைத் தவிர, அவர் மிகமிக நல்ல பையன்.

நல்ல வேளையாக அவரை நாங்கள் மேகதாட்டுக்கு நடத்தி அழைத்துச் செல்லவில்லை. சென்றிருந்தால், அன்றிரவு அர்க்காவதி சங்கமத்திலேயே அவருக்கு ஓய்வு கொடுக்கும்படி ஆயிருக்கும். அப்படிச் செய்திருக்கலாமே என்றுதான் அன்றிரவு பட்ட இன்னொரு கஷ்டமும் இடித்துக் காட்டிற்று.

சாத்தனூர் வழியாகப் போகாமல் கனகபுராவிற்குக் குறுக்கு வழி உண்டு என்று சொன்னார்கள். குறுக்கு வழிப் பைத்தியம் நம்மை எப்போதுமே விடுவதில்லை. நடந்தாலும் சரி, சவாரி செய்தாலும் சரி. அது அர்த்தமில்லாத பைத்தியம். மூன்று மைல் அந்த வழியில் போனபிறகு வந்த வழியே திரும்ப நேர்ந்தது. நடுவே ஒரு வாய்க்கால். கார் அதைக்கடக்க முடியவில்லை. மீண்டும் திரும்பி, அதில் ஆறுமைல் வீணாக வருத்தத்தோடு, தொட்டஹள்ளி வழியாக சாத்தனூர் வந்தோம். பஸவப்பா இறங்குகிற வழியாக இல்லை. காரை, கடைத் தெருவில் நிறுத்தி விட்டு, எங்கோ போய் தாத்தாவிடம் விடைபெற்றுக்கொண்டு வந்தான். "அந்தத் தாத்தாவை நாங்களும் பார்க்கக் கூடாதா" என்றோம். சிரித்தான் அவன்.

பிறகு அரைமணிப் பயணத்தில் கனகபுரா வந்துவிட்டது. இதன் பழைய பெயர் கங்கனஹள்ளி. பெயர் மாற்றம் நாங்கள் கொண்டுபோன தேசப்படத்தில் இல்லாததால், முதல் முதலில் சிவசமுத்திரத்திற்குத் தலையைச் சுற்றி மூக்கைத் தொடும் பயணமாகப் போன ஞாபகம் வந்தது. இந்த கனகபுராதான் பக்த சிரோமணியும் இடைக்கலைஞருமான கனகதாசர் வாழ்ந்த இடம் என்கிறார்கள்.

பஸவப்பா காரை நிறுத்தச் சொன்னான். "அதுதான் எங்கள் வீடு" என்று இறங்கி நாங்கள் கடந்துவிட்ட இரண்டு மூன்று வீடுகளுக்குப் பின்னால் ஒரு வீட்டைக் காண்பித்தான். கீழே இறங்கினான். "சரி, போய் வருகிறேன்" என்று விடை பெற்றுக் கொண்டு விட்டான்.

"பிழைக்கிற பய, சார். மூணு நாளா நம்மோடவே இருந்திருக்கிறான். வாங்க – கொஞ்சம் தண்ணி சாப்பிடுங்க. எங்கப்பாவைப் பாருங்க. ஊட்டுக்கு வாங்கன்னு சொல்றானா பாத்தீங்களா!" என்றார் காரோட்டி தமிழில்.

"டிரைவருக்குத் தண்ணி வேணுமாம்" என்று நாங்கள் சொன்னதும் இதோ என்று வீட்டுக்குப் போய் ஒரு செம்பிலும் டம்ளரிலும் கொண்டுவந்தான்.

"சரி, நாமாவது பார்த்துவிட்டு வருவோம்" என்று அவன் பெற்றோரைப் பார்க்க இறங்கப் போனார் ராஜகோபால். வந்ததும், அவன் கருக்காக விடை கொடுத்துவிட்டான். காரில் வந்து இறங்கிய அவனைச்சுற்றி அவன் தம்பி தங்கைமார்களும் தெருப் பையன்களும் சூழ்ந்து நிற்பதைப் பார்த்துக்கொண்டே காரை விட்டோம்.

கனகபுராவிலிருந்து பெங்களூர் போகும் சாலையில் இடையே வலப்புறத்தில் பிரிந்து பன்னாரிகட்டா என்ற ஊர் வழியாக ஹொஸூர் சென்று அங்கிருந்து ஹொகெனகல் போகலாம் என்று வழி குறித்துக் கொடுத்திருந்தார் செட்டியார்.

அந்தி மயங்கி இருள் வந்துவிட்டது. சாலையில் மீண்டும் சின்ன ஊர். சிறுசிறு கடைகள். அந்தி வேளைக்கூட்டம், பன்னாரிகட்டா போகும் வழியை விசாரித்தோம். ஊரைத் தாண்டியதும் ஒருவழி வலப்புறம் திரும்புகிறது, அதில் போகலாம்.

"திரும்பாமல் நேராக சாலையில் போனால் கொஞ்சம் மீண்டும் ஒரு வழி வலப்பக்கம் திரும்பும். அதுவும் பன்னாரி கட்டா போகும். ஆனால் அது சுற்றுவழி" என்றார்கள். அவர்கள் சொன்னபடியே முதல் திருப்பத்தில் வலப்பக்கம் திரும்பினோம்.

மீண்டும் ஒரு ஆளை விசாரித்தோம். "ஓ, நல்லா போகலாம். லாரியெல்லாம் போகுது. தாராளமாகப் போகலாம்" என்றான் அவன்.

அரை மைல், ஒரு மைல் போன பிறகு சாலையில் வெளிச்சமில்லை. ஒரு வண்டி, ஒரு நாய், ஒன்றைக்கூடக் காணவில்லை. ஒரே இருட்டு. வழியின் இருபக்கமும் நெடிய மரங்கள், புதர்கள், கள்ளிகள். அடிவானத்திற்கு மேலே சந்திரன், நசுங்கிப் போன அழுக்குப் பித்தளைத் தாம்பாளம் போல, எழுந்த மேகங்களுக்குள் பட்டுத் திணறிக் கொண் டிருந்தது. அது படுகிற பாட்டில் எங்களுக்கு எங்கே ஒளிகாட்டப் போகிறது? அழுது வடியும் தோற்றம்.

"இதென்ன சார் ரோடா? காட்டிலே கொண்டு இறக்கிட்டீங்களே" என்று முனகினார் கார் ஓட்டி.

முன்னால் பார்த்தோம். காரின் ஒளியில் விறகு நிறுக்கிற கற்கள்போல பெரிது பெரிதாக வெள்ளைக் கற்கள் சாலையில் கிடந்தன. முட்டியளவு, தலையளவு என்று பலவித அளவு வடிவங்கள். வெள்ளைச் செம்பூரான் கற்கள்.

"போக முடியாது போலிருக்கே சார்."

"ம்..." என்று இழுத்தோம்.

ஆனால் கார் மெதுவாக தேர்போல நகர்ந்த வண்ணம் இருந்தது.

"எத்தனி தூரம் சார் இப்படியே போறது?"

கார் ஓட்டி முனகிக்கொண்டே வந்தார். நிறுத்தவும் இல்லை. வந்த வழியில் திரும்பியும் போவதற்கில்லை.

திடீரென்று ஒரு கோட்டான் கூவிற்று. இன்னும் ஒரு மைல் இப்படியே போனால் கார் சக்கரம் கிழிந்துவிடும்.

யாரை விசாரிப்பது? புதர்கள், கள்ளிகள், அழும் நிலவு, மரங்கள், திடீரென்று கண் பளபளக்க வழியின் குறுக்கே ஓடிய ஒரு நரி – இவற்றைத்தான் விசாரிக்க வேண்டும்.

ஆடு தாண்டும்   107

வரவர ஆய்ச்சலும் பள்ளமும் பெருகிக்கொண்டே வந்தன. வழி திரும்பித் திரும்பிப் போயிற்று. ஒவ்வொரு திருப்பமும் நம்பிக்கை ஊட்டும். திரும்பியவுடன் மீண்டும் மனவேதனை, சோர்வு.

"இதை எப்படி நல்ல ரோடு என்று சொன்னான் அவன்?" என்று பெருவழியில் வழிகாட்டியவனைத் திட்டினோம்.

"லாரி, ஜீப்பெல்லாம் இந்த வழியில் போகும். நாசூக்கு ராஜதூதர்கள் போகமுடியுமா? அவன் சொன்னதை நாம் சரியாக அர்த்தம் செய்து கொண்டிருக்க வேண்டும்" என்றது ஒரு குரல். இப்படி பரஸ்பரம் எரிச்சலூட்டிக் கொண்டே போனோம்.

மதியை மறைக்கும் மர நிழலில் ஒரு பார வண்டி வந்தது. கேட்டோம்.

"பன்னாரிகட்டா போகுமா?"

"போகும். போய்க்கொண்டே இருங்கள்" என்ற மாதிரி ஏதோ சொன்னான் வண்டி ஓட்டி.

ஒரு நைட்ஜார் பறவை பாதைத் தூசியோடு தூசியாகப் பறந்து போயிற்று.

எத்தனை நேரம் அந்தப் பயணம் நீடித்தது என்று உணரவில்லை. ஒவ்வொரு கணமும் ஒரு மாதம்போலிருந்தது. ஒவ்வொரு அடியும் ஒரு மைல் போலிருந்தது.

திடீரென்று எங்கோ பேச்சுக்குரல் கேட்டது. ஒரு ஆண் குரல், ஒரு பெண் குரல். எங்கிருந்து வந்தது என்று தெரிய வில்லை. ஒரு இடத்தில் வண்டியை நிறுத்தி கூப்பாடு போட் டோம். ஒரு ஐந்து நிமிஷம் கழித்து இரண்டு பேர் வந்தார்கள்.

"யாரு?"

"பன்னாரிகட்டாவுக்கு இந்த வழி போகுமா?"

"போகும்" என்று தமிழில் பதில் வந்தது.

"இதுதான் பன்னாரிகட்டா போகிற வழியா?"

"இது இல்லீங்க. வண்டியிலே போறதுன்னா அதுக்கு வேற ரோடல்ல? இதிலே ஏங்க வந்தீங்க?"

"ஏதோ வந்திட்டோம்."

"சரி போங்க. இன்னும் ஒரு மைல்தான் இருக்கு . . . எங்க போகணும்?"

"ஹோசூருக்கு."

"போங்க போங்க."

சிறிது தூரம் போனதும் சாலையில் கற்கள் இல்லை. கீற்றும், ஓடுமாக கூரைக்குடிசைகள் தெரிந்தன. ஒரு விளக்குக் கூடத் தெரிந்தது. ஒரு இளம் வயது ஆணும் பெண்ணும் மங்கிய நிலவில் குடிசை வாசலில் உட்கார்ந்து பேசிக்கொண் டிருந்தார்கள். அந்த இளமையைப் பார்த்ததும் எங்கிருந்தோ ஒரு ஆறுதல் ஓடி வந்தது.

இரவு ஹோசூர் போகும்போது ஒன்பதரை மணி ஆகி விட்டது. கண்காணிப்பு விடுதி ஊருக்கு வெகு தொலைவில் இருந்தது. அதைக் கண்டுபிடித்து இடம் பிடிக்கவே முக்கால் மணி ஆயிற்று. மீண்டும் சாலைக்கு வந்து, வெறும் வற்றல் மிளகாயினாலேயே அத்தனை சமையலும் செய்தாற்போன்ற சாப்பாட்டை ஒரு ஹோட்டலில் – நெய்யும் போடமாட்டார் களாம் – கண் அழ அழத் தின்றுவிட்டு விடுதிக்கு வந்தோம். ஒரே குளிர்காற்றாக வீசிக் கொண்டிருந்தது. சட்டையைக் கழற்ற முடியவில்லை. அந்த நடுக்கோடையில் சென்னை டிசம்பர் மாதம் போலிருந்தது அங்கு. ஜன்னல் கதவுகளைக் கூடத் திறக்க முடியவில்லை. அவ்வளவு சிலுசிலுப்பு.

என்னமோ வடதுருவம், தென் துருவம், இமயச் சிகரம் – என்றெல்லாம் போய்விட்டு வந்ததுபோல களைத்துப் போய் படுத்தோம். இழுத்துப் போர்த்திக்கொண்டு தூங்கியும் விட்டோம். ஆனால் நிம்மதியான தூக்கம் என்று சொல்வதற் கில்லை. பன்னாரிகட்டாவின் பயங்கரமான பாறைகள் பல விபரீதக் காட்சிகளாக அடிக்கடி கனவில் தோன்றி உறக்கத்தைக் கலைத்துக்கொண்டிருந்தன.

ஆடு தாண்டும்

109

7

புகை தரும் புனல்

காலையில் எழுந்தபோது விடுதியின் ரம்மியமான சூழல்கூட எங்களுக்கு மன நிம்மதியைக் கொடுக்க வில்லை. அதிர்ச்சி தரும் செய்தி ஒன்று ரேடியோ மூலம் அரைகுறையாகக் காதில் விழுந்து கவலையை அதிகரித்தது. பெங்களூரிலிருந்து புறப்பட்ட ரயில் ஒன்று குப்பம் ஸ்டேஷனில் விபத்துக்குள்ளாகி பல பிரயாணிகள் உயிரிழந்து விட்டதாகச் செய்தி. எந்த ரயில் என்று தெரிந்து கொள்ள இயலவில்லை. செய்தி முடிந்து ரேடியோ குஷியாக சினிமாப் பாட்டுகளைப் பாடிக்கொண்டிருந்தது.

மைசூரிலிருந்து நாங்கள் டாக்சி ஏற்றி அனுப்பிய நண்பர் சீனிவாஸன் முந்திய நாளிரவு பெங்களூரிலிருந்து ரயிலில் புறப்பட்டிருக்க வேண்டும் என்பதை நினைத்த தும் ரேடியோவில் அறிவித்த ரயில் விபத்துச் செய்தி எங்களை மிகவும் பாதித்துவிட்டது. மூன்று மைலுக் கப்பால் ஊருக்குள் சென்று காபி வாங்கிக்கொண்டு வந்த டிரைவர் ஒரு தினசரித்தாளும் வாங்கிக்கொண்டு வந்தார். நடுங்கும் கைகளுடன் பேப்பரைப் பிரித்துப் பார்த்தோம். விபத்துக்குள்ளான ரயில் பெங்களூர் – கொச்சி எக்ஸ்பிரஸ் என்று தெரிந்ததும் சற்று நிம்மதி ஏற்பட்டது. அப்பொழுதும் கொஞ்சம் தயக்கத்துடன், உயிரிழந்தவர்கள், காயமுற்றவர்கள் முதலியவர்களின் பெயர்ப் பட்டியல் பார்த்து முடித்த பிறகுதான் ஆறிப் போன காபியைச் சாப்பிட மனம் வந்தது. சென்னை போகும் சீனிவாஸன் விபத்துக்குள்ளான கொச்சி ரயிலில் ஏறியிருக்க முடியாது என்று மனதைத் தேற்றிக் கொண்டோம். நல்ல வேளையாகப் பெயர்ப் பட்டியலும் எங்களுக்கு மட்டும் அமைதி கொடுத்தது. ஆனால்

அர்க்காவதிக் கருகே ஒரு சிறுவன்மீது எங்களுடைய கார் மோதவிருந்த நினைவும், பன்னாரிகட்டாவின் பயங்கர சூழ்நிலையும் மீண்டும் மனதில் தோன்றி ஒருவித திகில் நிறைந்த குழப்பம் நிலவிற்று. உடனே சென்னை திரும்பிவிட வேண்டுமென்று மனம் துடித்தது. சிறிது ஆலோசனைக்குப் பிறகு அனாவசிய மாகக் கவலைப்படுவதில் பயனில்லை என்றும், அன்று ஹொாக னெக்கல்லுக்குப் போய்ப் பார்த்துவிட்டுத் திரும்பி விடுவ தென்றும் முடிவு செய்தோம்.

அர்க்காவதிப் பண்ணை செட்டியார் ஹொகனெக்கல் போவதற்கு வழி சொல்லியது நினைவு வந்தது. ஹோட்டல் களில் சிற்றுண்டி வகைகளைப் பற்றிய விவரங்கள் அடங்கிய பலகைகள் அமுலுக்கு வருவதற்குப் பல வருஷங்களுக்கு முன், ஹோட்டல் பையன்கள் பட்டியல் ஒப்புவிப்பதுபோல் அவர் மிகவும் சரளமாகப் பல்லவியாகப் பாடி வைத்தார். 'ஆல ஹள்ளி, கனகபுர, கக்கிளிபுர, பன்னாரிகட்டா, ஹோசூர், ராயக்கோட்டை, பாலக்கோடு, பெண்ணாகரம், ஒய்னக்கல்' என்று அவர் வழிகுறிப்பிட்டு சொல்லியிருந்தார். ஹொாக னெக்கல்லைத்தான் அவர் ஒய்னக்கல் என்று குறிப்பிட்டா ரென்பது பல கேள்வி பதில்களுக்குப் பிறகுதான் புரிந்தது.

ஹோசூரிலிருந்து செட்டியார் குறிப்பிட்ட வழியாகக் காரைச் செலுத்தினோம். அந்த ஊரிலிருக்கும் பழைய கோட்டையொன்றைப் பார்க்க வேண்டும் என்று ஆசைதான். ஆனால் நேரமில்லையென்று, இடங்கொடுக்காத மனம் சொல்லிக்கொண்டது. ராம நாய்க்கன் குளத்திற்கு வடக்கே, ஊருக்கு மேற்கில் இருக்கும் அந்தக் கோட்டை பதினெட்டாம் நூற்றாண்டில் வெள்ளையர்களால் கட்டப்பட்டது. திப்புவின் ஆணைப்படி அந்தக் கோட்டையை வலுப்படுத்தும் வேலையில் ஈடுபட்டிருந்த இரண்டு கைதிகள் 1791ஆம் ஆண்டில் காரன் வாலீஸ் படை முன்னேறி வரும்பொழுது கொல்லப்பட்டார்கள். அவர்களைக் கொல்வதற்காக திப்பு சுல்தானின் கட்டளை வரப்பெற்றபோது ஊரிலிருந்த மக்கள் எல்லோரும் மிகவும் வருத்தமுற்று கொலைக்களத்தில் வந்து கூடினார்கள். கோட்டையை நிறுவிய ஹாமில்டன் சிறைச்சேத தண்டனை விதிக்கப்பட்ட கைதிகளிடம் பிரியா விடைபெற்று அவர்களில் ஒருவனுக்கு ஒரு ஜோடி காம்பஸ்களை (*Compass*) கொடுத்த தாகவும் அந்தக் கருவிகள் அந்தக் கைதியின் சந்ததியார் களிடம் பல தலைமுறைகள் பாதுகாத்து வைக்கப்பட்டிருந்த தாகவும் ஒரு கதை உண்டு. கோட்டையைச் சுற்றி ஒரு பெரிய அகழியும் வெளிப்புற மதிலும் இருக்கின்றன. தெற்குப் பகுதியில் சுமார் நூறு ஆண்டுகளுக்கு முன் ஒரு கலெக்டர் நிறுவிய

(*Kenilworth Castle* என்ற) கட்டடமும் இருக்கிறது. வால்டர் ஸ்காட் எழுதிய *Kenilworth* என்ற நாவலைப்பற்றியும் அதைத் தமிழில் தழுவி எழுதப்பட்ட கற்கோட்டை என்ற கதையைப் பற்றியும் சிந்தனைகள் மனதில் எழ ஏக்கத்துடன் ஹோசூரை விட்டுப் புறப்பட்டோம்.

கார் போய்க்கொண்டிருக்கும்போது பல விஷயங்களைப் பற்றிப் பேசி, நிற்க வேண்டிய இடத்தில் காரை நிறுத்தச் சொல்லாமல் பிறகு டிரைவர் மீது குற்றம் சொல்லும் வழக்கம் கொண்டிருந்த நாங்கள் அன்று பேச்சற்று அமர்ந்திருந்தோம். மனதில் வெளிப்படையாக ஒப்புக்கொள்ள முடியாத கவலை ஒன்று நம நமவென்று அரித்துக்கொண்டிருந்தது. அந்தக் கவலையை மறைக்க முயன்று ஹோசூருக்கு வருவதற்கு முன் நாங்கள் கண்ட காட்சிகளையும் பெற்ற அனுபவங்களையும் பற்றி அளவளாவும் வகையில் ஒருவருடன் ஒருவர் சிறிது சிறிதாக சிரமத்துடன் பேச்சுக் கொடுத்துக் கொண்டிருந்தோம். வேறு சில சிறு கவலைகள் எங்களுடைய உள்ளங்களின் போக்கைத் திருப்பிவிட்டன. கந்தாமரம் பார்க்கவில்லையே என்பது ஒருவருடைய ஏக்கம். பஸவப்பாவின் பெற்றோர் களைச் சந்தித்துப் பேசமுடியவில்லையே என்பது இன்னொரு வருடைய குறை. குடுமி நாய்க்கன் கிராமத்தில் தங்கி அந்த லம்பாடி மக்களுடன் நெருங்கிப் பழகும் வாய்ப்புக் கிடைக்க வில்லையே என்ற வருத்தம் இன்னொருவருக்கு. இந்தக் குறைபாடுகளைப் பரிவர்த்தனை செய்து கொண்டிருந்த சமயத்தில் எங்கள் மூவருக்கும் பொதுவான வேட்கை ஒன்று எங்கள் நினைவில் தலைதூக்கி நின்றது. அதுதான் அர்க்கா வதிக் கரையில் இரவைக் கழிக்காமல் கார் ஏறிக் கிளம்பிய கோழைத்தனம். பழியை ஒருவர்மீது ஒருவராகச் சுமத்திக் கொண்டு பயணத்தைத் தொடர்ந்தோம். அர்க்காவதியின் தோற்றம் உள்ளத்தில் நிலைத்து ஹொகனெக்கல் நோக்கிச் செல்லும் சாலையின் இருபுறக் காட்சிகளையும் மங்கச் செய்துவிட்டது. மைசூர் ராஜ்யத்திற்கும் தமிழ் நாட்டில் சேலம் மாவட்டத்திற்கும் இடையே பரந்து நிற்கும் மலைப் பாறைகளை அரித்துக் குடைந்து, பாதை வெட்டிக்கொண்டு வரும் காவேரிக்குக் கை கொடுத்துத் துணை நிற்கும் வகையில் அர்க்காவதி முன் கூட்டியே சந்தித்து விடுகிறாள். அர்க்காவதி சங்கமத்திற்குப் பிறகுதான் காவேரி தன்னை எதிர்த்து நிற்கும் குன்றுகளைச் சீறிச் சினந்து தாக்குகிறாள். நாங்கள் மேகதாட்டுக்குச் செல்லும்பொழுது வலப்புறத்தில் அர்க்கா வதியின் நீரை ஏற்ற வண்ணம் பாய்ந்து கொண்டிருந்த காவேரி அந்த உபநதியுடன் ஏதோ ரகசியம் பேசிக்கொண்டு வந்தது போல் தோன்றியது.

காவேரியுடன் கலக்குமுன் நூற்றிருபது மைல் தூரம் பாயும் அர்க்காவதி நந்தி துர்க்கத்தில் ஒரு கிணற்றிலிருந்து உற்பத்தி ஆவதாக ஐதீகம். வழியில் குமுதவதியின் நீரைப் பெற்றுக்கொண்டு பின்னர் ராம்கிரி, சிவன்கிரி என்ற குன்று களுக்கிடையே பாய்ந்து பெங்களூர் மாவட்டத்தில் சென்ன பட்ணா தாலுக்கா வழியாக ஓடுகிறது. இங்கே உயர்ந்த பாறைகளுக்கும், அடர்ந்த காடுகளுக்குமிடையயே அர்க்காவதி பாய்வதால் சாகுபடிக்கு அதிகமாகப் பயன்படுவதில்லை. இரு மருங்கிலும் கரைகளில் முசுக்கொட்டைப் பயிர்கள் அதிகம். ஆலஹள்ளி கிராமத்தில் பட்டுப்பூச்சிப் பண்ணைகள் பல இயங்குவதற்கு இந்தச் செடிகள் உதவுகின்றன. கங்கன ஹள்ளி தாலுகாவை விட்டு நீங்கும்பொழுது அர்க்காவதி யுடன் விருஷபாவதி நதி சேர்ந்து கொள்ளுகிறது. ஏற்கனவே குமுதவதியின் உதவியால் நீர்ப் பெருக்கடைந்த அர்க்காவதி இரண்டாவது துணையுடன் காவேரிக்குக் காணிக்கை செலுத்த வரும்பொழுது கல்லும் மலையும் எம்மாத்திரம்! ஆரம்பத்தில் கனகா, சுஜோதி என்ற நதிகளையும் பின்னர் ஹேமவதி, லக்ஷ்மண தீர்த்தம், கபினி, ஸிம்ஸா, லோகபாவனி, ஸ்வர்ணவதி போன்ற நதிகளையும் தன்னுடன் சேர்த்துக்கொண்டு மைசூர், ராஜ்யத்தைச் செழிக்கச் செய்துவிட்டு, காவேரி தமிழ்நாட்டை நோக்கி விரைகிறாள். காவேரியின் வேகத்தைக் குறைத்து நீரைத் தேக்க சிறு அணைகள் பலவும், கிருஷ்ணராஜ சாகரம் போன்ற பெரிய அணைகள் ஓரிரண்டும் நிறுவப்பட்டிருந்ததும் கடல் நோக்கி விரையும் ஓட்டத்தைக் கல்லும், மலையும், முள்ளும் மரமும், தடுக்க முயல்வது கடைசியாக மேகதாட் பிரதேசத்தில்தான். பாவம்! வெறும் தண்ணீர் தங்களை வெட்டிக்கொண்டு போகும் என்று அந்தப் பாறைகளுக்கு எப்படித் தெரியும்? எறும்பூரக் குழியும் கல் காவேரியின் கடுமையான வேகத்தை எதிர்த்து நிற்க முடியுமா? மேக தாட்டுக்கருகே தமிழ்நாட்டு எல்லைக்குள் நுழையும் காவேரி மலைகளுக்கு இடையே தாவிக் குதித்து ஓடி, குறுக்குப் பாதையில் வந்து ஹொகனெக்கல்லில் நீர் வீழ்ச்சியாக மாறும் காட்சியைக் காணும் ஆவலில் நீண்டுகொண்டே போகும் சுற்றுச் சாலைப் பாதையின் தொலைவைக் கடிந்துகொண்டே ராயக்கோட்டை, பாலக்கோடு இரண்டையும் கடந்து பெண்ணா கரம் சேர்ந்தோம். அப்பொழுதுதான் அர்க்காவதி, காவேரி, மேகதாட் பற்றிய கனவுகள் கலைந்து எங்களுக்கு சுயநினைவு வந்தது.

தமிழ்நாட்டில் கிராம வாழ்க்கையின் பொருளாதாரத்திற்கு அடிப்படையாகத் தொன்று தொட்டு வந்திருக்கும் வர்த்தகக் காட்சி ஒன்றைக் கண்டு வியந்து நின்றோம். நகர வாழ்வில்

ஊறிப்போய், பண்டங்களை இறுதி வடிவமாக சிறுகச்சிறுக சிறிய புட்டிகளிலும், பாக்கெட்டுகளிலும், பெரிய விலை கொடுத்து வாங்கிப் பழகியிருந்த எங்களுக்கு அந்தக் காட்சி பல இன்பமான இளம் பிராய சம்பவங்களை நினைவூட்டியது. இன்று அநாயாசமாக சாக்கலேட்டுகளை ரூபாய்க் கணக்கில் வாங்கும் 'நாகரிக'ப் போக்கை எதிர்க்கத் திராணியில்லாத எங்களுக்கு, சர்க்கரை மிட்டாய் வாங்கித் தின்பதே வாழ்க்கையின் குறிக்கோளாக இருந்த நாட்கள் அப்பொழுது நினைவில் மிதந்தன. விளைபொருள்களை, அளவில் அவ்வளவு அதிகமாகப் பார்ப்பதற்கு சென்னையில் கொத்தவால் சாவடியில் வாய்ப்பு கிடைக்குமோ என்னவோ? ஆனால் அங்கும் மனிதக் கும்பல்தான் பொருட் குவியலை மீறி நிற்கும். காலத்துடன் போட்டியிடாமல், அவசரம் என்ற சொல்லை அகராதியில் கொள்ளாமல் விளைந்த பொருள்களையும், செய்த சாமான்களையும், தலையில் சுமந்தும், மாட்டு வண்டிகளில் ஏற்றிக் கொண்டும் வந்து குவித்திருந்த காட்சி வரலாற்றுப் பழமையின் வசீகரத்துடன் கண் முன்னே உருவெடுத்திருப்பது. வண்ணக் குவியல்கள், வளம் கொழிக்கும் பொருள் வகைகள், வேட்கையும் ஏக்கமும் தொனிக்காத மகிழ்ச்சி நிறைந்த பேச்சுக் குரல்கள். காரை நிறுத்தச் சொன்னோம். அந்தக் காட்சியில் மயங்கிய டிரைவரும் உடனே நிறுத்திய விந்தையை அறிந்து வியக்க எங்களுக்கு நேரமில்லை. விழுந்தடித்துக்கொண்டு இறங்கினோம்.

பெண்ணாகரத்தில் அன்று வாரச்சந்தை. வாரச்சந்தைகளைப் பார்த்து எத்தனை ஆண்டுகளாகிவிட்டன! காய்ந்த மாடு கம்பில் விழுவதுபோல, வந்திருந்த அத்தனை சாமான்களையும் அள்ளிக் கொண்டு போய்விடலாமா என்ற தோன்றிற்று. காய்கறிகள், கூடைகள், வற்றல்கள், கை நெசவுகள், கண்ட அத்தனையும் ஏதோ இலவசமாக வழங்கப்படுவதுபோல் இருந்தது. பட்டணத்துக்கு வெளியே, அதுவும் உற்பத்தியாகிற இடங்களுக்கு அருகே, எதுவும் கொள்ளை மலிவு. கலாசாகரம் வாங்கி வாங்கி காரின் பின் கிடங்கை நிரப்பிக்கொண்டிருந்தார். காய்கள், கறிகள், கிழங்குகள், கூடைகள் என்று டிக்கி பிதுங்கிற்று. அத்தனை சுமையையும் சுமந்து கார் ஹொகனெக்கல்லுக்குக் கிளம்பிற்று. கிளம்புகிறதே என்றுதான் இருந்தது. சந்தையை விட்டுக் கிளம்ப மனமில்லை. சந்தையின் அமைப்பு மனதை அப்படி இழுத்துப்போட்டிருந்தது. வெயில் புகாத தோப்பு. தோப்பு நிறைய பாரவண்டிகள், குழந்தைகள் மண்டியிட்டுத் தூங்குவதுபோல், நுகத்தடியை நிலத்தில் கிடத்தி உறங்கிக் கொண்டிருந்தன. மரங்களுக்கும் வண்டிகளுக்கும் இடையே குங்குமத்திலிருந்து கோடரி வரை பரத்தல். ஒரே வர்ணக் களஞ்சியம். பல ஊர் மக்களின் உடை, நகை, கூப்பாடுகளின்

களஞ்சியம், வேர்வை, புழுதி, புதுமை; அவசரம் இல்லாத ஒரு பொருளாதாரக் கவலை – எல்லாம் நெஞ்சை பால்யத்திற்கு இழுத்துச் சென்றன. கடைக்குப் போவது நகரவாசிகளுக்கு ஒரு தினப்படி கர்மமாகிவிட்டது. ஒருநாள் போக முடியா விட்டால் ஒரு சளைப்பு. பத்தாம் தேதிக்குமேல் செப்புக்காசுக்குத் தாளம் போடுகிற எங்களுக்கு, அது இருபதுநாள் திண்டாட்டம்.

நகரங்களிலும் வாரச்சந்தை வரக்கூடாதா என்றுதான் சில சமயம் தோன்றுகிறது.

ஹொகனெக்கல்லுக்குப் போகும்பொழுது ஏறத்தாழ உச்சி வெய்யில். திருக்குற்றாலத்தின் சாரலும் மென்காற்றும் இல்லை. ஆனால் நிழல் வரவேற்றது. அருவிகளின் ஓசை சற்று அடக்க மாகக் காற்றில் விரவிக் கேட்டுக்கொண்டிருந்தது. இரண்டு இடங்களில் அருவிகள் தாரையாக வீழ்கின்றன. ஒரு இடத்தில் தான் குளிக்க ஏற்பாடு செய்திருக்கிறார்கள். குற்றாலத்தில் போலவே எண்ணெய் விற்கிறார்கள். எண்ணெய் தேய்த்துவிட ஆட்களும் இருக்கிறார்கள். ஆனால் இதயம், ஆவியை எல்லாம் தடவிக் கொடுத்து மோடி கிறுக்கும் குற்றாலத்தின் மயக்கம் இங்கு இல்லை.

மேகதாட்டிலிருந்து மலைப் பாறைகளை நறுக்கிப் பிளந்து கடுமையான வழி வகுத்துக்கொண்டு விரைந்து பாயும் காவேரி இருபது மைல் தூரம் ஓடி ஹொகனெக்கல்லில் புகை கிளப்பி துள்ளி விளையாடுவதைப் பார்த்து வெட்கி நின்றோம். நூற்றிருபது மைலுக்கு மேல் மிகவும் வசதியாகவும் பத்திர மாகவும் சுற்றி வளைத்துக் கொண்டு கார் மூலம் பிரயாணம் செய்து வந்த எங்களைப் பார்த்து பரிகசித்துச் சிரிப்பது போல் இருந்தது, அந்த நீர் வீழ்ச்சியின் இரைச்சல்.

அந்த மயக்கமும் மலைச்சூழலும் இல்லாவிட்டாலும் ஹொகனெக்கல்லுக்கு என்று ஒரு வனப்பும் அமைதியும் இருக்கத்தான் செய்கின்றன. இந்த நிழலையும் திவலைகளைப் புகையாகத் தூவி சிலிர்க்கச் செய்யும் அருவிகளையும் தனிமையையும் மக்கள் காலம் காலமாக அனுபவித்து வந்திருக்கிறார்கள். குற்றாலத்தில் இருந்தால் என்ன? பாபநாசத்திலிருந்தால் என்ன? வீழும் நீருக்கு எங்கும் அழகுதான்; எங்கும் மயக்கம்தான். நிரந்தர ஏகாங்கிகளும் தற்காலிக ஏகாங்கிகளும் எந்த இடத்திலும் அருவிக் காட்சி களைப் புறக்கணித்ததில்லை. ஓடோடி நின்று பார்த்து மலைத்து மயங்கி லயித்துப் போயிருக்கிறார்கள். அருவி விழுகிற இடத்தில் எல்லாம் ஒரு தலபுராணம் இருப்பதைக் கேட்டால், இந்த உண்மை புரியும். எனவேதான் குற்றாலம், பாபநாசம், சஞ்சன்கட்டே, கோனை இவைகளைப்போல ஹொகனெக் கல்லையும் தொல்லிய புராணங்களும் புனித நினைவுகளும்

போற்றியிருக்கின்றன. கங்கை ஜந்ஹு முனியின் வேள்விச் சாலையில் புகுந்து அமளிபடுத்தியது போல் இங்கும் ஒரு கதை. பிரம்மாவும் முனிவர் பலரும் செய்த வேள்விக் கூடத்தைக் காவேரி மூழ்கடித்து, பிரம்மன் கோபத்திற்கு ஆளாகி வற்றிவிட்டாள் என்றும், ரங்கநாதன் அருளால் மீண்டும் ஓட வரம்பெற்றாள் என்றும் தல புராணம் கூறுகிறது. காவேரி அத்தனை கோபம் உள்ளவளாக இருந்தால், டிரான் ஸிஸ்டர்களையும் மசால் பக்கவடாக்களையும் கொண்டுவந்து கூச்சல்போட்டு, காகிதங்களையும் எச்சில்களையும் எறிந்து கொண்டிருக்கிற உல்லாசிகளை ஏன் மூழ்கடிக்கவில்லை என்றுதான் புரியவில்லை.

ஹொகனெக்கல் நீர் வீழ்ச்சி பெண்ணாகரத்திற்கு 9 மைல் தொலைவிலிருக்கிறது. அந்த வீழ்ச்சியை நெருங்கும்போது 2 மைல்களுக்குமேல் மலைப்பாதையில் செல்லவேண்டும். நல்ல, கார் போகக்கூடிய பாதை மலைகளின் இடுப்பைச் சுற்றி வளைத்த ஆபரணம்போல் வளைந்து வளைந்து செல் கிறது. பச்சைப் பசேலென்ற மலைச்சரிவில் செம்மண் போன்ற விளிம்புகொண்ட தார்ப்பாதை. சுற்றிலும் கண்கொள்ளாக் காட்சி. ஓர் உல்லாச ஸ்தலத்திற்குப் போகும் முன்னுணர்ச்சி பிரயாணத்திற்கு ஒரு பரபரப்பைக் கொடுக்கிறது. தோப்பூர் மலைத்தொடரில் ஏற்பட்டிருக்கும் ஒரு பிளவு காவேரியை சமுத்திர மட்டத்திற்கு 780 அடி உயரத்தில் சந்திக்கிறது. சிறிது தூரம் சமவெளி போன்ற படுகையில் பாயும் காவேரி இரண்டாகப் பிரிகிறது. நதியின் முக்கியப் பகுதி மேற்குக் கரையின் வலப்பக்கம் பாய்கிறது. இந்த வாய்க்கால் போன்ற பாய்ச்சல் பின்னர் 86 அடி ஆழத்தில் ஒரு பள்ளத்தில் விழுகிறது. இந்தப் பள்ளத்தில் விழும் நீரின் வேகத்தால் உண்டாகும் திவலை மேகப்படலம் புகைபோலக் கிளம்பிப் பரவுவதால் 'புகையும் கல்' என்ற பெயர் ஏற்பட்டிருக்கிறது.

நீர் விழும் பள்ளத்திற்கு பிரம்மாவின் யாக குண்டம் என்று பெயர். இதுபற்றி ஒரு ரஸமான கதை. ஒரு சோழ மன்னன் அருகில் வேட்டைக்குச் சென்றபொழுது, பாறையின் ஆழ்ந்த பிளவு ஒன்று காவேரியை விழுங்கிவிட்டதைப் பார்த்தான். அந்தப் பிளவை மூடி, காவேரியை மீட்பதற்காக அந்த மன்னன் அரும்பாடுபட்டான். அப்பொழுது அங்குவந்த ஒரு ரிஷி அவனிடம் சொன்னார்: அந்த இடத்தில் மகா விஷ்ணுவின் சக்கரம் பூமிக்குள் நுழைந்ததால் அப்பள்ளம் ஏற்பட்டது. புண்ணியசாலியான ஒரு அரசன் அங்கே நீரில் மூழ்கி தியாகம் செய்தாலொழிய அப்பள்ளத்தை மூட முடியாது என்று விளக்கினாராம். உடனே அந்தச் சோழ மன்னன் நீரில் குதித்துக் காவேரியை மீட்டதாக கதை.

ஹொகனெக்கல்: நீர்வீழ்ச்சி

ஆற்றின் இடது பகுதி இரண்டு கால்வாய்களாகப் பிரிந்து பாய்கிறது. ஒரு கால்வாய் மிகவும் நெருக்கமான பாறை மதில்களுக்கிடையே பாய்கிறது. நதிப் படுகையின் குறுகிய அளவையொட்டி இந்த இடத்தையும் மேகதாட் என்று சொல்கிறார்கள். அசல் மேகதாட் 20 மைல் தொலைவில், காவேரி, தமிழ் நாட்டில் நுழையும் இடத்தில் இருக்கிறது. ஆற்றில் வெள்ளம் இல்லாதபோது இரண்டு இடங்களில்தான் நீர் வீழ்ச்சியைக் காணலாம். பெரிய வீழ்ச்சிக்கு பிரம்ம குண்டம் என்று பெயர். ஞானதீர்த்தம் என்னும் சிறிய வீழ்ச்சியைச் சுற்றி, நீராடுவோர் வசதிக்காக இரும்புக் கிராதிகள் இருக்கின்றன. ஆண்களும் பெண்களும் தனித்தனியே நீராடுவதற்கும் மறைவு வசதிகள் இருக்கின்றன. தை, ஆடி அமாவாசைகளிலும் துலாஸ்நான விழாவின்போதும் மற்றும் கிரஹண காலங்களிலும் இங்கே மக்கள் நீராடக் கூடுகின்றனர். மற்ற நாட்களிலும் உல்லாசப்பயணிகள், பஸ்களிலும், கார்களிலும் வந்து செல்கிறார்கள். ஆடி பதினெட்டன்று அமோக மாகக் கூட்டம் கூடும். அகஸ்தியர் வழிபட்டதாகச் சொல்லப் படும் தேசேஸ்வர ஸ்வாமி கோவில் ஆற்றின் கரையில் இருக்கிறது.

இன்னமொரு கதை. அந்தப் பிரதேசத் தலைவன் இருபல நாயக்கன் ஆற்றின் வலது கரையின் ஒரு பெரும்பாறை மதிலில் ஊஞ்சல் ஒன்றை அமைத்திருந்தான். இடது கரையில் வியக்கத் தக்க முறையில் செப்பிடு வித்தைகள் செய்துகொண்டிருந்த டொம்பரக் கூத்தாடிப்பெண் ஒருத்தி அந்தத் தலைவனின்

ஹெமாகெனக்கல்

சவாலை நிறைவேற்றும் வகையில் இடது கரையில் ஒரு மூங்கில் மரக்கிளையில் ஏறி மிக லாவகத்துடன் வலது கரையில் ஊஞ்சலில் உட்கார்ந்திருந்த தலைவன் மடிமீது வந்து குதித் தாளாம். பிரம்மகுண்டத்தின் அருகே ஒரு பாளையக்காரனின் சிறுபிள்ளைத் தனமான இந்தச் செயலைப்பற்றிக் கேள்விப் பட்ட மைசூர் மன்னன் கோபங்கொண்டு, அந்தத் தலைவனின் சிரம் கொய்யப்பட்டு ஆற்றில் எறியப்படக் கட்டளையிட்டா னாம். நீர் வீழ்ச்சியின் வேகத்தையும் விழும் நீர் சுழன்று ஓடும் காட்சியையும் பார்த்துக் கொண்டே நிற்கும்பொழுது எங்கள் தலைகளும் கொய்யப்படுவதுபோல் ஒரு பிரமை ஏற்பட்டது. டொம்பரப் பெண்ணைப் பார்த்துப் படம் வரைய முடியவில்லையே என்று எங்கள் ஓவிய நண்பர் ஏக்கமுற்றார். அவசியமானால் தலைகொடுக்கக்கூடத் தயாராயிருந்தார்.

யாகம் செய்த முனிவர்கள், மற்றமக்களும் வந்துகூடி இந்த எழிலையும் அமைதியையும் பார்க்கட்டும் என்று, ஆடி பதினெட்டிலும் ஐப்பசி முழுநிலவன்றும் இங்கு குளித்தால் புண்யம் என்று கூறி மக்களை ஈர்த்திருக்கிறார்கள். நியக்ரோத தீர்த்தம், சக்ரதீர்த்தம், நாரத தீர்த்தம், கௌதம தீர்த்தம் ஆகிய நான்கு புண்ய தீர்த்தங்களும், தொன்மை வாய்ந்த அரசமரத்திற் கெதிரில் பிரம்ம தீர்த்தம் என்ற புண்ணிய தீர்த்தமும் இருக்கின்றன என்று சொல்லி மக்களை ஹொகனெக்கல்லின் அழகைக்காண, தொன்று தொட்டுக் கூட்டியிருக்கிறார்கள்.

ஹொகனெக்கல் என்றால் புகையும் கல் என்று அர்த்தம். ‘பால்’ ‘ஹாலா’கவும், ‘பழைய’ ‘ஹளய’வாகவும் ‘பெயர்’ ‘ஹெஸரு’வாகவும் கன்னடத்தில் மாறுவது போல ‘புகையும் கல்’ ‘ஹொகனெக்கல்’ என்று மாறியிருக்கிறது. நூறு அடி உயரத்திலிருந்து விழும் காவேரி ஒரே புகையாகத் திவலை களை வீசி விசிறி அமக்களப்படும் காட்சியைக் காணச் செய்யத் தான் இங்கும் புராணங்கள் புண்ய கதைகள் கூறி மக்களை இழுத்திருக்கின்றன. தான் கண்ட இன்பத்தை வையத்தாருடன் பகிர்ந்துகொள்ளத் துடித்த இந்தத் துடிப்புக்காகவே புராணக்கதைகள் அத்தனையையும் நம்பிவிடலாமா என்று தோன்றுகிறது.

குற்றாலத்தில் பெரிய அருவி, ஐந்தருவி, சம்பா அருவி என்று எங்கு வேண்டுமானாலும் குளிக்கலாம். ஹொகனெக் கல்லில் அது முடியாது. நூறு அடியிலிருந்து விழுகிற அருவிப் பெரும் கால்களை எதிர்ப் பாறையிலிருந்து பார்க்கலாம். குளிக்க முடியாது. பள்ளத்தில் விழுகிறது. அங்கு போக முடியாது. நின்று பார்க்க எதிர்ப்பாறைக்கு ஆற்றைக் கடந்து போகலாம். கடந்துபோக, தட்டு தட்டாகப் பரிசல் விடுகிறார்கள்.

நான்கு பேர், ஐந்துபேர் உட்காருகிற ஆழமில்லாத மூங்கில் தட்டு அது. தோல் போர்த்த தட்டு. உட்காரவே பயமாக இருக்கும். உட்கார்ந்தால் போக பயமாக இருக்கும். அடித்துக் கொண்டு போகும் நீரில் அந்தத் தட்டில் நாலைந்து பேர்களை வைத்து, நாலு முழத் துடுப்பின் உதவியால் வெகு லாவகமாகச் செலுத்திக் கொண்டு போனார் பரிசல்காரர். பிறகு எங்களை இறக்கி, பரிசலை முளையில் கட்டிவிட்டு, அதே லாவகத்துடன், பாறைகளைக் குதித்துக் குதித்துத் தாண்டி, எங்களை அருவிக் கால்களைக் காண அழைத்துப் போனார். நல்ல வெயில். வேர்த்து ஊற்றிய உடலுக்கு அருவியின் புகைகள் புகுந்து இதம் கொடுத்தன.

சும்மா பார்த்துக்கொண்டு நின்றோம். சும்மாதான். அழகைப் பார்க்கும்போது என்னத்தை நினைக்கமுடியும்? மனது சூன்ய மாகி, வெறுமே பார்த்துக்கொண்டு நிற்பதைத் தவிர வேறு என்னசெய்கிறது? கோடைக்காலம்; அகலமாக, பல கால்களாக விழும் அருவிகளைப் பார்த்தும், கேட்டும் கொண்டே செய லோய்ந்து நின்றோம். நேரம் போவது தெரியவில்லை. வெயிலின் வெம்மை குறைந்ததும்தான் வெகுநேரம் நின்றுவிட்ட உணர்வு வந்தது. திரும்பிப் பரிசலேறி இக்கரைக்கு வந்தோம்.

மீண்டும் பரிசலேறி இக்கரைக்கு வந்ததும் காபி நினைவு வந்துவிட்டது. நாகரிக வாழ்க்கை என்று சொல்லப்படும் தடம் புரண்ட பழக்க வழக்கங்களில் மிகவும் சக்திவாய்ந்த காபி சாப்பிட்டு வந்ததும் மேலும் ரஸிக்கலாமே என்ற சமாதானம். இருந்தாலும் அருவியின் நீர் விழும் வனப்பைப் பார்க்கும் பொழுது இன்னொரு முறை குளிக்கலாம் என்ற ஆவல், துணிந்து காபி நினைவைச் சற்று ஒத்திப்போட்டு, இன்னொரு முறை நீர் வீழ்ச்சியில் தொளைந்தோம். நீராட வருபவர்களுக்கு எண்ணெய் தேய்த்துவிட்டு மஸாஜ் செய்யும் சிலர் அங்கே அமோகமான வியாபாரம் செய்து கொண்டிருந்தார்கள். எங்களில் ஒருவருக்கு இந்த சுகத்தை அனுபவிப்பதில் அதிக மோகம். இன்றும் டில்லியில் இருக்கும் இவர், கையில் பல பாட்டில் களுடன் காட்சி தரும் 'மாலிஷ்வாலாவை'ப் பார்த்துவிட்டால் தெரு நடுவிலேயே அவனிடம் தலையைக் கொடுத்து விடுவார். ஏற்கனவே ஒருமுறை அந்த நபரிடம் எண்ணெய் தேய்த்துக் கொண்டு குளித்தாகி விட்டது. இந்த நண்பரைச் சிறிது சிரமத்துடன் அந்த முயற்சியினின்று மீட்டு நாங்களும் எண்ணெய் தேய்த்துக் குளித்துவிட்டு மொறமொறவென்று கரை வந்தோம்.

பகலில் சாப்பிட்ட ஹோட்டலுக்குச் சென்றோம். 'மெட்ராஸ் கபே' என்ற பெயரில் விளங்கிய அந்த விடுதி ஒரு நீளமான

பழைய கீத்துக் கொட்டகை. அங்கே சொந்தக்காரராயும், பரிசாரகராயும் விளங்கிய ஒரு அம்மாள் மடிசார்ப் புடவை யுடன் எங்களை வரவேற்றாள். மன்னர்குடியைச் சேர்ந்தவளாம். மசால்வடை உட்பட நல்ல ரசம், சாம்பார், கறி முதலியவை களுடன் உணவு பரிமாறும்போதே தன்னுடைய வாழ்க்கை வரலாற்றையும் எடுத்துக் கூறினாள். நண்பர் ராஜகோபாலனுக்கு யாரைக் கண்டாலும் அவருடைய வாழ்க்கை விவரங்களைப் பற்றி பேட்டி காணும் வழக்கம். அவர்களுடைய கேள்விகளுக்கு பதில் கூறும் வகையில், தன்னுடைய மகள் பிரசவத்திற்குப் பிறகு இரண்டு நாட்களுக்குமுன் புக்ககம் சென்றதுவரை அந்த அம்மாள் விவரங்கள் கொடுத்திருந்தாள். 'வீட்டுச் சமையல்' போல் ருசிமிக்க உணவை அந்த இடத்தில் எங்களுக்கு அளித்த மன்னார்குடி மாமியிடம் எங்களுக்கு நன்றி உணர்ச்சி ஏற்பட்டுவிட்டது. பிற்பகலில் காபி கிடைக்குமா என்று கேட்டிருந்தோம். மாமி சொன்னபடியே கள்ளிச்சொட்டாக காபி காத்திருந்தது. காபியை அருந்திவிட்டு காவேரி நீரைக் குடத்தில் நிரப்பிக்கொண்டு அரை மனதுடன் அழகு நிறைந்த ஹொகனெக்கல்லை விட்டுப் புறப்பட்டோம்.

தர்மபுரி வழியாக சேலம் வந்து அன்றிரவு ஒரு பெரிய ஹோட்டலில் தங்கியபோது மீண்டும் எங்கள் மனச்சாட்சி எங்களை உறுத்தியது. காவேரியின் போக்கைக் காண வந்தவர்கள் அதன் கரைவழியே நடந்து அவளுடைய ஓசையின் தாலாட்டில் மயங்கி உறங்குவதை விட்டு, நகரத்தின் மத்தியில் நவீன ரப்பர் மெத்தை பஞ்சணைகளில் படுத்தவண்ணம் பேசிக்கொண் டிருந்தது அவ்வளவு பொருத்தமாகப் படவில்லை. இவ்வளவு வசதியிருந்தால் தூக்கம் வருமா? நல்ல தூக்கமில்லாத நிலையில், அதுவரை நாங்கள் காவேரியுடன் பிரயாணம் செய்து வந்ததைப் பற்றிப் பேசிக்கொண்டிருந்தோம். ரயில் விபத்தும் சீனிவாசன் நினைவும் உள்ளத்தின் ஆழத்திலிருந்து அடிக்கடி தலைதூக்கின. அந்த நினைவை அடக்கும் முயற்சியில் மைசூர் பிரதேசத்தில் காவேரி பாயும் இடங்களில் நாங்கள் கண்டவை, காணாதவை களைப்பற்றி பலமாக சர்ச்சை செய்து கொண்டிருந்தோம்.

8

பொன்னி வளம்

குடகில் பிறந்து மைசூர் ராஜ்யத்தின் தென்பாகத்தில் விரைந்தோடிவரும் காவேரி தமிழ்நாட்டை நெருங்கும் வரை பலதடைகளை மீறி வருகிறாள். பெரும்பாலும் மலைகளும் காடுகளும் நிறைந்த பிரதேசங்களினூடே பாயும் காவேரி சில மைல்கள் தூரம்தான் சமவெளி போன்ற பிரதேசத்தில் தனது தண்ணீரைப் பரப்பி சாகுபடிக்கு உதவுகிறாள். ராஜ்யம் முழுவதுமே, சமுத்திர மட்டத்திற்கு மேல் சராசரி இரண்டாயிரம் அடி உயரம் கொண்ட மலைப்பிரதேசங்கள் நிறைந்திருக்கின்றன. மேற்குக் கடற்கரைப் பிரதேசம் தவிர, மல்நாடு (மலை நாடு) என்ற பிரிவு கிழக்கே பீடபூமிப் பிரதேசமான மைதான் என்ற நிலப்பரப்பு; ஆக மூன்று பொதுப் பிரிவுகளாக மைசூர் ராஜ்யத்தின் இயற்கைத் தோற்றம் காட்சியளிக்கிறது.

காவேரிப் படுகைப் பிரதேசம் மைசூர் ராஜ்யத்தில் கிருஷ்ணா படுகைப் பிரதேசத்திற்கு அடுத்தபடியாக மிகப்பெரிய பகுதியாகும். கிருஷ்ணா நதியின் படுகைப் பிரதேசம் அந்த ராஜ்யத்தில் 1,16,000 சதுரமைல் விஸ்தீர்ணம் ஆகும். காவேரியின் படுகைப் பிரதேச விஸ்தீர்ணம் 33,000 சதுரமைல். பாரதநாடு முழுவதிலும் காவேரியின் படுகைப் பிரதேசம் விஸ்தீர்ண அளவில் எட்டாவதாக இருக்கிறது. எட்டு லட்சத்து முப்பத்து எட்டாயிரத்து இருநூறு சதுர கி.மீ. பரவியிருக்கும் கங்கைப் பிரதேசம் அளவில் முதலாவதாகவும் அதையடுத்து கோதாவரி, பிரம்மபுத்ரா, சிந்து, கிருஷ்ணா, மஹாநதி, நர்மதை ஆகியவைகளின் படுகை விஸ்தீரணம் அளவில் குறைந்திருக்கிறது. 94,400 சதுர கிலோ மீட்டர் படுகை விஸ்தீர்ணம்

கொண்ட காவேரி, அளவில் ஏறக்குறைய நர்மதையை ஒத்திருக்கிறது.

குடகுப் பிரதேசத்தில் பிரம்மகிரி மலையில் உற்பத்தியாகும் காவேரி, சித்தபூர் வரையில் கிழக்கு நோக்கிப் பாய்கிறது. பின்னர் வடக்கே திரும்பி குஷால் நகர் என்னும் பிரேஸர் பேட்டைக்கு அருகில் மைசூர் பிரதேசத்தைத் தொட்ட வண்ணம் இருபது மைல் தூரம் மைசூருக்கும் குடகுக்கும் இடையே ஓடுகிறது. அதற்குப் பிறகு காவேரியின் ஓட்டத்தில் தென் கிழக்குப் பக்கமாக ஒரு திருப்பம் ஏற்படுகிறது. மைசூர் பீடபூமிப் பிரதேசத்திற்குள் பிரவேசித்த பிறகு ஒரு பெரிய மலைப் பிளவு வழியாக ஓடி சஞ்சன் கட்டே என்ற இடத்தில் எண்பதடி உயரத்திலிருந்து நீர் வீழ்ச்சியாக விழுகிறது. மீண்டும் சிறிது வடக்கே திரும்பிப் பாயும் பொழுதுதான் ஹேமவதி காவேரியுடன் வந்து கலக்கிறது. தென் கிழக்கு நோக்கிப் பாய்ச்சல் மேலும் தொடரும்பொழுது லக்ஷ்மண தீர்த்தம் என்ற உபநதி வந்து சேர்கிறது. ஏற்கனவே குடகுப் பிரதேசத்தில் கனகாவும், கருகண்டகி ஹோலி, சிக்கோலி ஹோலி என்னும் சிற்றாறுகளும் காவேரியுடன் கலந்து விடுகின்றன.

லக்ஷ்மண தீர்த்தத்தின் அணையுடன் தொடர்ந்து பாயும் காவேரியைக் கிருஷ்ணராஜ சாகரத்தில் அணைகட்டித் தேக்கிய மனிதனின் முதல் கட்டுப்பாட்டுக்குட்பட்டு சினந்து, முனகிக் கொண்டே போகும் காவேரிக்குத் துணையாக லோக பாவனி நதி வந்து சேருகிறது. திருமுக்கூடலுக்கு அருகே கபினியும் (கபிலா) சேர்ந்துகொண்ட உற்சாகத்தில் மனிதனின் தலையீட்டை வெறுத்து, வெகுண்டு, பழி தீர்த்துக்கொள்ளும் வகையில் காவேரி பேரிரைச்சலுடன் சிவசமுத்திரத்தில் தன்னுடைய கோபக்கனல் பொறி பறக்கும் வகையில் இருபெரும் வீழ்ச்சிகளாக நீரைக் கொட்டி பயங்கரத் தோற்றமளிக்கிறாள். இங்கு காவேரியுடன் ஷிம்ஸாவும் சேர்ந்து ஊக்கம் தருகிறாள். மைசூர் ராஜ்யத்தை விட்டுத் தமிழ் நாட்டுக்குள் வருவதற்கு முன் காவேரியுடன் கலக்கும் உபநதி அர்க்காவதி. தலைக்காவேரியிலிருந்து காவிரிப்பூம்பட்டினத்திற்கருகே வங்கக்கடலில் சங்கமம் ஆகும் வரை காவேரியின் நீளம் 760 கிலோ மீட்டர்கள். இதில் இருநூறு கிலோமீட்டர்கள் தூரம் மைசூர்ப் பிரதேசத்தில் பாய்கிறது. எஞ்சிய பெரும் பாகமான 560 கிலோ மீட்டர்கள் நீளம் தமிழ் நாட்டில் பாய்கிறது.

காவேரியின் போக்கை நேரில் கண்டறிய கார் பயணம் மேற்கொண்ட நாங்கள் காணத் தவறிய இடங்களைப்பற்றி அன்றிரவு பலமாக சர்ச்சை செய்து, ஒருவாறு எங்கள் குறைகளைத் தீர்த்துக் கொண்டோம். ஆனால் எங்களில் பறவைப்

பிரியரான ஒரு நண்பருக்கு ஒரு குறை இன்னும் இருந்து வருகிறது. அதாவது ஸ்ரீரங்கப்பட்டணத்திற்கு அருகே காவேரி யின் நடுவில் ரங்கநாததிட்டு என்ற தீவில் அமைந்திருக்கும் பறவைகள் சாரணாலயத்தைப் பார்க்கவில்லையே என்பது தான். காலராவுக்கு பயந்து ஸ்ரீரங்கப்பட்டணத்தை விட்டு இரவோடு இரவாக ஓடிவந்த எங்களுக்கு அப்பொழுது பட்சி களைப் பற்றிய கவலை அதிகம் ஏற்படவில்லை. அதே வகையில்தான் அஷ்டகிராம் தாலுகாவில் பாலஹள்ளியையும் பார்க்கத் தவறினோம். அந்த ஊரில் சென்ற நூற்றாண்டின் பிற்பகுதியில் இயங்கி வந்த ஆலையில் உற்பத்தியான சர்க்கரைதான் 50 ஆண்டுகளுக்குமுன் 'அஷ்டகிராம் ஜீனி' என்று தமிழ் நாட்டில் புகழடைந்திருந்தது. அந்தச் சர்க்கரையின் தரத்திற்காக லண்டனில் நடந்த பொருட்காட்சிகளில் பதக்கங் களும், பாரிஸ் பொருட்காட்சியில் பாராட்டும் வழங்கப்பட்டன. அந்த இனிய நினைவுடன் அன்று தூங்கியதால்தான் எங்க ளுடைய (நாங்களாகவே தேடிக்கொண்ட) குறைபாடுகளால் ஏற்பட்ட மனக்கசப்பு அகன்றது.

மறுநாள் சேலத்தை விட்டு சென்னை புறப்பட்டோம். சேலத்திலிருந்து வெறுங்கையோடு வரலாமா? அதுவும் பொருள் கொள்முதல் அதிகாரியின் மனப்பான்மை கொண்ட கலா சாகரம் இருக்கும்பொழுது! மாம்பழம் வாங்கச் சென்றோம். பழக்குவியல்களைப் பார்த்தபொழுது அவ்வளவையும் வாங்கி அங்கேயே சாப்பிடவேண்டும்போல் இருந்தது. அந்த சாதனை, வர்த்தக ரீதியில்தான் சாத்தியமாகும் என்ற பொருளாதார உணர்வு தோன்றியவுடன் எங்களுடைய உற்சாகத்திற்கு அணை கட்டித் தேக்கிக் கோடைக்காலத்தில் செலுத்தப்படும் பாசன நீர் அளவுக்குப் பணம் செலவழித்துப் பழங்களை வாங்கிக் கொண்டோம். சேலம் நகரத்திற்குள் பலதெருக்களைக் கடந்து செல்லும்பொழுது ஒரு கண்கொள்ளாக் காட்சியைக் கண்டோம். அதுதான் அந்த நகரத்திற்கு நீர்வளம் கொடுக்காத திருமணி முத்தாறு அல்லது சேலம் நதி எனப்பிரசித்தி பெற்ற நகர சாக்கடை. பெயரின் அழகுக்கும், நதியின் தோற்றத்திற்கும் மாடர்ன் ஆர்ட் மூலம்தான் சம்பந்தம் ஏற்படுத்த முடியும்.

சேர்வராயன் மலைகளில் மஞ்சவாடிக் கணவாயில் உற்பத்தி யாகும் இரண்டு சிற்றாறுகள் சேர்ந்துதான் திருமணி முத்தாறாக சேலம் நகரின் நடுவே பாய்ந்து தெற்கே நாமக்கல் தாலுக்காவில் கூடுதுறையில் காவேரியில் சேருகிறது. இந்த நதியில் சில இடங்களில் முத்து பிறக்கும் சிப்பிகள் காணப்படுவதால் திருமணி முத்து என்ற சிறப்புப் பெயர் பெற்றிருக்கிறது. மழைக் காலத்தில் மட்டுமே இந்த நதியில் சேலம் நகரத்திற்குள் சில நாட்கள் தண்ணீர் பாயும். மற்ற நாட்களில் இயற்கை கொடுத்த கழிவுநீர்

கால்வாயாக மாறிவிடுகிறது. சிறப்புப் பெயருக்கு ஏற்ப அழகான கதையொன்றும் இந்த நதியைப் பற்றி வழங்கி வருகிறது. மேட்டுத் தெருவிலுள்ள சிவன் கோவில் அம்மனுக்கு அணியாக விளங்கும் முத்து, திருமணி முத்தாற்றிலிருந்து கிடைத்ததாம். ஒரு கோதுமை வடிவத்தில் அந்த தான்யத்தைவிட ஆறு மடங்கு அளவிலான இந்த முத்து முதலில் கண்டுபிடிக்கப்பட்ட பொழுது இன்னும் பெரிதாக இருந்ததாம். அந்த நதியில் கண்டெடுக்கப்பட்ட இன்னும் ஒரு சிறிய முத்து செவ்வாய்ப் பேட்டையில் ஒரு பெரிய குடும்பத்தின் பூர்வீக சொத்தாக இருந்து வருகிறது என்றும் சொல்லுகிறார்கள்.

ஆத்தூர், கள்ளக்குறிச்சி வழியாக சென்னை நோக்கிப் போய்க் கொண்டிருந்த எங்களுடைய சிந்தனைகள் மாறி, மாறி பெங்களூர் ரயில் விபத்தைப்பற்றியும், சேலம் மாவட்டத்தில் காவேரிக்குக் காணிக்கை செலுத்தும் மற்ற உபநதிகளைப் பற்றியும் ஓடிக் கொண்டிருந்தன. எங்களுடைய கவலையை மறப்பதற்காகக் காவேரியின் உபநதிகளைப் பற்றியே மீண்டும் மீண்டும் பேசிய வண்ணம் பயணத்தைத் தொடர்ந்தோம்.

காவேரி தமிழ்நாட்டில் சேலம் மாவட்டத்திற்குள் நுழைந்த வுடன் முதன் முதலில் அவளுடன் சேரும் உபநதி தொட்ட ஹள்ளி என்பது. சேலம் மாவட்டத்தின் வட மேற்கு மூலையில் மைசூர் ராஜ்யத்தின் தென்கிழக்கு எல்லையை ஒட்டிப் பரவி யிருக்கும் மலைத் தொடர்களில் ஹோசூர் தாலுக்கா பிராந்தியத் தில் மேலகிரி மலைச் சரிவுகளில் வழிந்தோடும் பல சிற்றாறுகள் ஒன்று சேர்ந்து தெற்கு நோக்கிப் பாய்வதுதான் தொட்ட ஹள்ளி. மேகதாட்டுக்கும், ஹொகனெக்கல்லுக்கும் இடையே மலைப் பள்ளங்களில் பாயும் காவேரியுடன் தொட்டஹள்ளி கலக்கிறது.

ஹோசூரிலிருந்து ஹொகனெக்கல் செல்வதற்கு நாங்கள் பின்பற்றிய வில் வடிவமான வளைந்த சாலைக்கு மேற்கே ஏறக்குறைய அதே வடிவத்தில் ஓடி, ஹொகனெக்கல் நீர் வீழ்ச்சிக்கு அருகில் காவேரியுடன் கலக்கும் சின்னாறு என்ற உபநதிக்கு சனத் குமார நதி என்ற பெயரும் உண்டு. மைசூர், தமிழ்நாடு எல்லைகளுக்கிடையே பரவியுள்ள மலைக் குவியல் களில் 3000 அடிக்கும் மேற்பட்ட உயரமுள்ள தேவாரபெட்டா என்ற மலையில் இந்த நதி உற்பத்தியாகிறது. மலைப் பிளவு களுக்கிடையே ஹோசூர் தாலுக்கா வழியாகவும் பின்னர் தர்மபுரி தாலுக்காவில் நுழைந்து, வளைந்து, மேற்கே திரும்பி மேலகிரி மலைகளின் தெற்குப் பகுதியில் ஓடி ஹொகனெக்கல் சேருகிறது. பிக்கிலி மலைத்தொடர் இந்த நதியின் போக்கைத் தடுத்திராவிட்டால் அது தொடர்ந்து கிழக்கே ஓடி பெண்

ணாற்றில் கலந்திருக்கும். காவேரியைக் கண்டு காணிக்கை செலுத்தி இரண்டறக் கலக்கும் முயற்சியில் சனத் குமார நதி, பாறைகளை ஒட்டி வழி வகுத்துக் கொண்டு செல்கிறது.

இன்னும் இரண்டு உபநதிகள், ஒன்று மூன்று பெயர்கள் கொண்டது; தொப்பூர், தொப்பையாறு, வேப்பாடியாறு. சேர்வ ராயன் மலைத் தொடரின் வடக்குப் பகுதியில் உற்பத்தியாகி, மல்லாபுரம் மலைச்சாலையை ஒட்டி ஓமலூர், ஹரூர் தாலுக்காக் களுக்கிடையே சிறிது தூரம் வடக்கு நோக்கிப் பாய்கிறது. மலைப் பிளவிலுள்ள வேப்பாடி கிராமத்தின் பெயரை இந்த நதி இங்கே பெறுகிறது. பின்னர் மேற்கே ஓடும்பொழுது தொப்பூரைக் கடந்து செல்கையில் அந்தப் பெயரும் கிடைக் கிறது. தொப்பூர் கணவாயில் பெரும்பாலை என்ற சிற்றாற்று நீரையும் ஏற்றுக்கொண்டு சோளப்பாடி என்ற இடத்தில் காவேரியில் கலக்கிறது.

பெரியாறு அல்லது கிழக்கு ஓமலூர் நதி என்பது ஏற்காடு ஏரியில் உற்பத்தியாகி கிளியூர் நீர் வீழ்ச்சியாகப் பாய்ந்து, மேற்கு நோக்கி ஓமலூர் வழியாக ஓடுகிறது. சரபங்க நதி என்றும் இதற்குப் பெயர் உண்டு. திருச்செங்கோடு தாலுக்காவில் பிரவேசித்து சேலம் மாவட்டத்தின் தென் மேற்கு எல்லையில் காவேரிப்பட்டிக்கு அருகில் சங்கமமாகிறது. மேகதாட்டுக்குப் பிறகு தமிழ் நாட்டில் பாயும் காவேரி கொடுமுடிவரை சேலம், கோயம்புத்தூர் மாவட்டங்களின் எல்லையாக அமைகிறது. இந்தப் பிரதேசங்களையெல்லாம் நேரில் சென்று பார்க்க வேண்டும் என்று எங்களுக்கு ஆசைதான். ஆனால் இவைகளைப் பற்றிய சர்ச்சை முடிவதற்குள்ளேயே கள்ளக்குறிச்சி வந்து விட்டோம். ஓவிய நண்பர் காரிலிருந்து இறங்கிவிட்டார். வாழைக்காய், வாழைப்பட்டைச் சருகு, வெங்காயம் முதலிய விளை பொருள்களை வாங்குவதில் முனைந்துவிட்டார். அங்கேயே பகல் உணவை முடித்துக்கொண்டு பிரயாணம் தொடர்ந்தபோது நடுக்கோடை வெப்பத்தில் மயங்கி விட்டோம். செங்கல்பட்டு அடைந்தபோது காபி சாப்பிடும் விஷயமாக ஹோட்டலுக்குச் செல்வதா, ரயில்வே ஸ்டேஷன் உணவு விடுதிக்குச் செல்வதா என்பதுபற்றி ஏற்பட்ட சிறிய சர்ச்சையின் விளைவாகச் சென்னை சேரும்வரை எங்களுக்குள் பேச்சு வார்த்தையே நின்றுவிட்டது. நடுவில் சாலை ஓரங்களில் காணப் பட்ட கிராம தேவதைகளை போட்டோ எடுக்கும் போட்டியின் போது கூடப் பேச்சு வார்த்தை கிடையாது.

சென்னைநகர்ப் பிரவேசமானதும் நேரே நண்பர் சீனிவாசன் வீட்டிற்கு விரைந்தோம். மனதில் கொஞ்சம் திகில்தான். சிறிது பதட்டத்துடன் உள்ளே நுழைந்தோம். மனுஷன் உல்லாசமாக

ஈஸிசேரில் சாய்ந்த வண்ணம் வாய்நிறைய வெற்றிலை, புகையிலை குதப்பிக்கொண்டு எங்களைப் புன்முறுவலுடன் வரவேற்றார். அதுவரை மௌனமாய் இருந்த நாங்கள் மூவரும் ஒரே சமயத்தில் பேசத் தொடங்கினோம். நண்பரின் விளக்கம் மிகவும் சுருக்கமாகவே அமைந்தது. பெங்களூர் – கொச்சி எக்ஸ்பிரஸில் ஏறி ஜோலார்ப்பேட்டையில் மாறுவதாகத்தான் இருந்தாராம். ஒரு நண்பரின் தூண்டுதலால் நல்ல வேளையாக பெங்களூரில் சென்னை எக்ஸ்பிரஸிலேயே ஏறிவிட்டாராம். நல்லவேளைதான். காவேரியின் எஞ்சிய ஓட்டத்தையும் பார்ப்பதற்கு மீண்டும் எங்களுடன் வரவேண்டுமல்லவா?

9

புதுப் புகார்

"அலிகார், ஊஸ்மானிய பல்கலைக் கழகங்களில் தமிழ் சொல்லிக்கொடுக்கிறார்கள். காசி ஹிந்துப் பல்கலைக் கழகத்தில் தமிழ் சொல்லிக்கொடுக்கிறார்கள். டில்லி பல்கலைக் கழகத்தில் தமிழ் கற்றுத் தருகிறார்கள். ஹரியானா விலிருந்து பல ஆசிரியர்கள் தமிழ் கற்க தமிழகத்தில் சென்று தங்கப் போகிறார்கள். வடநாட்டில் இன்னும் பல இடங்களில் தமிழை ஆசையாகக் கற்கிறார்கள். ஒரு புதிய தமிழ் நாட்டுப் பல்கலைக் கழகத்தில் ஹிந்தி கற்பிக்க ஏற்பாடு செய்கிறேன் என்று சொன்னதற்காக, துணைவேந்தர் பதவி நீங்கவேண்டும் என்று கிளர்ச்சி நடக்கிறது. தனிப்பட்ட சிலர் பலமொழிகள் கற்க ஆசை கொண்டு சொந்த முறையில் ஒரு சிறிய ஹிந்தி வகுப்பு ஏற்படுத்திக் கொண்டால் அதுவும் கூடாதாம். இதற்குப் பிரதியாக வடநாட்டில் உள்ள பல்கலைக்கழகங்கள் இப்பொழுதுள்ள தமிழ் வகுப்புகளை மூடிவிட்டால் நாங்கள் எங்கே போவோம்? இங்கு கொஞ்சத்திற்குக் கொஞ்சம் வளர்ந்து வருகிற தமிழ்தான் என்ன ஆகும்?" என்று வடநாட்டுப் பல்கலைக் கழகத் தமிழாசிரியர் ஒருவர் ஆயாசத்துடன் சொல்லிக் கொண்டிருந்தார். அவர் ஒரு தமிழர்.

காது அவரைக் கேட்டுக் கொண்டிருந்தது. காலையில் வேறு நண்பர் ஒருவர் பாடிய அழகான பாட்டு ஒன்று மனதில் எட்டி எட்டிப் பார்த்துக் கொண்டிருந்தது.

நண்பர் சற்றுக் கடுமையாகவே பேசிக்கொண் டிருந்தார். அவருக்கு வருத்தம்; கோபம். நாங்கள் ஒன்றும் பேசவில்லை. காரணம்: அவர் சொன்னது அத்தனை யும் சரியாக இருந்தது மட்டும் இல்லை. பேச்சை

வளர்க்க நாங்கள் விரும்பாததும்தான். ஏதாவது ஒரு ராகம் நம்மைப் பிடித்துக் கொண்டு விடுகிறது. மூன்று நான்கு நாள் நம்மை ஆட்டி வைக்கிறது. வாய்மூடி மௌனியாக அதன் மயக்குகளை யெல்லாம் உள்ளுக்குள் பார்த்துப் பார்த்து வசமிழந்து விடுகிறோம்.

நண்பர் வெகுநேரம் கழித்து எழுந்து போனார். மீண்டும் அந்தப்பாட்டு மனத்தில் புகுந்து ஆடிற்று.

ஸாரி வெடலிந ஈ காவேரி நி ஜூடரே (ஸாரி)

வாரு வீரநுசு ஜூடக தாநவ் வாரிகாபீஷ்டமுல நொஸங்குசு (ஸாரி)

துரமுந நொகதாவுந கர்ஜபீகர மொகதாவுந நிண்டுகருணதோ

நிரதமுக நொகதாவுந நடுச்சு வரகாவேரி கன்யகாமணி (ஸாரி)

வேடுககா கோசிலலு ம்ரோயகநு வேடுசு ரங்கேசுனி ஜூசி மறி – ஈ

ரேடு ஜகமுல்கு ஜீவநமைந மூடுரெண்டு நதிநாது நி ஜூ (ஸாரி)

ராஜராஜேஸ்வரியநி பொகடுசு ஜாஜி ஸுமமுல தராமரகண முல

பூஜலிகுகடல ஸேயக த்யாக ராஜ ஸந்நுதுராலை முத்துக (ஸாரி)

பாட்டு காவேரியைப்பற்றியது. பாடியது தமிழ்நாட்டில். பாடியவர் தியாகராஜர். காவேரியையும் அதனைச் சூழும் வனப்பையும் அல்லும் பகலும் பார்த்துப் பொங்கிக் கொண் டிருந்தவர் தியாகையர். அதிலேயே நீராடி, அதன் மருங்கிலே நீடு வாழ்ந்து, இறுதியில் அதன் பக்கத்திலேயே பூத உடலை நீத்துவிட்டவர். அவருடைய புகழுடலை, இசை உடலை இன்னும் காவிரியின் அலைகள் தவழ்ந்து தவழ்ந்து சிலிர்த்துக் கொண்டேயிருக்கின்றன. மெல்ல மெல்லச் செல்லும் அதன் பெருநடையையும், சுற்றிலும் அதற்குத் தோரணம் கட்டிச் சிங்காரிக்கும் சோலைகளையும் கூவிச் சிலம்பிய புட்களையும் எந்நேரமும் கண்டு கண்டு புளகித்துப்போன கலைஞரின் இதயம் கொஞ்சிக் கொஞ்சி ஒரு பாட்டாக மலர்ந்தது. அசாவேரி ராகப் பாட்டு அது. காவேரிக்கு அசாவேரி என்ற சொல்லடுக்கு மட்டுமில்லை. மலைகளிலும் மேட்டிலும் பள்ளங்களிலும் மாறி மாறி விழுந்து சீறிய காவேரியை சீர்மணல் வழியில் தளர்நடையில் அப்படியே ஒலி வடிவமாக மாற்றியிருக்கிறது இந்த அசாவேரி ராகம். அசாவேரி தளர்வும் அன்பும் ஒரு நெருக்கமான உறவுணர்வும் அதேசமயம் பெருமிதமும் வியத்தகு முறையில் இணைந்த வடிவம். சொல்லுக்கும் இசைக்கும்

இசைவு படைப்பதில் தென்னிசையில் தியாகையருக்குத்தான் முதல் இடம் உண்டு என்பதை அவர் பாடிய அத்தனை பாடல்களின்மீதும் ஆணையாகச் சொல்லலாம்.

இந்த அசாவேரிக் கீர்த்தனையிலும் அவர் உணர்வையும் சொல்லையும் இசையையும் ஒருங்கிழையச் செய்திருக்கிறார். அவர் செய்தார் என்று சொல்வதைவிட உணர்வின் நிறைவில், தானே அப்படி அமைந்திருக்கும் என்றே சொல்லத் தோன்றுகிறது.

நல்லோர் தீயவர் என்ற வேறுபாடின்றி, அனைவருக்கும் ஏராளமான மனவிருப்பங்களை வழங்கிக்கொண்டு அழகுடன் பவனி வரும் இக்காவேரி நதியைப் பாருங்கள்! ஒருபுறம் அதிவேகத்துடனும், மற்றொரு புறம் பயங்கரமான கர்ஜனையுடனும், மற்றோரிடத்தில் இரக்கத்துடனும் எப்பொழுதும் பெருகிவருபவள் காவேரியாகிய இக்குமரி. குயில்கள் குதூகலத்துடன் இசைபாட, ஸ்ரீரங்கநாதனை தரிசித்த பின்னர், ஈரேழு புவனங்களுக்கும் வளம் தந்து, பஞ்சநதீச் வரனைக் காண வரும் இக்காவேரியைப் பாருங்கள். இரு கரைகளின் மீதும் மறையவர் குழாங்கள் 'ராஜ ராஜேச்வரி' என்று போற்றி மலர்கொண்டு பூசிக்க, தியாகராஜனால் வணங்கப்படும் இக்காவேரியைப் பாருங்கள்.

இது பாடலின் பொருள். பாடலின் இசை வடிவத்தையும் பொருளையும் நினைக்க நினைக்க, திருவையாற்றில் இளம் வயதில் கழித்த நாட்கள் மீண்டும் நினைவில் ஆடத் தொடங்கின. இளம் வயதில் தியாகையர் உற்சவத்தைக் காணவும் கேட்கவும் திருவையாறு சென்று தங்கியது பலதடவை. தைக்குளிர்; அந்தக் குளிரைப் பொறுத்துக்கொண்டு பாதியோடும் காவிரியில் விடிய விடியக் குளிப்பது, ஹோட்டல்களில் சிற்றுணவு, சமாதியிலும் கலியாணமகாலிலும், உயர்தரப் பள்ளியிலும் நடக்கும் கச்சேரிகளைக் கேட்பது, மீண்டும் உணவு, மீண்டும் கச்சேரி, காபி, கச்சேரி என்று ஒரு பத்து நாட்கள், பாரத் வாஜமுனியின் விருந்தினர்போல ஊர் உலக நினைவுகளை மறந்து இசை அனுபவத்திலேயே முடங்கிக் கிடக்கிற நினைப்பு அது. பலமுறை நினைத்த நினைப்பு. குளிர்காலத்திற்கு மாறாகக் கோடையில் படை பதைக்கிற வெயிலில், அடியில் வெண் பொடி ஒட்ட, திருவையாற்றுப் பஞ்ச நதீசர் கோவிலிலிருந்து புறப்படும் ஸப்தஸ்தானக் கண்ணாடிப் பல்லக்கைத் தொடர்ந்து, பாபநாசம் சிவனின் பஜனைக்குழுவின் பாடல்களைக் கேட்ட வண்ணம் திருப்பழனம், திருச்சோற்றுத்துறை, திருவேதுகுடி, கண்டியூர், திருப்பூந்துருத்தி, தில்லை ஸ்தானம் — இந்த ஊர்களைச்

சுற்றி வந்து, வழியில் குடித்த நீர்மோரும் பானகமும் நெஞ்சைக் கட்ட, தானமாகக் கிடைத்த விசிறிகள் தோலை ராவ, வெயிலில் காய்ந்த தோல் கருத்துக் கன்ன, கால்கள் இற்றுக் களைத்து ஊர் திரும்பும் நினைவும் வந்தது. ஹொகனெக்கல்லோடு நிறுத்திய காவேரிப் பயணத்தை மீண்டும் தொடங்கி முடிக்கவில்லையே என்று குறுகுறுத்துக் கொண்டேயிருந்தது.

ஒருவாறாக முடிவுக்கு வந்தோம். ஆனால் ஹொகனெக் கல்லிலிருந்து தொடங்காமல் 'நடந்தாய் வாழி, காவேரி' என்று கோவலனும் கண்ணகியும் நடந்த பாதையில் போவோமே என்று தோன்றிற்று. இக்காலத்தில் காவிரியின் பிற்பகுதி கோடையில் பெரும்பாலும் வறண்டு விடுகிறது. எனவே, மழை ஓய்ந்தும் ஓயாமல், குளிர் தொடங்கியும் தொடங்காம லும், இருக்கும் பருவமாய்ப் பார்த்து, சென்னையைவிட்டுக் கிளம்பினோம். சிதம்பரம், கொள்ளிடம், சீர்காழி, திருவெண் காடு வழியாக, காவிரிப்பூம்பட்டினத்தை அடையும்பொழுது, பிற்பகல் கரைந்து, வெள்ளை வெயில் மஞ்சளாக மென்மை கொண்டு விட்டது.

காவிரிப்பூம்பட்டினம், அதற்கு முன்னுள்ள பல்லவநீச்வரம், சாயாவனம் – எல்லாவற்றையுமே சாயாவனம் என்று அழைக் கலாம் போலிருக்கிறது. சாயாவனம் என்றால் நிழல்காடு என்று பொருள். இங்கு அது எழுத்துக்கு எழுத்து உண்மை. காவிரி வரும் அத்தனை வழியும் காடும் சோலையும் நிறைந்த காட்சி தான். இருந்தாலும் இந்தக் கடைசி கட்டம் மட்டும், அனைத்தையும் விட கொள்ளாத தன்மையும் பச்சையும் நிழலுமாக அடர்ந்து கிடக்கிறது. கடக்கமுடியாத காட்டு அடர்த்தியாக இல்லாமல், கண்ணுக்கு உகந்த, நடமாட்டத்திற்கு இசைந்த அடர்த்தி. இன்னும் சிறிது பொழுதில் கடலோடு கலந்து ஒன்றிப்போகும் காவிரியை நினைந்து ஏக்கமும் பரிவும் மகிழ்ச்சியும் பொங்கி உருகும் இதயத்தோடு, சூழும் நிலம் எல்லாம் பொல்லென்று அடர்ந்து பசுமையாய் விரிந்து கிளர்ந்ததுபோல் தோன்றுகிறது. கணவன் வீட்டுக்குப் பெண்ணை வழி அனுப்பும் சுற்றம் கடைசி ஏக்கமும் உவகையுமாகத் தத்தளித்து வாரி வழங்குவது போலிருக்கிறது சாயாவனத்தின் தோற்றம்.

காவிரிப்பட்டினத்திற்கு இனி மின்சார ஒளி வரலாம். நாங்கள் போகும்போது இல்லை. மண்ணெண்ணெய், கடலை எண்ணெய் விளக்குகளே அதிகம் தெரிந்தன. மின்சாரம் இல்லாத தால் இயந்திரங்களின் இரைச்சலும் இல்லை. சிலப்பதிகாரத்து வரிகளில் மினுக்கும் அங்காடி விளக்கு வரிசை, நினைவில் மங்கி மின்னுகிறது. இந்த ஒரு தொன்மையைக் காப்பாற்றவாவது இந்த ஊருக்கு மின்சாரம் வராமலே இருந்தால்தான் என்ன

என்று சில சமயம் தோன்றுகிறது. டிரான்ஸிஸ்டர் ரேடியோ கூட அங்கு அதிகமாகக் காணவில்லை என்று ஞாபகம்.

ஒரு நண்பர் வீட்டில் மூட்டை படுக்கைகளை இறக்கி விட்டு, உடனேயே கடற்கரையை நோக்கிப் புறப்பட்டோம். பூம்புகார் என்றதுமே முதலில் கடற்பக்கம்தான் கால் இழுக்கிறது. முக்கியமாகக் காவேரி கடலோடு கூடும் இடத்தைப் பார்த்துவிட.

சமீபத்தில் மழை பெய்திருந்ததால் வழியும், வழிக்கு வரம்பு கட்டிய நிழல் சோலைகளும் இன்னும் குளிர்ச்சிபட்டிருந்தன. சிலப்பதிகாரமும் பட்டினப்பாலையும் வர்ணித்த பூம்புகாரை நினைத்துக்கொண்டே நடந்தோம். இளங்கோவடிகள் கண்ட ஊரும் இல்லை; காட்சியும் இல்லை இப்பொழுது. மருவூர்ப் பாக்கம் இல்லை; பட்டினப்பாக்கம் இல்லை. இரண்டுக்கும் நடுவேயிருந்த பெருவழியோ, அதன் இரு மருங்கிலும் நின்ற மரங்களோ மரங்களின் கீழுள்ள அங்காடிகளோ இல்லை. பல தேசத்து மாந்தரும், பல ஊர் மக்களும் பேசியும் கூவியும் கேட்கும் கலந்த அரவம் இல்லை. கோழியை விரட்டக் காதணியைப் பிடுங்கி எறிந்த பெண் அமர்ந்த உலர் முற்றம் இல்லை. பல நாட்டுக் கப்பல்கள் இல்லை. யவனர் இல்லை. வேறொரு அந்நியரும் இல்லை. கடற்கரையில் இளங்கோ கண்ட நீண்ட வரிசையான அங்காடிகள் இல்லை. கடல்தான் வீசி வீசி அலையெறிந்து எங்களை வரவேற்றது. வேலிகளையும் வீடுகளையும் கடந்து, கடலுக்கு முன்னுள்ள மணல் வெளியில் நடந்து மீனவர் குப்பத்திற்கு அருகே போனோம். நாங்கள் போனசமயம் அங்கும் கூட்டம் இல்லை. கட்டுமரங்கள் திரும்ப வில்லையோ என்னவோ. எனவே சற்றுத் தெற்கேயிருந்த கண்ணகி சிலையைப் பார்த்துக்கொண்டு நின்றோம்.

கண்ணகி சிலை என்று கடற்கரை ஓரமாக ஒரு சிறிய பூங்காவிற்கு நடுவில் எழுப்பி நிறுத்தியிருக்கிறார்கள். சிலை எடுத்த இடம் எடுப்பான இடம். மண்டபத்திற்கு நடுவே மழை, வெயில் படாமல் மேல் பாதுகாப்புடன் நிற்கிறது சிலை. தூர விருந்தே பார்க்கும்படி உயர மேடைமீது நிற்கிறது, சுற்றி உள்ள சுழலும் ஒத்து அமைந்திருக்கிறது. ஆனால் சிலை, மனதில் பண்டு உருவாகி நிற்கும் கண்ணகியின் வடிவத்திற்கு ஒத்ததாக இல்லை. கொலுவிலும் கடைகளிலும் நிறுத்தும் பாணியில் வர்ணங்கள் கொடுத்து, சேலை கட்டி, கலை உணர்வுக்குச் சம்பந்தமில்லாமல் செய்திருக்கிறார்கள். மற்றவர்கள் என்ன நினைக்கிறார்களோ – எங்களுக்கு அப்படித் தோன்றிற்று. காலம் காலமாக உள்ளங்களில் நிற்கும் இந்த வடிவத்தைக் கருங்கல்லில் வடிக்கக்கூடாதா? வடிக்கும் சிற்பிகள்தான் இல்லையா? சிற்பிகள் எப்படி இல்லாமல் போவார்கள்? உலகத்

தமிழ் மகாநாட்டின்பொழுது சென்னைக் கடற்கரையில் உள்ள தேர்வு மண்டபத்திற்குள் (கடற்கரையில அல்ல) கருங்கல்லில் ஒரு தெய்வக் கண்ணகியின் வடிவம் வடிக்கப்பட்டு நின்றது. அதைச் செய்தவர் கணபதிஸ்தபதி என்று ஞாபகம். பல்லாயிரக் கணக்கானவர்கள் அதைக் கண்டு வியந்தார்கள். அத்தகைய தேர்ந்த வடிவம் ஒன்றை வைத்துக்கொள்ளப் பூம்புகாரின் கடலோரத்திற்கு நிச்சயமாக, நியாயமாகத் தகுதி உண்டு.

வெகுநேரம் நின்றோம். கடலும், குப்பமும், பழைய காவியக் காட்சிகளும் அரவங்களும் அகக்கண்ணிலும் புறக் கண்ணிலும் காட்சியும் பிரமையுமாக நடமிட்டும் ஒளித்தும் கொண்டிருந்தன. இருட்டிக்கொண்டேயிருந்தது. காவேரி கடலோடு கூடுமிடம் தெற்கே சற்றுத் தொலைவில் இருந்தது. அதைக் காலையில் திரும்பி வந்து காணலாம் என்று ஊருக்குள் திரும்பினோம். திரும்புகையில் அந்த இருளில் பழைய பாடல்கள் நினைவுக்கு வந்தன.

ஊறுதேங்கனி மாங்கனி ஓங்கிய சோலைத்
தாறு தன் கதலிப்புதல் மேவு சாய்க்காடே

திருஞானசம்பந்தர் தேவாரம் சாயாவனத்தைப் படம் பிடித்திருக்கிறது.

நித்தலும் நியமம் செய்து நீர்மலர்தூவிச்
சித்தமொன்ற வல்லார்க்கருளும் சிவன்கோயில்
மத்தயானையின் கோடும் வண்பீலியும் வாரித்
தத்து நீர்ப்பொன்னி சாகர மேவு சாய்க்காடே

என்று பழைய காலத்துக் காவேரியையும் திருச்சாய்க் காட்டை யும் சம்பந்தர் வர்ணிக்கிறார். காவிரி வெள்ளம் பல அலைகளும் தடுப்புகளும் இன்றி யதேச்சையாக வந்த காலம் அது. கரி காலன் அணையைத்தவிர வேறு தடுப்புகளில்லாத காவேரியின் சுயேச்சை வெள்ளத்தில் காட்டுப்பொருள்கள் மிதந்துவந்த காலம்.

நறையும் நரந்தமும் அகிலுமாரமும்
துறைதுறைதோறும் பொறை உயிர்த் தொழுகி
துரைத்தலைக் குறைப்புனல் வரைப்புகம்புகுதொறும்
புனலாடு மகளிற்கதுமெனக் குடையக்
கூனிக் குயத்தின் வாய்நெல்லரிந்து
சூடு கோடாக பிறக்கி நாடொறும்
குன்றெனக் குவை இய குன்றாக் குப்பை
கடுந்தெற்று மூடையின் இடம் கெடக்கிடக்கும்
சாலி நெல்லின் சிறைகொள் வேலி
ஆயிரம் விளையுட்டாகக்
காவேரிபுரக்கு நாடுகிழவோனே

என்று பொருநராற்றுப்படைக்குக் காவிரி காட்சி கொடுத்த காலம்.

மாவிரைத் தெழுந்தார்ப்ப வரைதரு
பூவிருத்த புதுமதுப் பொங்கிட
வாவியிற்பொலிநாடு வளம் தரக்
காவேரிப் புனல் கால்புரந் தோங்குமால்

என்ற சேக்கிழார் பெருமான் கண்ட காவிரியும் நினைவில் வந்தது.

மின்சார விளக்குகள் இல்லை. பூம்புகாரின் நினைவுச் சுவடுகள் அதிகம் கலையாமல் இருக்க எங்களுக்கு அது ஒன்று தான் உதவிற்று. நண்பர் வீட்டுக்கு வந்து சாப்பிட்டுவிட்டு மாடியில் படுத்தோம். எப்படித் தூக்கம் வரும்?

சற்றுக் கூதலாக இருந்தாலும் மொட்டை மாடியில் வந்து நின்றோம். தேய்பிறைச் சந்திரன் நசுங்கிய பித்தளைத் தட்டாகக் கிளம்பியிருந்தது. அந்தப் பழுப்பு நிலவொளியில் மூடுபனி பரவிப் புகைந்து கிடந்தது. திரும்பின இடமெல்லாம் கும்பல் கும்பலாக மரங்கள். நெட்டை நெட்டையாகத் தென்னை கள். தொலைவிலிருந்து கடலோசை லேசாக வந்தது. கொல்லைக் கொட்டில்களில் வைக்கோல் பிடுங்கும் மாடுகளின் மணிச் சத்தம் அப்போதும் இப்போதும் மெல்லியதாகக் கேட்கும்.

மாதவி, கண்ணகி, இளங்கோ, மணிமேகலை என்று பழைய காலத்துப் பூம்புகாரைப்பற்றிப் பேசிக்கொண்டிருந்தோம். அவர்கள் எல்லாம் எங்கே? அந்த அரவங்களும் திரள்களும் எங்கே? அந்தப் படுமோனத்தில் எங்களுக்கு ஒரு ஏக்கமும் படர்ந்தது; விடையில்லாத கேள்வி பிறந்தது. பூம்புகார் எதற் காக அழிந்தது; இருப்பதற்கு ஒரு நோக்கம் இருப்பதுபோல, அழிவதற்கும் நோக்கம் இருக்குமா? பூம்புகார் பிழைத்திருந்தால் என்ன ஆயிருக்கும்?

அர்த்தமில்லாத கேள்விகள்தாம்? ஆற்று வெள்ளத்தின் ஓரத்தில் நின்று, குஞ்சுக்காலை வைத்துத் தடுக்க நினைக்கும் குழந்தைக் கேள்வி. நடுநடுவே சுற்றிலும் ஒருமுறை பார்த்து 'சாயாவனம்' என்று பேர்வைத்த பொருத்தத்தைக் கண்டு வியப்பு.

தூங்கும்போது வெகு நேரமாகிவிட்டது.

❍ ❍ ❍

காலையில் எழுந்ததும் எழாததுமாகக் கிளம்பினோம். எங்களுக்குத் தங்க விடுதி அளித்து ஏற்பாடுகள் செய்த நண்பர், பூம்புகாரில் தொல்பொருள் இயல் துறையினர் தோண்டிக் கண்ட புத்தவிஹாரம், படகுகள் கட்டும் துறை, கடலுக்குள் கிடைத்த காரைக்கற்கள் இவையும், அகத்தீஸ்வரன் கோவில், சங்கமேஸ்வரர் கோவில், வரதராஜப் பெருமாள் கோவில், காவிரி சங்கமம், பல்லவனீசம் – சாயாவனம்

கோவில்கள் – இவையும் பார்க்க வேண்டிய இடங்கள் என்றும், பிறகு போகும் வழியில் திருவலம்பரம், புஞ்சை கடாரங்கொண்டான் கோவில்களைப் பார்க்கலாம் என்றும் விளக்கிச் சொல்லி, எங்களுக்கு வழி காட்ட ஒரு நண்பரை அனுப்பினார்.

முதலில் பார்த்த கோவில் ஒரு பழைய காலத்துக் கோவில். கோவிலுக்குமுன் ஒரு குட்டை. இரண்டுமே அழகு. ஆனால் அவற்றைவிட அங்கு கீழே கிடந்த ஒரு கன்னியின் சிலை பன்மடங்கு அழகு. சோழர்காலத்துச் சிலை என்றே தோன்று கிறது. அது மண்ணில் கிடந்தது. அதை எடுத்து நிறுத்தக்கூட ஆள் இல்லை. தொல்பொருள் ஆய்வினர் பூம்புகாரில் இத்தனை முயற்சிகள் செய்தவர்கள் ஏன் இந்தச் சிலையை ஒரு பத்திர மான இடத்தில் வைக்கவில்லை என்று புரியவில்லை.

கோவிலிலிருந்து நடந்து தொல்பொருள் அகழாய்வு ஸ்தலத்திற்குச் சென்றோம். அது வயல்களுக்கு நடுவில் உள்ளது. நிலத்தைச் செய்நேர்த்தி செய்கையில் இந்தக் காலத்தில் காணாத பெரும் நீளமும் அகலமும் கொண்ட கற்கள் சில மண்வெட்டி யில் தட்டுப்படவே, தொல்பொருள் இயலார்க்கு அதைத் தெரிவித்தனராம். இத்தகைய செங்கற்கள் பூம்புகாரில் ஏராள மாகக் கிடைத்திருக்கின்றன. வயலுக்கு நடுவே தோண்டி, அந்த இடத்தை மட்டும் பாதுகாத்து வைத்திருக்கிறார்கள். கடலிலிருந்து கப்பல்களின்றும் சரக்குகளைப் படகுகளில் ஏற்றி துறைமுகத்திற்குள் கொண்டுவரும் கால்வாயின் ஒரு பகுதி என்று இதைச் சொல்கிறார்கள். கட்டுக் கால்வாய் இது. திடத்திற்காக பிரத்யேகமாக பெரும் அளவுள்ள பாரிச் செங்கற்களாகச் சூளையிலிட்டுச் சுட்டு, இந்தத் துறையைக் கட்டியதாகத் தொல்பொருளினரின் ஊகம். அங்கு கிடைத்த மரத் துண்டுகளையும் சென்னையில் பத்திரப்படுத்தியிருக் கிறார்கள். இந்தப் பெரிய மரங்கள் படகுகள் கட்டப்பயன் பட்டதாகச் சொல்கின்றனர். ஆனால் சென்னை மாநிலக் கல்லூரித் தாவர இயல் பேராசிரியர் திரு. பி.ஜி.எல். ஸ்வாமி அவர்களிடம் பேசிக்கொண்டிருந்தபொழுது, அந்த மரங்கள் படகுகள் கட்டப் பயன்பட்டிரா என்றும், பாலம் போன்ற அமைப்புக்குத் தூண்களாகப் பயன்பட்டிருக்கும் என்று தாம் அபிப்பிராயப்படுவதாகவும் கூறினார். இது தீவிர ஆராய்ச்சிக்குரிய விஷயம். பூம்புகாரில் ஒருகட்டு அணையும் அக்காலத்தில் இருந்திருப்பதாகத் தெரிகிறது. இவ்விஷயமாக எங்களுக்கிடையே துவங்கிய சர்ச்சையை ஒத்திப் போட்டு விட்டு காவேரி கடலுடன் கலக்கும் காட்சியைப் பார்க்க விரைந்தோம். புகார்க் கரையில் கண்ட காட்சிகள் எங்களுடைய மனதில் உணர்ச்சிக் குழப்பத்தை உண்டாக்கிவிட்டன.

வெயில் ஏறிக்கொண்டிருந்தது. குளிர்கால வெயிலாதலால் உணர்க்கையாக இருந்தது. அங்கிருந்து புறப்பட்டு, கடலோரம் நோக்கி நடந்தோம். கண்ணகி பொம்மையை மீண்டும் ஒருமுறை பார்த்துவிட்டு, வடக்கே நடந்தோம். அங்கு குப்பத்திற்கு முன்னுள்ள மணல் வெளியில் ஒரே கூட்டம். அப்பால் ஒரு சிறு கோவில். மீன் வாங்க வந்தவர்களின் கூட்டம். பரதவர்கள் மீன்களைக் கூடை கூடையாக ஏலம் கூறிக்கொண்டிருந்தனர். வேறு மீனவர்கள் வலைகளைச் செப்பனிட்டுக் கொண்டிருந்தனர். பூம்புகாரின் கடலில் வலைகளை அடிக்கடி கூர்கற்கள் அறுத்து விடுவதாகக் கூறினார்கள். காரை, சிமென்டைப் போன்றவை இந்தக் கல்துண்டுகள். பல இடங்களில் குவியல் குவியலாகக் குவிக்கப்பட்டிருந்தன. பழங்காலப் பூம்புகாரைக் கடல் கொண் டிருப்பதற்கு இந்தக் கற்கள் சாட்சி கூறுகின்றன. நல்ல கெட்டியான காரைத்துண்டுகள் அவை. இந்தக் கடற்பகுதியில் இன்னும் ஆழமாகத் தோண்டினால் முழுகிய பூம்புகாரின் சின்னங்கள் இன்னும் பல கிடைக்கலாம் எனத் தோன்றுகிறது. ஆனால் வேலை துரிதமாக நடக்கவில்லை. பொருள்தட்டோ, சாதனத்தட்டோ, தெரியவில்லை.

எங்கள் கவனத்தைக் கவர்ந்தது மீனவரின் உடற்கட்டு மட்டுமல்ல. அவர்கள் பேச்சும் அந்தக் கடற்கரைத் தமிழ்ப் பேச்சில் உள்ள ஏற்ற இறக்கமும். கடற்கரையைவிட்டு அகலாது, கரைக்கும் ஆழ்கடலுக்கும் இடையிலேயே வாழும் மக்களின்

தனி ஏற்ற இறக்கம். இந்தியாவின் கடற்கரை எங்குமே எந்த மொழியிலும் இந்தத் தனி மணம் கடற்கரை மீனவரின் பேச்சில் வீசுகிறது. கலாசாகரம் கடற்கரையில் உட்கார்ந்தபடி

கண்ட காட்சிகளையெல்லாம் படங்களாக வரைந்து கொண்டிருந்தார். கோவலனும் மாதவியும் ஒரு புறத்தில் அமர்ந்து யாழ் இசைத்துக் கொண்டிருக்கும் பிரமை எங்களுக்கு ஏற்பட்டது.

காவிரிப்பட்டினம் தொடங்கி கல்லணை வரையில் உள்ள காவேரி ஆற்றுப் பகுதியை மனதில் ஒருமுறை ஓட்டினால், தமிழகக் கலாசார வரலாற்றின் ஒரு முக்கியமான பகுதி பெரிய சித்திரசாலையாக எழுகிறது. எத்தனை கோவில்கள்! எத்தனை பக்தர்கள்! தத்துவ ஞானிகள், கவிகள், இசைக் கலைஞர்கள்! எத்தனை சிந்தனைவளம்! தலைக்காவிரி முதல் பூம்புகார் வரையில் ஆற்றின் இருமருங்கிலும் கோவில் இல்லாத இடமில்லைதான். ஆனாலும் தமிழகத்தில் காவிரி கலைகளையும் சமயங்களையும் தத்துவச் சிந்தனைகளையும் போற்றி வளர்த்த அளவை முற்பகுதியில் காண்பது அரிது. அதிலும் கல்லணைக்குப் பிறகு அகம், புறம் இரண்டிலும் காவேரியின் வளம் வெவ்வேறு வடிவங்களாகத் திளைத்து தமிழகத்தின் திலகமாக அப்பகுதியைத் திகழச் செய்தது.

காவிரிப்பட்டினத்திலிருந்து புறப்படுவதற்கு முன் சற்று இளைப்பாறி உட்கார்ந்திருக்கையில் இந்த மதாளிப்பைப்பற்றி எண்ணிக்கொண்டிருந்தோம்.

கடற்கரை: பழைய கோவில்

கரிகாலன், பராந்தகன், ராஜராஜன், ராஜேந்திரன், குலோத்துங்கள்...

இளங்கோ, கம்பன், ஒட்டக்கூத்தன், காளமேகம், பட்டினத்தார், தாயுமானவர்...

அருணாசலக் கவிராயர், கோபாலகிருஷ்ண பாரதி, ஊத்துக்காடு வேங்கடசுப்பையர், தியாகையர், முத்துஸ்வாமி தீட்சிதர், சியாமா சாஸ்திரி.

நாராயண தீர்த்தர், சதாசிவப் பிரம்மம், போதேந்திரர்...

நாயன்மார்கள், ஆழ்வார்கள் ...

தர்மபுரம், திருவாடுதுறை, திருப்பனந்தாள் ஆதீனங்கள் ...

கலியாண மகால், சரஸ்வதி மகால்...

கோவிந்த தீக்ஷிதர், வேங்கடமகி ...

வெண்ணிப்போர், திருப்புறம்பியப்போர்...

திருச்சி, தஞ்சைப் பிராந்தியத்தின் அக, புற வரலாறே காவிரியின் வரலாறு; காவிரியின் பற்பல கைகளாகப் பரந்த கிளைநதிகளின் வரலாறு என்றே சில சமயம் தோன்றுகிறது. ஆற்றின் வளம் தந்த நிறைவிலும் ஓய்விலும் சூழ்நிலை வனப்பிலும் கலைகள் உருவாயின; சிந்தனைகள் கிளர்ந்தன; எல்லோரும் நிறைவாக உண்டு ஒருவர்க்கொருவர் சார்ந்து வாழும் வாழ்க்கை மரபும் உருவாயிற்று. ஊர்ப் பொதுவையும், அதிலும் ஆழ்ந்த தத்வமான கோவிலையும் மையமாகக்கொண்டு வாழும் முறை எங்கும் அமைந்திருந்தாலும் காவிரியின் வளத்தால் அது அமைதியோடும் கலைப் பண்போடும் அமைந்தது. காவிரிப் பிராந்தியத்துக் கிராம நிர்வாகம், கோவில் சுவர் களில் செதுக்கிய மங்கள சாஸனங்கள் – கட்டளை முறைகள் – வரலாற்றுத் துணுக்குகள் – எல்லாம் இந்த வாழ்க்கை வளத்திற்குச் சான்று பகர்கின்றன...

எல்லாவற்றுக்கும் அடிப்படை இயற்கை வளம்தான். அது பொய்த்தாலோ, பற்றாமல் போனாலோ, அளவுக்கு மீறிய மக்கள் அதைச் சுரண்டினாலோ, வாழ்வில் கலகம் புகுந்து விடுகிறது. தேர்தல் இரைச்சல், கரகரவென்று மாவு மிஷின் குரலில் பேசும் அரசியல்வாதிகள், சுவர்க்கத்தை நாளைக்கே கொண்டுவந்து விடுகிற பொய் வாக்குகள் ... நினைவு இந்தக் காலத்திற்கு வந்து விட்டது.

“கோவலன் போனவழியில் போகப்போகிறோம்” என்றார் நண்பர். “சம்பாபதியைப் பார்த்துவிட்டு, பல்லவனீசம், சாயா

வனம், கீழத்திருக்காட்டுப்பள்ளி, அல்லிவிளாகம், கீழையூர், மேலப்பாதி, கருங்குயில்நாதம், பேட்டை திருவழுந்தூர், பாணாதிராஜபுரம், கீழமணஞ்சேரி வேள்விக்குடி, மேலமணஞ்சேரி, கதிராமங்கலம், திருக்கோடிக்காவல், கஞ்சனூர், மணலூர், சூரியனார் கோவில் வேப்பத்தூர், திருவிசநல்லூர், மணஞ்சேரி, கருப்பூர், மேலக்காவேரி, கொட்டையூர், சுவாமி மலை, உமையாள்புரம், கபிஸ்தலம், திருவையாறு, தில்லை ஸ்தானம், மருவூர், கோவிலடி..."

"வடக்காலேயே அடுக்கினால்? காவேரிக்குத் தெற்கேயும் எத்தனையோ இருக்கிறதே பார்க்க! கிளம்பினவுடனேயே, திருவலம்பரம், புஞ்சை கடாரங்கொண்டான், அப்புறம் மாயவரம், திருவிடைமருதூர், கும்பகோணம், தாராசுரம், கண்டமங்கலம், வரகூர், நடுக்காவேரி, திருக்காட்டுப்பள்ளி, நேமம் – இப்படி கல்லணை போறவரைக்கும் இருக்கே."

"அதெல்லாம் கண்ணகி – கோவலன் போன வழி இல்லையே."

"நீங்கள் சொன்னது மட்டும் அவர்கள் போனவழி என்று எப்படி நிச்சயமாய்த் தெரியும்? காவேரிக்கு வடக்காலே போனார்கள் என்றால், வழியிலே தெற்காலே பேர்பெற்ற ஊராக இருந்தால் பார்க்காமலா போயிருப்பார்கள்?"

"மதுரைக்குப் போகிற அவசரம்..."

"அவசரமாகப் போனார்கள் என்று இளங்கோவடிகள் சொல்லியிருக்கிறரா? கண்ணகிக்கு அதுதானே இரண்டாவது ஹனிமூன்? முதல் என்றுகூட சொல்லலாம். சாவகாசமாகத் தான் போயிருப்பார்கள் என்று ஏன் நினைத்துக் கொள்ளக் கூடாது? இந்தக் காலம் மாதிரி சோற்றுக்கே பஞ்சம் வந்த காலமா? யாராவது உறவுக்காரர்கள் போகிறபோக்கில் எட்டிப் பார்த்துவிட்டுப் போவோம் என்று நம் வீட்டுக்கு வந்தால்கூட நம் முகத்தைப் பார்க்க முடியவில்லை. அப்படி மனசிலேயே பஞ்சம் வந்துவிட்ட காலம். முப்பது வருஷம் முன்னாலே வரைக்கும்கூட எந்த சத்திரத்திலேயும் மூன்றுநாள் தங்கி சாப்பிடலாம் என்று இருந்திருக்கிறது. கோவலன் காலத்திலே இப்படியா இருந்திருக்கும்? இல்லை. ஜனங்கள்தான் இப்படி ஈசல் கூட்டமாகப் பெருகியிருந்த காலமா? அதெல்லாம் இல்லையே?" என்றார் இன்னொரு நண்பர்.

"சரி சார் – நீங்கள் சொல்கிறபடியே போகிறோம். கோவலன் போன சுவட்டிலேயே போகிறோம். காவிரிப் பட்டினத்திலிருந்து, உறையூர் வரைக்கும் போகிற சாலை கரிகாலன் காலத்திலே இருந்து இன்னும் இருக்கிற சாலை.

காவிரிக்கு வடக்கே போகிற சாலை. முடிந்தால், நேரமிருந்தால் ஆற்றைத்தாண்டி தெற்கேயும் போய்விட்டுப் போகிறோம்.”

புத்த விகாரம் இருந்த இடத்தைப் பார்ப்பதற்காக, சாலையில் காரை நிறுத்திவிட்டு இரண்டு குடிசைகளுக்கு நடுவே ஒரு சந்து வழியே புகுந்து நடந்தோம். வரிசையாக அமைக்கப்பட்ட சதுரமான அறைகளின் அடித்தளம் அகழ் வாராய்ச்சியின் பயனாகக் கண்ணுக்குத் தெரிகிறது. கீழை யூரில் துறைமுகம் கட்டப் பயன்பட்டவை போன்ற பெரிய செங்கற்களால் ஆன அமைப்பு, அகழ்வேலை தொடர்ந்து நடைபெற ஏற்பாடுகள் செய்யப்படுவதாக அறிந்தோம்.

காவிரிப்பூம்பட்டினம் மாதவி மன்றச் செயலாளர் திரு. தியாகராசன் எங்களுக்கு வழிகாட்டிக்கொண்டு வந்த தோடு பல விளக்கங்களையும் கொடுத்து உதவினார். சாயா வனத்திலிருந்து புறப்பட்டதுமே, கடாரங்கொண்டான் என்ற பெயர் எங்களை இழுத்தது. கடாரத்தை (இன்றைய பர்மா) வென்ற சோழ அரசன் வெற்றிக்காக நன்றி வடிவமாக எழுந்த கோவிலாக இருக்கவேண்டும். காவிரியைக் கடந்து தென்புறம் சென்றோம். போகும் வழியிலேயே உள்ள திருவலம்பரம் கோவில் மிகப் பழைய கோவில். இடிந்த கோவில். மூப்பு தாளாமல் ஓய்ந்து உட்கார்ந்து விட்டதுபோல் காட்சி அளிக்கிறது. அரசாங்கத்தின் அறப்பாதுகாப்புப் பிரிவின் நிர்வாகத்தில் கடந்த 15 ஆண்டுகளாக, சாகக்கிடந்த பல ஆலயங்கள் புத்துயிர் பெற்று ஒளிர்ந்து வருகின்றன. ஆனால் இந்தப் புத்துயிர் நோயாளியின் பணத்தெம்பைப் பொறுத்தது போலிருக்கிறது. ஏழை நோயாளிகளாக, பணம் இல்லாத கோவில்கள் தேய்ந்த காவிப் பற்களைக் காட்டுவதுபோல காரை பெயர்ந்து செங்கற் களைக் காட்டி, அரசும் நெருஞ்சியும் முளைத்து முடங்கிக் கிடக்கின்றன. கோவில்கள் கிராம மக்களின் கூடிச் செய லாற்றும் பண்பிற்கு ஒரு பயிற்சி ஸ்தலம். ஊர் மக்களையும் ஊக்குவித்து, அரசாங்கமும் பங்கு கொண்டு, தொன்மைபெற்ற ஆலயங்களை இயங்கச் செய்யவேண்டும். அரசாங்கத்திற்குத் தோன்றாத பிரகஸ்பதி யோசனை அல்ல இது. இருப்பினும் ஏன் பாடல்பெற்ற பல ஆலயங்கள் குற்றுயிராகக் கிடக்கின்றன என்று புரியவில்லை.

திருவலம்பரத்தில் வலம்புரிநாதர் கோவில் அப்பரும் மற்றவரும் பாடின தலம் என்று சொல்கிறார்கள். அம்மனுக்கு வடுவகிற் கண்ணம்மை என்று அழகாகப் பெயர் சூட்டியிருக் கிறார்கள். காவிரிப்பகுதியின் பல கோவில்களில் இனிய தமிழில் பெயர் சூட்டப்பட்ட பல தெய்வ சன்னிதானங்கள் உண்டு. உதாரணத்திற்கு இந்தப் பெயர்களைக் கேளுங்கள். மட்டுவார்

குழலம்மை (செம்பொன்னார் கோவில்), தோனியம்மாள், துறைக்காட்டீச்வரர் (விளநகர்—ஆறுபாதி), அரும்பன்ன முலையார், சொன்னவாறறிவார் (குத்தாலம்), ஒப்பிலா முலையம்மை, மாசிலா மணீசர் (திருவாவடுதுறை), பந்தாடுநாயகி (கொட்டையூர்), பூங்கோதை நாயகியம்மன் (திங்களூர்), நெய்யாடியப்பர் (தில்லைத்தானம்), ஆள்கொண்டார் (திருவையாறு), ஒப்பிலியப்பன் (ஒப்பிலியப்பன் கோவில்), செந்நெறியப்பர் (திருச்சேறை), வாழைமடுநாதர் (திருவேதிகுடி), பல்வளைநாயகி (பட்டீசுரம்), பண்மொழிநாயகி (கொடுமுடி), சிவக்கொழுந்தீசன் (சத்திமுத்தம்) அப்பக்குடத்தார் (கோவிலடி), மழுவேந்திநாதர் (பாபுராஜபுரம்).

திருவலம்பரம் கோவிலின் இடிபாட்டை நினைத்துக் கொண்டே புஞ்சைக் கடாரங்கொண்டானுக்கு வந்தோம். நந்துணைநாதர் கோவில் வரலாற்றுப் பெருமை கொண்ட கோவில்.

தமிழகத்தின் பெருமை நிறைந்த வரலாற்றுக் காலத்திற்குக் கற்பனையைக்கொண்டு சொல்லும் இந்தக் கோவிலும் ஏழை படும் பாடுதான் பட்டுக்கொண்டிருக்கிறது. காவிரி இதற்குப் பிறகு சிறிது தூரம் வடக்கு முகமாக ஓடுகிறது. நதிகள் வடக்கு நோக்கி ஓடும் இடங்களையெல்லாம் பிரத்யேகப் புனிதத்தன்மை கொண்டவையாகப் போற்றும் மரபு பாரதம் எங்குமே தொன்று தொட்டு வளர்ந்துள்ளது. காசிநகரம் இந்துக்களின் உள்ளத்தில் பொற்பீடம் பெற்று விளங்குவதற்கு இது ஒரு முக்கிய காரணம். வாரணம், அஸி என்ற இரு கட்டங்களுக்கிடையே சில மைல்களுக்கு கங்கை நதி வடக்கு நோக்கி ஓடுகிறது. அந்த இரண்டு கட்டங்களையே வாரணாசி என்ற நகரின் பெயராக வைத்து, பெயரிலேயே புனிதத் தன்மையைக் குறித்திருக்கிறார்கள். காவிரி நதியிலும் இத்தகைய வடக்கு நோக்கி ஓடுகிறது. அந்த இரண்டு கட்டங்களையே வாரணாசி என்ற நகரின் பெயராக வைத்து, பெயரிலேயே புனிதத் தன்மையைக் குறித்திருக்கிறார்கள். காவிரி நதியிலும் இத்தகைய வடக்கு நோக்கிய போக்குகள் சில இடங்களில் உண்டு. திருக்கோடிகாவல், நெருவளி, மேலப்பாதி – கீழையூர், செமங்கி, பணகரை, ஹெரனே, இடத்துறை, கொப்பா, விருபாட்சபுர, மூலகோடு, கூடிகே, ஹால்ஸே, ஸரகூரு, சிவசமுத்திரம் போன்ற பல இடங்களில் வடக்கு முகமாக ஓடும் காரணமாகப் புனிதத் தலங்களாக மக்கள் இவ்விடங்களைப் போற்றி வருகிறார்கள்.

வடக்கே போனாலும் மேற்கே போனாலும், போற்றினாலும், புகழ்ந்தாலும், நகராட்சிகளும், ஊராட்சிகளும் ஒரு வித்தையை நன்றாகக் கற்றுக் கொண்டிருக்கின்றன. சாக்கடை நீருக்கும் கழிவுக்கும் புகலிடமாகப் பக்கத்தில் ஓடுகிற ஆற்றைப் பயன்

படுத்தும் வித்தைதான் அது. காவிரியில் அமராவதி, பவானி, நொய்யல் போன்ற உபநதிகளோடு, ஆங்காங்கு பெரிய – சிறிய ஊராட்சிகளின் சாக்கடைகளும் கலந்து பிரவாகத்தைப் பெருக்கும் பேற்றில் பங்கு கொண்டிருக்கின்றன. திருச்சிக்குக் கிழக்கேயும், மாயூரத்திலும் இன்னும் பல இடங்களிலும் இந்தக் காட்சியைக் காணலாம். ஊருக்கு இளைத்தவன் பிள்ளையார் கோயிலாண்டி. ஊர்க்கழிவுக்கு ஆறு அடைக்கலம். ஆற்றோர மாக உள்ள அடுத்த ஊர்வாசிகள், குடிக்கவும், குளிக்கவும் ஆற்று நீரை நம்பியிருப்பவர்கள் – இவர்கள் எப்படிப் போனால் என்ன? கங்கை நதியில் பாக்டீரியோஃபாஜ் இருப்பதாகச் சொல்கிறார்கள். மற்ற எந்தக் கிருமிகளையும் அழிக்கும் உயிர்ச்சத்து அது. கங்கை நதியின் நீர் பல்லாண்டாகிலும் கெடாமல் இருப்பதற்கும், புனிதநீர் என்று மக்கள் அதைக் கொண்டாடுவதற்கும் அது முக்கியக் காரணம். உலகில் வேறு எந்த நதிக்கும் அந்த சக்தி இல்லை என்று சோதனைகள் செய்து அறிந்திருக்கிறார்கள். சிற்சில கிணற்று அல்லது ஊற்று நீர்களுக்கு மருத்துவ சக்தி இருப்பது தெரிகிறது. காவேரி போன்ற நதிகளின் நீருக்கு இந்த சக்தி இல்லை என்று தெரிந்ததும் வாய்க்கால் வாய்க்காலாகக் கழிவுநீரை ஏன் கொண்டு சேர்க் கிறார்கள் என்று தெரியவில்லை. ஒருக்கால் காவிரியின் ‘தெய்வத் தன்மை’யில் அளவுகடந்த நம்பிக்கை போலும்.

அளவு கடந்த நம்பிக்கை என்பது மிகை இல்லை என்று மாயவரத்துக் காவிரிக் காட்சிகளைப் பார்த்தால் தெரியும். அதுவும் ஐப்பசி இறுதிநாளான கடைமுகத்தன்று ‘லாக்கடத்தில்’ நீர் தெரியாமல், மக்கள் தலைகள் காவிரியை அடைத்து நிற்பதைப்பார்த்தால் தெரியும். ‘லாக்கடம்’ என்பது ‘துலாக் கட்டம்’ என்று குளியல் துறைக்குக் கொடுத்த பெயரின் கொச்சை. நாங்கள் பார்த்த அளவுக்குக் காவிரியின் மீதுள்ள நூற்றுக்கணக்கான தலங்களில் தலைக்காவிரிக்கு அடுத்த இடத்தை மாயூரமே பிடித்துக் கொண்டிருப்பதாகத் தோன்றுகிறது. கடை முகக் கூட்டத்தைப் பார்த்தவர்களுக்கு இந்த பிரமை நிச்சய மாகத் தோன்றும். காவிரிக்கு ஒரு புராணமே எழுதியிருக் கிறார்கள். ஒன்றென்ன! பல புராணங்கள். கந்தபுராணம், ஆக்னேய புராணம், பிரம்ம கைவர்த்த புராணம் – எல்லா வற்றிலும் காவிரியின் மகிமையைப் பற்றிப் பிரளயமாடியிருக் கிறார்கள். மாயூரத்தின் பெருமையைத் தலையில் தூக்கி ஆடியிருக்கிறார்கள்.

கடைத்தெருவுக்கு அப்பால் உள்ள காவிரிப்பாலத்தில் நின்று பார்த்துக் கொண்டிருந்தபோது ‘லாக்கடத்து’ மரத்தி லிருந்து ஒரு மயில் அகவும் ஓசை கேட்டது. மயிலாடுதுறை என்பதற்குச் சான்றாக இது எப்பொழுதுதாவது கேட்கும்.

நாங்கள் நின்ற நேரத்தில் கேட்டது, எங்களுக்காகவே பிரத்யேக மாக அகவியதுபோல் தோன்றிற்று.

புகார்க் கடற்கரையில் மீனவர் குடிசை

வழியெல்லாம் கொடுத்துக் கொடுத்து சிறுத்து அயர்ந்து வரும் ஆற்றைப் பார்க்கும்பொழுது இரண்டு மூன்று பெரியவர் களின் நினைவு வந்தது. கடைக்கால் காவிரியைப்போல அவர் களும் அன்பும் நிறைவும் அமைதியுமாக வாழ்ந்தவர்கள். கோபால கிருஷ்ண பாரதியார், மகாவித்துவான் மீனாட்சிசுந்தரம் பிள்ளை, வேதநாயகம் பிள்ளை – இந்த மூவரும் 19ஆம் நூற்றாண்டின் தமிழ்த்திலகமாகத் திகழ்ந்தார்கள். கோபாலகிருஷ்ண பாரதியின் நந்தன் சரித்திரக் கீர்த்தனைகள், மீனாட்சி சுந்தரம்பிள்ளை இயற்றிய பாடல்கள், வேதநாயகம் பிள்ளை தமிழ்நாவல் துறைக் களித்த முதல் படைப்பான பிரதாப முதலியார் சரித்திரம் – இவையெல்லாம் புதிய தமிழ் இலக்கிய வரலாற்றின் முக்கிய மான கட்டங்களாகும். இவையாவும் காவிரியின் வரங்கள் என்றே எங்களுக்கு அப்பொழுது தோன்றிற்று.

உ.வே. சாமிநாதய்யர் ஒரு நிகழ்ச்சியை உணர்ச்சி வசப் படாமல் எழுதியிருக்கிறார். கோபாலகிருஷ்ண பாரதியார் நந்தன் சரித்திரக் கீர்த்தனைகள் இயற்றிவிட்டு, அதற்கு ஒரு அறிமுகப்பாயிரம் பெறுவதற்காக மகாவித்துவான் மீனாட்சி

சுந்தரம் பிள்ளையின் வீட்டுக்கு நடையாக நடந்த கதை அது. வெள்ளைத் தமிழாக இருக்கிறதென்று பிள்ளை தயங்கினார் போலிருக்கிறது. நடை நடையாக நடந்து, கடைசியில், பகல் வேளையில் பிள்ளையவர்கள் பூசை முடித்து உண்டுவிட்டு இளைப்பாறும் வேளையில், வாசல் திண்ணையில் உட்கார்ந்து பாரதி இரண்டு மூன்று கீர்த்தனைகளைப் பாடினாராம். அதைக் கேட்டு உருகி, பிள்ளை அவரை உள்ளே அழைத்து, பாயிரத்தை இயற்றித் தந்தாராம். உ.வே.சா. அவர்கள் இதைச் சாதாரணமாக எழுதியிருக்கிறார். ஆனால் படைப்பாளிக்கும் பழைய பாடலில் வரும் புலவர்கட்கும் இடையே எப்போதும் இருந்துவரும் தொலைவின் கதை இது. காளிதாசன் கூட, 'ஆபரிதோஷாத் விதுஷாம் ந ஸாது மன்யே ப்ரயோக விஞ்ஞானம்' என்று சாகுந்தல நாடகத்தின் தொடக்கத்தில் சூத்திரதாரன் வாயிலாகச் சொன்னான். "புலவர்கள் பார்த்து மகிழும் வரையில், என் படைப்பை நல்லதென்று கருதேன்" என்று அதன் பொருள். இந்த அவதியை பாரதியாரும் பட்டிருக்கிறார்.

கோபாலகிருஷ்ண பாரதி தியாகையருக்குச் சமகாலத்தவர். நாகைக்கருகில் நரிமணம் என்னும் ஊரில் பிறந்து, பின்பு முடிகொண்டான், ஆனந்த தாண்டவபுரத்தில் வாழ்ந்து, மாயூரத்தில் கோவிந்த சிவனிடம் யோகமும் அத்துவைதமும் பயின்றார். பரம்பரையாக வந்த இசை அறிவை மேலும் பெருக்கி, திருவிடைமருதூரில் ராமதாஸ் என்பவரிடம் இந்துஸ்தான் இசையும் பயின்றவர். கனம் கிருஷ்ணையரிடம் கர்நாடக இசை நுணுக்கங்களைப் பயின்று, நந்தன் சரித்திரக் கீர்த்தனை, திருநீலகண்டபுராணர் என்ற இசைக்கதை – இவற்றை இயற்றினவர். இன்று உலவிவரும் நந்தன் சரித்திரக் கற்பனைகள், படங்கள், நாடகங்கள், முற்போக்குக் கருத்துகள் எல்லாவற்றிற்கும் ஊற்றுக்கள் பாரதியாரின் நந்தன் சரித்திரக் கீர்த்தனைகள்தாம். நைஷ்டிகப் பிரம்மசாரியாகவும் யோகமும் தவமுமாகவும் வாழ்ந்து, 95ஆவது வயதில் சிவராத்திரியன்று பூத உடலை நீத்தார் பாரதி. படைப்பாற்றலும் அதில் புதிய பாதை வகுக்கும் கற்பனையும் படைத்த அந்த மேதை வள்ளலார் கோவிலில் உள்ள தக்ஷிணாமூர்த்தி சந்நிதியில் உட்கார்ந்து தியானத்தில் ஆழ்ந்திருக்கும் வழக்கம்.

நல்லவேளையாக வள்ளலார் கோவில் அருகிலேயே இருந்தது. அங்கு சென்று தெற்கு நோக்கும் இறைவன்முன் சற்று நின்றோம். தக்ஷிணாமூர்த்திக்கு எதிரே இருந்த பிராகா ரத்து மேடையில் பாரதியார் கண்ணை மூடி அமர்ந்திருக்கும் தோற்றம் வந்து கொண்டேயிருந்தது. வள்ளலார் கோவில் இருபது வருடங்களுக்கு முன்னால் பார்த்த கோவிலாக இல்லை.

புதுப் புகார் 145

அப்போது முள்ளும் நெருஞ்சியுமாக, ஏழைக் கோவிலாகவே காட்சி அளிக்கும். இந்த நாட்களில் ஆதீன நிர்வாகத்தில் புதுமைத் தோற்றத்துடன் மெருகேறி மின்னுகிறது. திருவரம் பலம் புஞ்சைக் கடாரங்கொண்டான் கோவில்களும் – இவை போன்ற மற்ற கோவில்களும் இதே மாதிரி ஆகவேண்டும் என்று வேண்டிக்கொண்டே வெளியே வந்தோம்.

சங்கீத மும்மூர்த்திகளில் ஒருவரான முத்துஸ்வாமி தீட்சிதர் மாயூரநாதர் கோவிலில் உள்ள அபயாம்பிகை மீது நவாவரராண கீர்த்தனை மாலை ஒன்று இயற்றியிருக்கிறார். கர்நாடக சங்கீதத்தில் அபூர்வகீர்த்தனைகளோடு சேர்ந்து விட்டவை அவை. அதாவது கிட்டத்தட்ட வழக்கொழிந்த மாதிரி. ஆராய்ச்சி மனப்பான்மையில்லாமல் ஏதோ, 50, 60 பாட்டுகளை வைத்துக்கொண்டு பாடகர்கள் இசையை வெறும் தொழிலாக நடத்தும்போது இந்த ஆபத்துக்கள் நேரும். காவேரிச் சமவெளியில் எண்ணெய் எடுக்க ஆயிரக்கணக்கான அடிகள் தோண்டுவதுபோல, இந்தக் கலைச் செல்வங்களையும் மேலே கொண்டுவர உயிரை விடவேண்டும் போலிருக்கிறது. என்ன செய்ய?

மிண்டுதிறல் அமணரொடு சாக்கியரும்
 மலர்தூற்ற மிக்க திறலோன்
இண்டை முடிகொண்டசடை எங்கள் பெருமான்
 திடமென்ப ரெழிலார்
தெண்டிரை பரந்தொழுகு காவிரிய தென்கரை
 நிரந்த கமழ்பூ
வண்டவை திளக்கமது வந்தொழுதுகுசோலை
 மயிலாடு துறையே –

என்று, வள்ளலார் கோவிலை எங்களுக்கு விளக்கிக் காண்பித்தவர் பாடிய, ஞானசம்பந்தர் பாடலைக் கேட்டுக்கொண்டே விடை பெற்றோம்.

காவிரிக்கு வடக்கே ஒரு தெருவில் காலஞ்சென்ற கானகலாதர மதுரைமணி அய்யர் வாழ்ந்து வந்தது ஞாபகம் வந்தது. அந்த வீட்டைப் பார்த்துக்கொண்டே திருவழுந்தூர் வழியாகக் காவிரியைச் சார்ந்து சென்றோம். பொழுது சாய்ந்து கொண்டிருந்தது.

பாணாதிராஜபுரம், கீழ்மணஞ்சேரி, வேள்விக்குடி, மேலமணஞ்சேரி, கதிராமங்கலம், நெருவளி, திருக்கோடி காவல் – இவற்றில் சிறிது தங்கித்தங்கி வருவதற்குள் இரவின் முன்பாதம் கழிந்துவிட்டது. இரவு தங்குவதற்கு அணைக் கரைக்கு வண்டியைத் திருப்பச் சொன்னோம். கொள்ளிடமும் காவேரி நீர்தான்.

பாசனத்துறை விடுதியில் இடம் கிடைத்தது. இரவின் அமைதியில் அணைக்கரைத் தடுப்பின் நீரின் சலசலப்பும் சிள்வண்டுகளின் இரைச்சலும் படுக்கை தரிக்காமல் உடலை வெளியே இழுத்தன. நீர்க்கரையில் வந்து சிறிது அமர்ந்தோம். வழியில் கண்ட காட்சிகள் ஒவ்வொன்றாக நினைவில் வந்தன.

O O O

பக்தி வழியின் சிந்தனைகள் – நம்பிக்கைகளில் ஒருவித குழந்தைத் தன்மையும் விஞ்ஞான பண்டிதர்களின் தர்க்கத்திற்கு முரணான ஒரு 'ஸ்டைலை சேஷனும்' நிறைந்து, அவற்றை ஒரு தனி உலகமாக்கி விடுகின்றன. இல்லாவிட்டால் தலபுராணக் கதைகளை எப்படித்தான் விளக்க முடியும்? அவற்றை அப்படியே நடந்தவையாக நம்பினதாகவும் சொல்வதற்கில்லை. தார்க்கீக மனதின் தனித்தனி அறைகளில் வைத்துப் போற்றி வந்திருக் கிறார்கள் என்றே தோன்றுகிறது. கீழமணஞ்சேரியில் ஒரு தலக்கதை. இரு பெண்கள் தங்களுக்குப் பிறக்கும் குழந்தை களைக் கணவன் – மனைவியாக ஆக்குவது என்று வாக்குக்

புகார்: கடற்கரை

கொடுத்துக் கொண்டார்கள். ஒருத்திக்குப் பிறந்தது பெண். இன்னொருத்திக்குப் பிறந்தது ஆமை. அந்த ஆமை இறைவனை வணங்கி மானிட உருவம் பெற்று அந்தப் பெண்ணையே மணந்து கொண்டானாம்.

இந்த மாதிரி காவிரிக்கரையில் கோவில் உள்ள எல்லா ஊர்களிலும் ஏதாவது ஒரு கதையைக் கேட்கலாம். நாவல் களையும் கதைகளையும் எப்படி இப்பொழுதுள்ள வாசகர்கள் நம்பவில்லையோ, அப்படியேதான் கிராம மக்களும் இந்தத்

தலக்கதைகளையும் நம்பியிருக்க மாட்டார்கள். ஆனால் கதை கேட்கிற ஆசை யாரை விட்டது? எல்லாக் கதைகளும் நடக்கிறாற் போல்தான் இருப்பானேன்? உழக்கில் என்ன கிழக்கு மேற்கு? "வால்மீகியின் இராமாயணத்தில் விசேஷமாக எனக்கு ஒன்றும் தெரியவில்லை. எல்லாம் இப்பொழுதுள்ள சிறுகதை மாதிரி தான் இருக்கிறது" என்று ஒரு விமர்சகர் என்னிடம் சொல்லி யிருக்கிறார். தேர்ந்த புதுப்பசலிகள் இத்தகைய பொன் மொழிகளை உதிர்க்கும்போது, தலபுராணமும் இருந்துவிட்டுப் போகட்டும் என்றுதான் தோன்றுகிறது.

தூக்கம் பிடிக்கவில்லையாதலால் திரைப்படம் ஏதாவது பார்க்கலாம் என்று வண்டியை எடுக்கச் சொன்னோம். வழியில் விசாரித்து, திருப்பனந்தாளுக்கு வண்டியை ஓட்டினார் டிரைவர். ஒரு பிரபல தமிழ் நடிகர் நடித்த படம். சண்டைப் படம். காதல், குத்து, கிணறு, கடல் எல்லாம் வருகிற படம். ஐம்பது வயதுக்கு மேலான நடிகர், கதாநாயகராக, காதல் செய்து பல சண்டைகள் போட்டு, ஒரு குட்டிக் கடவுளைப் போல ஒண்டியாக நின்று பலபேர்களை முறியடித்து அசகாய சூரத்தனம் எல்லாம் செய்கிறார். கீழமணஞ்சேரியில் கேட்ட ஆமைக் கதையைப்போலவே பல அதிசயங்கள் நிறைந்த கதை. படம் பார்க்கும் எங்களைப் பயமுறுத்தவும் அழச்செய்யவும், வியக்கச்செய்யும், பலவித ஐரோப்பிய பின்னணி இசைகள்.

பகுத்தறிவாளர் வாழும் இக்காலத்தில் பார்க்கும் படக் கதையும், ஆமைக் கதை போன்ற புராணக் கதைகளும் ஒரே மாதிரி அதிசய ஆச்சரியங்கள் நிறைந்திருக்கும் விந்தையை நினைத்துக் கொண்டே வெளியே வந்தோம்.

புராணக் கதைகளையும் அமானுஷமான, அசம்பாவிதங் களையும் அளவுக்குமீறி நம் மக்கள் நம்பி, தேக்கத்திலே கிடப்பதை நீக்கி விஞ்ஞான மனப்பான்மையைத் தோற்றுவிக்க வேண்டும் என்று இப்பொழுது தலைவர்கள் சொல்லி வருகிறார்கள். நம் மக்களுக்குப் பழமைப்பற்று அதிகமிருப்பது உண்மைதான். ஆனால் இது விஞ்ஞான முன்னேற்றங்களுக்கு மத்தியில் வாழும் நகர மக்களிடையேயும் இருக்கத்தான் செய்கிறது. ஆனால் கிராம மக்களுக்கும் தலபுராணங்கள் அப்படியே நடந்ததாக நம்பும் பேதைமை இல்லவே இல்லை. விஞ்ஞானக்கூடத்தில் ஆராய்ச்சியும் வீட்டில் பஜனையும் செய்யும் இந்திய விஞ்ஞானி களின் மனவாழ்விற்கு எந்த அளவிலும் தாழ்ந்ததல்ல, நம் கிராம மக்களின் மன வாழ்வு என்று தோன்றுகிறது.

விடுதிக்குத் திரும்பியதும் எஞ்சி இருந்த இரவைக் கழிப்பதற்குக்கூடத் தூக்கம் வரவில்லை. காலையில் கண்ட காவிரிப்பூம்பட்டினக் காட்சிகள், வரலாற்றின் விளிம்பில்

மின்னிக்கொண்டிருந்த பழமை மிகுந்த தோற்றத்திற்கு முற்றிலும் மாறுபட்டிருந்த முரண்பாடுகூட, தொன்மையின் வசீகரத்தைக் குறைத்து விடவில்லை என்ற உணர்வு மீண்டும் தோன்றிக் கொண்டிருந்தது. பின்னிரவின் அமைதியில் கீழணை மதகுகளினூடே பாய்ந்து விரையும் கொள்ளிட நீரின் சலசலப்பு மற்ற சமயங்களில் ஒரு தாலாட்டாக அமைந்திருக்கலாம். ஆனால் அன்றிரவு அந்த ஓசை எங்களுடைய நினைவுகளை மீண்டும் புகாருக்குக் கொண்டு சென்றது. கடற்கரையில் தாம் கண்டு வரைந்த காட்சிகளை ராஜகோபால் சீர்படுத்திக் கொண்டிருந்தார்.

மீனவர் குலப் பெண்ணொருத்தி காவேரியின் தெற்குக் கரையிலிருந்து ஆற்றைக் கடந்து கடற்கரை மணலுக்கு வந்த போது நாங்கள் அவளிடம் அந்தப் பிரதேச மக்களின் வாழ்க்கை விவரங்களைப்பற்றிக் கேட்டுக்கொண்டிருந்தோம். கடலோரப் பகுதிகளில் வசிக்கும் மக்கள் கடல் கொடுக்கும் உணவாகிய மீன் செல்வத்தை நம்பி வாழும் வாழ்க்கை முறையை அவள் மிகவும் தெளிவாக எங்களுக்கு எடுத்துரைத்தாள். கடலுக் குள்ளே நெடுந்தூரம் படகையும், கட்டுமரத்தையும் ஓட்டிச் சென்று மீன்கொண்டு மீளும் ஆண் மக்கள் கடல் நீருக்கடியில் கட்டடங்களின் இடிபாடுகள் பல காணப்படுவதாகக் கூறிய விவரங்களை எல்லாம் அவள் எங்களுக்குச் சொன்னாள். ‘கரையப்பார்’ என்று சொல்லப்படும் கடற்பகுதியில் பழைய புகாரின் சில பகுதிகள் மூழ்கிவிட்டதாகத் தெரிகிறது. அப் பகுதியில் மீனவர் வலைகளில் பல வெண்கலப் படிமங்களும், கற்சிலைகளும் சமீபத்தில் கிடைத்திருப்பது பல நூற்றாண்டு களுக்கு முன் அப்பகுதியில் அமைந்திருந்த மக்கள் வாழும் பகுதிகள் கடல்கோளுக்கு உட்பட்டிருக்க வேண்டும் எனக் காட்டுகிறது. தொலைவிலிருந்து நடந்துவரும் தான் கூறும் விவரங்களும், சுட்டிக் காட்டும் பகுதிகளும் எங்களுக்குத் தெளிவாக விளங்கும் முறையில் அந்த மீனவப் பெண் தன்னுடைய செய்கைகளால் எடுத்துக் கூறிய தோற்றத்தை அப்படியே வரைந்த ராஜகோபால் அன்றிரவு அந்தப் படத்திற்கு கனமும் அழுத்தமும் கொடுத்துக் கொண்டிருந்தபோது, புகார் வரலாற்றின் சம்பவங்களும், சிலப்பதிகாரக் கதையின் பல்வேறு கட்டங்களும் நிறைந்திருந்த எங்கள் மனதில் அவள் ஒரு கண்ணகி போலவே தோற்றமளித்தாள்.

கண்ணகியின் நினைவு, எங்களுடைய உள்ளத்தில் குழம்பிக் கொண்டிருந்த பல கேள்விகளை மீண்டும் எழுப்பிற்று. கோவலன் வாழ்ந்த காலத்திலேயே உலகெங்கும் புகழடைந் திருந்த புகார் நகரத்தின் பெருமையும், சிறப்பும் இளங்கோ வர்ணித்த முறையிலும், உருத்திரங்கண்ணனார் பாடிய

வகையிலும் விளங்கியதை மெய்ப்பிக்க, விஞ்ஞான முறையில் இன்று மேற்கொள்ளும் அகழ்வாராய்ச்சி முயற்சிகள் வரலாற்றுச் சான்று அளிக்குமா என்பது பற்றி நாங்கள் சிந்திக்கத் தொடங்கினோம். எங்கள் சிந்தனைகள் சந்தேகங்களாக உருவெடுத்து, கேள்விகளாக ஒலித்தபோது எங்களுக்குள்ளே வழக்கம்போல் நீண்ட சர்ச்சை ஏற்பட்டு விட்டது. கவிஞர் களின் வர்ணனைகளும், மக்களின் மரபுவழிக் கதைகளும், வரலாற்று முத்திரை பெறவதற்குத் தொல்பொருள் உதவியும், கல்வெட்டுக்களின் சாட்சியமும், முக்கியமான தேவைகள் என்பதைக் கல்லூரிப் படிப்பின் மூலம் அறிந்த எங்களுக்கு இலக்கியச் சான்றுகளின் கற்பனை வளத்தை உணர முடிந்தது. ஆனால் அவைகள் தெரிவித்த விவரங்களை வரலாறாக ஒப்புக்கொள்ளத் தயங்கியது எங்களுக்கே விந்தையாகத்தான் இருந்தது. தமிழ் நாட்டின் வரலாற்றில் கல்வெட்டுக்கள் மூலமும், கோவில்கள் போன்ற பெரிய அமைப்புகளின் சிற்பக்கலைப் பாணியின் அடிப்படையிலும், காலத்தை நிர்ணயித்து சரித் திரம் எழுதும் வசதிகள் இன்றைக்குப் பதினைந்து நூற்றாண்டு களுக்கு முன்பு நிகழ்ந்த சம்பவங்கள் விஷயத்தில் இல்லாமற் போனது சமீப காலம்வரை ஒரு குறையாகவே இருந்தது.

புகார்க் கரையில் கடலுக்கடியில் கட்டமைப்புகள் தென்படுகின்றன என்ற தகவலும், மத்தியத் தொல்பொருள் ஆராய்ச்சித்துறை புகார்ப் பகுதியில் மேற்கொண்டிருக்கும் அகழ்வாராய்ச்சி அலுவல்களும் புகாரின் பெருமையைப் பட்டினப்பாலையும், சிலப்பதிகாரமும், மணிமேகலையும் வர்ணித்தவாறே சான்று கூறக்கூடாதா என்று எங்கள் மனம் ஏங்கிற்று. இலக்கிய வர்ணனை கற்பனையின் செழிப்பை எடுத்துக் காட்டுவதற்கு உதவுமென்றாலும், நிகழ்ந்த சம்பவங் களும் கண்ணால் கண்ட காட்சிகளும்தான் கற்பனைக்கு உற்சாகம் கொடுக்கும் அடிப்படை அம்சங்கள் என்பதை மறக்க முடியாது. இவ்வகையில் புகாரில் நடைபெற்றுவரும் அகழ்வாராய்ச்சி அலுவல்கள் தமிழகத்தின் வரலாற்றுக்கு ஒரு புதிய, பெரிய, விரிவான அத்தியாயத்தைச் சேர்க்க உதவும் என்று நம்பலாம். அந்த ஆராய்ச்சி அலுவல்கள் தொல்பொருள் துறை நிபுணர் திரு. எஸ்.ஆர். ராவ் தலைமை யில் துவக்கப்பட்டன என்பதை அறிந்து நாங்கள் மகிழ்ந்தோம். நாங்கள் காவேரிப் பயணத்தைத் தொடங்கியபோது, காவேரியை அடைவதற்கு முன்பே இவர் எங்களைத் தடுத்தாட்கொண்டு வழிகாட்டியதை நாங்கள் மறக்கவில்லை. தமிழகத்தின் வரலாற்றுத் தொன்மையின் சிறப்பைப் புகாரில் தோண்டிக் காண முயற்சித்த திரு. ராவ் அன்று பாயம்பள்ளியில் தமிழக

வரலாற்றுக்கு முந்திய நாட்களில் மக்கள் வாழ்க்கை பற்றி ஆராய்ந்து கொண்டிருந்தார்.

புகாரில் அகழ்வாராய்ச்சி ஸ்தலங்களை நாங்கள் பார்க்கச் சென்றிருந்தபோது சென்னையில் உலகத் தமிழ் மாநாட்டுக்கான கட்டியக் குரல்கள் வானளாவ ஒலித்துக் கொண்டிருந்தன. வரலாற்றையே தோண்டி எடுக்கும் சாதனை கள் அச்சமயத்தில் காவிரிப்பூம்பட்டினத்தில் நடைபெற்று வருவதைக் காண்பதில் எங்களுக்கு அன்று காலை ஒரு

புகார் கடற்கரை: மற்றொரு தோற்றம்

பெருமிதம் ஏற்பட்டிருந்தது. ஆனால் அகழ்வாராய்ச்சிப் பகுதிகளை நேரில் பார்த்தபோது சிறிது ஏமாற்றமும், சோர்வும் ஏற்பட்டு விட்டன. காவேரி கடலுடன் கலக்கும் சங்கமத்திற்கு மேற்கே கடற்கரையின் உட்பகுதியில் சாகுபடியான வயல் களுக்கு நடுவில் ஓரிடத்தில், சுமார் 2000 ஆண்டுகளுக்கு முன் அமைக்கப்பட்டதென வரலாறு சான்று கூறும் என்று நம்பிக்கையூட்டும் வகையில் தோற்றமளித்த முன் துறைக் கட்டடம் அகழ்ந்தெடுக்கப்பட்ட காட்சியைக் கண்டது நினைவு வந்தது. சுமார் இரண்டடி நீளமும், ஒன்றரை அடி அகலமும் அரை அடி கனமும் கொண்ட பெரிய செங்கற்களால் கட்டப் பட்ட அந்தத்துறையை நாங்கள் ஏற்கனவே தொல் பொருள் துறையின் புகைப் படத்தில் பார்த்திருந்தோம். ஆனால் நேரே சென்றபோது காண இயலவில்லை. அந்தப் பகுதி முழுவதும் சமீபத்தில் பெய்த மழைத் தண்ணீரில் மூழ்கி யிருந்தது. புகாரின் சில பகுதிகள் கடலுக்குள் மூழ்கிவிட்ட வரலாறு, பழமொழிப்படி மீண்டும் நிகழ்கிறதோ என்று வியந்த வண்ணம் மற்றொரு ஆராய்ச்சி ஸ்தலமான புத்த விஹாரத்தைப் பார்க்கச் சென்றோம். அங்கு நடைபெற்றுக் கொண்டிருந்த அகழ்வாராய்ச்சி அலுவல்கள் நில ஆர்ஜித

விவகார நுணுக்கங்களின் விளைவாக நிறுத்தப்பட்டிருப்பதாக அறிந்தோம். வாணகிரிப் பகுதியில் அகழ்ந்தெடுக்கப்பட்ட நீர்த்தேக்கம் விஷயத்திலும், இதே காரணத்தால் அலுவல்கள் நிறுத்தப்பட்டிருந்தன. உலகத் தமிழ் மாநாட்டில் கலந்து கொள்ளும் நிபுணர்களில் யாராவது புகாருக்கு வந்து அகழ் வாராய்ச்சி ஸ்தலங்களைப் பார்க்க நேரிட்டால்...? ஆனால் அந்தச் சமயத்தில் அவர்களுக்கு வழி காட்டவும், எடுத்துக் கூறவும் தொல் பொருள் துறையினர் ஏற்பாடு செய்யலாம், என்று எங்களையே தேற்றிக்கொண்டோம்.

கிரேக்கப் புவியியல் நூல் ஆசிரியர் டாலமி *(Ptolemy)* கி.பி. முதல் நூற்றாண்டில் குறிப்பிட்டிருந்த சபரிஸ் எம்போரியம் *(Chabaris Emporium)* என்ற இடம் காவிரிப் பூம்பட்டினம்தான் என்பது பின்னர் அங்கு காணப்பட்டக் கல்வெட்டுகள் மூலம் அறியப்பட்டிருக்கிறது. அதே நூற்றாண்டில் சுமார் 50 ஆண்டு களுக்கு முன்பே, அலெக்ஸாண்டிரியாவிலிருந்து வந்த வியாபாரி ஒருவன் எழுதிய *Periplus* என்ற கையேடு ஒன்றிலும் காவிரிப்பூம் பட்டினம் பற்றிய குறிப்பு காணப்படுகிறது. ஏறக்குறைய அதே காலத்தில் இயற்றப்பட்ட 'மிலிந்தா அரசனின் கேள்விகள்' என்ற பௌத்த நூலிலும் காவிரிப்பூம்பட்டினம் 'கோலப் பட்டண' என்று குறிப்பிடப்பட்டிருக்கிறது. புகார் நகரத்திற்கு சம்பாபதி என்றும், பெயர் வழங்கி வந்ததாக மணிமேகலை கூறுகிறது. சம்பாபதி அம்மன் கோவில் ஒன்று இன்றும் காவிரிப்பூம்பட்டினத்தில் தொன்மை நிறைந்து விளங்குகிறது. கல்லும், முள்ளும் நிறைந்த ஒரு காட்டுப் பகுதிக்குள் இருக்கும் அந்தக் கோவிலுக்கு வெளியே இரண்டு பெரிய விக்ரகங் களைப் பார்த்தோம். அவைகளில் ஒன்றுதான் சதுக்க பூதம் என்று எங்களுடைய வழிகாட்டி சொன்னார். அந்தக் கூற்றை நம்பாவிட்டால் பூதத்திற்குக் கோபம் வந்து விடுமோ என்ற பயத்தில் நாங்கள் அவநம்பிக்கை தெரிவிக்காமல் மரியாதை யுடன் இருந்து விட்டோம். புகார் கடல் கோளுக்கு உட்பட்ட போது சதுக்க பூதத்தை சேர மன்னன் வஞ்சிக்குக் கொண்டு சென்று விட்டது சிலப்பதிகாரம் நடுகற்காதையில் கூறப் பட்டிருப்பதை நினைத்துக் கொண்டோம்.

தவம் மறைந்து ஒழுகும் தன்மை இலாளர்
அவம் மறைந்து ஒழுகும் அலவல் பெண்டிர்
அறை போகு அமைச்சர், பிறர்மனை நயப்போர்
பொய்க்கரியாளர், புறங்கூற்றாளர்

ஆகிய சமுதாய விரோதிகளை 'பாசக்கயிற்றால் பிணித்து தண்டிப்பேன்' என்று நான்கு காததூரம் ஒலிக்கும் குரலில் முழங்கி ஒழுக்கம் நிலைக்கச் செய்த பூதம், இன்றும் நம்நாட்டில்

பெரும் நகரங்களின் சதுக்கங்களில் கொலு வீற்றிருந்தால் பயன் கிடைக்குமே என்று எங்களுக்குத் தோன்றிற்று.

காவேரி கடலுடன் கலக்கும் பகுதியில் கரிகாலன் காலத்தில் புதுப்புனலாட்டு விழா நடைபெற்ற துறையைக் காணவேண்டுமென்று எங்களுக்கு ஆசை. இன்று அப்பகுதி மக்களால் கழுதகாரன் துறை என்று அழைக்கப்படும் அவ்விடம் கழாஅர்முன்துறை எனச் சங்க நூல்களில் போற்றப்பட்டுள்ளது. கரிகாலன் மகள் ஆதிமந்தியின் கணவன் ஆட்டனத்தி காவிரி வெள்ளத்தில் கடலுக்குக் கொண்டு செல்லப்பட்டதும் பின்னர் மருதியின் உதவியால் ஆதிமந்தி அவனைக் கண்டுபிடித்ததும் கழாஅர்த்துறை பற்றிய கவர்ச்சி நிறைந்த கதை. சங்கமத்துறையில் காவிரி வெள்ளம் விரைந்து கடலுக்குள் பாயும் பொழுது கடல் நீரும் அதை எதிர் கொண்டு வரவேற்று காவேரிக்குள் பாயும் காட்சியை அகநானூற்றுப் பாடல் 'கழைமாய் காவேரிக் கடன் மண்டு பெருந்துறை இறவோடு வந்து கோதையொடு பெயரும், பெருங்கடல் ஓதம் போல' என்றும், 'குடமலைப் பிறந்த தண் பெருங்காவிரி, கடல் மண்டு அழுவத்துக்கயவாய் கடுப்ப தோனாச் செருவின் நெடுங்கடை' என்று மலை படுகடாமும், 'குடமலைப் பிறந்த கொடும்பல் தாரமொடு, கடல்வளன் எதிர்க் கடவுவாய் நெரிக்குங் காவிரி' என்று சிலப்பதிகாரமும் சித்தரிக்கின்றன.

'இலங்கு நீர்க் காவிரி இழிபுனல் வரித்த அறலென நெறிந்த கூந்தல்' என்று காவிரி வெள்ளத்தால் கரைகளில் படிந்த மணல்பரப்பைப் பற்றி அகநானூற்றில் கூறியிருப்பதை அன்று காலைகூட நாங்கள் பார்த்தோம். காவேரியின் கரைகளை யொட்டிய கடல் மணல் பரப்பு முழுவதும் இந்தக் கருமணல் வண்டல் படிந்திருந்தது. இந்திரவிழாவும், புதுப்புனலாடலும் இல்லையென்றாலும் புராதனப் புகார் மக்களின் இன்றைய சந்ததியார்களின் குழந்தைகள் புதுப்புகார்க் கரையில் காவேரி நீரில் திளைத்து விளையாடும் காட்சி ஆறுதல் கொடுத்தது. காவேரி ஆற்றைக் கடந்து சென்று மறுகரையிலிருந்தும் நீர் நடுவிலிருந்தும் பல புகைப்படங்கள் எடுத்துக் கொண்டோம். இளஞ்சூரியன் வெயில் எதிரொளி வீசிக்கொண்டிருந்த கடற் பரப்பிலும், காவிரிக் கரையிலும், கோவலனும் மாதவியும் கலந்துகொண்ட இந்திர விழாவைக் கற்பனை செய்து பார்த்துக் கொண்டோம். அவ்வளவு சிறப்பும் அழகும் நிறைந்த புகாரில் கோவலனுடன் கண்ணகி நீடித்து மணவாழ்க்கை நடத்த முடியாமல் போயிற்றே என்ற குறை அன்றிரவுகூட எங்களை வருத்தியது, உள்ளத்தின் அடித்தளத்தில் ஒதுக்கப்பட்டுக்கிடந்த உணர்ச்சிகளின் பிரதிபலிப்பாகத் தோன்றிற்று. ஒருவேளை

தூங்கியிருந்தால் சிலப்பதிகாரக்காட்சிகள் இனிய கனவுகளாகத் தோன்றியிருக்கலாம்.

மணிமேகலை மணிபல்லவத்திற்குச் சென்று விட்டு ஐந்தாண்டுகள் கழித்துத் திரும்புவதற்குள் புகார் நகரம் கடலில் மூழ்கி விட்டது, இறுதிக் கட்டமாக இருக்கலாம்; கண்ணகிக்கு நீடித்த மண வாழ்க்கை வாய்ப்பு அளிக்காத புகாரின் அழிவு கோவலனும் கண்ணகியும் அந்த நகரை விட்டு நீங்கிய உடனேயே தொடங்கி இருக்கவேண்டும் என்று எங்களில் ஒருவர் கருத்துத் தெரிவித்தார். கண்ணகியின் கோபம் மதுரையைத்தான் அழித்தது; பிறப்பிடமாகிய புகாரை கண்ணகி வெறுக்கவுமில்லை சபிக்கவுமில்லை என்று மற்றொருவர் வாதாடினார். பத்தினி தர்மத்தில் சிறந்த கண்ணகி போன்ற பெண்களின் மனம் நோவதே ஒரு சாபம்தான், ஊழ்வினை என்று இன்று உரையாசிரியர்களால் விளக்கப்படும் ஒரு கொடியநிலை தானே கண்ணகியும் கோவலனும் புகார் விட்டு நீங்கும்படி செய்தது, என்று முன்னவர் தம்முடைய கருத்துக்குத் துணை தேடினார். 'அருந்திறல் பிரிந்த அயோத்திபோல, பெரும் பெயர் மூதூர் பெரும் பேது உற்றதும்' என்று புறஞ்சேரி இறுத்த காதையில், கௌசிகன் கோவலனிடம், அவனும் கண்ணகியும் விட்டுச் சென்ற பிறகு புகார் நகரமே பித்துப் பிடித்தது போலாகிவிட்டதெனக் கூறுவதை அவர் சான்று காட்டினார். இந்த சர்ச்சை வலுத்து விடவே சிலப்பதிகாரக் கதையின் வரலாற்று அடிப்படை, இளங்கோவடிகளின் காலம் முதலிய விஷயங்களும் ஆராய்ச்சி ரீதியில் விவாதிக்கப்பட்டன.

விவாதத்தின் வேகத்தில் பொழுது விடிந்துவிட்டதைக்கூட நாங்கள் உணரவில்லை. காலைத்தூக்கம் ஒன்று போடலாமா என்று யோசித்தோம். ஆனால் பெரும்பான்மை வாக்குகள் எதிர்ப்பினால் கைவிட்டு விட்டோம். பக்கத்து ஹோட்டலில் நல்ல இட்லி கிடைக்கும் என்று முந்திய நாள் இரவே விடுதிக் காவலாளி தெரிவித்திருந்தார். காலை ஆகாரத்திற்கு முன்னேற் பாடுகள் செய்து கொண்டு விடுதிச் சூழலை விட்டு வெளியே வந்தபோது ஒரு காட்சியைக் கண்டு பிரமித்து நின்று விட்டோம்.

சுமார் முப்பது அடி உயரமுள்ள பிரம்மாண்ட யானை ஒன்று அதற்கடியில் இரண்டு மூன்று பூதகணங்கள்! சதுக்க பூதம் வேண்டுமென்று நினைத்தது நனவாகிவிட்டதோ என்று வியந்தோம். எங்களை அறியாமல் தூங்கிவிட்டு பழைய புகார்க் காட்சிகளைப் பற்றிக் கனவு காண்கிறோமோ என்ற சந்தேகம் ஒருபுறம். தூக்கம் இல்லாமல், காபியும் சாப்பிடாமல் இருந்த நிலையில் *LSD* உதவியின்றி இத்தகைய தோற்றம் கிடைத்தது ஒரு மாதிரியாகத்தான் இருந்தது. சற்று அருகில் சென்று பார்த்த

பிறகுதான் அந்தக் காட்சி ஒரு சுதைச் சிற்பக்கோவையென்று தெரிந்தது. கிராம எல்லைகளில் ஐயனார் கோவிலைச்சுற்றி நிற்கும் குதிரைப் படைகளைத் தயாரிக்கும் சிலை விற்பன்னர் களின் திறமை முழுவதும் அந்தச் சிற்பவேலையில் வெளிப்பட்டது.

ஹோட்டலில் இட்லி சாப்பிடும் பொழுது எண்ணெய் வேண்டுமென்று கேட்டு ஒரு பெரிய பிரச்னையைக் கிளப்பி விட்டோம். இதோ வாங்கிவருகிறேன் என்று ஹோட்டல்காரர் விரைந்து சென்று பக்கத்திலிருந்த எண்ணெய்க் கடையிலிருந்து தையல்காரன் போட்டுக் கொள்ளும் விரல் குப்பி அளவிலான நுட்பமான கிண்ணங்களில் எண்ணெய் வாங்கி வந்தார். சட்னி ஹோட்டலிலேயே கிடைக்கும் என்ற செய்தி எங்களுக்கு உற்சாகமளித்தது. அப்போதைய பசியைத் தீர்த்துக்கொண்டு வழிப்பயணத்திற்காகப் பொட்டலமும் கட்டிக்கொண்டு புறப்பட்டோம்.

அணைக்கரைவரை வந்துவிட்டு கங்கைகொண்ட சோழ புரத்தைப் பார்க்காமல் எப்படிப் போகிறது? காவிரிக்கரையின் உயர்வுகளில் ஒன்றை, செழிப்புக்குன்றிய சீமையில் தோற்றுவித்த சாகஸ முயற்சி அது.

தந்தை ராஜராஜனை மிஞ்சும் முறையில் போட்டியிட்ட ராஜேந்திரன் தான் கண்ட கனவைக் கல்லில் வடித்து, கங்கையையும் கொண்டுவந்த சாதனையின் இன்றைய சின்னங் களைக் காண முடிவு செய்தோம்.

10
கொள்ளிடம் தாண்டி...

தொலைவில் நரைநிறத்தில் கோபுரம் தெரியும் பொழுதே இதயம் நெகிழ்ந்தது. கங்கைகொண்ட சோழ புரத்தைப் பார்க்கும் ஒவ்வொரு தடவையும் ஏற்பட்ட ஒரு தனி அனுபவம் அது. விவரம் தெரியாத ஒரு உருக்கமும், துயரமும் இதயத்தில் ஆவி படர்வதுபோல எழுந்து சூழ்கின்றன. இது நான்காவது தடவை. அதே புரியாத புதிர்களுடன் கோவில் காட்சியளித்தது. ராஜேந்திர சோழன் எதற்காக இதைக் கட்டினான்? தஞ்சையில் ராஜராஜேச்வரத்தை எழுப்பிய தந்தையை மிஞ்சவா? அபாரமாகத் திட்டமிட்ட கோபுரத்தை ஏன் பாதியில் வழித்துக் குட்டையாக்கினான்? எந்த ஏக்கம், எந்தத் தோல்வி அவனைத் தடுத்தது? ஏன் காவிரிக் கரையை விட்டு இந்த வறண்ட பகுதியில் கட்டினான்? இந்த மக்களுக்கும் ஒரு அகவாழ்வைத் தரவா? அல்லது எந்தக் காதலியாவது, இந்தப் பகுதியைச் சார்ந்த மகானாவது இந்த சாகஸத்திற்கு ஊட்டம் கொடுத்தார் களா? பக்திக்கும் ஆத்மீகத்திற்குமே பிறந்தவர்கள் என்று சொல்லிக்கொள்ளும் நம் மக்கள் ஏன் இந்த அதிசய மான படைப்பை, இடிந்து நலிந்து முள் மண்ட விட்டார்கள்? பாடல் பெற்ற ஸ்தலம் இல்லை என்றா? ஆனால் பல பாடல் பெற்ற கோவில்கள் இன்னும் மோசமாக இருக்கின்றன. ராஜேந்திரன் நிறுவிய சோழ கங்க ஏரியும் கட்டுகரையெல்லாம் இழந்து நிற்கிறது.

ராஜேந்திர சோழன் பட்ட கூடமான சோகம் ஒன்று இந்த நலிவிலும் புறக்கணிப்பிலும் காட்டுப்புறா வின் கூவல்போல தொலைவில் கேட்டவண்ணம்தான் இருக்கிறது. இந்தமாதிரி பல செல்வங்கள் நம் நாட்டில்

சிதைந்திருப்பது உண்மை. ஆனால் கங்கைகொண்டத்திற்கு இது வரவேண்டாம் என்றுதான் தோன்றுகிறது. இந்தியர்கள் எதிலும் ஆழ்ந்த நாட்டமும் பிரியமும் இல்லாத மக்கள் என்று ஒரு மேனாட்டவர் சென்னார். அது உண்மையாகத்தான் படுகிறது. இந்த ஆயிரக்கணக்கான இடிபாடுகளுக்குக் காரணம் அந்நியப் படையெடுப்பு, வேறு மதத்தினரின் அட்டகாசம் என்று இன்னும் ஏதேதோ சொல்லித் தப்பமுடியாது.

மதுராந்தகன், வீரசோழன், முடிகொண்ட சோழன், பண்டித சோழன், கங்கை கொண்ட சோழன், கங்கையும் பூர்வதேசமும் கடாரமும் கொண்ட ஐயன் என்று பல பட்டங்களைப் பெற்று தந்தை ராஜ ராஜனுக்கு இணையாகப் புகழடைந்து சோழ ராஜ்யத்தின் பொற்காலத்திற்கு மேலும் ஒளி கொடுத்த ராஜேந்திரன் நிறுவிய கோவிலும், குளமும், தலைநகரும் அழிந்து, முற்றிலும் மறைந்து விடாமல் காலத்துடன் போராடிக் கொண்டிருக்கும் காட்சிக்கும் காரணம், தமிழ் மூவேந்தர்களுக்கிடையே என்றும் தொடர்ந்து கொண்டிருந்த பகைமை தான் என்பதை மறுக்க முடியாது. சோழப் பேரரசர்களில் கடைசியான மூன்றாம் குலோத்துங்கன் காலத்தில் மாறவர்மன் சுந்தரபாண்டியனின் படையெடுப்பினால் சோழர்களின் ஆதிக்கம் குன்றியபோது கங்கை கொண்ட சோழபுரத்தின் வீழ்ச்சியும் தொடங்கி விட்டது. ஈழம், கடாரம் முதலிய நாடுகளின்மீது படையெடுத்து வெற்றி பெற்ற ராஜேந்திரன் கங்கையிலிருந்து நீர் கொணர்வதற்காக வங்கம் வரை தன் படைகளை அனுப்பினான். எதிர்த்து நின்ற மன்னர்களை யெல்லாம் முறியடித்து வெற்றியுடன் திரும்பிய வீரர்களை எதிர் கொண்டழைக்க ராஜேந்திரன் கோதாவரிக்கரை வரை சென்றான். இந்த திக்விஜயத்தை நிலை நாட்டுவதற்காக நிறுவிய புதிய தலைநகரான கங்கைகொண்ட சோழபுரத்தில் தன்னுடைய மூத்த புதல்வன் ராஜகேசரி, முதலாம் ராஜாதி ராஜனுக்கு இளவரசுப் பட்டம் சூட்டினான். ராஜாதி ராஜன் தான் புதிய தலைநகரில் முடிசூட்டிக்கொண்ட முதல் சோழ மன்னன். இவ்வகையிலும் ராஜேந்திரன் தந்தை ராஜராஜனைப் போலவே நடந்து கொண்டான். நான்காண்டு காலம் தந்தை யுடன் சேர்ந்து சரிசமானமாகக் கூட்டு அரசு செலுத்திய பெருமை ராஜேந்திரனுக்கு உண்டு.

பத்து நூற்றாண்டுகளுக்கு முன், ஒரு தலைமுறை காலத்திற் குள்ளாகவே நிறுவப்பட்ட தஞ்சை பிருகதீஸ்வரர் கோவிலும், கங்கைகொண்ட சோழீச்வரமும் சோழர் காலக் கட்டடக் கலையின் உச்ச கட்டத்திற்கு அழியாத சான்றுகளாக இன்றும் விளங்குகின்றன. ராஜேந்திரனின் தந்தை 'என்னோற்றான் கொல்' என்று வியப்பதைவிட ராஜேந்திரன் 'அவையத்து

முந்தியிருப்பதற்காக' ராஜராஜன் மேற்கொண்ட சாதனை பற்றி வியப்பது இயல்பாகும் என்றே தோன்றுகிறது. சோழ ராஜ்யத்தை விஸ்தரிப்பதை மட்டுமன்றி, சோழர் காலத்தில் வளம் பெற்றிருந்த கட்டட, சிற்பக்கலைகளுக்கு ஊக்க மளிப்பதிலும் போட்டியிட்டு, வெற்றியடைந்த ராஜேந்திரன் சாதனையிலும் கண்பட்டுவிட்டது. கங்கை கொண்ட சோழபுரம் என்ற தலைநகர்தான் அழிந்து விட்டது. கோவில் இன்றும் நிற்கிறது. இணையற்ற முறையில் நிறுவப்பட்ட பிருகதீச்வரர் ஆலயத்தைப்போல் மற்றொன்றை மீண்டும் கட்ட முடியும் என்பதை ராஜேந்திரன் நிரூபித்து விட்டான். கோபுரத்தின் உயரம் மட்டுமே குறைவு. ஆனால் கட்டடத்தின் விஸ்தீரணம் மிகப்பெரிது. தஞ்சைக் கோவிலின் கோபுரம் உயரம் 190 அடி, கங்கைகொண்ட சோழீச்சுவரத்தின் கோபுரம் 150 அடி உயரம். இந்தக் கோவிலின் முழுக் கட்டட அளவு 340 அடி நீளம், 110 அடி அகலம்.

பாண்டியன் படையெடுப்புக்குப் பிறகு வீழ்ச்சிக்கு உள்ளான இந்தக் கோவிலைச் சுற்றிய தலைநகர் சுமார் இரண்டரை நூற்றாண்டு காலம் சோழ மன்னர்களின் ஆட்சி பீடமாக இருந்தது. இந்தக் கலைப் பொக்கிஷத்தைக் கண்டு வியக்காத அறிஞர்களோ, கலைஞர்களோ கிடையாது. 'இன்று ஒரு சிறிய கிராமத்தின் குடிசைகளுக்கு நடுவே தனித்து ஓங்கி நிற்கும் இந்த வசீகரம் மிகுந்த கட்டடத்தைச் சுற்றி முழங்கிய வாழ்க்கை நூற்றாண்டு நூற்றாண்டாக நலிந்து, விலகி, மறைந்து விட்டதால் அக்கோவில் வழி தவறிய ஒரு பெரிய கூடுபோல் தோன்றுகிறது. அதனுடைய மதில்களில் பட்டிருந்த கறைகளை இயற்கை, கலைத்திறனுடன் கொடிகளாலும், இலைகளாலும் மறைக்க முயல்கிறது; ஆனால் அந்த முயற்சியே கட்டடத்தின் எழிலை பாதிக்கிறது. காப்பாரற்றுக்கிடக்கும் ஒரு தோட்டத்தில் தாறுமாறாய் முளைத்திருக்கும் புதர்களுக் கிடையே உறங்கிக் கொண்டிருக்கும் பழமையும், பசுமையும் சேர்ந்த ஒரு குவியலாகத் தோற்றமளிக்கிறது. தன்னுடைய சமய வழிபாட்டிற்காக ஒரு மன்னன் நிறுவிய இந்தக் கோவில் இன்று ஒரு சோம்பேறி மடமாகி விட்டது. இது இருப்பதே பலருக்குத் தெரியாது' என்று கலைவல்லுனர் Percy Brown ஒரு காலத்தில் மனம் நொந்து குறிப்பிட்டார்.

இப்பொழுதெல்லாம் தொல்பொருள் துறையினர் இந்த வரலாற்றுச் சின்னத்தை நன்றாய்ப் பராமரிக்க ஏற்பாடு செய்திருக்கிறார்கள். சமீப காலத்தில் இங்கு நடைபெற்ற அகழ்வாராய்ச்சி வேலைகள் மூலம் இந்தக் கோவிலைப் பற்றிய பல விவரங்கள் மேலும் கிடைத்திருக்கின்றன. இதைப் பற்றிய விரிவான ஆங்கில நூல் ஒன்றைத் தமிழ்நாடு தொல்

பொருள்துறை இயக்குநனர் திரு. இரா. நாகசாமி எழுதி யிருக்கிறார். சோழ மன்னர்களின் வரலாறு, கங்கை கொண்ட சோழ புரத்தைப் பற்றிய வரலாற்றுத் தகவல்கள், நிர்வாக முறை, கோவிலைப் பற்றிய நுணுக்கமான வர்ணனை முதலியவை அடங்கிய இந்த நூல் *Percy Brown* வெளியிட்ட மனக்குறையை முற்றிலும் நீக்கி விடும்.

கோவிலைச் சுற்றியிருந்த வெளிப்புற மதில் இன்று மறைந்து விட்டது. அந்த மதில் உள்ளிட்ட நீளம் 566 அடி, அகலம் 318 அடி அந்த மதில் மறைந்து போனது, முன்னேற்றத் தில் நாட்டம் கொண்ட இன்றைய மக்களின் மனப்பான்மையை விளக்கும் ஒரு கதை. கங்கைகொண்ட சோழபுரத்தை நிறுவிய ராஜேந்திரன், கங்கையிலிருந்தே நீர் கொண்டு வந்து பொன்னேரி என்ற ஒரு பெரிய தடாகத்தை உண்டாக்கினான். மனிதனால் ஆக்கப்பட்ட ஏரிகளில் மிகவும் பெரியதான இந்தப் பொன்னேரி 48 சதுர மைல் விஸ்தீரணம் கொண்டது. தன்னுடைய வெற்றியின் சின்னமாக ராஜேந்திரன் குளமும், கோவிலும் படைத்தான். அந்தக் கோவிலின் கற்கள் ஒரு நூற்றாண்டுக்கு முன் முற்றிலும் மாறுபட்ட ஒரு வேலைக்குப் பயன்பட்டன. தென்னாற்காடு மாவட்டத்தில் நீர்ப்பாசனத்தை சீர் படுத்துவதற்காகக் கொள்ளிடத்திற்குக் குறுக்கே கீழ் அணை கட்டப்பட்டது. பிரிட்டிஷ் நிர்வாகம் மேற்கொண்ட பொதுப் பணிகளில் ஒன்றான இந்த அணை கட்டக் கல் தேடினார்கள். கண்ணுக்கெட்டிய தூரம் வரை மலையோ பாறையோ கிடையாது. ஆனால் ஏழு மைல் தொலைவில் பழைய கோவில் ஒன்றைச் சுற்றிய மதில் ஒன்று தெரிந்தது. இனி கற்களுக்கு என்ன குறைவு!

1836ஆம் ஆண்டு கங்கை கொண்ட சோழபுரக் கோவில் மதில், நுழை வாயில் கோபுரம் ஆகியவை கட்டப்பட்ட கற்களைக் கொண்டு கீழ் அணை நிறுவிய கதை பற்றி 1855ஆம் ஆண்டில் வெளியிடப்பட்ட தகவல் ஒன்றை தென்னிந்திய வரலாற்று ஆசிரியர் திரு. க.அ. நீலகண்ட சாஸ்திரி குறிப்பிட் டிருக்கிறார். அந்தக் குறிப்பில் அடங்கிய பின்வரும் ரசமான கதை எங்கள் நினைவுக்கு வந்தது.

'உடையார்பாளையம் தாலுகாவில் பதினாறு மைல் நீளமுள்ள, பல மதகுகளும் கொண்ட ஒரு ஏரிக்கரை தென்படுகிறது. முன்னாட்களில் அந்த இடம் ஒரு பெரிய நீர்த் தேக்கமாக இருந்திருக்க வேண்டும். இந்த ஏரிக்குக் கொள்ளிடத்திலிருந்து ஒரு கால்வாய் தெற்குக் கோடியிலும், வெள்ளாற்றிலிருந்து மற்றொரு கால்வாய் வடக்குக்கோடியிலும் நீர் கொண்டுவந்ததாகத் தெரிகிறது. ஏரிப்படுகை பாழடைந்து,

முள்ளும், புதரும் நிறைந்திருக்கிறது. பகைவர் படையெடுப்பினால் ஏரி பாழாகி விட்டதென்று கூறப்படுகிறது. ஏரியின் தெற்கு முனையில் உள்ள கங்கைகொண்டபுரம் என்னும் கிராமம் காடு சூழ்ந்திருக்கிறது. அங்கு அழகான வேலைப்பாடு மிகுந்த ஒரு கோபுரம் தென்படுகிறது. அதைச் சுற்றிப் பல பாழடைந்த கட்டடங்கள். அந்த இடிபாடுகள் ஒரு பெரிய அரண்மனையின் பகுதிகள் என்று சொல்லுகிறார்கள். கங்கை கொண்டபுரம் மன்னர்களின் தலைநகரமாக இருந்தபோது அருகிலிருந்த பெரிய ஏரி ஒன்று வெறும் காடாகக் கிடக்கும் பிரதேசத்திற்கு வளம் கொடுத்தது. இந்த ஏரியைச் சீர்படுத்தப் பல முறை திட்டங்கள் மேற்கொள்ளப்பட்டன. ஆனால் திறமையுள்ள நிபுணர்கள் கிடைக்காததால் நிறைவேறவில்லை. எதிர்காலத்தில் இந்தத் திட்டங்கள் நிறைவேறும் வரை முன்னொரு காலத்தில் மிகவும் செழித்திருந்த இந்தப் பிரதேசம் வெறும் காடாகத்தான் இருக்கும். இங்கு வசிப்பவர்கள் அந்தப் பெரிய ஏரியையும், கோவிலையும் பெருமையுடன் சுட்டிக்காட்டி பல நூற்றாண்டுகளுக்கு முன் நாட்டை ஆண்ட மன்னர்களின் சாதனைகளை, கேவலம் இன்றைய நிர்வாகத்தின் அற்ப முயற்சிகளுடன் ஒப்பிட்டுப் பேசுகிறார்கள். கங்கை கொண்ட சோழபுரத்தின் மாபெரும் கோவிலைப்பற்றிக் குறிப்பிடும் பொழுது ஒரு விஷயத்தைச் சொல்லியாக வேண்டும். அதாவது கொள்ளிடத்தின் குறுக்கே கீழ் அணை கட்டப் பட்டபோது அந்த கோவிலின் மதில்கள் தகர்க்கப்பட்டு அங்கிருந்த கற்கள் பயன்படுத்தப்பட்டன. மதிப்பற்ற, வரலாற்றுப் பெருமை மிகுந்த அந்த கட்டடம் பாழாக்கப்படுவதைத் தடுக்க அந்தப்

பிரதேச மக்கள் அரும்பாடுபட்டார்கள். ஆனால் அந்த வரலாற்றுச் சின்னம் விஷயமாக ஒருவித உரிமையும் கொண்டிராத நிர்வாகம் அவர்களைத் தண்டித்து விட்டது. இடிக்கப்பட்ட கற்சுவர் இருந்த இடத்தில், அதற்கு பதிலாக செங்கற்சுவர் எழுப்பித் தருவதாக வாக்களிக்கப்பட்டது. ஆனால் நிறைவேற்றப் படவில்லை.'

கீழணைக் கரை விடுதிக்கருகே நாங்கள் பார்த்த பிரம் மாண்டமான யானை பொம்மையும் நினைவுக்கு வந்தது. அதைச் சுதையில் வடித்த கலைஞன் கல்லைத் தேடிக்கொண்டு கங்கை கொண்ட சோழபுரம் போகவில்லை என்ற உண்மை சிறிது ஆறுதல் கொடுத்தது.

எத்தனையோ முறை அந்தக் கோவிலைப் பார்த்திருந்தும் தெவிட்டாத எங்களுக்கு அன்றைய விஜயமும் புதிதாகவே தோன்றிற்று. கோவிலின் பிரதான கட்டடத்தைச் சுற்றிப் பிற்காலத்தில் எழுந்த மஹிஷாசுர மர்த்தினி சன்னதி, சிம்மக் கேணி, கணேசர் சன்னதி முதலிய அமைப்புகளை மேலோட்ட மாக ஒருமுறை பார்த்தபிறகு அழகு வடியும் இதர சிற்பங் களை நின்றுநின்று பார்த்துக்கொண்டே வியந்தவண்ணம் நடந்தோம். கோவிலுக்கு முன்பு செங்கல்லாலும், காறை யாலும் செய்யப்பட்ட பெரிய நந்தி ஒன்று. தஞ்சைக்கோவில் நந்திபோல் அவ்வளவு பெரிதல்ல. கல்லிலும் செய்யப்பட்ட தல்ல! ஆனால் அந்த இடத்தில் முதலில் ஒரே கல்லில் வடிக்கப் பட்ட நந்தி ஒன்று இருந்திருக்குமோ என்ற சந்தேகமும் தோன்று கிறது. சிம்மக் கேணியில் கங்கை நீர் ஊற்றி வைக்கப்பட்டது என்பது ஐதீகம். சிங்க முகப்பு சென்ற நூற்றாண்டில் அமைக்கப் பட்டது. பிரதானக் கோவிலின் தெற்கிலும், வடக்கிலும் தக்ஷிண கைலாசம், உத்தர கைலாசம் என்ற இரண்டு சிறு கோவில்கள். தக்ஷிண கைலாசத்தின் சன்னதி இப்பொழுது பாழடைந்து விட்டது. உத்தர கைலாசத்தின் உள்ளே தேவி பிரஹன்னாயகி வீற்றிருக்கிறாள். இரண்டு அமைப்புகளிலும் கணேசர், நடராஜர், பிக்ஷாடனர், சுப்ரமண்யர் முதலிய பல விக்ரஹசிம்மங்கள் அமைந்திருக்கின்றன. சண்டிகேச்வரர்க் கெனத் தனியான சிறுகோவில் ஒன்றும் வெளிப் பிராகாரத்தி லிருக்கிறது. கோவில் விமானத்தில் அடித்தளத்தைச் சுற்றி அமைக்கப்பட்டிருக்கும் கம்பீரமும், அழகும் நிறைந்த பல சிற்பங்களில் மனதில் பதிந்து நிற்பவை சரஸ்வதி, துர்க்கை, சண்டேசநுக்ரகமூர்த்தி, அர்த்தநாரி, தக்ஷிணாமூர்த்தி ஆகியவை.

இவ்வளவு அழகையும் கண்டு கிரகித்துக்கொள்ள சக்தியற்றவர்களாய் வியப்பின் விளிம்பிலே தள்ளாடிய வண்ணம்

கோவிலுக்குள் சென்றோம். எங்களுடன் வந்த ஓவிய நண்பரான சிற்பக் கலைஞர் மட்டும் உடன் வரவில்லை. காரில் படுத்து உறங்கிக்கொண்டிருந்தார். சிற்பி என்ற முறையில் அவருக்கு நாங்கள் பார்த்ததெல்லாம் சர்வசாதாரணமாக இருந்தது போலும். கோவிலின் முழுத் தோற்றத்தையும் பார்த்தவாறு படம் வரையும் பொறுப்பு வேறு அவருக்கு இருந்தது. உள்ளே சென்று பதின் மூன்று அடி உயரமுள்ள அந்தப் பெரிய சிவலிங்கத்தை தரிசித்த போது ராஜேந்திரசோழன் நின்ற விடத்திலேயே நாங்களும் நின்று வழிபடுவது போல ஒரு பிரமை தோன்றிற்று. மனோ ராஜ்யத்தை மேலும் விஸ்தரித்தால் தமிழ் சினிமாப்படக் காட்சிகள் தோன்றி விடும் என்ற பயத்தினால் இன்றைய உணர்வை மீட்டுக்கொண்டு வெளியேறினோம்.

முந்திய தடவைகளில் கிடைக்காத ஒரு வாய்ப்பு இப்பொழுது கிடைத்தது. தொல்பொருள்துறைக் கண்காணிப்பாளர் கோவில் கோபுரத்தின் மீது செல்லும் கதவுகளைத் திறந்து, விளக்குடன் வந்து மேலெல்லாம் சுற்றிக் காண்பித்தார். எதிலும் ஆழ்ந்த பற்றில்லாத மக்களை நினைத்துத்தான் ராஜேந்திரன் இத்தகைய பிரம்மாண்டப் பாறைகளைக் கொண்டு கோபுரத்தைக் கெட்டியாக எழுப்பினார் போலும். பன்னிரண்டடி அகல முள்ள கருங்கற்பாறைச் சுவர்களை எப்படி அந்த உயரத்திற்கு எழுப்பினார்கள் என்றே புரியவில்லை. சிற்ப அழகு, அமைப் பின் பெரும் தோரணை, கட்டுப்பொருளின் உறுதி – எதிலும் இந்தியாவின் பெரும் கலைக் கற்பனைகளில் ஒன்றாகவே நிற்கிறது இந்தக் கற்றளி.

பொதுவாக வெளிப்புறத் தோற்றத்தில் தஞ்சைக் கோவிலின் விமானம் போலவே காணப்படும் இந்தக் கோவிலின் கோபுரத் தின் மீது கூடியவரை ஏறிப் பார்க்கவேண்டும் என்று விரும்பி னோம். எட்டு மாடிகள் கொண்ட விமானத்தில் மூன்று மாடிகள் வரை சிரமப்பட்டு துணிந்து ஏறிப் பார்த்தோம். சாதாரணமாக ஒருவர் மட்டுமே செல்லக்கூடிய அகலம் கொண்ட படிக்கட்டு களின்மீது மெதுவாக ஏறிச் செல்லும்பொழுது வழிகாட்டி எச்சரித்துக்கொண்டே முன்னால் சென்று கொண்டிருந்தார். கால் சிறிது தவறினால் உருண்டு விழுந்து மண்டை உடைந்து விடும் நிலை. அவசரப்பட்டுத் தலைநிமிர்ந்தால் மேலே மோதி உடைந்துவிடும் வாய்ப்பும் இருந்தது. ஒவ்வொரு மாடியின் தளத்திலும் நின்று உட்புறத்தில் அண்ணாந்து பார்க்கும் பொழுது கற்கூரையின் அமைப்பு ஆச்சரியமாயிருந்தது. தஞ்சைக் கோவிலின் விமானக்கட்டுக்கோப்பு நேர்கோடு களைக் கொண்டது. செங்குத்தான சுவர்களும், தட்டையான தளங்களும், கூரைகளும் அடங்கிய வகையில் எழுப்பப்பட் டிருக்கிறது. ஆனால் கங்கைகொண்ட சோழீச்வரத்தின்

விமானத்தின் மாடிகளில் கூரைகள் வளைவாகப் பொருத்தப்பட்டிருக்கின்றன. இந்த வளைவுகளின் பயனாக விமானம் முழுவதிலும் ஒருவித பெண்மையின் வசீகரம் நிறைந்திருக்கிறது. இதையொட்டித்தான் கட்டடக்கலை அறிஞர்கள் தஞ்சைக் கோவில் விமானத்தில் ஆண்மையின் கம்பீரத்தையும், இந்த விமானத்தில் பெண்மையின் நளினத்தையும் காண்கிறார்கள்.

மாடிப் படிகளில் ஏறிச் சென்றதைவிட இறங்கி வருவது மேலும் கடினமாகவே இருந்தது. எங்களில் ஒருவர் இன்னும் இரண்டாண்டுகளில் மணிவிழாவுக்குத் தகுதி அடையக் கூடியவர். அவரை முழுசாக இறக்கி அழைத்துக் கொண்டு வந்து ஊர் சேர்க்க வேண்டுமே என்ற கவலையும் தோன்றி விட்டது. முன்பு ஒருமுறை உச்சி வெய்யிலில் மேகதாட் பாறைகளில் ஆடுகளைப் போல் தாவித்தாவிச் சென்றபோதும் இந்தக் கவலை எங்களுக்கு ஏற்பட்டது நினைவுக்கு வந்தது. மேலும் கீழுமாக எங்களைச் சுற்றிப் பறந்து கொண்டிருந்த வெளவால்களிடம் அறைபடாமல் தப்பித்துக்கொண்டு ஒருவாறு கீழே இறங்கி வந்துவிட்டோம்.

ஒருவித ஆபத்துக்கும் உட்படாமல் விமானத்திலிருந்து இறங்கி வந்ததற்கு நவக்கிரகங்களுக்கு நன்றி செலுத்த வேண்டுமென்று எங்களுக்குத் தோன்றிவிட்டது. அன்று சனிக்கிழமை கூட. மீண்டும் மகாமண்டபத்திற்குள் சென்று ஒரே கல்லில் செதுக்கப்பட்டிருந்த நவக்கிரகங்களை பக்தியுடன் பிரதக்ஷிணம் செய்தோம். இது முதலில் ஒரு சூரிய பீடமாக அமைக்கப் பட்டிருக்க வேண்டும். வெளியே வரும்பொழுது வாயிலில் காவல் புரிந்துகொண்டிருந்த பிரம்மாண்டமான துவார பாலகர்களை ஒரு முறை நின்று பார்த்தோம். உற்றுப் பார்க்கும்போது கொஞ்சம் பயமாகவே இருந்தது. அந்த விக்ரகங்களின் முன்னால் உள்ள மேடையின் அடியில் ஒரு சுரங்கப்பாதை இருப்பதாகவும், அந்தப்பாதை அரண்மனைக்குச் செல்லும் ரகசிய வழி என்றும் ஒரு கதை வழங்கி வருகிறது. சுரங்கத்தின் அடியில் கோவிலுக்குச் சொந்தமான பொக்கிஷம் இருப்பதாகவும் ஐதீகம். அந்தச் சுரங்கப்பாதை வழியே சென்றால் கொள்ளிட நதியை அடையலாம் என்றும் மற்றொரு கதை. கோவிலுக்கு வெளியே எங்களுடைய காரும், டிரைவரும், நண்பரும் காத்துக் கொண்டிருந்ததால் சுரங்கப்பாதை வழியாகச் செல்லும் துணிச்சலான முயற்சியைக் கைவிட நேரிட்டது.

காவேரியின் ஓட்டத்தைப் பத்திரமாகக் காரில் அமர்ந்த வண்ணம் கரை வழியே பார்த்துக் கொண்டு வந்த எங்களுக்குக் கொள்ளிடத்தையும் பார்க்கும் வாய்ப்பைக் கொடுத்தது கங்கை கொண்ட சோழபுரம்தான். சென்ற வழியே மீண்டும் வந்து

கொள்ளிடத்தின் குறுக்கே கட்டப்பட்டிருக்கும் கீழணையைக் கடந்து மீண்டும் காவிரிக் கரை நோக்கி விரைந்தோம். கொள்ளிடத்தில் தண்ணீர் நிறைந்திருந்ததால் கீழணைக்கு அஸ்திவாரமாகப் பயன்படுத்தப்பட்ட கங்கைகொண்ட சோழீச்வரத்தின் கோபுர, மதில், கற்களைக் காணமுடியவில்லை. நல்ல வேளையாக ஒரே அணையுடன் விட்டார்களே; இன்னும் பல அணைகள் கட்ட முனைந்திருந்தால் கோவில் முழுவதையும் அல்லவா இடித்திருப்பார்கள் என்ற நினைவுடன் கொள்ளிடத்தைக் கடந்து சென்றோம். முந்திய நள்ளிரவு விடுதியில் தங்க வந்தபோது இருட்டில் அணையின் அமைப்பை நன்றாகப் பார்க்க இயலவில்லை. காலை முதிர்ந்து பகலாகக் கனியும் இந்த நேரத்தில் கீழணையை நன்றாகப் பார்த்துக் கொண்டே சென்றோம். $33^{1}/_{2}$ அடி அகல வளைவுகள் அறுபது கொண்ட இந்த அணைக்கட்டின் மீது ஒரு பாலமும் அமைக்கப்பட்டிருக்கிறது. 1840ஆம் ஆண்டில் காவேரியின் குறுக்கே கொள்ளிடம் பிரியுமிடத்தில் மேலணை கட்டப்பட்ட சமயத்தில்தான் இந்தக் கீழணையும் அமைக்கப்பட்டது. அதற்கு 17 நூற்றாண்டுகளுக்கு முன்பே சோழர் காலத்தில் காவிரியும், கொள்ளிடமும் மீண்டும் கூடிப் பிரியுமிடத்தில் நிறுவப்பட்ட கல்லணை இன்று ஒரு அற்புத சாதனையாக விளங்குகிறது. மேலணையிலிருந்து 67 மைல் தொலைவில் கொள்ளிடத்திற்குக் குறுக்கே அமைக்கப்பட்ட கீழணை தென் ஆற்காடு மாவட்ட நஞ்செய் நிலங்களுக்குப் பயனளித்து வருகிறது. மேலணையின் தடையால் கொள்ளிடத்தில் நீர் மட்டம் குறைந்தபோது இந்த நிலங்களுக்குத் தண்ணீர் போதிய அளவு கிடைக்கப் பெறாத தஞ்சை மாவட்ட வடகிழக்கு மூலை நிலங்களுக்கும் இந்த அணைக்கட்டினால் பாசன வசதி கிடைத்தது. இந்த அணைக்கட்டின் அருகே கொள்ளிடத்தில் வலது பக்கத்தில் பிரிந்து போகும் தெற்கு ராஜ வாய்க்கால், சீர்காழிப் பிரதேச நிலங்களுக்குத் தண்ணீர் கொடுக்கிறது. தென்னாற்காடு மாவட்டத்தில் சிதம்பரம் தாலுகா நிலங்களுக்கு இடது கரையில் பிரியும் வடவாறும், வடக்கு ராஜ வாய்க்காலும் பாசன வசதி அளிக்கின்றன. வெள்ளாற்றுடன் இணைக்கப்பட்டிருக்கும் வீராணம் ஏறிக்கு வடவாறு தண்ணீர் கொண்டு செல்கிறது. தரைமட்டத்தின் எற்றத்தாழ்வுகளுக்கு ஏற்ப அமைத்திருக்கும் வடவாறு நீர் கொண்டு நிரப்பும் வீராணம் ஏரியிலிருந்துதான் சென்னைக்குக் குடிதண்ணீர் கொண்டுவர இப்பொழுது திட்டமிடப்பட்டிருக்கிறது. தென்னாற்காடு மாவட்டத்திலுள்ள இந்தப் பெரிய ஏரியின் கொள்ளளவு 120 கோடி கன அடி நீர். $3^{1}/_{2}$ மைல் அகலமும் 10 மைல் நீளமும் கொண்ட இந்த ஏரியில் 15

சதுர மைல் விஸ்தீரணத்திற்குத் தண்ணீர் நிரப்பலாம். காட்டு மன்னார் கோவிலின் ஸ்தல தெய்வம் வீரநாரயணஸ்வாமியின் பெயர்கொண்ட இந்த ஏரியையும் கங்கைகொண்ட ராஜேந்திரன் உண்டாக்கியதாகச் சொல்லப்படுகிறது. காவேரி தன் பெயரிலேயே பாய்ந்தாலும் கொள்ளிடமாகப் பிரிந்து ஓடினாலும், மண்ணை வளப்படுத்தி மக்களின் தாகத்தைத் தீர்க்கும் விந்தையை நினைத்து வியந்துகொண்டே எங்கள் பயணத்தைத் தொடர்ந்தோம்.

கொடுமுடி: காவேரி படித்துறை

ஹொகனெக்கல்லில் ஒரு பகுதி

திருவையாற்றில் காவேரி

மைசூர் ராஜ்யம்: ராமநாதபுரத்திற்கருகில்

மாயூரம்: துலா கட்டம் (போட்டோ: என். ராமகிருஷ்ணா)

11
இசை வெள்ளம்

தஞ்சை, திருச்சி, தென்னாற்காடு மக்களுக்கு கஞ்சனூர் துகிலி என்ற பெயர் புதிதல்ல. உயர்ந்த கைத்தறி நெசவாடைகளுக்குப் பெயர்பெற்ற இடம். பஞ்சாங்கம் பார்ப்பவர்களுக்கு கஞ்சனூர் அப்பனையங்கார் என்று தொடங்கும் ஜோதிஷ, கணித வல்லுநர்களின் பெயர்கள் மிகவும் அறிமுகமானவை. அவர்கள் வாழ்ந்தது இந்தக் கஞ்சனூர்தான்.

எல்லாவற்றையும்விட தமிழகத்தின் சமய வரலாற்றில் கஞ்சனூருக்கு ஒரு முக்கிய இடம் உண்டு. சைவ மதத்தை நிலைநாட்டிய மகான்களில் ஒருவர் ஹரதத்த சிவாச் சாரியார். பல நூற்றாண்டுகளுக்கு முற்பட்ட நிகழ்ச்சி. வீர வைணவர் குலத்தில் பிறந்த ஒரு சிறுவர் சைவத்தில் தீவிரப் பற்றுக்கொண்டு, தந்தையின் கோபத்திற்கும் ஆளாகி, அக்னி பரீட்சையில் சைவத்தை நிலைநாட்டிய தாக சைவசமய வரலாறு. பஸவேச்வரர், சிவஞான முனிவர் முதலிய பெயர்களைப்போல ஹரதத்தர் பெயரும் நாடெங்கிலும் சைவர்களுக்கு இனிய பெயர். ஹரதத்தரின் கொள்கைகளையும் நூல்களையும் தீவிரமாகப் பரப்பு வதில் சமீபகாலம் வரையில் ஈடுபட்டிருந்த அண்ணா சாமி என்பவர் 1968ஆம் ஆண்டு முற்பகுதியில் டில்லியில் காலமானார்.

காவிரிக் கரையில் அடுத்தடுத்து வாழ்ந்த பெரியார்கள் பலர். திருவிச நல்லூருக்கருகில் போகும்பொழுது இளமை நினைவுகள் பொங்கிவந்தன. விகடக்கலையில் தலை சிறந்து விளங்கி சில ஆண்டுகட்கு முன் காலமான ராமசாமி சாஸ்திரியார், இதே ஊரில் வாழ்ந்த புரட்சி

பக்தரான ஸ்ரீதர அய்யாவின் நினைவு நாளைப் பெரிய அளவில் கொண்டாடி வந்தார். ஆண்டுதோறும் கார்த்திகை மாதத்தில் முக்கியமான கர்நாடக இசைக் கலைஞர்கள் வந்து இசை வெள்ளமாகப் பொழியும் வழக்கம். இளமைப் பருவத்தில் ஒவ்வொரு நாளும் அந்தக் கச்சேரிகளைக் கேட் பதற்காக கும்பகோணத்திலிருந்து காவிரிக் கட்டுக்கரையோடு நடந்து சென்று கச்சேரி கேட்டுவிட்டு மறுநாட்காலை, அகப் பட்ட சவாரியில், திரும்பிவருகிற வழக்கம்.

ஸ்ரீதர அய்யாவை 'அய்யாவாள்' என்று அன்பும் மரியாதையு மாகக் குறிப்பிடுவார்கள். மைசூரில் வலியவந்த அமைச்சர் பதவியை உதறிவிட்டுப் பல இடங்களைத் தேர்ந்து பார்த்து விட்டுக் கடைசியில் திருவிசநல்லூரில் தங்கினார் ஸ்ரீதர அய்யா. ஏழ்மையை வலிய மேற்கொண்டு, தமக்கும் தம் இல்லத்தரசிக்கும் உயிர்வாழத் தேவையான உணவை மட்டும் உஞ்சவிருத்தியால் பெற்று, சில மாணவர்களுக்குக் கல்வி புகட்டியவண்ணம் பக்தி நிறைந்த ஆத்மிக வாழ்வில் லயித்திருந்தார். ஒருநாள் அவருடைய தாயாரின் திதிநாள். காவிரிப் பாதையில் ஒரு ஹரிஜனை யாரோ கட்டியடித்துப் போட்டிருந்தார்கள். அவன் கிடந்த கிடையையும் பசியையும் பார்க்கத் தாளாமல், ஸ்ரீதரர், திதிக்கு வந்திருந்த அந்தணர்களுக்காகத் தயாரித்திருந்த உணவுகளை அவனுக்கு அனுப்பிவிட்டார். அந்தணர்கள் இதைக் கண்டு குமுறி அவருடைய சிரார்த்த காரியங்களை நடத்த மறுத்துவிட்டனர். அவர்களுக்குப் பதிலாக ஒரு தர்ப்பையைப் போட்டு சடங்குகளை முடித்து விட்டார் ஸ்ரீதரர். பிறகு ஊர் பழியைத் தீர்த்துக்கொள்ள கங்கையில் நீராடி வர அவர் உத்தேசித்ததும், கங்கையே அவர் வீட்டுக் கிணற்றில் பொங்கி வந்ததாம். கார்த்திகை அமாவாசையன்று இந்த அதிசயம் நிகழ்ந்தது. இன்னும் அதே நாளன்று அக்கிணற்றில் இந்த அதிசயம் நிகழ்கிறது என்று நம்புகிறார்கள். ஸ்ரீதரருக்குக் காவேரி நதியிடம் தனி மரியாதை. அவருடைய கருத்தில் அது கங்கையினும் உயர்ந்திருந்தது.

மரபுகளும், கட்டுப்பாடுகளும், மனிதாபிமானத்திற்கு முரணாக நிற்கும்போது எதிர்த்துப் போராடி மக்கள் மனதில் கோவில் கொள்ளும் பெரியவர்களில் முக்கியமானவர் ஸ்ரீதரர். அவருடைய நினைவைத்தான் விகடம் ராமசாமி சாஸ்திரியார் விமரிசையாக ஆண்டுதோறும் கொண்டாடி வந்தார்.

விகடகவி ராமசாமி சாஸ்திரியாரே பெரியகலைஞர். காக்காய் – நாய், கத்துவதுதான் என்று எங்கோ கீழ்ப்படியி லிருந்த விகடக்கலைக்கு ஒரு தத்துவ அடிப்படையும் பொருளும் வடிவமும் கொடுத்து உயர்ந்த கலைமுறையாக ஆக்கினார்

ராமசாமி சாஸ்திரியார். சங்கீதக் கச்சேரிகள்போல அவருடைய விகடக் கச்சேரி நான்கு மணி நேரம் நீடிக்கும். சங்கீதக் கச்சேரி போலவே, பெரிய, சிறிய நிகழ்ச்சிகள் அதில் இருக்கும். பட்சிகள், மிருகங்கள், பாடகர்கள், தாசிகள், வர்த்தகர்கள், தெருக்காட்சிகள், வீட்டுக்காட்சிகள், பல பொது இடக் காட்சிகள் – எல்லாவற்றையும் தம் குரலாலும் நடிப்பாலுமே

இசை வெள்ளம்

எதிரே கொண்டு நிறுத்துவார். நாலுமணி நேரம் ஓயாமல் சிரிக்க அடிப்பார். உயர்ந்த ரகமான நகைச்சுவை, அதோடு வாழ்வின் நெருக்கமான பாடங்களும், தத்துவங்களும் இந்தச் சிரிப்புகளுக்கு ஒரு அர்த்தமுள்ள அடிவாரமாக அமைந்திருக்கும். வேறு எந்த நகைச்சுவையாளரிடமும் கிட்டாத ஒரு தனி அனுபவம் இது. நாடகம், திரைப்படங்களில் உள்ள வசதிகள் இல்லாமல் ஒருவராக நின்று இந்த உலகங்களை சாஸ்திரியார் படைத்ததால், விகடகவி என்ற முறையில் அவருக்கு ஒரு தனிச் சிறப்பு இருந்தது. விகடகவிகளுக்கு சிந்தனை உயிர். ஆதலால் அதற்கேற்ற சூழ்நிலையை அளித்த காவிரிக்கரையில் திருவிசநல்லூரிலேயே தம் வாழ்நாளைக் கழித்தார் அவர்.

ஸ்ரீதர அய்யாவாளைப்போலவே இன்னொரு சித்தரும் சிறு பிராயத்தில் வாழ்ந்து படித்த ஊர் திருவிசநல்லூர். பரம ஹம்ஸ யோகியாகவும், சித்த புருஷராகவும் பதினேழாவது நூற்றாண்டில் வாழ்ந்து இந்த ஊரில் பாரதத்தின் தனிப்பெரும் முனிவர்களில் ஒருவராகத் திகழ்ந்த இவர் அகண்ட காவிரிக் கரையில் நெரூரில் சமாதி அடைந்தார். அவர் பாடிய "மானசசஞ்சரரே", "பிபரே ராமரசம்", "க்ரீடதி வனமாலி" முதலிய பாடல்கள் குழந்தைகளும் பாடும் எளிமையான இசை அமைப்புக் கொண்டவை. அத்துவைத தத்துவமும் சகுணோபாசனையும் முரணானவை அல்ல என்பது போல் இரண்டையும் தம் பாடங்களில் இணைத்து உருக்கி ஒரு வார்ப்படமாகச் செய்திருக்கிறார் சதாசிவப் பிரம்மேந்திரர். ராமகிருஷ்ண பரமஹம்ஸர் "என்னுடைய இஷ்டம்போல் அத்வைத நிலையிலும் சகுணோபாசனை நிலையிலும் மாறி மாறி நான் திளைக்கிறேன்" என்று இரண்டு நிலைகளைப் பற்றியும் கூறியிருக்கிறார். சதாசிவம் அப்படி வாழ்ந்த ஒரு அபூர்வப்பிறவி. சித்தராகவும், பித்தராகவும் தோன்றிய இவருடைய சமாதியை நெரூரில் காணப்போகிறோம்.

சத்திரங்கருப்பூர் வழியாகக் கும்பகோணம் போய்ச் சேரும் போது பிற்பகல். கும்பகோணம் காவிரிக்குத் தென்கரை. கோவலனும் கண்ணகியும் சத்திரங்கருப்பூரில் சத்திரம் இல்லா திருந்தால், சற்று மேற்கே நடந்து காவிரியைக் கடந்து குடந்தைக்குள் புகுந்து சாப்பிட்டுத்தான் போயிருப்பார்கள்.

காவிரிப்பூம்பட்டினத்திலிருந்தே நாங்கள் கூடிய மட்டும் கண்ணகியும் கோவலனும் சென்றதாகக் கொள்ளப்படும் பாதை யிலேயே பயணத்தைத் தொடர்ந்தோம். அன்று கவுந்தி அடிகள் மதுரை செல்லும் வழிபற்றி கோவலனுக்கு வர்ணித்ததை நாங்களும் பல இடங்களில் கண்டு கொள்ள முடிந்தது.

> உதிர்பூஞ் செம்மலின் ஓதுங்கினர் கழிவோர்
> முதிர்தேம் பழம்பகை முட்டினும் முட்டும்;
> மஞ்சளும் இஞ்சியும் மயங்கு அரில் வலயத்துச்
> செஞ்சுளைப் பலவின் பரல்பகை உறுக்கும்

என்றவாறு சிறுவர்கள் தலையில்கூட முட்டும் வகையில் தாழப்பழுத்துத் தொங்கும் பலாப்பழங்களை அடிமரத்தில் தாங்கி நின்ற பல பலாமரங்களை வழியில் தோப்புகளில் கண்டு வியந்தோம். காஞ்சி, மருதம் முதலிய மரங்களின் கிளைகளில் அமர்ந்த மயில்கள் பலாவின் சிவந்த சுளைகளை உண்டு கூச்சலிடுவதைப் பொருநராற்றுப் படையிலிருந்து,

> முடக்காஞ்சிச் செம்மருதின்
> மடக்கண்ண மயிலாலப்
> பைம்பாகற் பழந்து ணரிய
> செஞ்சுளைய கனி மாந்தி

என்று எங்கள் இலக்கிய நண்பர் பாடத் தொடங்கி விட்டார். ராஜகோபாலும் உற்சாகமடைந்து வண்டியை நிறுத்தச் சொல்லி இறங்கிச் சென்று சாலையில் உட்கார்ந்தவாறு ஒரு பலாமரத்தின் படத்தை வரைந்தார்.

நாங்கள் உணவு விடுதியை நாடி பழைய பாலத்தைக் கடந்து நகரில் புகுந்தோம். இந்த நூலாசிரியர்களில் ஒருவர் கும்பகோணத்தில் படித்தவர். பல ஆண்டுகள் வசித்தவர். அதனால் பழைய நினைவுகளுக்குப் பஞ்சமில்லை. தனி நினைவுகளைச் சொல்லி வாசகர்களை அலுக்கச் செய்ய இந்தப் புத்தகத்தை எழுதவில்லை.

ஒன்று மட்டும் சொல்ல வேண்டும். கும்பகோணத்தின் வாழ்வு காவிரியின் வாழ்வு. காசி, காஞ்சியைப் போல இங்கு தெருவுக்குத்தெரு காணப்படும் கோவில்கள், காஞ்சி காம கோடி சங்கர பீடத்தின் தலைமை நிலையம்போல விளங்கும் சங்கர மடம், மகாமகக்குளம், பட்டு நெசவு, வெற்றிலைக் கொடிக்கால்கள், கணிதமேதை ராமானுஜன் போன்றவர்கள் படித்த கல்லூரி, ஒரு ஸம்ஸ்கிருத உயர்பாடசாலை, வாசனைக் கடைகள், பூக்கடைகள், இசைக் கலைஞர்கள், நடனக் கலைஞர்கள் எல்லாம் வடபுறம் உள்ள காவிரி தென் புறமுள்ள அரிசொல்லாறு – இரண்டின் வளமையின் சின்னங்கள், நாகேச்வரன் கோவிலின் புராதனச் சிற்பங்கள், ராமசாமி கோவிலின் நாயக்கர்காலச் சிற்பங்கள், ஒரு நுண்கலைக் கல்லூரி – இவற்றையும் சேர்த்து, அனைத்தையும் ஒருமிக்க நோக்கும் பொழுது, தமிழகத்தின் பண்பாட்டுத் தலைநகரங் களில் ஒன்றாகவே இது விளங்கி வருகிறது என்று தெரியும்.

முதிர் தேம்பழம் பகை முட்டினும் முட்டும்

நாயன்மார்கள், ஆழ்வார்கள், பின்வந்த தமிழ் – ஸம்ஸ்கிருதப் புலவர்கள் – எல்லோரும் பாடிய தலம் கொட்டையூர். சிவக்கொழுந்து தேசிகர், தியாகராசச் செட்டியார், உ.வே. சாமிநாத அய்யர், கல்நாகஸ்வரம் வாசித்த சிவக்கொழுந்து, மிருதங்கம் அழகநம்பியாபிள்ளை, மகாவைத்தியநாதய்யரின் சீடரான சங்கீத மேதை உமையாள்புரம் சாமிநாதய்யர், புது இலக்கிய இரட்டையர்களான கு.ப.ரா., பிச்சமூர்த்தி – இப்படிப் பல மேதைகள் அலங்கரித்த ஊர். மதம், கலை, கல்வி – என்று எந்தத் துறையை எடுத்துக்கெண்டாலும் பல புனித நினைவுகளும், மேதைகளும் எண்ணத்தை வியாபிக்கும் இடம்.

நாடறிந்த ஊரைப் பற்றி நீளக் கதைப்பதில் பயனில்லை. ஒரே ஒரு பெரியவரைப் பற்றி இங்கு சொல்ல வேண்டும். குடந்தைக்குத் திலகம்போல் விளங்குவது மகாமகக்குளம். சமய வரலாற்றில் தொன்மை படைத்த இந்தக் குளத்தைச் சுற்றி 16 அழகிய மண்டபங்களைக் கட்டி மணிக்குளமாக

ஆக்கியவர் கோவிந்த தீட்சிதர். 16, 17ஆம் நூற்றாண்டுகளில் வாழ்ந்தவர். தஞ்சையை ஆண்ட நாயக்க மன்னர்களுக்கு அமைச்சராக இருந்து பாரதநாட்டின் வரலாற்றில் உயர்ந்த

அமைச்சர்கள் என்று பெயர் எடுத்த பெரியவர்களில் குறிப்பிடத் தக்கவர். தேர்ந்த நிர்வாகி. பல துறைகளில் தம் புலமையையும், திறமையையும் பொலியச் செய்த அறிவாளி.

அய்யன் என்று இவரை மக்கள் குறிப்பிடுவது வழக்கம். இவர் ஆற்றிய எண்ணற்ற பொதுப்பணிகளில் பல, இந்தப் பெயரைக்கொண்டே அழைக்கப்படுகின்றன. அய்யன்குளம், அய்யன் தெரு, அய்யன் கடை என்பவை எல்லாம் இவர் நினைவைக் குறிப்பவை. புலவர்களுக்கும், கவிகளுக்கும் இவர் நிர்வாகத்தில் சர்வமான்யமாக – அதாவது – நிலவரி விலக்குடன் – பல வளமான நிலங்கள் பரிசளிக்கப்பட்டன. மகாதானத் தெரு என்ற பெயருடன் சில தெருக்கள் இன்னும் காணப்படுகின்றன. புலவர்களுக்கும், அறிவாளிகளுக்கும் பரிசளிக்கப்பட்ட வீடுகள் கொண்டவை அவை. தென்னாட்டு இசை மரபுக்குக் கட்டுக் கோப்புகள் வகுத்தளித்த "சதுர்தண்டி பிரகாசிகை" என்ற சிறந்த நூலை எழுதிய இசையறிஞர் வேங்கடமகி, இவருடைய குமாரர்.

கோவிந்த தீட்சிதர் தாராசுரத்திற்குத் தெற்கே உள்ள பட்டீசுரத்தில் மனைவியுடன் வாழ்ந்ததாகத் தெரிகிறது. இருவரின் சிலைகளையும் இங்கு காணலாம். பட்டீசுரத்து முதியோர் களிடையே இவருடைய நினைவு இழையும் பல நிகழ்ச்சிகளைக் கேட்க முடியும்.

ஊரின் அமைப்பு, பாரதத்தின் இதர பகுதி மக்களையும் கவர்ந்திருப்பதற்கு முக்கியமான எடுத்துக்காட்டு, சில நூற்றாண்டு களுக்கு முன் இங்கு குடியேறி வாழும் சௌராஷ்ர மக்கள். பட்டு ஜரிகை நெசவுக் கலையில் தேர்ந்தவர்கள். ஜரிகை வேலை நுணுக்கங்களைத் தமிழகத்திற்கு அறிமுகப்படுத்தியவர்கள் என்றால் மிகையாகாது. இவர்களைத் தவிர சிற்சில குஜராத்தியர்கள் பல ஆண்டுகளாக இங்கு வர்த்தகத்தில் ஈடுபட்டிருக்கிறார்கள்.

பழைய நினைவுகளைப் போற்றிக்கொண்டே ஒரு வாரம் கும்பகோணத்தில் தங்கலாமா என்று தோன்றிற்று. ஆனால் இது காவிரியின் கதை. எனவே புராதனக் கோவிலான நாகேச்வரன் கோவிலைப் பார்த்துவிட்டுத் திரும்பினோம். ராமஸ்வாமி, சக்ரபாணி, கும்பேச்வரன் கோவில்களையும் பார்க்க வேண்டுமென்று ஆசைதான். ஆனால் எங்கள் நண்பர் ஒருவர் நல்ல பாக்குவெட்டி வேண்டுமென்று கடை கடை யாக ஏறி இறங்கிக்கொண்டிருந்தார். பாக்குவெட்டியைப் பயன்படுத்தவே தெரியாது. மழுங்கிப்போன பாக்குவெட்டி யினால் எத்தனையோ முறை விரல்களைத்தான் வெட்டிக் கொண்டிருக்கிறார். ஆனால் கும்பகோணத்தின் விசேஷமோ

என்னவோ, சொந்தமாக ஒரு பாக்குவெட்டி வாங்கிக் கொள்ள வேண்டுமென்று ஆசைப்பட்டார். எவ்வளவு தேடியும் நல்ல பாக்குவெட்டி கிடைக்கவில்லை. சென்னையிலிருந்தே கொட்டைப்பாக்குச் சீவலும், கும்பகோணம் வெற்றிலையும் நிறைய கட்டிக்கொண்டு வந்த எங்களில் மற்றவர்களுக்கு அவருடைய பாக்குவெட்டி ஆசை புரியவில்லை. மனுஷன் புகையிலைகூட போடுவதில்லை. விளக்கம் சொன்னார். சீவல்தான் போடுவாராம்; சீவல் கிடைக்காதபோது கையில் கொட்டைப் பாக்கு இருந்தால் சீவல் போட்டுக் கொள்ளலாமே என்ற எண்ணமாம்; நல்ல பழகின பாக்குவெட்டிகள் இரண்டு வீட்டில் வைத்துக்கொண்டிருக்கிறார். உபயோகிக்கத் தெரிந்தால் தானே. எத்தனையோ தடவைகள் அவர் கொட்டைப் பாக்கை அம்மியில் வைத்து குழவியால் உடைக்க முயற்சித்ததைப் பார்த்திருக்கிறோம். பாக்கு சிதறிக் காணாமல் போனதுதான் பலன். நல்ல எவர்சில்வர் பாக்குவெட்டியாக வாங்கித் தருவ தாகச் சமாதானம் கூறி அழைத்துக்கொண்டு புறப்பட்டோம்.

நாகேச்வரன் கோவிலில் ராமாயணம் சிற்பக் கோவை யாகச் செதுக்கப்பட்டிருந்ததைப் பார்த்தபொழுது சோமநாத பூரில் ஜகணாச்சாரியின் கைத்திறத்தைக் கண்டது நினைவு வந்தது. தந்த வேலைப்பாடு போன்ற ஹோய்சால சிற்பக் கலையின் நளினம் அழகுதான். நாகேச்வரன் கோவிலின் சோழர்காலச் சிற்பக்கலை, முன்னோடி இயல்புடன் கம்பீரத் துடன் தோன்றிற்று. விமானத்தில் காணப்பட்ட முழுஉருவ சிற்பங்களும் அப்ஸரமங்கை, அர்த்தநாரி போன்ற விக்ரஹங் களும் சோழ சிற்பிகளின் சிற்றுளியின் திறனைப் பறைசாற்றிக் கொண்டிருந்தன.

பிறகு, காமாட்சி ஜோசியர் தெருவுக்கு வந்து நுண்கலைக் கல்லூரிக்குள் நுழைந்து மாணவர்களின் கலைத் திறனைக் கண்டு மகிழ்ந்து, அவர்களுடன் பேசிப்பல விஷயங்களை அறிந்து கொண்டோம். தமிழ்நாட்டு கிராம வாழ்க்கையின் கவர்ச்சி நிறைந்த எழிலை விளக்கும் மண் பொம்மைகளை ஒருபுறம் நூற்றுக்கணக்காகச் செய்து கொண்டிருந்தார்கள். அருகே 'பாதிக்' என்று சொல்லப்படும் நவீன பாணியிலான துணிக்கு, வண்ணம் கொடுக்கும் கலையைச் சிலர் பயின்று கொண்டிருந்தார்கள். இன்று தமிழகத்திலும் மற்ற பகுதிகளிலும், பத்திரிகைகளிலும், கலை ஸ்தாபனங்களிலும் பணி செய்து வரும் பல சிறந்த ஓவியக்கலைஞர்கள் இந்தப்பள்ளியில் படித்தவர்கள்.

பழைய பாலத்தை மீண்டும் கடக்கும்பொழுது கும்ப கோணம் அரசினர் கல்லூரி மாணவர்கள் நீண்ட சிறு ஓடங் களில் அமர்ந்து துடுப்பால் நீரைக் கிழித்து எதிர்த்து வருவது

தெரிந்தது. வண்டியை விட்டுப் பழைய நினைவுக்கு வெள்ளி விழாக்கொண்டாடிக் கொண்டே சிறிது நேரம் நின்றோம். இந்தியாவில் மிகச் சில கல்லூரிகளில்தான் இந்த ஓடப்பயிற்சி தரப்படுகிறது. ஆறு, ஏரி, குள வசதிகள் உள்ள பெரும்பாலான இடங்களில் மாணவர்களுக்கு இந்தப்பயிற்சி தரப்பெறாதது வருந்தத்தக்க விஷயம்.

வண்டி பாலத்தின் வடக்கே இறங்கி, மேற்கு நோக்கி சுவாமிமலை சாலையில் திரும்பிற்று.

காவிரிக்கு வடக்காகக் கல்லணை செல்லும் சாலையில், கும்பகோணத்திற்குப் பிறகு உள்ள முக்கிய ஊர்கள் கொட்டையூர், சுவாமிமலை, அலவந்திபுரம், உமையாள்புரம், கபிஸ்தலம், குரங்காடுதுறை, கணபதி அக்ரகாரம், ஈச்சாங்குடி, திங்களூர், திருப்புவனம், திருவையாறு ஆகியவை. டெல்ட்டாவின் வளமிக்க பகுதி. பண்பாட்டு வளமும் நிறைந்து வழிந்த பகுதி. சுவாமிமலை பற்றிய அருணகிரிநாதர் பாடிய திருப்புகழ், கொட்டையூர் சிவக்கொழுந்து தேசிகர் இயற்றிய சரபேந்திர பூபாலக் குறவஞ்சி, தியாகையரின் நேர் சீடர்களாக இசை கற்கும் பேறு பெற்ற உமையாள்புரம் சுந்தர பாகவதர், கிருஷ்ண பாகவதர் பாடல்கள், திருஞானசம்பந்தர் வட குரங்காடுதுறையில் பாடியபாடல்கள் யாவும் தென்னிந்தியாவின் இசை வரலாற்றையே, வண்டல் பாறைப் படிமங்கள் பூமியின் கதையைப் புவி இயலாருக்குக் காட்டுவது போல, உணர்த்துகின்றன.

காவிரியின் அகலம் பெருகிக்கொண்டே வருகிறது. எங்கிலும் கண் கொள்ளாத பசுமை. அந்தப் பசுமையையும், வனப்பையும் பார்க்கும்பொழுது பழைய கதைகளின் முரண்பாடெல்லாம் நீங்கி விட்டது போல் தோன்றுகிறது. முரண் என்று சொல்வது ராம காதையைப் பற்றியது. ராமன் வந்து தங்கியதாகவும், சஞ்சரித்ததாகவும் காவிரிக்கரையிலும், இன்னும் பல இடங்களிலும் தமிழகத்தில் ஐதீகங்கள் உலவி வருகின்றன. வால்மீகி ராமாயணத்தில் காவிரியைப்பற்றி கிஷ்கிந்தா காண்டத்தில் குறிப்பு இருக்கிறது. சீதையைத் தேடுவதற்காக சுக்ரீவன் வானரர்களைத் தெற்கு நோக்கி அனுப்பும்போது காவேரியைப் பற்றிச் சொல்லுகிறான். கம்பராமாயணத்தில் இந்த சம்பவம் “நளிநீர் பொன்னிச் சேடுறு தண்புனல் தெய்வத் திருநதியின் இரு கரையும் சேர்திரு மாதோ” என்று வர்ணிக்கப் பட்டிருக்கிறது. ராமனோடும், சீதையோடும் பல தமிழகத்து ஊர்களின் கதைகளில் தொடர்பு காணப்படுகிறது. எடுத்துக் காட்டாக, உமையாள்புரத்தில் ஜடாயுக் கழுகை எரித்து ராமன் கரையேற்றியதாக ஒரு ஐதீகம்.

ராவணன் சீதையைக் கடத்திச் சென்றது கோதாவரி நதிக்கருகில் பஞ்சவடியில் என்றும், அது நாசிக்குக்கு சமீபம் என்றும் நம்புகிறார்கள். அதற்கருகில்தான் ஜடாயுவும் இருந்திருக்கவேண்டும். ராவணனை எதிர்த்துக் குற்றுயிராக அடிபட்டிருக்க வேண்டும். பரபரப்புடன் சீதையைத் தேடிவந்த ராமனும் லஷ்மணனும் ஜடாயுவை அந்நிலையில் கண்டு, செய்தியறிந்து, அதன் உயிர்போனதும் தகனம் செய்தார்கள் என்று ராமாயணம் கூறுகிறது. உமையாள்புரம் எங்கே வந்தது என்று தெரியவில்லை. பஞ்வசடிதான் உமையாள்புரத்திற் கருகில் இருந்ததா?

ராமனின் காட்டு வாசத்தோடு உறவு கொண்டாடும் பல தென்னிந்திய ஊர்களின் ஐதீகக் கதைகள் இப்படிப் பல பூகோளக் குழப்பங்களைக் கிளப்புகின்றன. கன்னடப் பிரதேசத்திலும் ராமனின் காட்டு வாசத்தோடு தொடர்புள்ள சில ஊர்கள் உண்டு. ஆனால் காட்டுவாசத்தோடு தொடர்புள்ள கதைகளா, காட்டு வாசம் முடிந்து அரசுக்கு வந்ததும் நடந்ததான ஐதீகங்களா என்ற குழப்பங்கள் வேறு. மைசூர் மாநிலத்தில் உள்ள ராமநாதபுரத்தில் இராமன் ராவணனைக் கொன்ற பாபத்தைப் போக்கிக் கொண்டான் என்று ஒரு கதை. மைசூர் மாநிலத்திலேயே, ஷிம்ஸா நதி காவேரியுடன் கலந்து ஏழு மைலுக்கு அப்பால் முத்தத்தி என்னும் ஊரில், காவிரி மடுவில் சீதையின் மூக்குத்தி நழுவி விழ அனுமன் அதை எடுத்துத் தந்ததாக ஒரு கதை. இதேபோல தமிழகத்திலும் பல கதைகள். மாந்தர்களில் சிறந்த லட்சிய மனிதன் ராமன். மக்களைத் திருப்திப்படுத்தத் தன் வாழ்வின் இன்பத்தையே குலைக்கும் முடிவைச் செய்தவன். அவனுடைய குணங்களும் வீரமும் வரலாறும் மெய் சிலிர்க்கச் செய்பவை. எனவே இந்தியாவிலுள்ள பல இடங்கள் அவன் கதையோடு உறவு கொள்ளப் போட்டியிட்டிருக்கின்றன என்ற முடிவுக்குத்தான் வர நேர்கிறது.

உமையாள்புரத்தைக் கடக்கும்பொழுது ஒரு சித்திரம் அகக்கண்முன் வந்தது. தியாகையரின் சீடரான சுந்தரபாகவதரின் வம்சத்தில் பிறந்த ஒருவர் தன் பாட்டி நாள் தோறும் இருள் பிரியுமுன் விடியற்காலையில் எழுந்து, தியாகையர் யதுகுலகாம் போஜியில் இயற்றிய ராமநாமப் பாட்டை கணீர் என்ற குரலில் பாடிய வண்ணம், தெருவோடு நடந்து காவிரிக்குக் குளிக்கச் செல்லுவாள் என்று சொல்லி அதேபோல் அதைப் பாடிக்காட்டினார். அதைக் கண்ணை மூடிக்கொண்டு கேட்ட ஞாபகம். இருளையும், காவிரிக்கரை ஊரையும் மனதில் பார்க்க கண் மூடிக் கொண்டது. இருள் பிரியாத விடியற்காலை, நிசப்தம். மேலே நட்சத்திரங்கள் – கிழக்கே வெள்ளி – எங்கும்

ஒரு வலியனின் கூவல் – எங்கோ கொட்டிலில் வைக்கோலை மாடு பிடுங்கும் ஒலி – தென்னங்கீற்றுகளின் சலசலப்பு – நிர்மலமான இதயம் – எங்கிருந்தோ ஒரு முதிய பெண் குரல் பாட்டைத் தொடங்கி, அந்த ஒலி அருகே உயர்ந்து உயர்ந்து வந்து பின்பு தேய்ந்துகொண்டே சென்று காவிரியின் சுழிப்பில் கரைகிறது. இத்தனையையும் அந்தக் கணத்தில் கேட்டு வசம் இழந்த நினைவு இப்பொழுது அந்தக் கணத்தை மீண்டும் வாழ்கிறது நெஞ்சு. கண் மூடியவாறே இருந்தது.

திருவையாறு போகும் வழியில் ஒரே இசை நினைவுகளாகத்தான் வந்து கொண்டிருந்தன. கபிஸ்தலம், குரங்காடுதுறை, கணபதி அக்ரகாரம், ஈச்சாங்குடி, பெரமூர், திங்களூர் இவற்றைக் கடந்து, காவிரி சிறிது சிறிதாக அகலமாவதையும், அள்ளிக் கிடந்த பசுமை வளத்தையும் பார்த்துக்கொண்டே சென்று திருப்பழனம் வந்தோம். அப்பரின் பாடல்களிலும் பக்தியிலும் மனதைப் பறிகொடுத்த அப்பூதியடிகள் அப்பருக்கு விருந்தளித்து அவருடைய குழந்தை உயிர் பெற்ற கதையைக் காரோட்டி திங்களூரைக் கடக்கும் போது சொல்லிக் கொண்டு வந்தார்.

"அடுத்த ஊரும் அப்படித்தான்" என்றார் நண்பர்.

"எது?"

"திருப்பழனம். திருப்பழனம் பஞ்சாபகேச பாகவதர் ஹரி கதையில் மனதைப் பறிகொடுக்காதவர்களே கிடையாது. தீராத சிடு மூஞ்சிகளையெல்லாம் சிரிக்க வைப்பாராம் அவர். அவர் ஹாஸ்யங்களைக் கேட்டு ஆயிரக்கணக்கில் வயிறுகள் வெடித்திருக்கின்றனவாம். சபை முழுவதையும் சிரிக்க வைத்து விட்டு அவர் மட்டும் முகத்தை உம்மென்று வைத்துக் கொண்டிருப்பாராம்."

திருப்பழனம் பஞ்சாபகேச பாகவதர் ஹரிகதையை அருங்கலையாக வளர்த்த முதல்வர்களில் ஒருவர். அழகன் நம்பி போன்ற மேதைகள் அவருக்கு மிருதங்கம் வாசிப்பது வழக்கம். அதாவது பெரிய பக்கவாத்தியக்காரர்கள் ஹரிகதைக் கலைக்கு, முதல் இடம் கொடுக்கத்தக்கது என்று, கௌரவம் கொடுத்த காலம்.

   குலை வெஞ்சிலையான் மதில் மூன்றெரித்த
   கொல்லேறுடையண்ணல்
   கலவ மயிலும் குயிலும் பயிலும் கடல்
   போல் காவேரி
   நலம் அஞ்சுடைய நறுமாங்கனிகள்
   குதிகொண்டெதிர் உந்திப்

பலவின் கனிகள் திரைமுன் சேர்க்கும்
பழன நகராரே

என்று திருஞானசம்பந்தர் பாடிய திருப்பழனம் அது. இதே திருப்பழனத்தில் சிறு வயதில் நாங்கள் பாபநாசம் சிவன் பாடுவதைக் கேட்டிருக்கிறோம். திருவையாறு பஞ்சநதேச்வரர் கோவிலிலிருந்து சப்தஸ்தானப்பல்லக்கு புறப்பட்டு ஏழு ஊர்களுக்கு வரும். கோடைக்காலத் தொடக்கம். ஆயிரக்கணக்கான மக்கள் பல்லக்குகளைப் பின் தொடர்ந்து பாடற்குழுக்களுடன் சேர்ந்து பாடியவாறு, பானகமும் நீர் மோருமாகக் குடித்துக் கொண்டு நடப்பார்கள். இந்தப்பாடற்குழுக்களில் முக்கியமானது பாபநாசம் சிவன் தலைமையில் பாடும் கோஷ்டி. அவர் உருகி, கேட்பவர்களையெல்லாம் உருக்கிவிடுவார். திரைப்பாடல்கள் அதிகமாகத் தலையெடுக்காத காலம். நாடகங்களும் ஆங்காங்குதான் நிகழும். ஆகவே இந்த ஏழூர்ப் பயணம் மக்களுக்கு ஓர் உல்லாச செலவாகவும் இருந்த காலம். நாங்களும் இரண்டு மூன்று முறை சிறு பையன்களாக இந்தச் செலவில் கலந்து கொண்டதுண்டு. தேவ தேவ மகா, தேவ தேவ மகா – என்ற குரல்கள் ஒலித்துக் கொண்டிருக்கும். புரட்சிக்காரர் வ.ரா. இந்தத் திருவிழாவையே தமக்கே உரிய கோபச்சிரிப்புடன் கிண்டல் செய்திருக்கிறார். அப்போது தேசம் அடிமைப்பட்டுக் கிடந்ததால் அவருக்கு இவையெல்லாம் கவைக்குதவாத வீண் செயல்களாகத் தோன்றின. தவிரவும், வ.ரா.வுக்கு நம்முடைய பக்தி, மரபு, சங்கீதம் போன்ற பாரம்பர்யங்களில் நம்பிக்கை கிடையாது. தெரியவும் தெரியாது. எனவே அவருக்குத் தோன்றியதைச் சொன்னார். சுப்ரமண்ய பாரதியின் கவிதையும் முற்போக்கும்தான் அவரைக் கவர்ந்தன. அவருடைய பக்தி, வீர்யம், ஆத்மீக செறிவு – ஆகியவை பற்றி அவர் கவலைப்பட்டதாகத் தெரியவில்லை.

திருவையாறு சப்தஸ்தானம் இன்னும் நடந்து கொண்டிருக்கிறது. காவிரியில் இந்தப் பருவத்தில் நீர் அதிகமாயிராது. அரித்து ஓடும். பல்லக்குகளைப் பின் தொடரும் ஜன வெள்ளம் ஆற்று மணலில் படுத்துப் பாடியும் ஆடியும் இரவைக் கழிக்கும். சங்கீத மேதையான தியாகையரும் இவற்றையெல்லாம் பார்த்திருப்பார். நிலவில் பார்த்திருப்பார். அந்த நிலவு, மக்கள், அவர்கள் பேச்சு, காவிரியைச் சுற்றிய கொள்ளைப் பசுமை, பேச்சு வழக்கு எல்லாம் பக்தியோடு பக்தியாக அவருடைய பாடல்களில் இழைந்திருக்கின்றன.

திருவையாறே வந்து விட்டது. ஊருக்குள் புகும் பொழுதே, இடது புறமாகத் திரும்பி சிறிது நடந்தால் தியாகையரின் சமாதி. காவிரி ஓரமாக, மந்தமாகச் செல்லும் நீரின் சலசலப்பை

யும் ஆற்று வெளியின் அமைதியையும் புள்ளரவங்களையும் கேட்டுக் கொண்டு தியாகையரின் ஆத்மா மௌனமாக நாதக் கடலில் ஆழ்ந்து கிடக்கிறது. தென்னிந்திய இசையின் சிகரம் என்பதைத் தவிர வேறு ஒன்றும் தியாகையரைப் பற்றிச் சொல்லத் தோன்றவில்லை. விஞ்ஞானத்தில் ஒரு கண்டு பிடிப்பால் வாழ்வையே மாற்றும் முன்னேற்றம் ஏற்படுவது போல, தென்னிந்திய இசையும் தியாகையரின் கையைப் பற்றிக் கொண்டு ஒரு தாவு தாவிற்று. சங்கீதத்தில் உருக்கத்தை யும் தவத்தையும் சங்கதி முறையில் இணைத்தார் அவர். அதை விட, யாருக்கும் இன்ன வடிவம் என்று தெரியாமல் வெறும் ஸ்வர இலக்கணத்தோடு ஏட்டில் கிடந்த அபூர்வ ராகங்களை எடுத்து, தம் கற்பனையாலும் தியானத்தாலும் கலைநுட்பத்தாலும், அவற்றுக்கு ஒரு வடிவம் கொடுத்து கீர்த்தனைகளில் உருவம் தந்து நிலைப்படுத்தி விட்டார். ஹிந்தோள வஸந்தம், ரஞ்சனி, ஜயந்தஸ்ரீ, ஜயந்தசேனா, பின்ன ஷட்ஜம், தேனுக, ஷட்வித மார்க்கினி, காபி நாராயணி, கல்யாண வஸந்தம், வஸந்த பைரவி, மஞ்சரி, உதயரவிசந்திரிகா இன்னும் எத்தனையோ – அபூர்வ ராகங்கள் அவருடைய கீர்த்தனைகளில் வடிவம் பெற்றன. வடிவம் என்றால் யாரும் பாடக்கூடிய எளிமையும் இனிமையும் கலந்த வடிவம். சொல்லும் பொருளுக்கேற்ற வடிவம். தென்னிந்திய இசையில் இன்னும் பலர் அரிய பெரிய படைப்புகள் செய்திருக்கிறார்கள். ஆனால்

அவை கடின உழைப்பாலும் நுண்ணிய அறிவாலுமே கைவச மாகக் கூடிய படைப்புகள். ஆனால் தியாகையரின் கீர்த்தனை கள் உச்சி முதல் உள்ளங்கால் வரை அணு அணுவாக வெறும் கலைஞனாகவே வாழ்ந்த ஒரு மனிதரின் படைப்புகள். தானாகப் பொங்கி வந்த படைப்புகள். நாமும் பாடி விடலாம் என்று யாருக்கும் பிரமையையும் நம்பிக்கையையும் அதனால் ஒரு உவகையையும் தரக்கூடிய படைப்புகள். இந்தக் காரணங்களால் தென்னிந்திய இசை சம்பந்தப்பட்டவரை மற்ற எல்லாக் கீர்த்தன கர்த்தாக்களைக் காட்டிலும் ஓங்கி தனித்த உயர்வுடன் நிற்கிறார் தியாகையர். பல நூற்றாண்டுகளுக்கிடையே ஏற்படும் நிகழ்ச்சி அவர்.

அவருடைய கீர்த்தனைகள் வெறும் தெய்வ முகமன்களல்ல. அவ்வப்போது தோன்றும் உணர்ச்சிகளின் கலை வடிவங்கள். தம்மைச் சுற்றிலுமுள்ள மக்களின் வாழ்வு, பேச்சு, செயல், போக்கு – எல்லாவற்றையும் பார்த்து, பாடல்களில் குறிக்கிறார்.

காவிரியின் கரையில் உட்கார்ந்து அதன் அமைதியையும், அடக்கத்தையும், வீர்யத்தையும் பல பல காலம் பார்த்துப் பார்த்து அவருடைய மனம் லயித்திருக்க வேண்டும்.

டெல்ட்டாக் காவிரியையும் அதன் கிளைகளையும் போல தியாகையரின் பாடல்கள் வீடு வீடாகப் புகுந்திருக் கின்றன. லட்சக்கணக்கான மக்களுக்கு ரசானுபவம். நூற்றுக் கணக்கான சங்கீத வித்வான்களுக்குப் பிழைப்பு. தியாகையரின் தூய்மை, பக்தி, நியாயமான கோபங்கள், அலுப்பு, ஏக்கம், ஏராள அளவுக்கு கீர்த்தனைகள் இயற்றியது, அவருடைய சுதந்திரப்போக்கு, வேண்டுமென்றே வரித்த எளிமை, ஏழ்மை – ஒவ்வொன்றையும் சிந்திக்கும் பொழுது மிக மிக அசாதாரண புருஷர் அவர் என்று தோன்றுகிறது. சாதாரணமாக வாழ மிகவும் பாடுபட்டிருக்கிறார் என்றும் தோன்றுகிறது. ஆனால் அவர் புகழ் அவர் காலத்திலேயே பரவிற்று. அதற்கும் தெய் வத்தையே அவர் காரணம் சொல்லுகிறார். "தூர தூர தேசங் களில் எல்லாம் என் இசையைப்பரப்பினாயே – நீ பரம ரசிக சிகாமணியாக இருக்க வேண்டும். நான் எப்படி இந்தக் கடனைத் தீர்ப்பேன்?" என்று ஒரு பாடலில் உருகுகிறார். இறைவனுக்கே ரசிகன் என்று நற்சாட்சி அளிக்கிற தன்னம்பிக்கையும் நட்புரிமை யும் வேறு எந்தக்கலைஞரிடம் கண்டிருக்கிறோம்?

சாப்பிட்டு வந்து மீண்டும் படித்துறையில் கடைசிப்படியில் உட்காருகிறோம். காவேரி நீர் கணுக்கால்வரை நனைக்கிறது. எதிரே இரவு. நட்சத்திரங்கள். ரகசியம் பேசும் நீர்சலசலப்பு, சுழிப்பு. அக்கரையிலிருந்து வரும் ஓசைகள். நட்சத்திரங்கள்,

பஞ்சு மேகம் எல்லாம் காவிரியின் அழகைக்காணக் கூடியிருப்பது போலிருக்கிறது. "க்ளக் க்ளக்" என்று நடு நடுவே நீரின் ஓசை. காவிரி எதை நினைத்துச் சிரித்துக் கொண்டே போகிறாள்? யார் செவியில் எந்த ரகசியத்தைச் சொல்லப்போகிறாள்?

இந்த இடத்தை விட்டு கோடிப்பணம் கொடுத்தாலும் தியாகையர் நகர்ந்திருக்க மாட்டார். அவர் நகரவில்லை. அரச தர்பார், அவைத் தலைமை, அந்தக்கால அக்காடமிகள், பட்டங்கள், பணங்கள் – எதையும் நாடவில்லை அவர். வலிய வந்து இழுத்தவைகளையும் பின் தொடர்ந்து போகவில்லை. காவிரி தன் அருகிலேயே அவரை வைத்திருந்தாள்.

காலையில் எழுந்து குளித்து, பெயர் பெற்ற ஒரு சிறிய உணவு விடுதியில் இட்லி என்ற மலர்களை உண்டுவிட்டு, பாலத்தில் நின்று கிழக்கேயும், மேற்கேயும் சோலை தழுவும் காவிரியைப் பார்த்துவிட்டு, மீண்டும் மேற்கு நோக்கிப் பயணத்தைத் தொடர்ந்தோம்.

தில்லைஸ்தானம், ஆச்சனூர், மருவூர், கோவிலடி வழியாக நின்று நின்று போயிற்று வண்டி. வெயில் அதிகம் தெரியவில்லை. வழிநெடுகிலும் காவிரியின் கட்டுக்கரை ஓரமாக ஆங்காங்கு கரும்பாலைகள் புகைந்து கொண்டிருந்தன. வண்டியை நிறுத்தி கருப்பஞ்சக்கைகளை மிதித்து, ஆலைக்குள் புகுந்து கரும்பு பிழிகிற பொறிக்கு முன்னால் நிற்பது, ஆளுக்கு ஒரு மிடறு கருப்பஞ்சாற்றைக் குடித்துவிட்டு, சாறு கொதிக்கும் உலை மீதேறி நிற்பது, வார்ப்பிலிருந்து சுழன்ற அச்சுகளிலிருந்து வெல்ல அச்சை வாயில் போட்டுக் கொள்வது, காவிரி வளைவுகளைப் பார்ப்பது, இப்படியே நின்று நின்று கல்லணையை எட்டும் போது பிற்பகலும் சாயத் தொடங்கிற்று.

கவுந்தி அடிகள் கண்ணகியை எச்சரித்ததை மனதில் கொண்டு, காவேரி நீரைக் கைநிறைய அள்ளிக் குடிக்க வேண்டும் என்று தோன்றிய ஆசையை நிராகரித்தோம். கருப்பஞ்சாற்றைப் பருகியபோதெல்லாம் மீண்டும் தாகம் எடுத்துக்கொண்டுதான் இருந்தது. கவுந்தி அடிகள் கூறியதுபோல் தண்ணீரில் தேனீக்கள் மொய்த்துக் கொண்டிருக்கவில்லை என்றாலும் வெறும் தண்ணீர் சாப்பிடுவதற்கு பதிலாக இன்னும் கொஞ்சம் கருப்பஞ் சாற்றையே பருகுவதைத்தான் நாங்கள் விரும்பினோம். சர்க்கரைப் பந்தலில் தேன்மாரி என்பது இன்றைய பழமொழி. கவுந்தி அடிகளின் வர்ணனைதான் இந்தப் பழமொழிக்கு அடிப்படை யாக இருந்திருக்க வேண்டும். கருப்பந்தாளைச் சுற்றியே தேனீக்கள் கூடு கட்டியிருந்ததாகவும் காற்றில் சாய்ந்த கரும்புப் பயிருடன் தேனீக்கள் தண்ணீரில் கலந்துவிட்டதாகவும் வர்ணிக்கிறார், இளங்கோவடிகள்.

நடந்தாய்; வாழி, காவேரி!

... ... ஆங்கண்
கரும்பில் தொடுத்த பெரும்தேன் சிதைந்து,
கரும்புசூழ் பொய்கைத் தூநீர் கலக்கும்;
அடங்கா வேட்கையின் அறிவு அஞர்எய்தி,
குடங்கையின் நொண்டு, கொள்ளவும் கூடும்

12
கழனி நாடு

காவேரி கடலில் கலப்பதற்கு முன் அதனுடைய நீரைப் பாசனத்திற்குப் பயன்படச் செய்யும் முயற்சியில் கல்லணை நிறுவப்பட்டது, ஒரு அற்புத சாதனை. கிருஷ்ண ராஜ சாகரம், மேட்டூர் தேக்கம் போன்ற இன்றைய பொறியியல் சாதனைகள் ஏற்படுவதற்குப் பதினெட்டு நூற்றாண்டுகளுக்கு முன்பே கட்டப்பட்ட கல்லணை, காலத்தை வென்று நிற்கிறது. ஆங்கிலத்தில் மிகவும் பொருத்தமாக *Grand Anicut* என்று கூறப்படும் கல்லணையின் அமைப்பைக் கண்டு பல மேல் நாட்டுப் பொறியியல் நிபுணர்கள் வியந்திருக்கிறார்கள். பதினேழாம் நூற்றாண்டில் ஈஜிப்ட் நாட்டிலிருந்து டில்லியில் மொகலாய சமஸ்தானத்திற்கு வந்திருந்த ஒரு தூது கோஷ்டி தென்னிந்தியாவில் கட்டப்பட்டிருந்த ஒரு பெரிய அணைக் கட்டைப் பார்க்க வேண்டும் என்று விரும்பியதாம். மொகலாய மன்னன் அந்தத் தூதுக் குழுவினரைக் கல்லணைக்கு அனுப்பியதாகவும் ஒரு கதை வழங்கி வருகிறது. ஆற்று நீரைக் கட்டுப்படுத்தி பாசனத்திற்கு உதவும் முயற்சிகளில் கல்லணை ஒரு சீரிய சான்றாக வரலாற்றில் இடம் பெற்றிருப்பது இது போன்ற பல சம்பவங்களாலும் அறியப்படுகிறது.

கங்கைக் கால்வாய் திட்டத்தின் அதிகாரியான *Baird Smith* என்பவர் 1853ஆம் ஆண்டு கல்லணைக்குச் சென்று பார்த்துவிட்டு எழுதிய அறிக்கையில் நவீன பொறியியல் சாதனங்கள் கிடைக்கப் பெறாத காலத்தில் இத்தகைய அரிய சாதனை புரியப்பட்டதைப் பாராட்டியிருக்கிறார். அந்தக் காலத்திய பாசன அமைப்புகளில் துணிச்சலான கட்டமைப்பும், நீர்ப்பாசனப் பொறியியல் பற்றிய ஆழ்ந்த அறிவும் காணப்படுவதாக அவர் குறிப்பிட்டிருக்கிறார். 1080 அடி நீளத்திற்கு அமைக்கப்பட்

டிருக்கும் கல்லணையின் அகலம் 40 முதல் 60 அடி வரையிலானது. 15 முதல் 18 அடி ஆழத்திற்கு நிறுவப்பட்ட இந்த அமைப்பு ஒரு பாம்புபோல் நெளிந்து வளைந்து செல்கிறது. 1839ஆம் ஆண்டில் இந்த அணையின் மீது ஒரு பாலம் கட்டப்பட்ட போது அந்தப் பாலத்தின் வடிவமும், அணையின் வடிவத்தையொட்டி வினோதமாகவே அமைந்தது. அந்த சமயத்தில் பிரிட்டிஷ் பொறியியல் நிபுணர்கள் கல்லணைக்கு சீரமைப்பு முயற்சிகள் மேற்கொண்டபோது பழமை மிகுந்த அந்த அணைக்கட்டின் குறுக்கே பன்னிரண்டு அடி ஆழம் வெட்ட நேரிட்டது. அணையின் கற்களுக்கிடையே நீரோட்டத்திற்குப் பொருத்தமான சிமெண்ட் போன்ற பொருள் ஒன்றும் உபயோகிக்கப்படவில்லை, வெறும் களிமண்ணே பயன்படுத்தப்பட்டது என்ற உண்மை அப்பொழுது பெரும் வியப்பை அளித்தது. கல்லும், களிமண்ணும் மட்டுமே சேர்ந்த ஒரு அமைப்பு 1600 ஆண்டுகளுக்கு மேலாக காவேரியின் வெள்ளத்தைத் தடுத்து நின்றது என்ற அதிசயம், பின்னர் நவீன சாதனங்களுடன் மேற்கொள்ளப்பட்ட வெள்ளக் கட்டுப்பாடு, பாசன அலுவல்கள் போன்ற முயற்சிகளுக்கு ஊக்கம் ஊட்டிற்று.

கல்லணை சோழ மன்னன் கரிகாலனால் கட்டப்பட்டது என்று கொள்வதற்கு இலக்கியச்சான்றுகள் பல உள்ளன. கி.பி. முதல் நூற்றாண்டு இறுதியில் ஆண்ட கரிகாலன் இரு பெரும் போர்களில் பல எதிரிகளை முறியடித்து வெற்றி அடைந்ததையும், காவேரியின் போக்கைக் கட்டுப்படுத்தி, கழனிகளில் எல்லாம் தானியம் நிறைந்த கதிர் குலுங்கும் செழிப்பை உண்டாக்கியதையும் பட்டினப்பாலை, பொருநராற்றுப் படை போன்ற பாடல்களில் காணலாம்.

கழனி நாடு

கல்லணையைக் கரிகாலன்தான் அமைத்தான் என்ற திட்ட வட்டமான குறிப்பு இந்த இலக்கியச்சான்றுகளில் இல்லை யென்றாலும் கரைபுரண்டோடிய காவேரியை அவன் கட்டுப்படுத்தினான் என்று தெலுங்கு சோழ கல்வெட்டுகளில் குறிப்பிடப்பட்டிருப்பதும், ராஜேந்திர சோழனின் திருவாலங் காட்டுச் செப்பேடுகளில் கரிகாலன் காவேரிக்குக் கரையமைத் தான் என்று சொல்லப்பட்டிருப்பதும் எங்கள் நினைவிற்கு வந்தன. உடனே எங்களுடைய ஆராய்ச்சிப்பிரிய நண்பர் இன்னும் பல சான்றுகளுடன் விவாதத்தைத் தொடங்கி விட்டார். காவேரிப் பிரயாணத்தில் நாங்கள் கண்ட இடங்களைக் கடந்து சென்று விட்ட சமயங்களில்கூட இவர் இப்படித்தான் ஆராய்ச்சி யில் இறங்கி எங்களை அந்தந்த இடங்களுக்கு மானசீகமாக மீண்டும் அழைத்துச் சென்றுவிடுவார். காவேரி நீரைப் பாதுகாத்து நாட்டுக்குச் செழிப்பு உண்டாக்கிய அந்தச் சோழ மேதையின் பெயர் “கரிகாலன்” என்று மட்டுமல்ல, ‘கரைகாவலன்’ என்று கூட இருந்திருக்கலாம் என்று புதிய சூத்திரமொன்றை நண்பர் தோற்றுவித்தார்.

யுகாந்த காலமாக மேற்கே குடகிலிருந்து, கிழக்கே வங்கக் கடல் வரை பாய்ந்து கொண்டிருந்த காவேரி நீர் ஆயிரத்து ஐநூறு ஆண்டுகளுக்கும் அதிகமான காலத்தில் ஒரு கல்லணை யினால் மட்டும் தடுக்கப்பட்டுப் பின்னர் பல கிளைகளாகப் பிரிந்தது. மண்ணைப் பொன்னாக்கி வந்த அற்புதத்திற்குக் காரணமாயிருந்த கல்லணை முழுவதையும் சுற்றிப் பார்த் தோம். கண்ணம்பாடி அணையும், மேட்டூர் அணையும் தடுத்து நிறுத்திப் பின்னர் அனுமதிக்கும் அளவை மட்டும் கொண்டு வரும் காவேரியின் தோற்றத்தை அன்று கண்டபோது கரி காலன் கரை கட்டியபோது எப்படி இருந்திருக்கும் என்ற வியப்பு நிறைந்த வினா எங்கள் மனதில் உருவெடுத்தது. ஆனால் கரிகாலன் கண்ட காட்சியை எந்த விதத்திலும் கற்பனையில் அடக்கமுடியவில்லை. காவேரி ஓட்டத்தின் முற்பகுதியில் அணைகள் ஏற்பட்ட பின்னர் கல்லணையில் துவங்கும் டெல்ட்டாப் பிரதேசத்தில் அதைக் கட்டுப்படுத்துவது எளிதுதான். அதுவும் விஞ்ஞான முற்போக்கு நிறைந்த இந்த நாட்களில். ஒரு விதக் கட்டுப்பாடும் இல்லாமல் பாய்ந்து வந்து கொண்டிருந்த காவேரியைத் தன்னுடைய முயற்சிகளின் மூலம் பாசனத்திற்கு உதவச் செய்யத்துணிந்த கரிகாலனை நினைத்த வண்ணம் நடந்து கொண்டிருந்த எங்களுக்கு நாங்களும் சோழ வீரர்களோ என்ற பிரமைகூட ஏற்பட்டது.

திருச்சிராப்பள்ளி மாவட்டத்தில் அகண்ட காவேரியாகப் பாய்ந்து ஸ்ரீரங்கத்தை நெருங்கும்பொழுது தன்னிடமிருந்து பிரிந்த கொள்ளிடத்துடன், ஸ்ரீரங்கத்தைத் தாண்டிய பின்

காவேரி மீண்டும் சேருகிறாள். இந்த இடத்தில்தான் கல்லணை நிறுவப்பட்டிருக்கிறது. கொள்ளிடத்தின் படுகை மட்டம் தாழ்வாக இருப்பதால் காவேரியின் நீர் முழுவதும் உள்ளூர்க் கால்வாயின் வழியாகக் கொள்ளிடத்திற்குள் பாய்ந்து வீணாகி விடாமலிருப்பதற்காகத்தான் கல்லணை கட்டப்பட்டதென்று தெரிகிறது.

கல்லணைக்கப்பால் காவேரி பல கிளைகளாகப் பிரிந்து, சுற்றியுள்ள நிலங்களுக்கெல்லாம் வளம் கொடுக்கிறாள். சமீபகாலத்தில் இந்த அணை திருத்தி அமைக்கப்படுவதற்கு முன்பு பல நூற்றாண்டு காலம் அந்தப் பிரதேசத்தின் பாசன முறை இயற்கையான சூழ்நிலையை ஒட்டி அமைந்திருந்தது. நீர்ப்பாசனமும், வடிகாலும் இணைந்த ஒரு முறை கையாளப் பட்டு வந்தது. காவேரியின் கிளைகளாகப் பிரிந்த பல கால்வாய் களில் அதிக அளவு நீர்பாய்ந்து அருகிலுள்ள நிலங்களுக்கு உதவும் வகையில் மதகுகள் அமைக்கப்பட்டிருந்தன. உயர்ந்த மட்டத்திலுள்ள வயல்களுக்குப் பாய்ந்து எஞ்சிய தண்ணீர் அடுத்தாற்போல் தாழ்ந்த மட்டத்தில் உள்ள நிலங்களுக்குப் பாசன வசதி அளிக்கும் முறையில் கால்வாய்கள் அமைக்கப் பட்டன. அதிக வெள்ளம் ஏற்பட்டபோதும் இந்தப் பல்வேறு கிளைகள் வெள்ள நீரைப் பரவலாக்கி, குறிப்பிட்ட பகுதி களுக்கு ஆபத்து நேரா வண்ணம் பயன்பட்டன. நடைமுறை யில் இந்தப் பாசனத்திட்டம் ஆற்று வெள்ளத்தை நன்றாகப் பயன்படுத்தி வந்தது. ஆயினும் நாளடைவில், போர், அமைதி யற்ற அரசியல் நிலைமை, முதலிய காரணங்களால் கவனம் இழந்த இந்த முறையில் சில சிக்கல்கள் ஏற்பட்டன. கால்வாய் களிலும், ஆற்றுக் கிளைகளிலும் படிந்த வண்டல் மேடிட்டு, படுகைகள் உயர்ந்து, பாசன முறையும் பாதிக்கப்பட்டது. இந்த நிலையில்தான் சென்ற நூற்றாண்டில் பிரிட்டிஷ்

கல்லணை: ஒரு தோற்றம்

அரசாங்கப் பொதுப் பணித்துறை பல சீரமைப்பு வேலைகளை மேற்கொண்டது.

படுகைகளில் நிறைந்துவிட்ட மணலை அகற்றுவதற்கும், மதகுகளை சீர்படுத்துவதற்கும் அலுவல்கள் தொடங்கின. கரிகாலன் காலத்தில் கட்டப்பட்ட கல்லணையின் உயரம் அதிகரிக்கப்பட்டது. இதன் விளைவாக அந்த அணைக்கு முன் அதிக அளவு நீர் தேக்கப்படும் வாய்ப்பு கிடைத்தது. இதன் பயன் அதிக காலம் நீடிக்கவில்லை. காரணம், காவேரி ஸ்ரீரங்கத்திற்கு முன்பு கொள்ளிடத்தைப் பிரித்துக் கொடுக்கும் இடத்திலேயே காவேரியின் படுகை மேடாகிக் கொண்டிருந்தது தான். அதன் விளைவாக அதிக அளவு தண்ணீர் கொள்ளிடத்திற்குள் பாய்ந்து வீணாகிக் கொண்டிருந்தது. காவேரிப் படுகையில் மணல் நிறைந்து மேடிட்டு வருவதைத் தடுக்க அடிக்கடி தூர் எடுக்கப்பட்டுக் கொள்ளிடத்தின் முகப்பும் மூடப்பட்டு – இதுபோன்ற பல முயற்சிகள் பல ஆண்டுகள் கையாளப்பட்டன. அதிக பலன் கிடைக்கவில்லை. டெல்ட்டாப் பிரதேசத்திற்குத் தேவையான தண்ணீரின் அளவு குறைந்து கொண்டே வந்தது. கரிகாலன் காலத்திற்குப் பிறகு காவேரி நீர்போல் பெருகிவிட்ட மக்கள் எண்ணிக்கைக்குத் தேவையான வேளாண்மைக்கு இன்றியமையாத புதிய பாசன முறைகள் அவசியமாயிற்று.

1836ஆம் ஆண்டு முதன் முதலாகக் கொள்ளிடம் பிரியு மிடத்தில் பொறியியல் நிபுணர் ஆர்தர் காட்டன் கொள்ளிடத்திற்குக் குறுக்கே எழுப்பிய மேலணை இந்தத் தேவையை ஒருவாறு நிவர்த்தி செய்தது. கொள்ளிடத்திற்குள் அதிக அளவு தண்ணீர் சென்று விடுவதை இது தடுத்தது. ஆனால் வெள்ளம் வரும்போது காவேரியில் பிரவாகம் நிறைந்து அளவுக்கு மிஞ்சிய நீர் நிறைந்ததால் கரைகளுக்கு சேதம் ஏற்பட்டது. இந்த ஆபத்தைத் தவிர்ப்பதற்காக அந்தப் பகுதியில் காவேரியின் குறுக்கேயும் ஒரு அணை பின்னர் கட்டப்பட்டது. சில ஆண்டுகளுக்குப் பிறகு மேலணையும் திருத்தி அமைக்கப்பட்டது. இந்த அலுவல்களின் பயனாகக் கொள்ளிடத்திற்குள் வெள்ளநீர் பாய்வதற்கு வசதி ஏற்பட்டதோடு காவேரியாற்றில் தேவையான அதிக அளவு தண்ணீர் பாய்வதற்கும் ஏற்பாடு செய்யப்பட்டது. மேலணைப் பகுதியில் காவேரி இரண்டாகப் பிரிவதற்கு முன் கிடைக்கும் தண்ணீர் சீராகக் கட்டுப்படுத்தப்பட்டு டெல்ட்டாப் பிரதேசம் முழுவதற்கும் பாசன வசதி கிடைத்தது.

கல்லணையைத் தாண்டிக் காவேரி பாயுமிடத்தில் வெண்ணாறு பிரிகிறது. அங்கே அமைக்கப்பட்டிருக்கும் Regulator பாயும் நீரைக் காவேரிக்கும் வெண்ணாற்றுக்கும் பகிர்ந்து கொடுப்பதோடு வெள்ள நாட்களில் பிரவாகத்தைத்

கல்லணை முகப்பு

தடுக்கவும் உதவுகின்றன. இதைப்போன்ற ரெகுலேட்டர்கள் பல, கிளைக் கால்வாய்களின் முகப்புகளில் அமைக்கப்பட்டிருப்பதால் சுற்றியுள்ள நிலங்களுக்கெல்லாம் பாசன வசதி கிடைக்கிறது. கல்லணையின் கடைக்கால் பகுதி மணல் அரிப்பினால் பாதிக்கப்படாமல் இருப்பதற்காக 1100 அடி நீளத்திற்குப் படுகை ரெகுலேட்டர் ஒன்று அமைக்கப்பட்டிருக்கிறது. 1924ஆம் ஆண்டு ஏற்பட்ட கடுமையான வெள்ளத்தினால் விளைந்த சேத்தைத் தடுப்பதற்கும் பின்னர் முயற்சிகள் மேற்கொள்ளப்பட்டன. மேலணைப் பகுதியில் அந்தப் பிரவாகத்தின்போது வினாடிக்கு 4,75,000 கன அடி தண்ணீர் பாய்ந்து கொண்டிருந்தது. அப்பொழுது ஏற்பட்ட சேதத்தைத் தடுக்கும் முறையில் கல்லணைக்கு ஒரு மைல் மேற்கே காவேரியின் வடகரையில் ஒரு கலிங்கல் அணை அமைக்கப்பட்டது. அளவுக்கு மீறிய வெள்ளம் வந்துவிட்டால் இந்தக் கலிங்கலின் மூலமாக வினாடிக்கு 98,000 கன அடி தண்ணீர் கொள்ளிடத்திற்குள் பாய்ந்து விடும். கல்லணைக்கும் அதிக சேதம் ஏற்படாது.

காவேரி வெண்ணாறு ரெகுலேட்டருக்கு அப்பாலும், பின்னர் பல சிறிய ரெகுலேட்டர்கள் அமைக்கப்பட்டதால் ஆற்றின் பல கிளைகளிலும், கால்வாய்களிலும் தண்ணீர் சீராகப் பாய்வதற்கு வசதி ஏற்பட்டது. இதைப்போன்ற பல வகைகளில் காவேரித் தண்ணீரின் போக்கைக் கட்டுப்படுத்திப் பாசனத்திற்குப் பயன்படுத்தும் வகையில் செய்யப்பட்ட ஏற்பாடுதான் காவேரி டெல்ட்டாப் பாசன முறை. இந்த முறையின் பயனாக

டெல்டாப் பகுதியில் சுமார் 10 லட்சம் ஏகரா நிலங்களுக்குத் தண்ணீர் கிடைக்கிறது. டெல்டாப் பகுதியில் இத்தகைய பயன் கிடைக்கும் பாசன முறை செயல்படுவதற்கு மிகவும் உதவி யாயிருப்பது மேட்டூர் அணையும், நீர்த்தேக்கமும். அதை நோக்கித் தான் நாங்கள் போய்க்கொண்டிருந்தோம்.

கல்லணையிலிருந்து கடல்வரை காவேரியின் கைவிரல்கள் போல் பூமியை அரவணைக்கும் பல கிளை ஆறுகளும், கால்வாய் களும் தஞ்சை மாவட்டத்தின் குன்றாத நீர் வளத்திற்குக் காரணமாய் இருக்கின்றன. காவேரியின் வலது கரையில் வெண்ணாற்று ரெகுலேட்டருக்கு அருகிலிருந்து பிரிந்து தண்ணீர் சுமந்து செல்லும் கல்லணைக் கால்வாய் 70 மைல் நீளம் கொண்டது. தஞ்சாவூர் நகரத்தின் வழியாகச் செல்லும் இந்தக் கால்வாய் பின்னர் காலியனோடை, ராஜா மடம் கால்வாய்களாகப் பிரிந்து தெற்கே நரசிங்க காவேரிவரை ஓடும் பொழுது மேலும் பல கால்வாய்களாகப் பிரிகிறது. கல்லணைக் கால்வாய் காவேரியிலிருந்து பிரியும்பொழுது 180 அடி அகலம் கொண்டதாக இருந்தாலும், போகப்போக கிளை பிரிந்து, அகலம் குன்றி, கடைசியில் 30 அடி அகலமுள்ள பாசன வாய்க்காலாக மாறிவிடுகிறது.

வெண்ணாற்றிலிருந்து பிரியும் ஒரு கிளைதான் வடவாறு. 20 மைல் நீளமுள்ள இந்தக் கால்வாய் வடுவூர் ஏரிக்குள் பாய்ந்து, பின்னர் கண்ணனாறு என்ற பெயருடன் பாமணி ஆற்றோடு சேர்ந்து கடல் நோக்கிப் போகிறது. பல ஆண்டுகள் வீணாகிக் கொண்டிருந்த வடவாற்றுத் தண்ணீரைப் பயன் படுத்துவதற்காக அதன் போக்கில் பல ரெகுலேட்டர்கள் அமைக்கப்பட்டிருக்கின்றன. கால்வாயின் அளவும் விஸ்தரிக்கப் பட்டு மேலும் அதிக நிலப் பகுதிகளுக்குத் தண்ணீர் கிடைக்க ஏற்பாடு செய்யப்பட்டது. வடவாறு, வடுவூர் ஏரிக்குள் பாய்வதற்கு முன்பு ஓரிடத்திலிருந்து புதிய கால்வாய் ஒன்று வெட்டப்பட்டு வடவாறு விஸ்தரிப்பு திட்டம் நிறைவேற்றப் பட்டது.

காவேரி டெல்ட்டாப் பிரதேசத்தில் பாசன வசதிகள் அதிகரித்தனவென்றாலும், தண்ணீர் வடிகாலுக்கான வசதிகள் அதிகம் இல்லை. காவேரியின் தண்ணீர் பல கிளைகளிலும் பாய்ந்து சென்ற பிறகு அந்தக் கிளைகளின் இறுதி கட்டங் களின் தண்ணீர் முழுவதும் வடிந்து விடாமல் தேங்கிவிடும் நிலை ஏற்பட்டது. கடற்கரையோரப்பகுதிகளில் அதிக மழை பெய்தபோது தேக்கமும் அதிகரித்தது. வேளாண்மை பாதிக்கப் பட்டது. இதற்குப் பரிகாரம் தேடுவதற்காகப் பல திட்டங்கள் மேற்கொள்ளப்பட்டன. தண்ணீர் கரைபுரண்டு ஓடி, நிலங் களில் தங்காமலிருப்பதற்காகக் கரைகளை உயர்த்தியும், அணை

களை ரெகுலேட்டர்களாக மாற்றியும் சீரமைப்புகள் மேற் கொள்ளப்பட்டன. சமீப காலத்தில் பாசன முறையைத் தனியாக வும், வடிகால் முறையைத் தனியாகவும் கையாளும் அலுவல்கள் மேற்கொள்ளப்பட்டன. டெல்ட்டாவின் கடைசிப் பகுதிகளில் வடிகால்கள் வெட்டப்பட்டுக் கடலுடன் இணைக்கப்பட்டன. கும்பகோணம், மாயூரம், சீர்காழி, நன்னிலம் தாலுக்காக்கள் தவிர தஞ்சை, பாபநாசம், மன்னார்குடி, திருத்துறைப்பூண்டி, நாகப்பட்டினம் ஆகிய தாலுகாக்களில் சில பகுதிகளும், காவேரி டெல்ட்டாப் பாசன முறையில் அடங்கி உள்ளன. இந்தப் பகுதிக்குப் பழைய டெல்ட்டா என்று பெயர். மேட்டூர் நீர்த் தேக்கம் அமைக்கப்பட்டதன் பயனாகத் தஞ்சை மாவட்டத்தின் தெற்குப்பகுதியில் பாசன வசதி பெற்ற பிரதேசம்தான் புதிய டெல்ட்டா. டெல்ட்டாவின் ரேகைகளான கால்வாய்களில் சில, பாசனத்திலிருந்து மிஞ்சிய தண்ணீரைக் கடலில் கொண்டுபோய்ச் சேர்க்கின்றன. மற்றும் சில பரந்து கிடக்கும் பசுமை நிறைந்த வயல்களுக்கிடையே மறைந்து விடுகின்றன. வெண்ணாறு, குடமுருட்டி, வீரசோழன், விக்ரமனாறு, அரசலாறு – இவைகளே காவேரியின் முக்கியக் கிளை நதிகள். கொள்ளிடம்தான் முதலில் பிரியும் பெரிய கிளை. வெண்ணாற்றி லிருந்து, வெட்டாறு, வடவாறு, கோரையாறு, பாமணியாறு, பாண்டவயாறு, வெள்ளையாறு முதலியவை பிரிந்து செல் கின்றன. டெல்ட்டாப் பகுதியில் கிளைநதிகள் அடப்பாறு, உப்பனாறு, என்ற மற்றும் பல கிளைகளாகப் பிரிந்து விடுகின்றன. இவற்றின் முகத்துவாரங்களில் தோப்புத்துறை, திருமுல்லை வாசல், முத்துப்பேட்டை போன்ற சிறிய துறைமுகங்களும் இருக்கின்றன. திருச்சிராப்பள்ளியை அடைவதற்கு முன்பே காவேரியை விட்டுப் பிரிந்த கொள்ளிடம், தேவிகோட்டைக்கு அருகே கடலில் கலக்கும்வரை மூத்த பெண் என்ற வகையில் அன்னை காவேரி அளித்த தண்ணீர் முழுவதையும் ஏறக்குறைய அப்படியே சுமந்து செல்கிறாள். 10 லக்ஷம் ஏகரா நிலங்களின் தாகத்தைத் தவிர்த்து அந்த பூமி முழுவதையும் தன்னுடைய கணக்கற்ற புதல்விகளான கிளைக் கால்வாய்களினால் வருடிக் கொடுத்துவிட்டுக் காவேரி சிறு ஓடையாகக் காவேரிப் பூம்பட்டினத்தில் கடலை அடைகிறாள்.

அவ்வப்பொழுது மேற்கொள்ளப்பட்ட சீரமைப்பு வேலை களால் டெல்டாப்பாசனம் நல்ல பயன் தருகிறது என்றாலும் இன்னும் அதிகப் பயன் கிடைக்கும் வகையில் அந்தப் பகுதியை தற்கால நிலைக்கேற்பப் புதுப்பிக்கும் பெரிய திட்டம் ஒன்று இன்று தயாரிக்கப்பட்டிருக்கிறது. 49 கோடி ரூபாய் செலவில் நிறைவேற்றப்படவிருக்கும் இந்தத் திட்டத்தின் பயனாக ஆற்று நீரையும் நிலத்தடி நீரையும் ஒருங்கிணைத்து பாசன நீரை

நல்ல முறையில் பயன்படுத்தலாம். மேலும் $3^{1}/_{2}$ லக்ஷம் ஏகராவில் இரண்டாவது போகம் சாகுபடி ஏற்படுவதுடன் ஏற்கனவே சாகுபடியாகும் நிலங்களில் அதிக மகசூல் காணவும் வாய்ப்பு கிடைக்குமாம்.

மொத்தம் 999 மைல் நீளமுள்ள 36 ஆறுகளும், 14,981 மைல் நீளமுள்ள 29,881 கால்வாய்களும் அடங்கிய காவேரி டெல்ட்டாப் பிரதேசத்திற்கு மேட்டூர் தேக்கத்திலிருந்து தண்ணீர் கிடைக்கிறது. மேலணை, கல்லணை, கீழணை போன்ற அமைப்புகளின் மூலம் கட்டுப்படுத்தப்பட்டுப் பாயும் தண்ணீரின் பாசனமுறை பழையபடியே தொடர்ந்து இருந்து வந்திருப்பதை மாற்றி அமைக்கவே புதிய திட்டம் வரையப்பட்டிருக்கிறது.

வெள்ளம் ஏற்படும்போது நீரைக் கட்டுப்படுத்த ஆற்றுத் தலைப்புகளில் மதகுகளைத் திருத்தி அமைப்பது; படுகைகளி லிருந்து தூர் அகற்றிக் கரைகளை உயர்த்துவது, நீர் சுரந்து வற்றிப் போகும் பகுதிகளில் கரைகளுக்கு உள் பூச்சுக் கொடுப்பது, ரெகுலேட்டர்கள் அமைப்பது போன்ற அலுவல்கள் இந்தப் புதிய திட்டத்தில் அடங்கியுள்ளன. மேலணைக்கருகே காவேரி யின் குறுக்கே ஒரு அணை எழுப்பி வெள்ள நீர் காவேரிக்குள் நுழையாமல் செய்வதும், வடிகால் ஆறுகளில் நீர் விரைவாக வடிவதற்கான ஏற்பாடுகள் செய்வதும் மற்ற அம்சங்கள்.

டெல்ட்டாப் பகுதியில் தற்காலத் தேவைக்கேற்ற சீரமைப்புகள் நிறைவேற்றிய பிறகு பல நெல் ரகங்களில் மகசூல் அதிகரிப்பு எதிர்பார்க்கப்படுகிறது. CO 25 என்னும் சம்பா நெல் இப்பொழுது ஏகருக்கு 1000 கிலோ கிராம் கிடைக்கிறது. ADT 27 குறுவை ஏகருக்கு 1100 கிலோ கிராம். தாளடி CO 25 ஏக்கருக்கு 900 கிலோ கிராம். திட்டம் பூர்த்தியான பிறகு இந்த ரகங்கள் முறையே ஏகருக்கு 1250, 1350, 1200 கிலோ கிராம் கிடைக்கு மென்று மதிப்பிடப்பட்டிருக்கிறது. இரு போகத்திற்கான 30,000 ஏகரா நிலப்பகுதியின் தேவைக்காக 5000 வடிமுனைக் குழாய்கள் அமைக்கவும் ஏற்பாடு செய்யப்படுமாம். இது தவிர 1000 குழாய்க் கிணறுகளும் தோண்டப்படும்.

நெற்பயிர் தவிரக் கரும்பு, பருப்பு வகைகள் போன்ற பொருள்களின் சாகுபடிக்கும் அதிக வாய்ப்புகள் உண்டாகும். வடிகால் முறையின் அபிவிருத்தியின் பயனாக மேலும் 20,000 ஏகராவில் கரும்பு பயிரிடப்படலாம். இப்பொழுது 1 லட்சம் ஏகரா பகுதியில் பருப்பு வகைகள் சாகுபடி நடக்கிறது. இந்தப் பகுதி 3 மடங்காக அதிகரிப்பதற்கு வாய்ப்பு உண்டு. ஆண்டு தோறும் சிற்சில அம்சங்களில் செயலாற்றப்படவிருக்கும் இந்தத் திட்டம் முற்றிலும் நிறைவேற்றப் படுவதற்குப் பத்து ஆண்டுகளாகும்.

'காவிரி நாடன்ன கழனி நாடு' என்று கோசலை நாடே கம்பனால் போற்றப்பட்டது. காவேரி டெல்ட்டாப் பிரதேசம் இப்பொழுதே பார்த்தவிடமெல்லாம் பசுமையாகத் தோன்றும் காட்சி புதிய திட்டம் நிறைவேற்றப்பட்டபின் இப்படி இருக்கும் என்று வர்ணிப்பதற்குப் புதிய சமுதாயத்தில் பல இளங்கோவடி களும், உருத்திரங்கண்ணனார்களும், முடத்தாமக்கண்ணியார் களும் தோன்றுவது நிச்சயம். காவேரி தரும் செழிப்பினால் அதன் கரைகளில் நகரங்கள் கலைக்கேந்திரங்களாக விளங்கி இசைவாணர்களும், கலைஞர்களும் தலைமுறை, தலைமுறை யாய்ப் பிறந்து வளர்ந்து வந்திருப்பது வரலாற்று உண்மை. சம்பவங்கள் மீண்டும் நிகழ்வதே வரலாற்றின் இயல்பு, என்றால் இத்தகைய நம்பிக்கைக்குக் குறைவில்லை.

கண்ணுக்கெட்டிய தூரம்வரை பசுமை. அடிவானம்வரை வாரித் தெளித்த பச்சை. கல்லோ, குன்றோ காணாத கழனிப் பரப்பு. தென்னையும், மாவும் தோப்புகளாக அங்கங்கே குழுமி நின்று பொன்னி தரும் வளத்தைக் கண்டு வியந்து நிற்கும் தோற்றங்களே, நிலமெங்கும் விரிக்கப்பட்ட பச்சைக் கம்பளத்தின் கரைகளாகக் காட்சி அளிக்கின்றன. வங்கக் கடல் நோக்கி சற்றே தாழ்ந்து, சரிந்து செல்லும் நிலப்பகுதி முழுவதையும், குடகு மலையிலிருந்து மைசூர்ப் பிரதேசம் வழியாக, தான் கொண்டுவந்த வண்டல் மூலம் வளப்படுத்திய காவேரி தன்னுடைய தண்ணீர் முழுவதையும் பூமிதேவிக்கு அர்ப்பணித்து, அர்ச்சனை செய்வது போன்ற ஒரு பிரமை டெல்ட்டா வயல்களைப் பார்க்கும் போதெல்லாம் ஏற்படுகிறது.

கண்ணம்பாடி, மேட்டூர், மேலணை, கீழணை போன்ற பெரிய தடைகளையும் மீறித் தண்ணீர் கொண்டுவந்து இன்று

தரையெல்லாம் விளையச் செய்யும் காவேரி ஓய்வற்று நடந்து கொண்டிருந்ததை அன்று கண்ட இளங்கோ 'வாழி! வாழி!' என்று பாடியதில் வியப்பில்லை. கட்டுப்பாடு சிறிதுமின்றிப் பாய்ந்து கொண்டிருந்த காவேரியைத்தானே அவர் பார்த்திருக்க வேண்டும்! கல்லணைகூட அப்பொழுது கட்டப்படாமல் இருந்திருக்கலாம் என்று ஆராய்ச்சி நண்பர் குறிப்பிட்டார். ஆனால் நவீன வசதிகளுடன் திருத்தியமைக்கப்பட்ட கல்லணையில் நின்ற வண்ணம் காவேரியின் கடல் நோக்கிப் பாயும் வண்ணத்தை நினைத்துப் பார்த்த எங்களுக்கு ஆற்று ஒலியின் பொருள் செறிந்த, எழில் மிளிரும் பல வரிகள், என்றோ கேட்டு மறக்க முடியாத இசைபோல ஒலித்தன.

'தேன் பருகிய வண்டுகளின் ரீங்காரம் சூழ, அழகு நிறைந்த மலராடை அணிந்து, கயல்விழியில் நாணம் தோன்ற நடந்து வரும் காவேரியே! மலர் வனத்தில் மயில்கள் ஆட, குயில்கள் இனிய இசை பாட, மயக்கம் தரும் மாலைப்பொழுதில் நடந்து வரும் காவேரியே! தான் ஈன்ற குழந்தையைச் சீராட்டி வளர்ப்பதற்குத் தயங்காத தாய்போன்ற நீ இந்த நிலத்தின் வளம் செழிப்பதற்கு உன்னுடைய தண்மையெல்லாம் ஓயாமல் கொடுத்தருளும் காவேரியே! நீ வாழ்க! நீ வாழ்க!' என்று மாதவியைப் பாடச் செய்த இளங்கோ கண்ட காவேரியை அன்று நாங்கள் கற்பனை செய்து பார்க்க முயன்றோம்.

மருங்கு வண்டு சிறந்தார்ப்ப
   மணிப்பூ ஆடை அதுபோர்த்துக்
கருங்கயற்கண் விழித் தொல்கி,
   நடந்தாய்; வாழி, காவேரி!
கருங்கயற்கண் விழித் தொல்கி,
   நடந்த வெல்லாம் நின் கணவன்
திருந்து செங்கோல் வளையாமை
   அறிந்தேன் வாழி காவேரி!

பூவர் சோலை மயிலாடப்
   புரிந்து குயில்கள் இசைபாட
காமர் மாலை அருகசைய
   நடந்தாய் வாழி காவேரி!
காமர் மாலை அருகசைய,
   நடந்த வெல்லாம் நின் கணவன்
நாம வேலின் திறங்கண்டே
   அறிந்தேன் வாழி காவேரி!

வாழியவன்றன் வள நாடு
   மகவாய் வளர்க்கும் தாயாகி
ஊழி உய்க்கும் பேருதவி
   ஒழியாய் வாழி காவேரி!
ஊழி உய்க்கும் பேருதவி
   ஒழியா தொழுகல் உயிரோம்பு(ம்)

ஆழியாள்வான் பகல் வெய்யோன்
 அருளே வாழி காவேரி!

என்று எங்களுடைய சங்கீத நண்பர், மாதவி இசைத்ததை மீண்டும் பாடியது ஒரு நல்ல காரியமாயிற்று. இல்லாவிட்டால் ஆராய்ச்சி நண்பர் சர்ச்சை தொடங்கியிருப்பார். கல்லணை கட்டியது யார்? கரிகாலன் காலம், போன்ற பிரச்சனைகளைப் பற்றி விவாதிப்பதில் அவருக்கு அளவிலாத ஆர்வம். உணர்ச்சி வசப்பட்டு நண்பர் ஆற்றுவரிப் பாடல்களை இசைத்துக் கொண் டிருக்கும் பொழுதே ஆராய்ச்சி நண்பர் தமக்குள் ஒரு கணக்குப் போட்டுக் கொண்டிருந்தார். இந்த நாட்களில் 10 லட்சம் ஏகராக்களுக்குப் பாசனம் கிடைக்கிறதென்றால் கோவலன் வாழ்ந்த காலத்தில் எந்த அளவுக்குப் பாசனம் இருந்திருக்கும் என்று ஆராய்ந்து கொண்டிருந்தார். இன்றைய திட்டங்களின் பயனாக வேளாண்மை முயற்சிகள் அதிகரித்திருப்பதை அவர் குறிப்பிட்டு, இளங்கோ கண்ட காவேரியில் இந்த அளவுக்கு செயல் நிறைந்து இருந்திருக்குமா என்று கேட்டார். ஆற்றுவரிக் கனவு கலைக்கப்பட்டதை விரும்பாத சங்கீத நண்பர் உடனே அவருக்கு பதில் கூறும் வகையில் தொடர்ந்து பாடினார்.

உழவர் ஓதை, மதகு ஓதை,
 உடைநீர் ஓதை, தண்பதம் கொள்,
விழவர் ஓதை, சிறந்து ஆர்ப்ப,
 நடந்தாய் வாழி காவேரி!
விழவர் ஓதை சிறந்து ஆர்ப்ப
 நடந்த எல்லாம் வாய்காவா
மழவர் ஓதை வளவன்-தன்
 வளனே வாழி காவேரி!

கழனி நாடு

அந்தி மறைந்து இருள் படரத் தொடங்கி விட்டது. கல்லணையை விட்டகல எங்களுக்கு மனம் வரவில்லை. வரலாற்றின் வாயிலில் நிற்கும் உணர்ச்சி எங்களை ஆட்கொண்டு விட்டது. வழியெல்லாம் எழில் ததும்ப தனித்து நடந்துவந்த காவேரி, அங்கிருந்து எண்ணற்ற தோற்றங்கள் கொண்டு, எங்கும் நிறைந்து பாயும் அற்புதத்தை நினைத்து வியந்தோம். எந்த அளவுத் தண்ணீரையும் கொள்ளும் இடம் கொண்ட மூத்த கிளைகொள்ளிடமும், காவேரியின் மற்ற சிறுகிளைகளும் என்றும் ஏந்திச் சென்று கொண்டிருக்கும் நீர் அளவு முழுவதை யும் தன்னுள் அடக்கிய காவேரி இன்னும் எவ்வளவு கம்பீரமாக இருப்பாள்! அந்த அகண்டத்தைக் காணவேண்டாமா? ஆகவே ஒருவித ஏக்கத்துடன் கல்லணையை விட்டகன்றோம். காவேரி நடந்த தொலைவு முழுதும் பார்க்க வேண்டுமே!

நாங்கள் காரில் ஏறச் சென்றபோது ஓவிய நண்பரைக் காணவில்லை. கல்லணை முகப்பில் உட்கார்ந்து படம் வரைந்து கொண்டிருந்தவர் அணையைச் சேர்ந்த பாலத்தின் வழியாக நடந்து சென்று கொண்டிருந்தார் என்று எதிரே வந்த ஆராய்ச்சி நண்பர் கூறினார். இவரும் பத்திரிகை நண்பரும் பாலத்தின் மறு கோடிக்குச் சென்று அங்கே ஒரு பெண் விற்றுக் கொண் டிருந்த இளநீரைச் சாப்பிட்டுவிட்டு வந்து கொண்டிருந்தார்கள். சாலையின் ஓரத்தில் எட்டு கிளைகள் கொண்ட தென்னை மரம் ஒன்றைப் பார்த்ததாக ஒருவர் சொன்னார். மற்றவர் அது தென்னைமரமல்ல, பனை மரம் என்று சாதித்தார். இளநீருக்குக்கூட இவ்வளவு சக்தி உண்டா என்று சங்கீத நண்பர் வியப்படைந்தது போலத் தோன்றிற்று. ராஜகோபால் ஒருவேளை அந்தத் தென்னை அல்லது பனை மரத்தைப் பார்த்துப் படம் வரையச் சென்றாரோ என்று நினைத்தோம்.

ஒருவேளை தண்ணீரில் இறங்கி நீராடச் சென்றுவிட்டாரோ என்ற சந்தேகம். சற்றுநேரத்திற்கெல்லாம் நாங்கள் நினைத்த படியே அவர் ஈரத் துண்டுடன் கரையேறி வந்தார். காவேரி, கொள்ளிடம், வெண்ணாறு, உள்ளூர் வாய்க்கால் எல்லாம் கலந்த நீர்ப்பரப்பில் குளிக்கவேண்டுமென்று ஆசையாயிருந்த தாம்! எல்லோரும் சேர்ந்துவிட்டோமா என்று எங்களை ஒன்றுக்கு இரண்டுமுறை நாங்களே எண்ணிப் பார்த்துக்கொண்டு பிரயாணத்தைத் தொடர்ந்தோம்.

ஓவிய நண்பர் சொன்னார். "காவேரி வெள்ளத்தைப்பற்றியும், பாசனக் கால்வாய்களைப்பற்றியும் என்னென்னமோ ஏட்டுச் சுரைக்காய்க் கதைகளைப் பேசிக்கொண்டு வருகிறீர்களே, 1924ஆம் ஆண்டு வெள்ளத்தை நான் நேரில் பார்த்திருக்கிறேன். உங்களில் யாராவது பார்த்திருக்கிறீர்களா?"

இந்தப் பிரயாணத்தில் நாங்கள் பல விஷயங்களைப்பற்றி விவாதிக்கும் பொழுதெல்லாம் இவரை அதிகம் சேர்த்துக் கொள்வதில்லை என்பதைச் சுட்டிக்காட்டவே அவர் இவ்வாறு ஆரம்பித்தார் என்று எங்களுக்குத் தோன்றியது. "அப்படி என்ன ஐயா பார்த்துவிட்டீர்? அதைத்தான் சொல்லுமே?" எங்களில் ஒருவர் சவால் விடுத்தார்.

சிறு பிராயத்தில் தான் கண்ட காவேரி வெள்ளக் காட்சியை ராஜகோபால் கதையாக வர்ணிக்கத் தொடங்கி விட்டார்.

"அப்பொழுது காவிரியாற்றில் வந்த வெள்ளம் என்றும் இன்றும் வராத வெள்ளமாக இருந்தது என்று சொல்லுவார்கள். எங்கள் ஊரில் இருக்கும் ஆற்றை வடிகால் என்றுதான் சொல்லுவார்கள். எங்கள் வீட்டிற்குப் பின்புறம் கப்பிரோடு; அதைத் தாண்டி நாணல் படுகை, பள்ளமாக ஆற்றங்கரை வரையில் பரவியிருக்கும். நாங்கள் பள்ளிக்குச்சென்று, சாயந்திரம் வீடு வந்ததும் கொஞ்சம் மோர் சாதம் தட்டில் வைத்து ஆற்றில் மண்துறைக்குச் சென்று, முழங்கால் மட்டம் ஜலத்தில் நின்று சாப்பிடுவோம். எங்கள் பாதம் ஜலத்தினடியிலுள்ள மணற்பாங்கான தரையில் ஓடும் ஜலத்தினுள் ஏற்படும் மணல் அசைவினால் கால் பதிந்துகொண்டே இருக்கும். சாப்பிடும் முன் முழங்கால் மட்ட ஜலம், சாப்பிட்டு முடிவதற்குள் தொடையைத் தொட்டுவிடும். மீன்கள் கால்களைக் கொத்திக் கொண்டு, கிசு கிசு செய்துகொண்டிருக்க, உள்ளங்கால் மணலில் பதியும். ஆற்றில் ஜலப் பெருக்கை அளக்க ஒரு யுக்தி உண்டு. ஒரு ஈர்க்குச்சியைத் தண்ணீரின் விளிம்பில் கரையில் செருகி விட்டு நின்றால் கொஞ்சநேரத்தின் ஜலப்பெருக்கினால் விளிம்பு கரைப்பக்கம் செல்லும். உடனே எல்லோரும், ஆற்றில் வெள்ளப் பெருக்கென்று பெரியவர்களிடம் சொல்லுவோம். சில சமயங் களில் துணி தோய்க்கும் கல் படித்துறையில் மூழ்கிவிடும். இப்படி வெள்ளப் பெருக்கைப் புரிந்து கொள்வோம்.

"அன்று ஊரின் மேலண்டைப்பக்கம் திடீரென்று தண்டோரா சத்தம் கேட்டது. காவிரியாறு உடைப்பினால் 24 மணி நேரத்தில் ஆற்றில் வெள்ளம் வந்துவிடும். ஜாக்கிரதை, ஜாக்கிரதை என்ற எச்சரிக்கை! சிறுவர்களுக்குக் கொண்டாட்டம். பெரியவர்களுக்கு மனதில் ஒரு குழப்பம். சாயந்திரம் ஆற்றில் முழங்கால் மட்ட ஜலம்; மறுநாள் காலையில் நாணல்ப் படுகை நிரம்பி ரோடை மோதிக்கொண்டுவரும் ஜலப் பெருக்கைக் கண்டேன். எங்கள் கொல்லையில் ஒரு ஆழமான கிணறு. அது உரிமட்டை ஊறப்போடத்தான் உபயோகம். ஜலம் பெருகி கிணறு நிரம்பும் சத்தம் வெகு அழகாகயிருந்தது. கொஞ்ச நேரத்தில் கிணற்றைக் காணோம். கிணறு குளமாக மாறிவிட்டது. கொல்லையில் தென்னை மரத்துண்டுகள்,

விறகிற்காகப் போட்டிருந்தார்கள். அவைகள் மிதக்க ஆரம்பித்தன. எனக்குத் தெரிந்த ஒரே விளையாட்டு, நீச்சல் ஒன்று தான். ஜலம் பெருகி, ஆறு, நாணல்ப்படுகை, எங்கள் கொல்லை எல்லாம் ஒரே ஏரிபோல் தோன்றிற்று. தென்னைமரத்துண்டு மெதுவாக எங்கள் கொல்லைப்புறப் படிக்கட்டின் பக்கத்தில் வந்து ஒதுங்கிற்று. நான் அதை கட்டுமரம்போல் நினைத்து ஏறி படகுவிட ஆரம்பித்தேன். இந்த சமயத்தில் எங்கள் வாசல் பக்கம் தெருவின் மேல் கோடியிலிருந்தும் இடக்கோடியிலிருந்தும் ஜலம் தெருவினுள் வேகமாக வருவதைத் தடுத்து அணைபோட பெரியவர்கள், ஆண்கள் மும்முரமாயிருந்தார்கள். பெண்கள் வீட்டின் முற்றத்தில் ஜலம் வராதபடி நெல் குத்தும் உலக்கையின் நுனியில் சாக்கைச் சுற்றி சாக்கடையை அடைத்து வந்தார்கள். தெருக்கோடியில் சர்க்கார் படகுகள், கட்டுமரங்கள், ஹரிஜனங்களையும் குடியானவர்களையும் அக்ரகாரத்திற்கு கொண்டு சேர்த்துக்கொண்டிருந்தார்கள். வீட்டுத் திண்ணைகளில் அவர்கள் குடியேறினார்கள். என் தாயார் என்னைக் காணாமல் கொல்லைப்புறம் வந்து பார்த்தார். நான் கொல்லையில் தென்னை மரத்துண்டில் படகு ஓட்டிக்கொண்டு 100 அடிக்கு அப்பால் புளியமரத்தின் அடியில் மிதப்பதைக் கண்டு பயந்து என்னைத் திரும்பி வரச்சொல்லிக் கூப்பாடு போட்டார்கள். மெதுவாக வீட்டின் கொல்லைக் கொறட்டில் என் படகு வந்து சேர்ந்தது. பிறகு ஒரே ஓட்டமாக தெருப்பக்கம் வந்து பார்த்தேன். தெருவில் நடுபாகம்தான் திட்டாகயிருந்தது.

“ஊரார், படகில் சீர்காழிக்குப் போய்க்கொண்டிருந்தார்கள். படகு நாணல்ப்படுகையைத் தாண்டி ஆற்றைக் கடப்பதற்குள் பல மரங்களின் கிளைகளைத் தொட்டபடியாகச் செல்ல

வேண்டும். கிளைகளிலிருந்து பாம்புகள் படகில் குதித்து விழும். படகில் குழந்தைகள், பெரியவர்கள் பாம்பைப் பார்த்துக் கலங்காமலிருக்க படகோட்டி எச்சரிக்கை விடுவான். படகு ஆற்றைக் கடக்கும்போது, நடு ஆற்றில் சிறு வைக்கோல் போர்கள், குடிசைகள், மாடுகள், ஆடுகள் இவைகளைக் கடந்து செல்லும் ஒரு வினோதமான காட்சியைக் கண்டோம். மிதந்துவரும் சிறிய வைக்கோல் போரின்மேல் ஆட்டுக்குட்டி சவாரி செய்து கொண்டே எங்கள் கட்டு மரத்தை நோக்கி வந்து கொண் டிருந்தது. நடு ஆற்றைப் படகு கடக்கும் போது பெரியவர்கள், பெண்கள் எல்லாம் 'தோணியப்பா', 'தோணியப்பா!' என்று ஈசன் பெயரைச் சொல்லியவண்ணமே, நடுங்கிய குரலுடன் குழந்தைகளை இறுகக்கட்டிக்கொண்டு பிரார்த்தனை செய்தார்கள்.

"கிராமத்தில் சிலர் எது வந்தாலும், கிராமமே மூழ்கினாலும், வெளியேற விருப்பமில்லாமலிருந்தார்கள். அவர்களில் என் தகப்பனாரும் ஒருவர். ஒரே பிடிவாதமாக ஊரைவிட்டுக் கிளம்பமாட்டேன் என்று கங்கணம் கட்டிக்கொண்டிருந்தார். தோணிகளும் படகுகளும் தெருக்கோடியில் ஜனங்களை ஏற்றிச் சென்றுகொண்டிருந்தன. கடைசியில் நாங்களும், ஒரு கட்டு மரத்தில் ஏறி வெள்ளத்தைக் கடந்து டவுனை அடைந்தோம். நாங்கள் ஏறிச்சென்ற கட்டுமரத்திலேயும் பிடாரன் ராமன் வந்தான். எங்கள் கட்டுமரம் பெருமாள் கோயிலடியிலிருந்து கிளம்பி ஒரு பர்லாங்கு தூரம் செல்வதற்குள் ஒரு பாம்பு குதித்து விழுந்தது. ராமனிருக்க பயமேன் என்ற தைரியத்தில் சென்றோம். ஆற்றங்கரை அரசமரம் மிகவும் உயர்ந்து வளர்ந்த மரம். வெள்ளத்தில் மேல்கிளைகள்தான் ஜலப்பரப்பில் தெரிந்தன. கட்டுமரம் கிளைகளை விலக்கியவாறே ஆற்றைக் கடந்தது. ஆற்றைக் கடந்து அக்கரை, கரையே தெரியாவிட்டாலும் மூங்கில் போத்து கருகமரம் இவைகளை யூகமாகக்கொண்டு, சேர்ந்தோம். மனிதக்கும்பலின் அன்யோன்யத்தை இம்மாதிரி யான சந்தர்ப்பங்களில்தான் காண முடியும். சந்தோஷத்தை சமபாகமாக பங்குபோடாத கும்பல், பயத்தை வெகு அழகாக பங்கிட்டுக்கொண்டு உயிர் பிழைக்கத் தவிக்கும் காட்சியையும் கண்டேன். நாங்கள் சென்ற மார்க்கத்தில் ஒரு கருவேல மரத்தின் கிளையில் சர்ப்பம் ஒன்று பின்னித் தவித்துக் கொண்டிருப்பதைப் பார்த்தோம். படகோட்டி எக்காளம் போட்டுக் கொண்டே, படகை வெகு வேகமாக ஓட்டிச் சென்றான். நாங்கள் சென்ற கட்டுமரத்தில் ஜலமும் கொஞ்சம் தேங்கியிருந்தது. காலடியில் தண்ணீர்ப்பாம்புகள் விளையாடிக்கொண்டிருந்தன. படகிலிருப் போர் எல்லோருடைய குரலிலும் தோணியப்பர், சட்டனாதர் இவர்களின் திவ்ய நாமம்தான். கடைசியில் கட்டுமரம் டவுன் முக்கிட்டுச்சாலை ஓரத்தில் போய் ஒதுங்கியது. எல்லோரும்

டவுனிலுள்ள உறவினர்கள் வீட்டிலும், கோயில் ப்ராகாரத்திலும் குடியேறினார்கள். சாதாரணமான ஏதாவது கஷ்டம் பெரிய அளவில் வந்தால் சீக்கிரமே அது மறைந்துவிடுவது ஒரு உண்மை. அதேபோல் பெரிய வெள்ளம் 2,3 நாட்களில் வடிய ஆரம்பித்தது. என் தகப்பனாருக்கு டவுனில் இருக்க மனமில்லை. என்னைத் தோளில் தூக்கிக்கொண்டு, கிராமத்தை நோக்கி, கப்பிரோடு வழியாக முழங்கால் மட்டம் ஜலத்தில் இருபுறமுள்ள மரங் களை அடையாளமாக்கிக்கொண்டு, போய்க்கொண்டிருந்தார். ஜலத்தில் நடப்பது ஒரு விதம். தரையில் நடக்கும்போது காலை சீய்த்துக்கொண்டேதான் நடக்க முடியும். வெகு எச்சரிக்கையாகப் போய், கடைசியில் கிராமத்தின் ஆரம்பத்திலுள்ள பாலத்தடியை அடைந்ததும், ஒரு பெரிய மரம் வேருடன் சாய்ந்து சாலையின் குறுக்கே விழுந்து தண்ணீரில் தலையைக் காட்டிக்கொண்டு இருந்ததைப் பார்த்தோம். அதை அடுத்து சாலை அறுபட்ட ஜலம் கடுமையான வேகத்துடன் பாய்ந்துகொண்டிருந்தது. என் தகப்பனார் மெதுவாக அந்த அரித்த இடத்தை அணுகிய போது முழங்கால் ஜலம் என்று எண்ணியவருக்கு இடுப்பு வரை வந்து பிறகு மார்புவரை – தோளிலிருக்கும் என் கணுக் கால்வரை ஜலம் வந்துவிட்டது. எப்படியோ மெதுவாக பாலத்தை யடைந்தோம். பாலத்திலிருந்து ஆற்றைப் பார்த்தால் ஜுரம் அடித்து எழுந்தவன்போல் இரு கரைகளிலும் பச்சை, கருப்பாக மாறிக் கருகிப்போன மரங்களுடன் தோற்றமளித்தது.”

நண்பரின் அனுபவத்தை ஒரு கதைபோலக் கேட்டுக்கொண்டு வந்த எங்களுக்குத் திருச்சியை சமீபித்து விட்டோம் என்ற உண்மையை சற்று தொலைவில் தெரிந்த மலைக்கோட்டை விளக்குகளின் ஒளிக்கோவை உணர்த்திற்று. அவர் சொல்லி முடித்த சில நிமிஷங்கள் எல்லோரும் மௌனமாகவே அமர்ந் திருந்தோம். எங்கள் கற்பனையிலும் காவேரி பிரவாகமெடுத்துப் பாய்ந்து கொண்டிருந்தாள்.

13

ஆறிரண்டும்...

சூழ்ந்து வரும் இருட்டினூடே திருச்சியை நோக்கி நாங்கள் விரைந்துகொண்டிருந்தபோது ஆராய்ச்சி நண்பர் ஏதோ முனகிக்கொண்டே இருந்தார். அவரைப் பசி வாட்டத் தொடங்கிவிட்டது என்று நினைத்து, திருச்சி சென்றவுடன் நல்ல சாப்பாடு கிடைக்கும் என்று ஆறுதல் கூறினோம். அவருடைய முனகல் மேலும் வலுத்தபோது தான் சிலப்பதிகார வரிகளை இசைத்துக் கொண்டிருந்தார் என்று தெரிந்தது. தன்னைத் தடுத்துக் கட்டுப்படுத்த முயலும் அணைக்கட்டைப் பார்த்துச் சீறிச் சினந்து ஓவென்று ஒலித்த வண்ணம் காவேரி பாய்வதையும் கரைகளில் கோழியும், நாரையும், கொக்கும், காக்கையும், மற்றும் பல புட்களும் குரலெழுப்பி ஒலியைப் பெருக்கி யதையும், உடல் வளம் நிறைந்த உழவர்கள் அளவளாவும் ஓசையையும் இளங்கோவடிகள் பாடியதை நண்பர் நினைவூட்டிக் கொண்டிருந்தார்.

காவிரிப் புது நீர்க்கடுவரல் வாய்த்தலை
ஓ இறந்து ஒலிக்கும் ஒலியே அல்லது,
ஆம்பியும், கிழாரும், வீங்கு இசை ஏத்தமும்,
ஓங்கு நீர் பிழாவும், ஒலித்தல் செல்லா:
கழனிச் செந்நெல் கரும்புசூழ் மருங்கின்
பழனத் தாமரைப் பைப்பூங்கானத்து,
கம்புள் கோழியும், கனைகுரல் நாரையும்,
செங்கால் அன்னமும், பைங்கால் கொக்கும்
கானக் கோழியும், நீர்நிறக் காக்கையும்
உள்ளும், ஊரலும், புள்ளும் புதாவும்
வெல்போர் வேந்தர் முனையிடம் போல,
பல்வேறு குழூஉக்குரல் பரந்த ஓதையும்
. .. .

மேலும் தொடர்ந்து வயல்களில் நடவு வேலையில் ஈடுபட்ட பெண்கள் இசைத்த நாடோடிப் பாடல்கள், உழவர்கள் ஏர் முனை துவக்கத்தில் பாடிய ஏர்மங்கலம், களத்தில் கதிரடிக்கும் பொழுது, ஒலித்த முகவைப் பாட்டு போன்ற பல ஒலிகளின் கோவையை சிலப்பதிகாரத்திலிருந்து நண்பர் எடுத்து வீசிக் கொண்டிருந்தார். பகலில் குடந்தையில் சாப்பிட்ட பிறகு காவிரிக் கரை ஓரமாகக் கடுகி வந்து கொண்டிருந்த எங்களுக்கு அப்பொழுது இந்த ஒலிகள் எல்லாம் உண்மையாகவே கேட்டனவா என்று உறுதியாகச் சொல்ல முடியாவிட்டாலும், நண்பர் காட்டிய வரிகளை மீண்டும் இசைத்தபோது கோவலன், கண்ணகி இருவருடனும் கவுந்தி அடிகளைப் பின்பற்றி நடந்து வந்தது போலவே ஒரு உணர்ச்சி ஏற்பட்டது.

அந்த நண்பர் பாடியதுடன் நிற்கவில்லை. தாம் இசைத்த பகுதிகளையொட்டி ஒரு சர்ச்சை ஆரம்பித்தார். காவேரியைப் பற்றி சங்கநூல்களிலும் சிலம்புக் காப்பியத்திலும் காணும் குறிப்புகளில் ஒற்றுமையைக் கண்டதாகக் கூறினார். காவேரி நிரந்தரமாகப் பாய்ந்து கொண்டிருக்கிறாள். அண்டவெளியில் விண்மீன்களும் கோளங்களும் தங்களுடைய போக்கு மாறி நடந்தாலும், கதிரவன் வெப்பத்தினால் வறட்சி ஏற்பட்டபோதும் காவேரியில் நீர் வற்றாது என்ற பொருள்பட,

> கதிரவன் புகையினும், புகைக் கொடி தோன்றினும்,
> விரிகதிர் வெள்ளி தென்புலம் படரினும்,
> கால்பொரு நிவப்பின் கடுங்குரல் ஏற்றொடும்
> சூல் முதிர் கொண்மூப் பெயல் வளம் சுரப்ப,
> குடமலைப் பிறந்த கொழும்பல் தாரமொடு
> கடல் வளன் எதிர்க்கயவாய் நெரிக்கும்
> காவிரி ...

என்று சிலப்பதிகாரத்தில் காண்பதையும்,

> ...பல்கதிர் பரப்பிக்
> குல்லை கரியவுங் கோடெரி நைப்பவும்
> அருவி மாமலை நிழத்தவு மற்றக்
> கருவி வானம் கடற் கோள் மறப்பவும்

என்று பொருநராற்றுப்படையிலிருந்தும் நண்பர் மேற்கோள் காட்டினார். இவ்விஷயத்தில் தமக்கு ஆதரவாக உருத்திரங் கண்ணனாரையும் சாத்தனாரையும் அவர் துணைக்கு அழைக்க முயல்வதற்குள், அந்த வரிகளைப்பற்றிக் காவேரிப் பயணத் துவக்கத்திலேயே நாங்கள் குறிப்பிட்டுவிட்டதை நினைவூட்டி னோம். மேற்கோள் காட்டும் பணி தடைபட்டபோதும் நண்பர் சளைக்கவில்லை. ஸ்ரீரங்கம் வரையிலும் கண்ணகியும் கோவலனும் கவுந்தி அடிகளைப் பின்பற்றிச் சென்றதை விவரிக்கும் வரிகளை ராகத்துடன் பாடத் தொடங்கிவிட்டார்.

பூம்புகாரிலிருந்து நாங்கள் காவிரியின் வடக்காகவே இதுவரை வந்து விட்டோம். இந்தப் பயணத்தில் திருவலம் பரம், புஞ்சை கடாரங்கொண்டான், விளநகர் ஆர்பாதி, மாயூரம், கும்பகோணம் – இந்த இடங்கள்தான் காவிரிக்குத் தெற்கே உள்ள ஊர்கள். கல்லணையைக் கடந்து திருச்சி செல்லாமல் ஸ்ரீரங்கம் போயிருந்தால் கண்ணகி கோவலன் சென்ற சுவட்டில் ஸ்ரீரங்கம் வரையிலாவது சென்ற திருப்தி ஏற்பட்டிருக்கும். மலைக்கோட்டை உச்சிப்பிள்ளையார் கோவிலில் நின்று காவிரி, கொள்ளிடமாலையைப் பார்க்கும் ஆசையில் திருச்சியைப் பார்க்க வண்டியை விட்டோம்.

திருச்சியில் இரவு தங்கியபொழுது, வழக்கம்போல படங்கள், புத்தகங்கள் எல்லாவற்றையும் எடுத்துக் கொண்டு திட்டம் போடத் தொடங்கினோம். உதவி செய்ய வந்திருந்த நண்பர்கள் ஆளுக்கு ஒன்றாக யோசனை வழங்கிக் கொண்டிருந்தார்கள். ஒருவருக்கு மலை ஏறும் ஆசை. மலைக்கோட்டையில் தொடங்கி, ரத்னகிரீசர் மலை, வேலாயுதபாளையம் குன்று, திருச்செங் கோட்டு மலை என்று பல மலைகளை ஏறச்சென்னார். இன்னொருவர் காவிரிக் கரையில் உள்ள சர்க்கரை ஆலைகள், காகித ஆலை, ரசாயன ஆலைகள் என்று ஆலைகளாகப் பார்க்கச் சொன்னார். இன்னொருவருக்குப் பிடித்தவை கோவில்கள். நான்காவது நண்பர் பெரியவர்களின் சமாதி களாக அடுக்கிக்கொண்டிருந்தார். எல்லா யோசனைகளையும் ஒட்டு மொத்தமாகக் கேட்டால் பயணத்தை முடிக்க ஒரு மாத காலமாகும். கடைசியில், திருச்சியில் தொடங்கி தென் கரை வழியாகக் காவேரியோடு பவானி, மேட்டூர் வழியாகத் திரும்பி வடக்குக் கரையோடு மீண்டும் திருச்சிக்கு வலம் வந்து விடுவதென்று முடிவு செய்தோம்.

மறுநாள் மலைக்கோட்டை வாசலுக்கு வந்தோம். பூக்கடை களுக்கும் வாசனைக் கடைகளுக்கும் இடையே சென்று மலை வாசலில் ஏறினோம். நெற்றியில் திருநீறும், குங்குமமும், வேட்டியும், பரம்பரைப் புடவைக் கட்டுமாக ஏறி இறங்கும் மக்கள் திரள், பழைய சிற்பங்கள், மணியோசைகள், பா ஓதும் தமிழொலி, நாகஸ்வரம், இவ்வளவும் ஒரே கணத்தில் பல கால கட்டங் களை வாழ்ந்துவிடும் ஒரு தனி உணர்வை ஊட்டுகின்றன. காலம் நின்று விட்டதுபோல் ஒரு மயக்கம். அதே சமயம் ஒருநொடியில் பல காலங்கள் திணித்துவிடும் மயக்கம். அந்த மயக்கமே உந்த, மலை உச்சி வரையில் ஏறி விட்டோம்.

யுகாந்த காலமாக அங்கு நின்ற வண்ணம் இந்த திரிசிரகிரி எத்தனை வரலாற்றுச் சம்பவங்களையும், இதிகாஸ சாதனை களையும் பார்த்திருக்கும்? காவிரியும், கொள்ளிடமும் அந்த

மலையின் அடிவாரத்தை அலம்பிய வண்ணம் அத்தனை ஆயிரம் ஆண்டுகளாகப் பாய்ந்து கொண்டிருக்கின்றனவாம். பல்லவ மன்னன் மகேந்திரவர்மன் அந்த மலையுச்சியில் நின்று பார்த்த காட்சியை நாங்களும் பார்க்க வேண்டுமென்ற ஒரு பேராசை. அந்த மலையின் உச்சியிலிருந்து பார்த்தால் தஞ்சை பிரகதீஸ்வரர் ஆலயத்தின் கோபுரம்கூடத் தொலைவில் மந்தமாகத் தெரியும் என்று கேள்விப்பட்டிருந்தோம்.

கழுத்தில் தொங்கிய தொலைநோக்கி கைகையாக மாறிற்று. காவிரியும் கொள்ளிடமும், ஓடைகளும், குளங்களும், மலை களும், குன்றுகளும், வயல்களும், தோப்புகளும், அணைகளும், பாலங்களும் அருகே வந்தன. ஓடை நீரில் காலை வெயில் வெள்ளிப் பாளங்களாக மிதக்கிறது. வைர ஊசிகளாகத் தெறித்துத் தெறித்துப் பறக்கிறது. அடுத்தடுத்து வைரப்புற்களாக முளைக் கிறது. தென்னையின் பளபளப்பும், கண் விழுந்த இடம் எல்லாம் கண்ணைப் பச்சையாக்கும் வாழை இலை அலைகளும், காற்று நெளியும் நெல் வயல்களும் வைர ஊசிகள் குத்திய கண்களைக் குளிரக் குளிரத் தடவிக் கொடுக்கின்றன.

“ஆறிரண்டும் காவேரி, அதனடுவே சீரங்கம்” என்று நண்பரின் உதடுகள், மின்னும் கறுப்புத் தொலை நோக்கிக் கண்களின் கீழே சொல்லி ஓய்ந்தன. மீண்டும் கருவி கைமாறிற்று. ஆராய்ச்சி நண்பர் மீண்டும் தொடர்ந்தார்.

“சிவசமுத்திரம், ஸ்ரீரங்கப் பட்டணம் இரண்டு இடங்களும் தீவுகள். காவிரி இரண்டாகப் பிரிந்து மீண்டும் கூடும் மையத்தில் எழுந்த திட்டுகள். இந்த ஸ்ரீரங்கத்திற்கு முன்னும் காவேரி அப்படித்தான் பிரிந்து ஸ்ரீரங்கத்திற்குக் கிழக்கே கூடிற்று. ஆனால் அப்படிப் பிரிந்த வடக்குக் கிளை அப்படியே தனக்கென ஒரு தனிவழி வகுத்துக்கொண்டு சென்று கொள்ளிடம் என்ற பெயரில் ஒரு தனி ஆறாக கடலில் கலக்கிறது. காவிரி அடிக்கடி கரைபுரண்டு மோதிக்கொண்டு வந்து பயிர்களையும் ஊர்களையும் அழித்து விட்டதால், மிகுதி நீரைப் பிரித்து ஆறுபடுத்தி விட்டதுதான் கொள்ளிடம். உபரி நீரைக் கொள்ளும் இடம். ஆனால் இதைச் செய்தது யார்? கரிகாலனா, வேறு யாராவது சோழ அரசனா? கரிகால் வளவனாகவே இருந் திருக்கலாம். வளவன் என்ற பட்டத்தைப் பார்த்தால், அவனே பல ஐந்தாண்டுத் திட்டங்களின் மனித வடிவாக ஓங்கி நின்றிருப்பான் போலிருக்கிறது. இளமை, தியாகம், வீரம், நாட்டுப்பற்று, ஜனங்களின்மீது எல்லையில்லாத ஒரு சகோதர பாசம், கருணை, தலைக்குத்தலை நாட்டாண்மைப் பித்துடன் பிதற்றும் அரசியல் தோழர்களை ஒரு தடவை ஏழு நாடியும் ஒடுங்க விழித்து அடக்கும் பேராண்மை, இவ்வளவும் நிறைந்த

யுக புருஷனாகவே கரிகாலன் இந்தக் கணம் தோன்றுகிறான். அப்படி வானோங்கி நிற்கும் ஒரு தீரனாக இல்லாவிடில், கவிகளும், வரலாற்றுக்காரர்களும் அவனைப்பற்றி இப்படி மாய்ந்து மாய்ந்து எழுதியிருக்க மாட்டார்கள்" என்று தொலைநோக்கியில் பார்த்துக்கொண்டே அரற்றினார் நண்பர். சட்டென்று தொலைநோக்கியைப் பறித்தோம். அவர் கண்களில் ஈரம் படர்ந்தது.

"என்ன சார்?"

நண்பரால் சற்றுக் கழித்தே பேச முடிந்தது.

"கரிகாலன் மாதிரி தட்டி அடிக்கிறவன் இல்லை. நம் நாட்டுத் தரிசுகளும் மனித வர்க்கமும் தண்ணீர் தண்ணீர் என்று தவிக்கிறது. தண்ணீரைக் கொண்டுவா, கொடுக்கிறேன் என்று கரம்பு மண்ணெல்லாம் காத்துக்கொண்டு கிடக்கிறது. கங்கையும் பிரம்மபுத்ராவும், கோதாவரியும், கிருஷ்ணாவும் முக்கால் நீரைக் கடலில் கொட்டுவதைத் தடுத்து இணைத்துப் போடாமல் வல்லடியும் வாய்வழக்கும் செய்துகொண்டு மக்கள் வயிற்றிலடிக்கும் ஜனநாயகனைத் தட்டி அடக்க ஒரு கரிகாலன் இல்லையே என்று நெஞ்சு எரிகிறது. 'ஆயிரம் உண்டிங்கு ஜாதி எனில் அந்நியர் வந்து புகல் என்ன நீதி' என்ற பாரதி கேட்டு அந்நியன் போன பிறகு பதினாயிரம் ஜாதிகளைக் கிளப்பிக் கொண்டிருக்கும் ஜனநாயகத் தான்தோன்றிகளை இந்த மலையிலிருந்து உருட்டினால் என்ன?... ஓகோ. இது அஹிம்சா யுகமோ? வாருங்கள், பிள்ளையார் முன்னால் அழுது விட்டு வருவோம்" என்று நண்பர் உச்சிப் பிள்ளையார் சந்நிதிக்குள் நகர்ந்தார். குளிர்ந்த காற்று எழுந்தது. நாங்களும் உள்ளே நுழைந்தோம்.

இருநூற்றைம்பது அடி உயரத்திற்கு அதிகமான அந்த இடத்திலிருந்து நூற்றுக் கணக்கானவர்கள் உருண்டு விழுந்து மாண்டுபோன பழைய சம்பவம் ஒன்றை ஆராய்ச்சி நண்பர் நினைவூட்டினார். 1849ஆம் ஆண்டில் ஒரு நாள் பெரும் ஜனத்திரள் மலைக்கோட்டை மீதேறி உச்சிப் பிள்ளையாரை தரிசிக்கச் சென்றபோது, திடீரென்று ஏற்பட்ட பீதியினால் சந்தடி உண்டாகி சுமார் ஐநூறு பேர் கூட்டத்தில் மிதிபட்டு உருண்டு விழுந்து உயிரிழந்தார்களாம். அந்த விபத்தின் காரணம் என்னவென்று இன்னும் தெரியாதாம்.

உச்சிப் பிள்ளையாரைச் சேவித்துவிட்டு, வெளியே வந்து மீண்டும் பார்த்தோம். பிரம்மாண்ட நீலக் கிண்ணத்தைக் கவிழ்த்து, நடுவே எங்களையும் வைத்து 'பார் பார்!' என்று பிள்ளையார், காதில் உய் உய் என்று வீசிய காற்றுக்குரலில்

சொல்வது போலிருந்தது. பார்த்தோம். சுத்த நீலவானம் – ஆங்காங்கு வெண் பஞ்சுத் தொங்கல்கள் – பாளம் பாளமாக வெள்ளி தெறிக்கும் காவேரி வெள்ளம் – கண்பாயும் இடமெல்லாம் அலைபாயும் வயல்கள் – வாழைத் தோப்புகள் – சாலைகள் விரித்த நடை பாவாடைகள் – ஊரும் வாகன, மனித இயக்கம் – தொடுவானத்தில் படுத்த மலைமுகடுகள் – இத்தனைக்கும் மெருகு பூசின வெயிலின் ஆட்சி – பார்க்கப் பார்க்க நினைவு இயக்கம் ஓய்ந்து ஒடுங்கிற்று. நினைவு நின்றால் காலமே நின்றது போன்ற பிரமை.

சற்று தொலைவில் காவேரியும், அதற்கப்பால் கொள்ளிடமும் வளைந்து, நெளிந்து செல்வதைப் பார்த்துக்கொண்டே இருந்தபோது அந்தப் பகுதி முழுவதும் சுமார் இருநூறு ஆண்டுகளுக்கு முன் ஒரு பெரும் போர்க்களமாக விளங்கியதைக் காணும் பிரமை ஏற்பட்டது.

சந்தாசாகிபுக்கு ஆதரவளித்த பிரெஞ்சுப் படைகளுக்கும், பிரிட்டிஷ் படைகளுக்கும் நடந்த போர்களின் எதிரொலி மந்தமாய்க் கேட்பதுபோல் இருந்தது. பிரெஞ்சுப் படைகளைத் தாக்கி முறியடித்து சரணடையச் செய்த பிரிட்டிஷ் தளபதி மேஜர் லாரன்சும் அவருக்குப் பேருதவி செய்த கிளைவும் அப்பொழுது பல சாகஸச் செயல்கள் புரிந்ததை வரலாறு பாராட்டியிருக்கிறது. திருச்சியைச் சுற்றியுள்ள பிக்ஷாண்டார் கோவில், சமயபுரம் போன்ற இடங்கள் எல்லாம் போர்க்களங்களாக அப்பொழுது விளங்கின. கிளைவ் கூட வரப்பிரசாதியான சமயபுரம் மாரியம்மன் அருளால் காப்பாற்றப்பட்டார் என்று நண்பர் குறிப்பிட்டார். 1752ஆம் ஆண்டில் திருச்சி முற்றுகை நடந்தபோது கிளைவ் சமயபுரத்தில் முகாம் கொண்டிருந்த பிரெஞ்சுப் படையினரிடையே தவறிச் சென்றுவிட்ட போது அவர்களிடமிருந்து தப்பி வந்த அற்புதத்தை அக்காலத்திய வரலாற்றுக் குறிப்புகள் வர்ணித்திருக்கின்றன. பிரெஞ்சுப் படைகள் திருவானைக்காவிலுள்ள ஜம்புகேச்வரர் ஆலயத்தில் தான் பிரிட்டிஷ் தளபதிக்கு சரணடைந்தன. அதற்குப் பதினாறு ஆண்டுகளுக்கு முன், மலைக் கோட்டைக்கு அருகே உள்ள தளவாய் மண்டபத்தில் ராணி மீனாக்ஷிக்குப் பொய் வாக்குறுதி அளித்து மோசம் செய்த சந்தாசாகிப் அதே மண்டபத்தில் கொல்லப்பட்டதைப் பற்றியும் நண்பர் குறிப்பிட்டார்.

பதினாறாம் நூற்றாண்டு ஆரம்பத்தில் விசுவாத நாயக்கனால் கொத்தளங்கள் அமைக்கப்பட்டு வலுப்படுத்தப்பட்ட மலைக் கோட்டை இருநூறு ஆண்டுகாலம் பல போர்களுக்குக் கேந்திரமாக விளங்கிற்று. இறுதியில் பிரிட்டிஷ் படைகளுக்கு வெற்றி தேடிக் கொடுத்தற்கு சான்றாக மேஜர் லாரன்ஸ் நினைவுக்காக

லண்டனில் Wetstminster கோவிலில் பொறிக்கப்பட்டிருக்கும் சின்னத்தில் திருச்சி மலைக்கோட்டையின் படம் வரையப் பட்டிருக்கிறது.

இறங்கி வரும்பொழுது, 1300 ஆண்டுகளுக்கு முன்பு அந்த மலைச்சரிவில் பல்லவ மஹேந்திரவர்மன் காலத்தில் குடையப்பட்ட குகையில் நுழைந்து பார்த்தோம். அங்கே கங்காதரன் சிலைக்கு அருகில் மஹேந்திரவர்மன் செதுக்கிய கல்வெட்டைப் பார்த்தபொழுது அந்த மன்னன் ஒரு கலைஞன், பிறவிக் கவிஞன் என்ற உண்மை புலப்பட்டது. அந்தக் கல்வெட்டில் பல்லவ மன்னன் காவிரியின் அழகை வர்ணிப்பதோடு உரிமையும் கொணடாடுகிறான்.

தொலைவிலிருந்து வரும் காவேரி திரிசிரபுர மலைக்கு அஞ்சலி செலுத்தும் வகையில் கீழே, அருகே பாய்ந்து செல்லும் காட்சியைக் கண்ட மஹேந்திரவர்மனுக்கு உற்சாகம் பிறந்து விட்டது. கல்வெட்டில் காணும் அவனுடைய கற்பனை:

"காவேரி கண்ணுக்கு இனியவள். குளிர்ந்த நீரைக் கொண்டவள். இரு கரைகளிலும் காணப்படும் பூஞ்சோலை களை மாலையாக அணிந்து வருகிறாள். அன்புக்கு உகந்தவளான காவேரியைக் காண்பதற்காக நதிப்பிரியரான சிவபெருமான் இங்கு வந்து அமர்ந்திருக்கிறார். ஏற்கனவே கங்கையைத் தலையில் கொண்ட ஈச்வரன் காவேரியையும் நேசிக்கக்கூடும் என்ற சந்தேகம் கொண்ட பார்வதி தன்னுடைய தந்தையின் இடமாகிய கைலயங்கிரியை விட்டு நீங்கி இங்கு வந்து தனது பதியின் அருகில் அமர்ந்திருக்கிறாள். அமர்ந்துகொண்டு பரமேச்வரனுக்குக் காவிரியைச் சுட்டிக் காட்டி 'இவள் பல்லவனுக்கு உரியவள்' என்று அடிக்கடி நினைவுறுத்திக் கொண்டிருக்கிறாள் என்றே கருதுகிறேன்."

கல்வெட்டின் பொருளை சங்கீத நண்பர் தனக்கே உரித்தான நயத்துடன் விளக்கியபோது வரலாற்றுப் பாதையின் மறு கோடியில் நிற்கும் உணர்வு எங்களுக்கு ஏற்பட்டது. மஹேந்திர வர்மன் தன்னுடைய கவிதையைப் பொறித்த அதே குகை 18ஆம் நூற்றாண்டில் பிரிட்டிஷ் படைகளின் வெடிமருந்துக் கிடங்காகப் பயன்பட்டது என்று ஆராய்ச்சி நண்பர் குறிப்பிட்ட போதுதான் இன்றைய உணர்வு ஏற்பட்டது. இம்மாதிரி விஷயங்கள் கிடைத்து விட்டால் கேட்கவேண்டுமா? நண்பர் வரலாற்றுப் பிரவசனம் ஆரம்பித்துவிட்டார். அசோகன் காலத்திலிருந்தே தொடங்கி பின்னர் பல்லவர், சோழர், ஹொய்சாலர், பாண்டியர்கள், முஸ்லீம் நவாபுகள், விஜயநகர சாம்ராஜ்யம், நாய்க்க மன்னர் முதலியவர்கள் காலத்தில் திருச்சிராப்பள்ளி வரலாற்றில் இடம் பெற்றதையெல்லாம்

எடுத்துக்கூறிப் பள்ளிக்கூடங்களில் நாங்கள் படித்து மறந்ததை எல்லாம் நினைவூட்டிவிட்டார். தனக்கு வெற்றி தேடிக் கொடுத்த மலைக்கோட்டையின் வலுவான அமைப்பைப் பற்றி மேஜர் லாரன்ஸ் வியப்புடன் குறிப்பிட்டிருந்தார் என்று நண்பர் கூறியபோது கோட்டையை அவரே நிறுவிய பெருமை அவருடைய குரலில் தொனித்தது.

சமீபத்தில் புனருத்தாரணம் செய்யப்பட்டு கும்பாபிஷேகமும் நடைபெற்ற மாத்ருபூதேச்வரர் ஆலயத்திற்குள் சென்று பார்த்ததில் எங்களுக்குத் தனி மகிழ்ச்சி ஏற்பட்டது. குன்றின் மேல் ஏறுவதற்கு முன் அடிவாரத்தில் அச்சகம் நடத்திவரும் எழுத்தாளர் அ.வெ.ர. கிருஷ்ணசாமி ரெட்டியாரைப் பார்த்தோம். கோவிலுக்குத் திருப்பணி நடைபெற்ற வரலாற்றை அவர் எடுத்துச் சொன்னபோது இக்காலத்திலும் பக்தி பூர்வமான சாதனைகளுக்கு இடம் உண்டு என்பது தெளிவாயிற்று. இரண்டு வருஷ காலமாகத் தாயுமானார் கோவிலின் திருப்பணியில் முழுமூச்சாக ஈடுபட்டிருந்த ரெட்டியார், பாடல் பெற்று பிரசித்தமடைந்திருந்த அக்கோவிலுக்குத் தாமும் ஒரு பாடல் இயற்றி சமர்ப்பித்திருந்தார். 'தாயுமானார் அந்தாதி' என்ற நூறு பாடல்கள் கொண்ட தம்முடைய கவிதாஞ்சலியில் இவர் திரிசிர மலையில் கோயில் கொண்ட சிவபெருமானின் பெருமையைப் பாடி வரலாற்று ரீதியில் அக்கோவிலுக்குப் பல மன்னர்கள் செய்த திருப்பணியையும் எடுத்துக் கூறியிருக்கிறார்.

மூலஸ்தானத்தில் லிங்கம் மேற்கு முகம் நோக்கி அமர்ந் திருப்பது இந்தக் கோவிலில் ஒரு விசேஷம். இது பற்றிய ஐதீகம் ஒன்று ஈஸ்வரன் கோபத்தினால் அவ்வாறு திரும்பி அமர்ந்ததாகக் கூறுகிறது. மலைக்கோட்டை நந்தவனத்தில் ஒரு ரிஷி சிவபூஜைக்காக செவ்வந்தி மலர்த் தோட்டம் அமைத்திருந்தாராம். தோட்டக்காரன் அந்த மலர்களைத் திருடி சோழ மன்னன் பராந்தகனுக்குக் கொடுத்து விட்டனாம். திருட்டுச் சொத்து என்று தெரிந்தும், தோட்டக்காரனை மன்னன் மன்னித்து விட்டானாம். ரிஷி சிவனிடம் முறையிட, சினங்கொண்ட கடவுள் உறையூரை நோக்கித் திரும்பி அமர்ந்து அதன்மீது மண்மாரி பொழியச் செய்துவிட்டாராம்.

நாங்கள் ரெட்டியாரின் நண்பர்கள் என்று அறிந்ததும் கோவில் பணியாளர்களில் ஒருவர் எங்களுடனேயே வந்து பல அம்சங்களை விளக்கிக் காட்டியதோடு, கோவில் சம்பந்த மான பல ஐதீகங்களையும் எடுத்துரைத்தார். திருச்சியில் கணவனைச் சேர, புகாரிலிருந்து வந்த பூரண கர்ப்பிணி ரத்னாவதியை, பெருக்கெடுத்து ஓடிய காவேரி தடுத்து விட்ட

போது ரத்னாவதியின் பிரார்த்தனைக்கிணங்கி சிவபெருமான் செவ்வந்திநாதர், தானே தாயாகி வந்து அந்தப் பெண்ணுக்குப் பிரசவம் பார்த்த ஸ்தல புராணக் கதையை அவர் கொஞ்சம் விரிவாகவே சொல்லிக்கொண்டு வந்தார். ஆராய்ச்சி நண்பர் விடுவாரா? அந்தக் கதையைத் தொடர்ந்து தாயுமானாருக்கு மற்றொரு தாயுமானார் தோன்றிய கதையையும் சொல்லத் தொடங்கிவிட்டார். பதினெட்டாம் நூற்றாண்டில் விஜயரங்க சொக்கநாத நாயக்கன் திருச்சியில் ஆண்டபொழுது அவனிடம் அமைச்சராகப் பணியாற்றிய கேடிலியப்பப் பிள்ளையின் தவப் புதல்வன் தந்தையைத் தொடர்ந்து பணியாற்றியபோது கடவுள் தாயுமானவரின் பெயரே தனக்கும் இடப்பட்டிருக்கும் பேற்றை உணர்ந்ததின் பயனாகப் பதவியை விட்டு பக்தியையே பணியாகக்கொண்ட வரலாற்றை நண்பர் பல ஆதாரங்களுடன் எடுத்துக் கூறியபோது எங்கள் வழிகாட்டி அசந்துவிட்டார். பின்னர் நாங்கள் கோவிலைவிட்டு அகலும் வரை அவர் பேசவே இல்லை.

ஆனால் கூடச்செல்லும் நாங்கள் தப்புவதற்கில்லை. நானூறுக்கும் மேற்பட்ட படிகளின் வழியாக இறங்கி வந்து கீழே மாணிக்கவிநாயகர் ஆலயத்தை அடைவதற்குள் ஆராய்ச்சி நண்பர் உச்சிப் பிள்ளையார் பற்றிய கதையையும் எங்களுக்குச் சொல்லி முடித்துவிட்டார்.

மலைவாசலுக்கருகில் ஒலிபெருக்கியமைப்புத் தொழில் நடத்தும் நண்பர் ஜே. சடகோபனைப் பார்த்தோம். சிறிதும் பெரிதுமாக டஜன் ரேடியோ செட்டுகளைப் பிரித்துப்போட்டு ஒக்கப்பண்ணிக் கொண்டிருந்தவர், எங்களைக் கண்டதும் சந்தோஷக் கூச்சல் போட்டார். டிபன், காபி, வெற்றிலை பாக்கு எல்லாவற்றுக்கும் சொல்லி ஆள் அனுப்பிவிட்டு, ஒரு 'டேப்'பை எடுத்தார். ரிகார்டரில் மாட்டி இயக்கிவிட்டார். மதுரை மணி அய்யரின் பழைய கச்சேரி புத்துயிர் பெற்றுக் களைகட்டிற்று. எங்கள் களைப்பும் ஆறிற்று. பசிக்காமலிருந்தால் அவரிடமிருந்த ஐம்பது அறுபது மணி அய்யரின் நாத பொக்கிஷங் களையெல்லாம் இயக்கிப் பொழிந்திருப்பார். காமகோடிபீடம் ஆண்டுதோறும் நடத்தும் ஆகம சில்பப் பேரவைகளையும் அங்கு நிகழ்ந்த காணற்கரிய கலை நிகழ்ச்சிகளையும் வர்ணத் திரைப் படங்களாகத் தாம் பிடித்த அத்தனை கருவூலங்களை யும் காட்டியிருப்பார். காட்டத் துடித்தார். நேரம் போதாத குறையை நொந்துகொண்டு ஒன்றை மட்டும் பார்த்துவிட்டுப் புறப்பட்டோம். ஆகம சில்பப் பேரவை நம்முடைய ஆலய வரலாற்றில் நிகழும் அற்புதங்கள். அந்த அற்புதங்களைத் திரைப் படத்தில் தேக்கிய சடகோபனின் பக்தியும் பிடிவாதமும் இன்னும் ஒரு அற்புதம். எந்தப் பணியிலும் மனப்பூர்வமாக ஈடுபடும்

சடகோபனுக்கு பல விதங்களில் நல்வாய்ப்புகள் கிடைத்திருக்கின்றன. 1946இல் மகாத்மா காந்தி திருச்சி, பழனி முதலிய இடங்களுக்கு விஜயம் செய்தபோது அவருடைய குரலை மக்களுக்குப் பெருக்கி அளித்தது சடகோபன் பணிதான். மகாத்மா வுடனேயே ரயிலில் பிரயாணம் செய்து ஒலிப்பெருக்கியை இயக்கிக்கொண்டு வந்தார். காவிரிக்கரையில் வசிப்பதால் ஏற்பட்ட பலன் என்று சொல்லும் அளவுக்கு அவருக்கு நற்பணி வாய்ப்புகள் உண்டு. மதுரை மணி அய்யரைச் சுற்றி இயங்கிய 'மணிமண்டபக்' குழுவை காவேரி ஸ்நானத்திற்கு அழைத்துச் செல்வது சடகோபனுக்குப் பிடித்த காரியம்.

நண்பர் திருலோக சீதாராமனைப் பார்க்க 'சிவாஜி' அலுவலகத்திற்குச் சென்றபோது, அவரைக் காணவில்லை. வெளியூர் சென்றிருப்பதாகவும், மாலையில் திரும்பி விடுவாரென்றும் அவருடைய நாற்காலியில் உட்கார்ந்திருந்த ஒரு இளைஞர் சொன்னார். பால்வடியும் முகம்; மொட்டைத் தலை; நெற்றியில் சந்தனப் பொட்டு – மெல்லிய உடலை மறைத்த வெள்ளை வெளேரென்று கதர் ஜிப்பா, வேட்டி. முகத்தில் முனிவனின் சாந்தம், உறுதி, புன்னகை.

"நீங்கள் யார் என்று தெரிந்து கொள்ளலாமா?" என்றார் அவர்.

"நாங்கள் சீதாராமனின் நண்பர்கள். 'நடந்தாய் வாழி காவேரி' என்று காவேரியை அடிமுதல் தலை வரை பார்க்கக் கிளம்பியிருக்கிறோம்" என்று கதையைச் சொன்னோம்.

"அப்படியானால் அவளுடைய குழந்தைகளையும் பார்க்க விரும்புவீர்களா?" என்றார்.

புரியவில்லை. "என்ன?"

"திருப்பராய்த்துறையில் காவேரி ஓரமாக ஒரு அனாதை விடுதி நடத்துகிறோம். ராமகிருஷ்ணர் குடில் என்று பெயர். பிரம்மசாரி ராமசாமி நடத்துகிறார்கள். நான் அவர் ஆதரவில் வளர்ந்தவன். விடுதி நிர்வாகத்தில் பணிசெய்யும் பேறு எனக்குக் கிட்டியிருக்கிறது. நீங்கள் இரவு வந்து ஆச்சரமத்தில் தங்கி விட்டு, பள்ளி, தொழில்கூடம் எல்லாவற்றையும் பார்த்துவிட்டுப் போக வேண்டும்" என்றார் அந்த பிரம்மசாரி ரத்னம்.

வேண்டுகோள். ஆனால் கட்டளை மாதிரி எங்களுக்கு ஒலித்தது. புலனை ஒடுக்கிய குரல் வேண்டிக்கொள்வதின் இயல்போ என்னவோ, சரி என்று கீழ்படிந்தோம்.

"சரி, ஐந்து நிமிஷத்தில் புறப்படலாமா? கார் இருக்கிறது" என்று வாசலில் நின்ற ஒரு புதிய காரைப் பார்த்தார்.

"நாங்கள் காரில்தான் வந்திருக்கிறோம்" என்று எங்களுடைய அயர்ந்த காரைப் பார்த்தோம். "சிறிது வேலை இருக்கிறது..."

"பார்த்துவிட்டு, உங்கள் சௌகர்யம்போல் புறப்படுங்கள். இரவு எத்தனை நேரமானாலும், உங்களை விடுதியில் வரவேற்க ஒரு பையன் காத்திருப்பான். அங்கேயே சாப்பிடலாம்."

"சரி."

எதற்கும் சரி. வேறு சொல்லத் தோன்றவில்லை. அவருடைய தோற்றமும் அன்பும் அப்படி ஈர்த்தன.

திருச்சியை விட்டுப் புறப்படுவதற்கு முன்பு ஸ்ரீரங்கம் பார்க்க வேண்டாமா? திருவானைக்காவையும் பார்க்கவேண்டும்.

"திரும்பி காவேரியின் வடகரை வழியாக வரும்போது சாவகாச மாகப் பார்க்கலாமே" என்றார் ஒருவர். ஆனால் ஆராய்ச்சி நண்பர் விடுவாரா? சிவசமுத்ரம், ஸ்ரீரங்கப்பட்டணம் இரண்டையும் பார்த்தோமே; அங்கே காவேரியே பிரிந்து கூடி ஸ்ரீரங்கநாதனை வலம் வந்து கொண்டிருந்தாள். இங்கே பிரியும்பொழுது கொள்ளிடம் என்று வேறு ரூபமாகத் தனிவழியே சென்றுவிடுகிறாள். இந்த விசேஷத்தைத் தன்னுள் கொண்ட ஸ்ரீரங்கம் கோவிலைக் கட்டாயம் இப்பொழுதே பார்க்க வேண்டும் என்றார். ஜம்புகேச்வரம், ஸ்ரீரங்கம் கோவில் களின் கட்டடக்கலைச் சிறப்பை வேறு அவர் நிபுணர்கள் எழுதிய நூல்களில் படித்திருந்தார். ஓவிய நண்பரும் அவரை ஆமோதித்தார். மற்றொரு நண்பருக்கும் ஸ்ரீரங்கத்தில் ஒரு அவசர வேலை இருந்தது. புது உறவுக்காரர் ஒருவரைப் பார்க்க வேண்டும். இரவில்தானே திருப்பராய்த்துறைப் போகப் போகிறோம், அதற்குள் இரண்டு கோவில்களையும் பார்த்து விடலாம் என்று புறப்பட்டோம்.

ஆறிரண்டும் . . .

நேரே ஸ்ரீரங்கம் போக ஆராய்ச்சி நண்பர் விடவில்லை. உறையூரை நோக்கி வண்டியை ஓட்டச் சொன்னார். உறையூர் கடை வீதி முதலியவையெல்லாம் தாண்டி வெளிப்புறப் பகுதிக்குச் சென்றபோதுதான் அவருடைய நோக்கம் எங்களுக்குப் புரிந்தது. செல்லி அம்மன் கோவிலுக்கு எதிரில் இறங்கிச் சென்று பார்த்தபோது நண்பருக்குச் சற்று ஏமாற்றம்தான். சென்னை பல்கலைக் கழக வரலாற்று ஆராய்ச்சிப் பிரிவினர் அங்கே அகழ்வாராய்ச்சி மேற்கொண்டதைப்பற்றி நேரில் அறியவேண்டு மென்று அவர் விருப்பம். அதற்கு இரண்டு ஆண்டுகளுக்கு முன் நடைபெற்ற அகழ்வாராய்ச்சியில் கிடைத்த பொருள்கள் ஏற்கனவே பல்கலைக்கழகத்திற்குக் கொண்டு போகப்பட்டிருந்தன. பிரயாண ஆரம்பத்தில் பாயம்பள்ளியில் பார்த்த ஆராய்ச்சி அலுவல்களின் முடிவுகளைப்பற்றி, ஓட்டுத்துண்டுகள், பானைப் பகுதிகள் முதலியவற்றைச் சான்றாகக் கொண்டு எங்களுக்கு சொற்பொழிவாற்றிய வாய்ப்பு இவருக்கு இங்கே மீண்டும் கிடைக்காதுபோல் தோன்றிற்று. ஆனாலும் அவர் விடவில்லை. அந்த இடத்தில் கிடைத்த பொருள்களை ஆராய்ச்சி செய்ததில் கிறிஸ்துவுக்கு முன்பு மூன்றாவது நூற்றாண்டிலிருந்து கி.பி. 5ஆவது நூற்றாண்டுவரையிலான வரலாற்றுத் தகவல்கள் கிடைத்திருப்பதாகச் சொன்னார். தமிழ் பிராம்மி எழுத்துக்கள் பொறிக்கப்பட்ட சில மண்பாண்டப் பகுதிகள் அநேகமாக கரிகாலன் காலத்தவை சில கிடைத்திருக்கின்றனவாம். துணிகளுக்கு சாயம் கொடுப்பதற்காகப் பயன்படும் பெரிய தொட்டிகள் போன்ற செங்கற்களாலான அமைப்புகளும் அகழ்வில் புலப்பட்டனவாம். உறையூரில் இன்று பிரசித்தமா யிருக்கும் நெசவுத் தொழிலின் வளர்ச்சியின் ஆரம்பம் சுமார் 2000 ஆண்டுகளுக்கு முன்பே ஏற்பட்டிருக்க வேண்டும் என்று நண்பர் சொன்னபோது நாங்கள் உற்சாகத்துடன் தலையாட்டி னோம். இல்லாவிட்டால் விவாதம் தொடங்கிவிடுவார்.

அரிக்கமேடு பகுதியில் நடைபெற்ற அகழ்வாராய்ச்சியில் காணப்பட்டதைப் போன்ற தமிழ் பிராம்மி எழுத்துக்கள் போலவே அந்தப் பானைத்துண்டு எழுத்துக்கள் இருப்பதாகவும், வீரக்கல் வாசகங்களைப் போல் இருப்பதாகவும், ஏதோ தாமே ஆராய்ந்து கண்டுபிடித்தது போல் நண்பர் விளக்கினார். உறையூரில் சுமார் 2500 ஆண்டுகளுக்கு முன்பே தமிழன் வாழ்வு செழித்திருந்தது என்பதை அறியப் பெருமையாகத் தான் இருந்தது. கி.பி. 130ஆம் ஆண்டு வாக்கிலேயே உறையூர் சோழ மன்னர்களின் தலைநகரமாயிருந்ததாக கிரேக்க அறிஞர் டாலமி (Ptolemy) குறிப்பிட்டிருப்பதால் அந்த நகரத்தின் செழிப்பு பல நூற்றாண்டுகளாகவே வளர்ச்சி அடைந்து வந்திருக்கவேண்டும். உறையூரில் இன்னும் இரண்டு மூன்று

இடங்களில் அகழ்வாராய்ச்சி நடந்ததைப் பார்க்கவேண்டு மென்று நண்பருக்கு ஆவல். ஆனால் ஸ்ரீரங்கம், ஜம்புகேச்வரம் கோவில்களை மாலை மறைவதற்குள் பார்க்கவேண்டுமென்ற காரணத்தால், அவைகளைப் பற்றிய வரலாற்றுத் தகவல்களையும் அவர் சொல்லிக் கேட்கவேண்டுமென்று கூறி அவரைத் திருப்திபடுத்திக்கொண்டு புறப்பட்டோம். கோவலனும் கண்ணகியும் கவுந்தியிடம் விடைபெற்று மதுரைக்குப் புறப் படுவதற்கு முன், உறையூரில், அவர்கள் வழிபட்ட நாயனார் ஸ்ரீகோவில், ஸ்ரீகந்தன்பள்ளி முதலிய க்ஷேத்திரங்களைக்கூடக் கண்டுபிடிக்க வேண்டுமென்பது நண்பரின் ஆசை. எங்களுக்கும் விருப்பம்தான். ஆனால் எங்கள் பயணம் மேற்கு நோக்கிய திட்டம்.

கரிகாலன் காலத்தில் உறையூர் எப்படியிருந்ததோ? வாச லக்ஷ்மி என்று வல்லி நாச்சியாருக்குப் பெயர் வைத்திருக் கிறார்கள். திருவே உறைந்த இடமென்று பாடியிருக்கிறார்கள். கனமும் பூரிப்பும் தாளாமல் காவிரி ஸ்ரீரங்கத்தில் தன்னை இரண்டாகப் பிரித்துக்கொண்டபொழுது கொள்ளாத வளமாக அப்பொழுதே இருந்திருக்கும். கண்கொள்ளா அந்த பசுமையைக் கண்டுதான் திரு உறையும் ஊரென்று தெய்வ சாந்நித்யத்தைக் கோவிலிலும் பெயரிலும் மக்கள் எழுப்பினார்கள் போலும். தெற்கேயும் மேற்கேயும் கிழக்கேயும் நல்லாட்சி பரப்ப, மைய நிலையாக இருந்ததால் முதல் சோழர்கள் அந்த இடத்தைத் தேர்ந்து தலைநகராக்கிக் கொண்டார்கள். ஸ்ரீரங்கம், உறையூர்ப் பகுதிகளின் பொருட்களைக் கடலில் ஏற்றவும், அயல் நாட்டுப் பண்டங்களை உறையூருக்குக் கொணரவும் வடக்குக் கரை யோடு பூம்புகார் வரையில் சாலையும் அமைந்தார்கள். இந்த சாலை அதற்கும் முன்னமே நெடுங்காலமாக இருந்த கரிகாலன் காலத்தில் நல்ல வர்த்தகச் சாலையாகச் செப்பனிடப்பட்டிருக்க வேண்டும் என்று தோன்றுகிறது.

நாங்கள் எல்லோருமே திருச்சியில் பல ஆண்டுகள், கல்விக்காகவும், வேலைக்காகவும் தங்கி வாழ்ந்தோமென்றாலும், ஸ்ரீரங்கம் கோவிலை வரலாற்று நோக்குடன் பார்க்கும் வாய்ப்பு கிடைக்கவில்லை. கவிஞரும், கதைப் படைப்பாளியுமான ந. பிச்சமூர்த்தி அந்தக் கோவிலின் நிர்வாக அதிகாரியாகப் பணியாற்றியபோது, ஆலய வழிபாடடு சம்பவங்களில் அடிக்கடி முதலிடம் பிடித்து தரிசனம் செய்யும் வாய்ப்புகள் கிடைத்தன. இன்று ஆராய்ச்சி நண்பருடன் கோவில் முழுவதையும் சுற்றிப் பார்த்தபோது, அந்த அமைப்பின் கலைவடிவம் முழுவதையும் அறிய முடிந்தது. ஏழு பிராகாரங்களைக் கொண்ட இப்பெருங் கோவிலில், வெளிப்புறத்து மூன்றும் மக்கள் வாழும் தெருக் களாகவே இன்று காட்சியளிக்கின்றன. தெற்கு வாயிலில்

பூர்த்தியாகாமல் விடப்பட்ட கோபுரம் கட்டி முடிக்கப்பட் டிருந்தால் 300 அடி உயரம் இருந்திருக்குமாம். 18ஆவது நூற்றாண்டில் மேற்கொள்ளப்பட்ட இந்த கோபுர அமைப்பு பிரிட்டிஷ், பிரெஞ்சு சச்சரவுகளால் தடைப்பட்டு விட்டது என்று வரலாறு கூறுகிறது. ஆயிரக்கால் மண்டபம், கருட மண்டபம் போன்ற சிற்பக்கலையுடைய அமைப்புகள் எல்லாம் உட்புற நான்கு பிராகாரங்களுக்குள்ளே இருக்கின்றன. பள்ளி கொண்ட ரங்கநாதனின் கர்ப்பக்கிருகம் 240 அடி நீளமும் 180 அடி அகலமும் கொண்ட சிறிய அமைப்புதான். இதன் மீதுள்ள பொன் வேய்ந்த விமானத்தை 2880 அடி நீளமும் 2475 அடி அகலமும் கொண்ட ஏழாவது பிராகாரத்தின் வெளியிலிருந்து காணமுடியாது.

முதல் முதலில் அமைக்கப்பட்ட சிறிய க்ஷேத்திரத்தைச் சுற்றிப் பெரிய மதில்களும் கோபுரங்களும், மண்டபங்களும் நிறுவும் கலை, பிற்கால பாண்டியர்கள், நாயக்க மன்னர்கள் காலத்தில் தமிழ்நாட்டில் பலவிடங்களில் கையாளப்பட்டது. இந்தப் பாணிக்கு சிறந்த உதாரணமாக விளங்கும் ஸ்ரீரங்கம்

கோவிலில் 13, 14ஆவது நூற்றாண்டுகளிலேயே ஜடாவர்மன், சுந்தர பாண்டியன் போன்ற மன்னர்கள் பல சிறப்பு அம்சங் களைச் சேர்த்து விஸ்தரித்தார்கள். 500 ஆண்டு காலம் பல சிறப்புகளைச் சேர்த்துக்கொண்டே வந்த ஸ்ரீரங்கநாதர் ஆலயம், போர்களே இல்லாத அமைதியான கால அளவைத் தொடர்ந்து பெற்றிருந்தால் கற்பனைக்கும் எட்டாத எழிலுடன் விளங்கி யிருக்கும். ஆயினும், உட்புற பிராகாரங்களில் சிறிய கோபுரங் களும் விமானங்களும் கொண்டு படிப்படியாக வெளிப்புற சூழல்களில் உயர்ந்த கோபுரங்களைக் கொண்ட இந்த அமைப்பு, முழுவடிவத்தின் அழகைக் குறைத்து விடுகிறது என்று James Fergusson போன்ற கலை வரலாற்று நிபுணர்கள் கருதுகிறார்கள். கிழக்குப்புற கோபுரத்தின் மீது ஏறி நின்று பார்த்தால் கோவிலின் மிக விரிவான அமைப்பு முழுவதையும் ஒரே காட்சியாகக் காணலாம் என்று ஒரு கலை விற்பன்னர் எழுதி வைத்திருப்பதைப் பரீட்சித்துப் பார்க்கவேண்டுமென்று நண்பர் விரும்பியதைத் தடுத்துவிட்டோம். இவருடன் கங்கை கொண்ட சோழபுரக் கோவிலின் விமானத்தில் ஏறிய அனுபவத்தை நாங்கள் மறந்துவிடவில்லை. தவிர, அப்படி கோபுரத்தின் மீது நின்று பார்த்தால்கூட, மற்ற 12 கோபுரங் களும், கர்ப்பக்ருக பொன் விமானமும் தவிர, கண்ணுக்குத் தெரிவது தட்டையான கற்கூரைப் பகுதிகள்தான்; அமைப்பின் உட்புற அழகல்ல என்று நண்பர் காட்டிய ஆதாரத்திலிருந்தே நாங்களும் மேற்கோள் காட்டிவிட்டு "ஏன் பள்ளி கொண்டீ ரய்யா?" என்று பாடகர்கள் வினவும் ஸ்ரீரங்கநாதனை தரிசிக்கச் சென்றோம்.

பிறகு திருவானைக்கா செல்லும்போது இருள் எங்களுடன் போட்டி போட்டுக்கொண்டு வந்தது. ஜம்புலிங்கமும் அகிலாண் டேச்வரியும் கோவில் கொண்டிருக்கும் இந்த ஆலயத்தின் உட்புற அமைப்பு கட்டடக்கலையின் மிகச் சிறந்த சின்னமாகக் கருதப்படுகிறது. கம்பீரமான கற்றூண்கள் அணி வகுத்து நிற்கும் பிராகாரம் வழியாக சந்நிதியின் வாயிலருகே வந்தவுடன், அங்குள்ள விஸ்தாரமான சதுக்கத்தின் நான்கு மூலைகளிலும் ஓங்கி வளர்ந்து கிளைத்து நிற்கும் தூண்களின் அற்புதமான வேலைப்பாட்டின் தோற்றம் எங்களைத் தடுத்து நிறுத்திவிட்டது. அழகு நிறைந்த ஒரே கட்டமைப்பு கொண்ட இந்தக் கோவிலின் உட்புறக் கட்டடம், ஜடாவர்மன் சுந்தரபாண்டியன் காலத்திலேயே பூர்த்தியானதாகத் தெரிகிறது. பின்னர் 17ஆவது நூற்றாண்டில் நாயக்க மன்னர்கள் காலத்தில் சேர்க்கப்பட்ட வெளி மதிலின் உட்புறத்தில்தான் திருச்சி முற்றுகை முடிவில் பிரெஞ்சுப் படைகள் பிரிட்டிஷாருக்கு சரணடைந்தன. எவ்வளவு நேரம் நின்று பார்த்தாலும் சலிப்புத்தட்டாத அக்கோவிலின் கம்பீர

மான வீச்சைக் கண்ட உற்சாகத்தில் உள்ளே சென்று அப்புலிங்கம், அகிலாண்டம்மன் அருளை காவேரி பயணத் தொடர்ச்சிக்காக வேண்டிக்கொண்டு வெளியேறினோம். அகிலத்தை ஆளும் அம்பாளின் உக்ரத்தைத் தணிக்க, சந்நிதிக்கு எதிரில் ஆதிசங்கரர் தாடங்கப் பிரதிஷ்டை செய்திருந்த அருள் பொலியும் காட்சியைக் கண்டதும் சங்கீத நண்பர் ஸ்தம்பித்து நின்று, கண்ணீருகுத்த வண்ணம் மானசீகமாக ஏதோ இசைத்துக் கொண்டிருந்தார். அந்தப் புனிதநொடி கழியும்வரை மற்றவர்களும் மௌனமாக நின்றோம்.

திரும்பி வந்து, திருச்சியில் சாப்பாட்டை முடித்துக்கொண்டு, நண்பர்களிடம் விடைபெற்றுக்கொண்டு புறப்பட்டபோது இரவு மணி ஒன்பதை நெருங்கிவிட்டது. ஆயிரக்கணக்கான ஆண்டுகளாய் காலத்தை எதிர்த்து நின்று சான்று கூற முயலும் சின்னங்களையும் கோவில்களையும் நினைந்தபோது, நாங்கள், ஒருநாளை இரண்டாகப் பிரித்துப் பன்னிரண்டு மணி நேரத்தை அளந்து கொடுக்கும் கடிகாரத்திற்கு அடிமையாகி இயங்குவதை நினைத்து நாங்களே சிரித்துக்கொண்டோம். நண்பர் திருலோக சீதாராமனை பிற்பகலில் காண இயலாமற்போன குறையையும் தீர்த்துக் கொண்டோம். அரைமணி நேரம் அவருடன் சல்லாபித்து விட்டு அரைமனதுடன்தான் விடை பெற்றுக் கொண்டோம்.

சீதாராமனைக் காண்பது என்றால் கவிதை கேட்பது என்பதுதான் பொருள். எங்கள் வேண்டுகோளுக்கிணங்கி, பாரதி முதல் 'சாலிவாகனன்' வரை பல கவிஞர்களின் பாடல்களைத் தமக்கே உரிய இனிமையும் கனமும் நிறைந்த குரலில் இசைத்து மகிழ்வித்தார். பாரதிதாசனின் வேகமும், ச.து.சு. யோகியாரின் நளினமும், சாலிவாகனின் சொற்செட்டும் அவர் பாடியபோது உள்ளத்தைக் கவர்ந்தன. பாரதியாரின் 'சக்தி'ப் பாடலை அவர் பாடியபோது காவேரிக் கரையுடன் நடந்தே சென்று விடலாமென்ற ஊக்கம் பிறந்தது. எங்களுடைய சாமான்களுக்காகத்தான் கார் கொண்டு வந்தோமென்று எங்களை நாங்களே சமாதானப்படுத்திக் கொண்டோம். மாலையில் திருவானைக்கா சென்றபோது கவிஞர் அப்புலிங்கத்தைப் (கலைவாணன்) பார்க்க முடியாமல் போனதையும் சீதாராமன் ஈடுசெய்து விட்டார். அவருடைய அழகான கவிதைகள் சிலவற்றையும் தம்முடைய 'கந்தர்வகானம்' என்ற காவியத்திலிருந்து சிலபகுதிகளையும் பாடியதைக் கேட்கும்போது, அவரையும் காவேரிப் பயணத்தில் கூட அழைத்துப் போகலாமே என்று தோன்றிற்று. அப்படிச் செய்தால், அவருடைய கவிதைப் பொழிவில் மயங்கி காவேரிக் காட்சிகளைச் சரியாக கவனிக்காமல் இருந்து விடுவோமோ என்ற சந்தேகத்தில் அந்த

யோசனையைக் கைவிட்டோம். ஏற்கெனவே, எங்களுடைய சர்ச்சைகளின் விளைவாக, சில முக்கிய இடங்களை ஊன்றி கவனிக்காமல் வந்ததையும் நினைவுபடுத்திக் கொண்டோம்.

காவேரியின் தென்கரையில் ஆற்றுடன் ஒட்டிச் செல்லும் சாலையுள் புகுந்தோம். மலைக்கோட்டை விளக்குகள், திருச்சி நகர ஒளிப்படலம், சந்தடி – எல்லாம் பின்னே தங்கி மறைந்தன. காரின் முன்னொளி, நெடிந்து நரைத்த மரங்கள் – காவிரியின் கட்டுக்கரை – சிலசமயம் காவிரியின் மௌனப் பிரவாகம், சற்று சில்லென்ற காற்று. திருச்சி மலைக்கோட்டையின் பகல் வெப்பத்தின் இரவுக் கதிரியக்கத்தின் ஆதிக்கத்தை விட்டு மேற்கே சென்று கொண்டிருந்ததால் மார்கழிக் குளிர் தன்னுடைய குளுமையைப் பரப்பிக் கொண்டிருந்ததை உணர்ந்தோம்.

முத்தரசநல்லூர் தாண்டி முருங்கப்பேட்டை நெருங்கும் வரை யாரும் பேசவில்லை. சாலையின் ஓரத்தில் குளிர் காய்ந்து கொண்டிருந்த சிலர் எழுந்து நின்று ஏதோ சமிக்ஞை செய்தார்கள். சாலை சீரமைப்புத் தொழிலாளர்கள் என்று தெரிந்தது. அவ்விடத்தில் ஒரு சிறு ஓடைப்பாலம் பழுது பார்க்கப்படுவதால் காரை சாலையைவிட்டு இறக்கி ஓட்டும் படி வழிகாட்டினார்கள். கார் ஓட்டுநர் அவர்களுடன் சிறிது அளவளாவிக் கொண்டிருந்தார். ஆராய்ச்சி நண்பர் வலதுபக்க

மாகச் சென்று காவிரிக் கரையின்மீது நின்று கொண்டிருந்தார். மீண்டும் புறப்படுவதற்குள், ராஜகோபால் அந்த ஊழியர்களைப் படம் வரைந்து கொண்டிருந்தார்.

நாங்கள் அவசரப்படுத்தியதிற்கு செவிசாய்த்து வந்த ஆராய்ச்சி நண்பர், முருங்கப்பேட்டையில் 1924ஆம் ஆண்டு வெள்ளத்தினால் ஏற்பட்ட விபத்தைப்பற்றி விவரிக்கத் தொடங்கினார். முருங்கப்பேட்டைக்கருகில் அப்பொழுது ரயில்பாதை சேதமடைந்ததையும், காவிரிக்கரை பலவிடங்களில் உடைப்பெடுத்ததையும் பற்றிப் புள்ளி விவரங்கள் கொடுத்தார். மேலணைக்கருகில் 300 அடி தூரம் காவிரியின் வலக்கரையை வெள்ளம் கொண்டு போய் விட்டது. திருச்சி – கோயமுத்தூர் நெடுஞ்சாலை பல பகுதிகளில் மறைந்தே போய்விட்டதாம். காவிரி நதியே தனக்கென வேறு வழி ஒன்று வகுத்துக்கொண்டு மூன்று மைல் தொலைவுக்கு ஓடித் திரும்பியது, 2000 ஏகரா நிலப்பகுதி மணலால் மூடப்பட்டுப் போனது, திருச்சிக்கருகே கொள்ளிடப்பாலம் பிரவாகத்தில் அடித்துக் கொண்டு போகப்பட்டது – எல்லாம் அவர் சொல்லிக் கொண்டிருக்கும்போது திருப்பராய்த்துறையை அடைந்தோம்.

பிரம்மச்சாரி ரத்னத்தின் இளமைத் துறவுத் தோற்றம் மனதில் எழுந்தது. அன்புடனும் பணிவுடனும் மனுஷன் எப்படிக் கூப்பிட்டார்! உபசாரத்திற்காகவாவது “ரொம்ப நன்றி, ஆனால் இன்னொரு சமயம் வருகிறோம், என்று ஏன் சொல்லத் தோன்றவில்லை? இதுமாதிரி பல இடங்களில் சொல்லும் பழக்கமாச்சே நமக்கு” என்று மட்டும் சொல்லி வியந்துகொண்டே வந்தோம்.

பேசிக்கொண்டே வரும்பொழுது நீல விளக்குகள் தெரிந்தன. செய்தோட்டங்களின் நருவிசு, கருக்காக இரண்டு மூன்று கட்டடங்கள் – காரை நிறுத்திக் கூர்ந்து பார்த்தோம். “ராம கிருஷ்ணகுடில்” என்று ஒரு அறிவிப்பு.

“திருச்சியிலேர்ந்து வறீங்களா?” என்றது ஒரு குரல்.

ஒரு பையன் வந்து நின்றான்.

“காவேரியோட பயணம் போறவங்களா?” என்றான் பையன்.

“ஆமாம்.”

“ஐயா சொன்னாங்க. உங்களுக்காகத்தான் காத்துக்கிட்டிருந்தேன். இன்னும் சாப்பிடலையே.”

“ஆச்சே.”

“அப்படீன்னா பால் இருக்கு. இறங்கலாமே.”

பையனே சாமான்களை எடுத்து வைத்தான். வேண்டிய வற்றை மட்டும் எடுத்துக்கொண்டு, வண்டியைப் பூட்டி அவனைத் தொடர்ந்தோம். கண்ணைக் கவரும் தோட்டம். பளிச்சென்று, தும்புதூசியில்லாத நருவிசு. அதைக் கடந்து மாடிப்படியேறி னோம். புதிதாகக் கட்டப்பட்ட விடுதி – நிகுநிகுவென்று இரண்டு பெரிய அறைகள். கட்டில்கள் – ஜன்னல்களுக்குத் தொங்கு சீலைகள். தலைக்காவேரி விடுதி நினைவு வந்தது. பஞ்சதாரகை ஹோட்டலைப் போன்ற வசதி.

சுண்டச்சுண்டக் காய்ச்சி, ஆடை மணக்கும் பாலை ஆளுக்கு ஒரு பெரிய டம்ளராகக் கொடுத்தான் பையன்.

“ஐயா, காலையிலே உங்களைப் பார்க்கறேன்னாங்க. நீங்க அலைஞ்சு களைப்பா வந்திருப்பீங்க. அதனாலே தொந்தரவு செய்ய விரும்பலே. காலையிலே வந்து பார்க்கறேன்னு சொல்லச் சொன்னாங்க, படுத்துக்கிறீங்களா?” என்று சொல்லிவிட்டுப் பால் பாத்திரங்களை எடுத்துக்கொண்டு விடைபெறக் காத்து நின்றான் பையன்.

அதுவும் கட்டளை மாதிரிதான் இருந்தது.

“சரி. காலையிலே பார்க்கலாம்” என்றோம். மறுகணம் பையனைக் காணவில்லை.

ஆனால் எங்களுக்குக் களைப்பும் இல்லை, தூக்கமும் வரவில்லை. “எத்தனை இங்கிதம்! எத்தனை பரிவு! எத்தனை முன் ஜாக்கிரதை! உபசாரத்திலும் எவ்வளவு அடக்கம்!” என்று ரத்னத்தையும், அவர் சொன்னதை ராணுவ ஆக்ஞை மாதிரி நடத்தி, வரவேற்று, அளந்துபேசி விடைபெற்றுக்கொண்ட பையனையும், நினைத்துக்கொண்டே உட்கார்ந்திருந்தோம். விளக்கை அணைத்து சாளரங்களின் பக்கமாக நின்று பார்த்தோம். சாலை தூங்கிற்று. மரங்கள் மௌனமாக இருந்தன. ஒரு பெரிய சோலைக்கு நடுவில் இருப்பது மனதுக்குள் ஊறிக் கிடந்தது. காவேரியின் சலசலப்பு கேட்பது போலிருந்தது. தூங்காத பட்சிகள் ஒன்றிரண்டின் கூவல்கள், தூங்கும் குழந்தை யின் புன்சிரிப்புப்போல இடை இடையே எப்பொழுதாவது கேட்கும்.

கட்டிலில் படுத்தோம். கொசுவலைகள் தூங்கு, தூங்கு, என்று சொல்வதுபோல் லேசாக அசைந்து கொசுக்களைத் தடுத்துக் கொண்டிருந்தன.

காலையில் எழுந்தபோது, பளபளவென்று பாத்திரங்கள் மூலையில் முளைத்திருந்தன. கண்களை விழித்து முழித்து படுக்கையை விட்டு எழுந்ததும், படியிலிருந்து அதே பையன்

வந்தான். "பல் துலக்கலாமா? பலகாரம் கொண்டு வந்திருக்கேன்" என்று நின்றான்.

சுற்றிலும் தோட்டம். எதிரே தோட்டம். ஒரு பக்கத்தில் தொழிற்பட்டறையின் சத்தம். சாலைக்கு அப்பாலிருந்து சிறுவர்கள் பாடும் குரல்கள். அங்கு சோலைக்குள் கட்டடங்கள். அத்தனையும் காலையில் உருப்பெற்று எழுந்திருந்தன எங்கள் கண்ணுக்கு.

பல் தேய்த்ததும் பையன் இட்லி, பொங்கல், காபியை வழங்கினான்.

உண்டு முடித்ததும் "வணக்கம், நல்லாத் தூங்கினீங்களா?" என்று குரல் கேட்டது. ரத்னம் நீராடிவிட்டு, சந்தனப் பொட்டுத் துலங்க வந்து நின்றார்.

எங்களை அழைத்துக்கொண்டு பள்ளிக்கூடம், உணவுக் கூடம், அரங்கம் – எல்லாவற்றையும் காண்பித்தார் அவர். வெயில் புகாத பெரிய சோலைக்கு நடுவே அத்தனையும். காலை இறைவணக்கத்தை முடித்துவிட்டு பையன்கள் உணவு விடுதியின் சிற்றுண்டியின் முன் அமர்ந்து இறை நன்றி ஓதிக் கொண்டிருந்தார்கள்.

ஆச்ரமத்தின் தலைவரான பிரம்மசாரி ராமசாமியைப் பார்த்து விட்டு, நாங்களாக உலவினோம். இரண்டு பையன் களைச் சந்தித்து, பெயர் கேட்டோம். சொன்னார்கள்.

"எந்த ஊர்?"

பேசாமல் நின்றார்கள் இருவரும்.

"உங்களுக்கு எந்த ஊர்?"

"ஊர் சொல்லுகிறதில்லை."

"ஏன்?"

"இங்கு பழக்கம் இல்லை."

"எது?"

"ஊரைச் சொல்லுகிறது."

"ஏன்?"

"ஆச்ரமத்தின் கட்டளை."

குழந்தைகள் அனாதைகள். பெயர்மட்டும்தான் அடை யாளம் தெரிந்துகொள்ள. ஊர் எதாயிருந்தால் என்ன? அவர்கள் அனைவருக்கும் இந்த ஆச்ரமம்தான் ஊர், உலகம். எந்த

ஊர் என்று தெரிந்தால், யாரு, என்ன, என்று எதையாவது கிளறிக் கொண்டேயிருக்கத் தோன்றும் நமக்கு. அந்தக் குழந்தைகளுக்கு ஆச்ரமம்தான் குடும்பம். அத்தனை பேரும் சகோதரர்கள். பிரம்மச்சாரிகள் ராமசாமியும், ரத்னமும் தந்தை, பெரிய அண்ணன். இந்த மனோபாவம் அத்தனை உள்ளங்களிலும் உணர்விலும் ஊறிக் கிடக்கிறது.

காவேரிக் கரைக்குச் சென்றோம். அங்கு ஒரு இருபது சிறுவர்கள் குளித்துக்கெண்டிருந்தார்கள். ஒரு பையன் காவலிருந்தான். யாரிடம் கேட்டாலும் அதேபதில்தான். ஊர் தெரியவில்லை.

சிறுவர்கள்மட்டும் அல்ல. வளர்ந்த இளைஞர்களையும் குடில் ஏற்று வளர்த்து வருகிறது. பொறி நுட்பம் கற்பிக்கிறது. விவசாயத்திற்கு வேண்டிய தரமான பம்புசெட்டுகளைத் தயார் செய்யும் உற்பத்திப் பகுதியில் இந்த இளைஞர்கள் பணி ஆற்றுகிறார்கள். ஆயிரக்கணக்கில் மந்தை மந்தையாக ஆக்கப்படும் பொருள்களின் கூட்டம் அல்ல இந்த செட்டுகள். குறைந்த எண்ணிக்கை கொண்டதால் தனித்தனியாகத் தரம் ஏற்றும் பணிமுறை. உயிரற்ற பெருந்தொழில்முறை அல்ல. ஆகவே, இந்த இளைஞர்களுக்குப் பொருட்களின் தரத்திலும், அமைப்பு உறுதியிலும் சிரத்தை உண்டாகிவிடுகிறது.

குடிலுக்கு எதிரே சாலையின் மறுபுறத்தில் அமைந்திருந்த அந்தத் தொழிற்சாலையைப் பார்த்தபோது சங்கீத நண்பருக்கு ஜப்பானிய சிறு தொழில்முறையின் நினைவு வந்தது. இரண்டாண்டுகளுக்கு முன்பு ஜப்பானில் இரண்டு மாதகாலம் இருந்துவிட்டு வந்த அவர் மனிதனின் ஊக்கத்திற்கும், ‘சிறுகக் கட்டிப் பெருக வாழ்’ என்ற தமிழ் முதுமொழிக்குமுள்ள ஒற்றுமையை அறிந்திருந்தார். சாலைக் கொட்டகைக்குள் தயாரான பம்பு செட்டுகள் அணிவகுத்து நின்றன. வெளியில் பட்டறையில் மாணவப் பணியாளர்கள் உலைக்கருகில் சம்மட்டி கொண்டு அடித்து சில உறுப்புக்களைத் தயாரித்துக் கொண்டிருந்தார்கள். இன்னும் இரண்டு வாரங்களுக்குள் குடிலன் ஆண்டுவிழா நடக்கவிருந்தது. அதற்கான வைபவத்திற்கு வேண்டிய ஏற்பாடுகளைப்பற்றி சக ஊழியர்களுடன் பேசிக் கொண்டே, பிரம்மச்சாரி ரத்னம், தொழிற்சாலையின் பல பணிகளை எங்களுக்கு விளக்கினார். மாணவர்களுக்கு விவசாய பூர்வ அலுவல்களான ட்ராக்டர் ஓட்டுதல், மண்சுமப்பது, வேலி, வரப்புகளைச் செப்பனிடுவது போன்ற பயிற்சிகளும் தரப்படுவதாகச் சொன்னார். கங்கைபாயும் வங்கம் தந்த அருட்செல்வரின் பெயரில் நடக்கும் இந்த ஒப்பிலாப் பணிக்கு, அன்னை காவேரி மனமுவந்து தன் அரவணைப்பளித்து உதவி

வரும் அற்புதத்தைக் கண்டு வியந்து நின்றோம். தமிழ்வளர்த்த மூவேந்தர் காலத்திலும் இவ்வாறுதானே காவேரிக்கரையில் வளர்ச்சி ஒலி கேட்டிருக்கும்!

அந்தச்சோலையும் தொழிலூக்கமும், சமபாவமும், அன்பும் புகல் கிடைத்த அமைதியும் நிறைந்த இடத்தை விட்டுவர லேசில் மனம் வராது. அத்தகைய அரைமனதோடுதான் பிரியா விடை பெறவேண்டியிருந்தது.

பொதுவாக இத்தகைய நிறுவனங்களில் சூசகமான நச்சரிப்பு இருக்கும். எப்படியாவது நன்கொடை விஷயத்தைப் புகுத்தி விடுவார்கள். இத்தகைய ஸ்தாபனங்களுக்குக் கோடி கோடியாகத் தரலாம். ஆனால் கேட்கும் முறையால், நன்று நினைப்பவர்கள் கால், அரைக்கால் என்று தளர்வதுண்டு.

பிரம்மச்சாரி ரத்னம் நன்கொடை, அது, இது என்று பேசவே இல்லை – மறைமுகமாகக்கூட.

“மீண்டும் வரவேண்டும். நீங்கள் வந்ததில் பெரிய மகிழ்ச்சி. யாராவது அனாதைகள் – கதியில்லாத ஏழைகள் இருந்தால், எங்களிடம் உடனே அனுப்புங்கள். எத்தனை பேர்களை வேண்டு மானாலும் ஏற்றுக் கொள்கிறோம்” என்றார். இது இன்னொரு அதிர்ச்சி. திரவிய நன்கொடைகளுக்குப் பதிலாக அனாதை களையே நன்கொடையாகக் கேட்டார்.

அதனால் இந்த ராமகிருஷ்ண குடில், ராமசாமி, ரத்னம், மாணவர்கள் – எல்லாமே எங்களுக்கு மறையாத உணர்ச்சித் தழும்புகளாகிவிட்டன.

ஆயிரக்கணக்கில் சம்பளம் கொடுத்து பெரிய ஸ்தாபனங் களை நடத்தும் அரசு இத்தகைய மனிதர்களைப்பற்றி ஏன் சிந்திக்கக்கூடாது என்று ஆசை தோன்றுகிறது. ஆசையும் கிடையாது, நப்பாசையும் கிடையாது. புறங்கையில் எஞ்சிய

தேனைக்கூட சுவைக்காத இத்தகைய பற்றற்ற மனிதாபிமானிகள் எத்தனைபேர் கிடைப்பார்கள்?

கோடிகோடியாக நஷ்டக்கணக்கு எழுதும் பொதுத்துறை ஆக்கத்தொழில்கள், ஆபீசர்களையும், பைல்களையும், பெருக்கி பொறுப்பு ஏற்கும் மனோபாவத்திலிருந்தே கழன்று விடச் செய்யும் வேலைமுறை, பராமரிப்பு ஆட்சி, சீக்கிரமாகவோ தாமதமாகவோ, லாபமோ, நஷ்டமோ, எத்தனை பேர்கள் பிழைக்கிறார்கள் என்று அதற்கும் சொல்லும் சமாதானம் – இத்தனை நினைவுகள் குடிலை விட்டுப் புறப்பட்டு வரும் போது வந்துகொண்டுதானிருந்தன.

14
அகண்டம்

ஆங்காங்கு வண்டியை நிறுத்தி, நிறுத்தி, அகண்ட காவேரி என்ற அகன்ற காவேரியைப் பார்த்துப் பார்த்துச் சென்று கொண்டிருந்தோம். பத்து பதினைந்து வருடங் களுக்கு முன்பு சாலையில் போகும்போதே காவேரியின் பரப்பைக் காணமுடிந்தது. ஆனால் அன்று நாங்கள் ஒவ்வொரு பகுதியிலும் சாலையின் வலது பக்கத்தில் தொடர்ச்சியாய்ப் பெருகியிருந்த குடிசைகள், கடைகள் முதலிய தடைகளுக்கிடையில் வழிதேடிச் சென்று காவேரிக்கரையின் மீது ஏறி நின்றுதான் தண்ணீரின் ஓட்டத்தைப் பார்க்க முடிந்தது. பொருளாதார வளர்ச்சி யின் விளைவாக ஜனநெரிசல் அதிகரித்து இயற்கையின் தாராளத்தைப் பங்கு போட்டுக்கொள்ளும் விபரீதத்தை நேரில் கண்டோம். முன்பெல்லாம் சாலையின் வலது ஓரத்தில் சரிவான காவிரிக்கரையின் அரண்போன்ற தோற்றம் பெரிய மரங்களின் நிழலுடன் எழில் தந்துகொண் டிருந்தது. இப்பொழுது மைல் மைலாகச் சென்றாலும் குடியிருப்புகளின் வரிசை கரை இருப்பதையே மூடி மறைத்திருந்தது. திருச்சியிலிருந்து கரூர் செல்லும் ஆற்றோரச் சாலையைவிட்டு வேறு வழியில் தவறி வந்துவிட்டோமோ என்றுகூட சிலசமயங்களில் தோன்றிற்று.

தேநீர்க் கடைகளுக்கும் வெற்றிலைபாக்குக் கடை களுக்கும் இடையில் எங்காவது இடைவெளி கிடைக் கிறதா என்று சற்று ஆத்திரத்துடன் பார்த்துக்கொண்டே சென்றோம். பெருகமணியைத் தாண்டி சற்று தொலை வில் காவேரிக்கரைப் பகுதி தடையின்றி கண்ணில் பட்டது, திரைப்படங்களில் வரும் ஜாலக்காட்சிபோல் ஒரு வியப்பை உண்டாக்கிற்று. வண்டியை நிறுத்தச்

சொல்லி விட்டு, காமிரா, இதர சாதனங்களுடன் கரைக்கு விரைந்தோம். முழுமைபெற்ற, கிளைபிரியாத, பரந்த நீர்ப்பரப்புள்ள காவேரியில் நீராடவேண்டும் என்ற ஆசை. கண்ணுக்கெட்டியதூரம் வடகரை வரையில் காவேரியின் விசால ஓட்டத்தைக் கண் குளிரப் பார்க்க வேண்டுமென்ற ஆர்வம். எங்களுடைய பார்வையை இதுவரை தடைசெய்து வந்த குடியிருப்புகள், கரைமீது ஆக்ரமித்து ஆதிக்கம் செய்த கொடுமையின் விளைவான ஆத்திரம் ஒருபக்கம்.

கரைமீது நின்று பார்த்தபொழுது வலதுபக்கத்தில் அக்கரைக் கருகே முக்கொம்பின் மரங்களடர்ந்த திட்டு தொலைவில் தெரிந்தது. அங்குதான் காவேரி கொள்ளிடத்திற்கு விடை கொடுத்தனுப்புகிறாள். திரும்பி வடகரை வழியாக வரும்போது நின்று பார்க்கவேண்டுமென்று முடிவு செய்துகொண்டு, பக்கத்திலிருந்த படித்துறை ஒன்றில் இறங்கிக் குளிக்கத் தயாரானோம். அங்கு சிலர், இரண்டொரு பெண்களும், ஒரு பாட்டியும் உட்பட ஏற்கெனவே ஸ்நான காரியங்களில் ஈடுபட்டிருந்தனர். காரில் வந்திருக்கிறார்கள்; மெட்ராஸ் ஆட்கள் போலிருக்கிறது என்ற ஹேஷ்யக்குறிகள் முகத்தில் தோன்ற எங்களை ஒருமுறை ஏறிட்டுப் பார்த்துவிட்டு அவரவர் அலுவல் களை கவனித்துக் கொண்டிருந்தார்கள். காவேரிப் படுகை முழுவதும் தண்ணீர் இல்லாத காலம். இடையிடையே மணல் திட்டுத் தொடர்களுடன் மத்தியில் சற்று ஆழமாகவும், கரைக் கருகில் இடுப்பளவுக்கும் தெளிவான தண்ணீர் பாய்ந்து கொண்டிருந்தது.

"என்ன சார், ஏது இவ்வளவு தூரம்! பாத்து ரொம்ப நாளாச்சே. அடே! நாவல்சார்கூட வந்திருக்காரா? பேஷ் ... வாங்கோ, வாங்கோ" என்று பூரிப்பும் அன்பும் கலந்த குரல் ஒன்று எங்களை வரவேற்றது. சில நிமிஷங்கள் கழித்துத்தான் எங்களை வரவேற்றவரை அடையாளம் கண்டுகொள்ள முடிந்தது. பக்கத்து கிராமத்தில் உள்ளவர் என்பது மட்டும் தான் எங்களுக்குத் தெரியும். ரொம்பவும் பழக்கமானவர். எங்கள் நண்பர் குழாத்தில் நாங்கள் 'தலைவர்' (Chief) என்று அழைக்கும் இன்னொரு சீனிவாசன். பதினைந்து ஆண்டு களாக திருச்சியில் ஸ்ரீ ராமநவமி உற்சவம் நடத்தியபோது, இந்த நண்பர் பலவகைகளில் கைங்கரியம் புரிந்திருக்கிறார்.

குசலப்ரசனம் முடிந்து எங்களுடைய பிரயாண நோக்கத்தையும் அறிந்து கொண்டவுடன் அவர், நாங்கள் காவேரிக்கரையில் எங்கெல்லாம் நின்று பார்க்கவேண்டும் என்பதையெல்லாம் விளக்கினார். அத்துடன் பழைய இன்ப நினைவுகளையெல்லாம் கிளப்பி விட்டார். ஸ்ரீராமநவமி

உற்சவத்தின்போதெல்லாம் நாங்கள் திருச்சியில் கூடும்பொழுது தவறாமல் கம்பரசம்பேட்டைக்கருகில் சென்று காவேரியில் நீராடியதை எல்லாம் நினைவூட்டினர். நவமியன்று கானகலாதர மதுரை மணி ஐயரின் இசைப்பொழிவைப் பற்றி அவர் அப்பொழுது சொற்பொழிவாற்றியதும் மிகப் பொருத்தமா யிருந்தது.

காவேரியில் இடை விட்டுவிட்டு நீரோட்டம், சிறு கால்களாகவும், பெரிய பரப்புகளாகவும் அந்த அகண்ட கோலத்தில் சென்று கொண்டிருந்ததும் மணி ஐயரின் ராக ஆலாபனை, ஸ்வரப்ரஸ்தாரம் போலவே ஒலித்தது. அந்தக் காலத்தில் 1945 முதல் 1960 வரை தொடர்ச்சியாக திருச்சியில் தமது இருப்பிடத்தில் சீனிவாசன் நடத்திவந்த உற்சவத்தின் மூலவர் மதுரை மணி ஐயர்தான். ஒரு ராமநவமிகூடத் தவறாமல் வந்து கைங்கரிய பூர்வமாய் ஐந்து மணிநேரம் குறையாமல் பாடி ஆயிரக்கணக்கான ரஸிகர்களை மகிழ்வித்துக் கொண் டிருந்தார். சென்னைக்குத் தெற்கேதான் அப்பொழுது தமிழ் மறுமலர்ச்சி வளம் பெற்றுக்கொண்டிருந்தது. ஆகவே அந்த இசைவிழாவின்போது தஞ்சை, கும்பகோணம், மன்னார்குடி போன்ற இடங்களிலிருந்து இலக்கியப் படைப்பாளிகள் வந்து கூடுவார்கள். 'மணிக்கொடி'யின் வாரிசாகத் தோன்றிய 'கலாமோகினி', 'கிராம ஊழியன்', 'சிவாஜி', 'தேனீ' முதலிய பத்திரிகைகளில் உருவான எழுத்தாளர்கள் பலர் வந்து கலந்து கொள்வார்கள். சேலத்தில் மோட்டார் போக்குவரத்தில் ஈடுபட்டிருந்த மற்றொரு சீனிவாசன், அவருடைய சகோதரர் போலீஸ் அதிகாரியாகப் பணியாற்றி வந்த சுப்ரமணியம் போன்றவர்களுடன் ச.து.சு. யோகியார், சக்திசரணன், அப்பு லிங்கம், 'கரிச்சான் குஞ்சு', ஸ்வாமிநாத ஆத்ரேயன் முதலிய எழுத்தாளர்களும் கூடி மதுரை மணி ஐயரின் இசையில் திளைத்தது, அன்று காவேரி நீரில் மூழ்கி அமர்ந்தபோது இயல்பாக நினைவுக்கு வந்து மகிழ்வித்தது.

Chief சீனிவாசன் என்றவருடைய வீட்டில் அவருடைய முக்கிய வள்ளன்மையால் நடைபெற்ற அந்த பதினைந்து ஆண்டு உற்சவங்களிலும் மணி ஐயர் வழக்கமாகப் பாடி வந்ததாலும், திருச்சிக்கருகே எங்கு கச்சேரி என்றாலும் மணி ஐயர் வந்து தங்கி, நட்பு என்ற சொல்லுக்கே ஒரு நாதம் நிறைந்த பொருள் தோன்றச் செய்தாலும், அந்த வீட்டிற்கே 'மணி மண்டபம்' என்ற பெயர் இன்னும் வழங்கி வருகிறது. வயலின் மேதை, 'பிடில் ஜாம்பவான்' என்று நாங்கள் அழைத்து வந்த திருவாலங் காடு சுந்தரேசய்யர் இட்ட அந்த காரணப்பெயர், மணி அய்யரின் நாதத்தைப் போலவே நிலைத்துவிட்டது. சிறுகதை வழிகாட்டி

அமரர் கு.ப.ராஜகோபாலன் குடும்ப சகாய நிதிக்காக, வித்வான்கள் வி.வி.சடகோபனும், மதுரை சோமசுந்தரமும், மணி ஐயரும் கச்சேரிகள் செய்து உதவியபோது ஏதோ விளையாட்டாக ஆரம்பித்த ராமநவமி உற்சவம் 15 ஆண்டுகள் தொடர்ந்து நடந்தது ஒரு பெரிய சாதனை. இந்த இசை வித்வான்களைத்

தவிர கீர்த்தன குலசேகர சாஹித்யவல்லப எம்பார் விஜயராக வாச்சாரியாரின் அறிவு அடிப்படையிலான ஹரிகதைகளும் அந்த உற்சவத்தின் நிகழ்ச்சிகளாக இருந்தன. மற்றும் பிடில் வித்வான்கள் கோவிந்தசாமி நாயக்கர், மைசூர் குருராஜப்பா, லயசிகாமணிகள் பழனி, சுப்ரமணிய பிள்ளை, முருகபூபதி, டி.கே. மூர்த்தி, தின்னியம் கிருஷ்ணன், ஆலங்குடி ராமச்சந்திரன் முதலியோர் சேர்ந்து அந்த விழாவை ஆண்டுதோறும் கைங்கர்ய பூர்வமாய் சிறக்கச் செய்ததை எல்லாம் அன்று அந்த நண்பர் விவரித்து, பங்குபெற்ற எங்களையே வியப்படையச் செய்து விட்டார். அந்த விழாக்களில் ஒலிப்பதிவு செய்யப்பட்ட மணி ஐயரின் கானாமிர்தத்தைத்தான் திருச்சியில் சடகோபன் எங்களுக்கு மீண்டும் அளித்தார்.

மாயூரத்தில் காவிரிக்கரையில் வாழ்ந்த அமரர் மதுரை மணி ஐயரின் கானமும் ஸ்ரீரங்கத்தில் காவிரி, கொள்ளிடம் இரண்டுக்கும் இடையில் வசித்துவரும் எம்பார் விஜயராக வாச்சாரியாரின் தெளிவான பேச்சும் அன்று காவேரியில் நீராடிக் கொண்டிருந்த எங்களுக்கு மேலும் மகிழ்ச்சியைக் கொடுத்தன. தியாகராஜரின் 'ஸாரிவெடலனு' கீர்த்தனையை எங்களுக்கு விளக்கிச் சொன்னதே எம்பார்தான். அந்த நாத பிரம்மத்தின் சரித்திரத்தை அவர் பிரவசனம் செய்யும்போது, காவேரியில் காணாமற்போன ராம விக்ரகத்தை அவர் தேடுவதைப் பற்றி விவரிப்பார். அதைக்கேட்டாலே போதும், காவேரியின் பலவித எழில்களையும் புரிந்து கொள்வதற்கு. காவேரிக் கரை யுடனேயே குளித்தலை முதலிய ஊர்களிலும் மணி ஐயர் கச்சேரி செய்யப்போகும்போது நாங்கள் ஒரு பரிவாரம்போல் அவருடன் சென்றதைக்கூட அந்த நண்பர் மறக்கவில்லை.

தம்முடைய கிராமத்திற்கு வந்து சிறிது நேரமாவது தங்கி விட்டுப் போகவேண்டுமென்று வற்புறுத்திய அந்த நண்பரின் அழைப்பை ஏற்றுக்கொள்ள எங்களுக்கு நேரமில்லை. எங்கள் பிரயாணத்திற்கு மகிழ்ச்சிதரும் நினைவுகளை வரவழைத்ததற் காக அவருக்கு நன்றி செலுத்திவிட்டுப் புறப்பட்டோம்.

எங்கள் குழுவில் ஒருவரைத் தவிர, மற்றவர்கள் தஞ்சை மாவட்டக்காரர்கள். தஞ்சை மாவட்டத்தின் வளத்தையும், திருச்சி மாவட்டத்து அகண்ட காவேரிக்கரை வளத்தையும் தராசில் போட்டு பேசிக்கொண்டிருந்தார்கள். கடைக்கால மாக இருப்பதாலோ என்னவோ, தஞ்சை மாவட்டம் கொட்டிக் களிமண் நிலமாக ஆகி விட்டது. அகண்ட காவேரிக்கரை மண்ணில் சிறிது மென்மையிருப்பதால் வளம் அதிகம் என்று சொல்லிக்கொண்டு வந்தார்கள். மதுரைக்காரர் வெகுகாலம் திருச்சியில் வாழ்ந்தவராக இருந்தாலும் விவசாயத்தைப்பற்றி

இன்னும் ஒரு அமைச்சூர் அபிப்ராயம் கொடுக்கவேண்டாம் என்று நினைப்பதுபோல், வாயை மூடிக்கொண்டு வந்தார்.

"வந்ததுதான் வந்தோம், பட்டவாய்த்தலை சர்க்கரை ஆலையைப் பார்த்துவிட்டுப் போகலாமே" என்றார்.

யாரும் பதில் சொல்லவில்லை. டிரைவரும் விரைந்து கொண்டேயிருந்தார்.

காரணம், பேச்சு நின்றுவிட்டது. முகாரி ராகத்தில் ஒரு இருக்கில் பாட்டு கேட்டுக்கொண்டிருந்தது. முகாரி ராகத்திற்கே ஒரு களஞ்சியம் போலிருந்தது பாட்டு. அகண்ட காவேரியைப் போலவே கம்பீர கமகங்களுடன், ஏதோ பெரிய யானைக் கூட்டம் அப்படியே திரும்புகையில், முதுகுகளில் தெரியும், புரளும் அலைகள் போன்ற திருப்பங்களும், பெருநடை பேதங்களும் கொண்ட பாங்கு. முகாரி என்றால் சோகரசம் என்று ஒரு தலைமரபு. ஆனால் கோபாலகிருஷ்ண பாரதியார் "இன்றைக்குப் போடா, நாளைக்கு வாடா, சிதம்பர தரிசனமா" என்று அதே ராகத்தைக் கோபக் கருவியாக மாற்றினார். நண்பர் பாடிய முகாரிப் பாட்டு பெருமிதமும், பார்த்த யானைக் கூட்டத்தின் பெருநடை அசைவுகளும், வீரமும், காதோடு பேசுவது போன்ற மெல்லினங்களும் நிறைந்த ஒரு பெரும் காட்சியாக இருந்தது. நண்பரை மறுபடியும் பாடச் சொன்னோம்.

பாஹிமாம் ரத்னாசலநாயக
பக்தஜன சுபப்ரதாயக சிவ

என்று தொடங்கி பல்லவியோடு நிறுத்திவிட்டு 'அதோ பாருங்கள்' என்றார் அவர்.

நாங்கள் பார்த்தோம்.

"அது ரத்னகிரியல்லவா!" என்றார் மதுரைக்காரர்.

"அந்த ரத்னகிரியில் மேலிருப்பவர் ரத்னாசலேஸ்வரஸ்வாமி. அவர்மேல்தான் இந்தப்பாட்டு. முத்துஸ்வாமி தீட்சிதர் பாடியது" என்று பாட ஆரம்பித்தார் அவர்.

மறுபடியும் பெரும் பெரும் அலை அலையாகப் புரண்டது முகாரி ராகப்பாட்டு.

"அத்யாப்யார்ய வம்சஜாத தூர்ய ஜாதி ப்ருதா கண்ட காவேரி நத்யோத காபிஷிக்த சரீர அநாதி குருகுஹ குமார மாரஹர பாஹி ரத்னாசலநாயக" என்ற மத்யமகால நடையில் பாடிப் பாட்டை முடித்தார். இதற்குப் பொருளும் சொன்னார். "இப்பொழுதும்கூட, கோவில் கட்டினவர்களின் வம்சத்தில் பிறந்தவர்கள் அகண்ட காவேரியிலிருந்து நீர் மொண்டுவந்து,

அதனால் இறைவனுக்கு அபிஷேகம் நடக்கிறது என்று வர்ணிக்கிறார் தீட்சிதர். தீட்சிதரின் கிருதிகள் சங்கீதக்கலையின் சிகரமாக மட்டுமின்றி, பூகோள, சரித்திர பாடங்களாகவும் இருக்கும். எந்த ஊர் இறைவனைப்பற்றி எழுதினாலும் ஊரின் ஜாதகம் முதற்கொண்டு சொல்லிவிடுவார். சிலசமயம் ஹ்யூமன் ஜ்யாகரஃபி மாதிரி இருக்கும்" என்று சொல்லி சிறிது பேசாமல் உட்கார்ந்திருந்தார்.

முகாரியின் கார்வை மட்டும் உள்ளே கேட்டுக் கொண் டிருந்தது.

நண்பர் பரவசமாகச் சொன்னார். "தியாகராஜர் காவேரிக் கரையைப் பார்த்தாற்போல, தீட்சிதரும் இந்தப்பாட்டைக் காவேரிக் கரையில் உட்கார்ந்து கற்பனை செய்திருப்பாரோ என்று தோன்றுகிறது. ஏனென்றால் இந்தப்பாட்டே அகண்ட காவேரி மாதிரி இருக்கிறது – பெரிதாக இருக்கிறது. பெரிய அலை புரள்வதுபோல் இருக்கிறது. திடீரென்று நீரில் நின்றுகொண்டே கரையில் ஒரு மரக்கிளையைத் தாவிப் பிடிப்பது போலிருக்கிறது. சட்டென்று சிவபிரானையே பரம்பொருளாகவும், அப்பொருளுக்கே இந்த ஆற்று வெளி மலை, பிரவாகம், எல்லாவற்றையும் அவயவங்களாக ஆக்கிப் பார்த்தாற்போலிருக்கிறது. இது அகண்ட காவேரியை வர்ணிக்கும் பாட்டா, ரத்னாசலேச்வர்மீது பாடிய பாட்டா, என்று சந்தேகம் வந்து விடுகிறது" என்றார் நண்பர். ராஜ கோபால் பேசாமல் முன் ஸீட்டிலமர்ந்தவாறு ஏதோ படம் வரைந்து கொண்டிருந்தார்.

ரத்னகிரியின்மீது ஏறவில்லை. அதன்மீது நின்று பார்க்கிற காட்சி எல்லாம் பாட்டிலிருந்தே கிடைத்துவிட்டது.

"சர்க்கரை ஆலை மறந்து போயிற்று" என்றார் அவர் மறுபடியும்.

"பாட்டே சர்க்கரை ஆலையாகிவிட்டது. புகளூரில் இருக்கிறது சர்க்கரை ஆலை. அதுவும் தவறினால், திரும்பி அக்கரை வழியாக வரும்போது மோகனூர் ஆலை இருக்கிறது, பார்த்துக் கொள்வோம்" என்றார் மதுரைக்காரர்.

குளித்தலைக்குள் நுழைந்து, மணத்தட்டை வழியாகப் போய்க் கொண்டிருக்கையில், மதுரைக்காரர், தாம் 35 வருஷங்களுக்கு முன் அங்கே தாலுக்கா குமஸ்தாவாகப் பணியாற்றிவந்த கதையைச் சொன்னார். சென்ற ஜன்மத்தில் எவ்வளவு பாவம் செய்திருந்தாரோ என்று அனுதாபத்துடன் தான் அவ்வூர்க்காரர்கள் அவரை வரவேற்றார்களாம். ஆனால்

பெரிய அலை புரள்வது போல் . . .

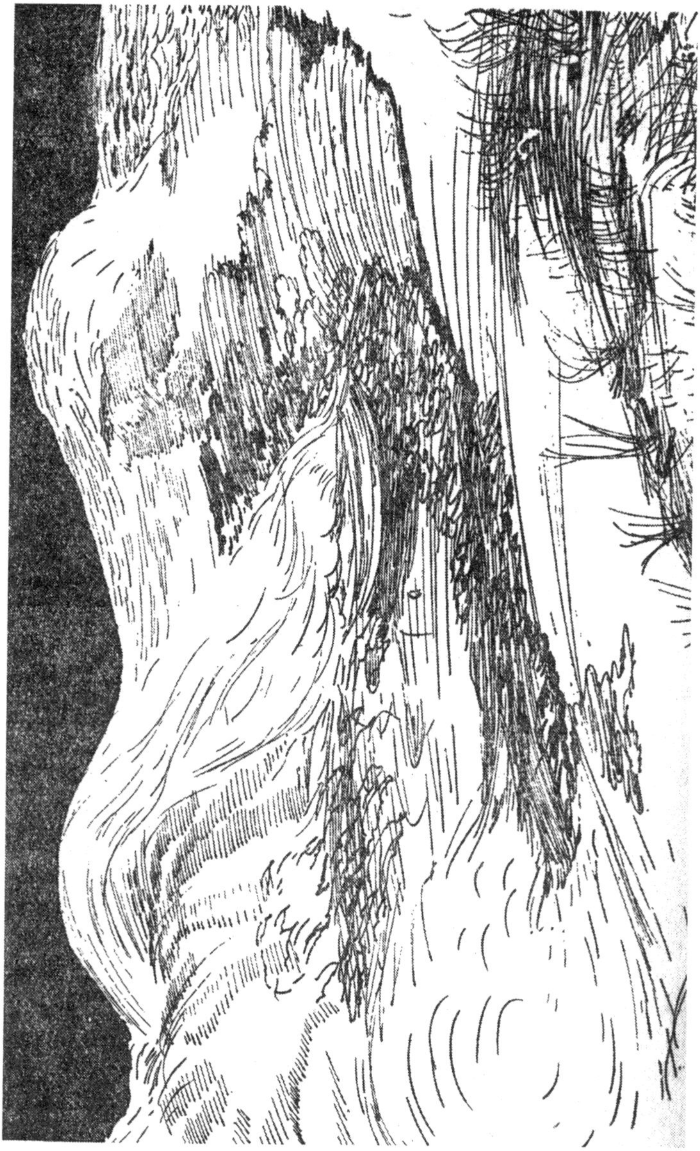

நிறைய புண்ணியமும் செய்தவர் போலிருக்கிறது. இல்லா விட்டால் ஒருமாத காலம் காவேரிக்கரையிலேயே வாழும் வாய்ப்பு எப்படிக் கிடைத்திருக்கும்! பக்கத்தில் கடம்பர் கோவில் ஸ்வாமி தரிசனம் வேறு. அய்யர்மலை என்று வழங்கும் ரத்னகிரி சென்று ரத்னாசலேச்வரரையும் பார்த்திருக்கிறார். ஒரே நாளில் இந்த இரண்டு கடவுள்களையும் வணங்கிவிட்டு மாலையில் அக்கரையில் திருஈங்கோய்மலைக்கும் சென்று ஐதீகமான புண்யம் வேறு அடைந்திருக்கிறார். இவ்வளவு வாய்ப்புகள் உள்ள அவ்விடத்துத் தாலுக்கா ஆபீஸ் வேலையை ஏன் விட்டுவிட்டுப் பள்ளிக்கூட உபாத்தியாயர் வேலைக்குப் போனாரென்றுதான் தெரியவில்லை. ஆராய்ச்சிப் பிரியமா யிருக்கலாம். பள்ளிப் பையன்களின் நல்லவேளை, அங்கும் அதிகநாள் அவர் நீடித்து இருக்கவில்லை. ஆம், மதுரைக்காரர் தான் ஆராய்ச்சிப் பிரியர். உறையூரிலிருந்து கோவலனும் கண்ணகியும் சென்ற வழியாக நடந்து தம்முடைய ஊரான மதுரைக்குச் செல்லவேண்டுமென்றுகூட அவருக்கு ஆசை. காவேரி மதுரையில் ஓடுவதாக அவருடைய ஆராய்ச்சியில் கூட புலப்படாது என்று சொல்லித்தான் கூடவே அழைத்து வந்தோம் இந்த வழியில்!

அவருடைய அனுபவங்களைப்பற்றி விவாதித்துக் கொண்டே கருப்பத்தூர் வரையில் வந்துவிட்டோம். குளித்தலை தாலுக்காவில் பழைய சேங்கடம் என்று ஒரு கிராமம் இருப்பதாகவும், உண்மையில் அதன் மூலப்பெயர் பழைய ஜெயங்கொண்ட சோழபுரம் என்றும் சொல்லி நண்பர் பேச்சைத் திருப்பினார். ஒரு காலத்தில் இதுவும் சோழர் தலைநகராயிருந்திருக்க வேண்டுமென்றார். விநாயகர் மகாவிஷ்ணுவுக்குக் கருப்பத்தூரில்தான் சிவதத்துவத்தை உபதேசித்தார் என்ற ஒரு ரஸமான கதையை சங்கீத நண்பர் சொன்னார். கடம்பர் கோவிலில் தொடங்கி மூன்று கோவில்களை தரிசித்தால் முக்கால் புண்யம்தான், கருப்பத்தூர் ஸிம்மபுரீசுவரரையும் அன்றே தரிசித்தால்தான் முழுப்புண்யம் என்று விளக்கினார். ஆராய்ச்சி நண்பர் பதில் பேசவில்லை.

மஹாதானபுரம், சித்தலவாய் தாண்டி, மாயனூர் நெருங்கிக் கொண்டிருந்தோம். இடையில் திருக்காம்புலி யூரிலும் சென்னைப் பல்கலைக் கழகம் பத்தாண்டுகளுக்கு முன் மேற்கொண்ட அகழ்வாராய்ச்சி நினைவு வந்தது. இந்த ஆராய்ச்சியின் விளைவான முடிவுகளைப்பற்றிச் சொல்லும் படி ஆராய்ச்சி நண்பரைக் கேட்டோம். ஆரம்பித்துவிட்டார். ஐம்பது ஏகரா நிலப்பகுதியில் ஒரு பெரிய மேட்டைத் தோண்டிப் பார்த்ததில், காவேரிக்கரையில் பல ஆயிரம் ஆண்டுகளுக்கு முன் நிலவிய நாகரிகத்தின் சின்னங்கள் காணப்பட்டனவாம்.

வண்ணம் பூசப்பட்ட பல கிண்ணங்கள், தட்டுகள் போன்ற மண்பாண்டத் துண்டுகள், பெரிய கற்காலத்தைச் சேர்ந்தவை, கிடைத்தனவாம். கிளிஞ்சல் போன்ற சங்குப் பொருள்களால் செய்யப்பட்ட வளையல்கள், இரும்பாலான சில கருவிகள், மண்பொம்மைகள், சில செப்புக் காசுகள் பலபகுதிகளில் கிடைத்தன. குடியிருப்பு அல்லது களஞ்சியம் போன்ற வட்ட வடிவமான கட்டட அமைப்புகள் தவிர சுண்ணாம்பு பூசப்பட்ட சுவர்கள் கொண்ட அறைகளடங்கிய அமைப்புகளும் கண்டு பிடிக்கப்பட்டன. கனிஷ்கன் வடமேற்கு பாரதத்தில் ஆண்ட போது நிலவிய குஷானர் பாணியிலான பண்பாட்டை நினைவுறுத்தும் பாண்டங்களும் கிடைத்ததால், அந்த நூற்றாண்டின் ஆரம்பத்திற்கும் முந்தியே இங்கே மக்கள் நாகரிக வாழ்வு நடத்திவந்தது புலப்படுகிறது. புகார் பகுதியைப்பற்றிப் பாடிய புலவர்கள் இந்த மக்களின் பெருமையைப்பற்றிப் பாடி வைத்ததாகத் தெரியவில்லை. காவேரியின் கடலோரப் பகுதிகளில் செழித்த அளவுக்கு இங்கே அச்சமயம் நாகரிகம் வளம் பெறாமலிருந்திருக்கலாம். மேலும் நடத்தப்படும் ஆராய்ச்சிகளால் புதிய உண்மைகள் தோன்றலாமல்லவா?

வரலாற்றுக் கடலில் மூழ்கி மறைந்தும், அம்மக்கள் தங்களுடைய கதையைப் பல சின்னங்களின் மூலம் தெளிவாக்கும் பகுதிகள் வழியாகப் போய்க்கொண்டிருந்தோம். மூவேந்தர்கள் சேரன், சோழன், பாண்டியன் ஆகியவர் களுடைய ராஜ்யங்களின் எல்லையாகவும், அவர்களுக்குப் பாதுகாப்பாகவும் இருந்த செல்லாண்டியம்மன் கோவில் இங்குதான் இருக்கிறது. மதுரைக்கரை என்பதின் திரிபான மதுக்கரை என்னும் கிராமத்திற்கு இந்தப் புகழ் கிடைத் திருந்தது. பாண்டிய, சோழ ராஜ்யங்களுக்கு எல்லையாக இருந்ததாகச் சொல்லப்படும் ஒரு கரை காவிரிக்கரையிலிருந்து தெற்காகச் செல்கிறது. முக்கியமான ராஜ்ய காரியங்களைப் பற்றிப் பேசுவதற்காக மூவேந்தர்களும் இங்குதான் கூடி செல்லாண்டியம்மனை தரிசித்துப் பிறகு பேச்சுவார்த்தைகள் மேற்கொள்வார்களாம். கொல்லிமலையில் உற்பத்தியாகி, சேலம் மாவட்டம் நாமக்கல் தாலுக்கா வழியாகவும், திருச்சி மாவட்டம் முசிரி தாலுக்கா வழியாகவும் பாய்ந்து காவேரியை எதிரே வடகரையில் சேரும் கரைபோட்டனாறு (கருவேட்ட னாறு என்று இப்பொழுது பெயர்) சோழ, சேர ராஜ்யங்களுக்கு எல்லையாக இருந்ததாம்.

இவ்வளவு சிறப்புகளையும் கொண்ட இந்த வரலாற்றுத் தொட்டிலில் காவேரி சிரித்து விளையாடினாளென்றால் கேட்க வேண்டுமா? ஆடிப்பெருக்கு அந்த மாதத்தின் 18ஆவது நாளன்று இங்கு மிக விசேஷமாம். காவேரி முழுவதுமே

அந்த நாள் விழா நாள்தான் என்றாலும் இங்கு அமோக மாகக் கொண்டாடப்படுவது பொருத்தம்தானே. காவேரியின் அகண்டத்தை முழு ரூபத்தில் இங்கே காணமுடிகிறது. தனக்காக நீர் சுமந்துவரும் பல உபநதிகளில் கடைசியாகச் சேரும் அமராவதி சற்று தொலைவில் மேலே கூடிய பெருமை யுடனும், பூரிப்புடனும், 'கருவடைந்த கட்டழகி காலடிகள் நோக அருமையுடன் அசைந்துவரும்' அழகைப்பார்த்து மெய் சிலிர்த்து நின்றோம். "மாயனூருக்கு அருகில் உய்யக் கொண்டான் கால்வாய் காவேரியிலிருந்து பிரிகிறது. அமரா வதி நதி காவேரியோடு சேர்கிற இடம் இன்னும் நாலைந்து மைல் இருக்கிறது. இந்தப் பகுதியில்தான் கூடுதலும் இல்லை, குறைவும் இல்லை" என்றார் நண்பர்.

வலப்புறமாகக் கார் திரும்பிற்று – அமராவதி சங்கமத்தைப் பார்க்க. உட்சாலையில் சிறிது தூரம் சென்று காரை நிறுத்தி விட்டு, இறங்கி நடந்து அமராவதி சங்கமமாகும் இடத்தைப் பார்த்தோம். வெயில் காலைப் பொசுக்கிற்று. தோலை உரித்தது. சங்கமம் மணலும், புதர்களுமாகத் தெரிந்தது. கானல் நீர் சர்ப்பங்களாக நெளிந்து காட்சியை மயக்கிற்று.

கடலைக் காண ஆசை. ஆனால் போக இயலாமல், வல்லவர்களுக்கு உதவி செய்வதுபோல காவிரியுடன் கலக்கிறது, அமராவதி.

"வரவரப் பச்சை குறைந்துகொண்டே வருகிறது பார்த்தீர்களா? தஞ்சாவூர், திருச்சி – அங்கே பார்த்ததற்கும் இதற்கும் எவ்வளவு வித்தியாசம்!" என்றார் தஞ்சாவூர் மாவட்டத்து நண்பர்.

"சேரனும் பாண்டியனும் கொடுத்ததுதான் உங்க ஊர்ப் பச்சை எல்லாம்" என்றார் மதுரைக்காரர். "மதுரை, கோய முத்தூர் ஜில்லா ஓட்டல்கள் எல்லாம் சேர்ந்ததுதான் அமராவதி யாச்சு. அமராவதி வண்டல் சேர்ந்த அப்புறம்தான் சோழ நாட்டுக்கு சோழவளநாடு என்று பெயர் வந்தது" என்று அவர் அமராவதியைப் பார்த்தார்.

"இந்த விளையாட்டுச் சண்டைக்குக்கூட இடம் இல்லாமல் போய்விடுமோ என்னவோ? மைசூர் ராஜ்யத்துக்காரர்கள் காவேரியையேத் தாங்களே மடக்கிக் குடித்துவிடத் துடித்துக் கொண்டிருக்கிறார்கள். மைசூர்க்காரர்களின் ஆசை விசுவ ரூபம் எடுத்தால், அகண்ட காவேரி தீரம், தமிழ்நாட்டின் நெற்களஞ்சியம் என்று தஞ்சை மாவட்டத்துக்கு வந்திருக்கிற பத்மவிபூஷண் எல்லாம் என்ன ஆகும்? இப்பொழுதே பத்ம

பூஷண் ஆகி, பத்மஸ்ரீக்கு இறங்கினாற்போலிருக்கிறது. மேட்டூர் அணை கட்டின பிறகு, பழைய காலம்போல வண்டல் வருவதில்லை என்று தஞ்சை, திருச்சிக்காரர்கள் சொல்கிறார்கள்."

நண்பரின் கவலை யோசிக்க வேண்டிய கவலைதான்.

15
காணிக்கை

மதுரை நண்பரின் பேச்சைக் கேட்டபிறகுதான் கரூர் சேரர் ஆட்சிக்கு ஒரு முக்கிய நிலையமாக பண்டைக் காலத்தில் நிலவியது ஞாபகத்திற்கு வந்தது. அமராவதி – காவேரி சங்கமம் கருக்கான இயற்கைப்பிரிவு. ஆட்சிக்கும் அதை எல்லையாகக் கொண்டது புத்திசாலித்தனம். புத்தி நழுவும்பொழுதெல்லாம் எல்லைச் சண்டையாக முடிந்திருக்கிறது. ஆனால் மொழிவாரி எல்லையைவிட இயற்கை எல்லை நல்லது என்று இன்றைய பாரதத்தைக் காண்கின்றவர்கள் ஒப்புக்கொள்வார்கள். சேர, சோழ, பாண்டியர்கள் அடிக்கடி மல்லுக்கு நின்றாலும், இந்த எல்லை ஏற்பாட்டைப் பொதுவாக மதித்தார்கள் என்பதற்கு சங்கமத்திற்கருகில் காவேரிக் கரையில் உள்ள செல்லாண்டி அம்மன் கோவில் சான்று. மூவேந்தர்களும் இந்த அம்மனை எல்லை தேவதையாக மதித்து வந்திருக்கிறார்கள் என்று வரலாறும் பாரம்பரியமும் கூறுகின்றன.

அமராவதி காவேரிக்குத் தன்னாலான நீர்ச் செல்வத்தைக் கொண்டு வந்து சமர்ப்பித்து ஒன்றுசேரும் திருமுக்கூடலில் ஒரு அகஸ்தீஸ்வரர் ஆலயம் இருக்கிறது. அந்தக் கோவிலில் உள்ள கல்வெட்டுகளில் இருந்து, அருகே மதுராந்தகபுரம் என்ற ஒரு நகரம் இருந்ததாக வும், முதலாம் ராஜேந்திர சோழன் அந்தக் கோவிலுக்குப் பல நிலங்களை மான்யமாகக் கொடுத்ததாகவும் தெரிகிறது. ராஜராஜ சோழனும் அங்கு ஒருமுறை ஆறுமாத காலம் தங்கி நிலமான்யம் அளித்ததாகவும் சொல்லப்படுகிறது. சோழ மன்னர்கள் தமது ராஜ்ய எல்லையை இவ்வாறு கோவில் பராமரிப்புக்கான கட்டளை ஏற்பாடுகள் செய்து வைத்ததின் பயனாகவே அருகிலுள்ள கிராமத்திற்குக்

'கட்டளை' என்று பெயர் ஏற்பட்டிருக்கலாம் என்று ஆராய்ச்சி நண்பர் ஆரம்பித்தார். காவேரியின் இக்கரைக்கும், அக்கரைக்கும் பரிசல் ஓட்டிவந்த ஓடக்காரர்கள்கூட கோவிலுக்கு வேண்டிய பராமரிப்புக்கான நிதி கொடுத்து உதவினார்களாம். நாதயோகி சதாசிவப்ரம்மம் தமது வாழ்நாட்களின் இறுதி கட்டத்தில் சில ஆண்டுகளை இங்கே கட்டளையில்தான் கழித்தார் என்பதை சங்கீத நண்பர் வழக்கமான உணர்ச்சிப் பெருக்குடன் கூறினார்.

மேற்குத் தொடர்ச்சி மலைகளில் யானைமலைப் பகுதியில் பல ஓடைகளாக உற்பத்தியாகி ஒன்றுசேர்ந்து ஆறாகப் பெருகி கோயம்புத்தூர் மாவட்டத்தில் வடகிழக்காகப் பாய்ந்து காவேரியைக் காண ஓடி வரும் அமராவதி 140 மைல் நீளம் கொண்டது. இந்த நதியின் குறுக்கே அமைக்கப்பட்டிருக்கும் நீர்த்தேக்கம் 400 கோடி கன அடி தண்ணீர் கொள்ளக்கூடியது. அங்கிருந்து வெட்டப்பட்ட பல கால்வாய்களின் மூலம் 32 ஆயிரம் ஏக்கர் நிலப்பகுதிக்கு கோவை மாவட்டத்தில் பாசன வசதி கிடைக்கிறது.

காவேரியின் கிளை நதி என்ற பெயரை அடையும் தகுதி பெற்றது முதன் முதலில் கொள்ளிடம்தான் என்றாலும் அமராவதி சங்கமத்தை அடுத்து பிரிந்து ஓடும் சில கால்வாய்கள் கிளை நதி ரூபத்தில் பாய்கின்றன. இவைகளில் மிகவும் முக்கியமானது தான் உய்யக்கொண்டான் ஆறு. கட்டளைக்கு அருகே காவிரியில் அமைக்கப்பட்டிருக்கும் ரெகுலேட்டருக்கு சற்றுமேலே பிரியும் தெற்குக்கரை கால்வாய் பின்னர் உய்யக்கொண்டானில் சேர்ந்து விடுகிறது. மேட்டூர்த் தேக்கம் அமைத்தபோது நிறுவப்பட்ட கட்டளை உயர்மட்டக் கால்வாய்க்குத் தண்ணீர் கிடைப்பதற்காகவே ரெகுலேட்டர் அமைக்கப்பட்டது. இந்தக் கால்வாயின் மூலம் குளித்தலை தாலுக்காவில் மேடான பகுதிகளுக்குப் பாசன வசதி கிடைக்கிறது. இந்தக் கால்வாய் பின்னர் மாமுண்டியாற்றில் கலந்து அத்துடன் இணைந்து திருச்சிக்கருகே உய்யக்கொண்டான் கால்வாயில் மறைந்துவிடு கிறது. உய்யக்கொண்டான் ஆறுதான் திருச்சி நகர்ப்புறத்தில் பல பாசனக் குளங்களுக்கு நீர் கொடுக்கிறது. உய்யக்கொண்டான் கால்வாயின் தலைமதகு அமைந்திருக்கும் பெட்டவாய்த்தலை கிராமத்திற்கு வெட்டுவாய்த்தலை யென்றுதான் முதலில் பெயர் இருந்ததாம். ஸ்ரீரங்கம் கோவிலிலிருந்து நகைகளைத் திருடிய ஒரு திருடன் இங்கு கொல்லப்பட்டானாம். இதற்குப் பிறகு தான் விசுவநாத நாயக்கன் காவேரிக்கரைகளில் நடமாடிக்கொண் டிருந்த கொள்ளைக்காரர்களை அடக்கி, அகற்றிய பெரும் சாதனை நிகழ்ந்திருக்க வேண்டும்.

நடுவில் சிறிது தூரம் மதுரை மாவட்டத்திற்குள் புகுந்து, குதிரையாறு தண்ணீரையும் பெற்றுக்கொண்டு மீண்டும்

கோவை மாவட்டத்தில் தாராபுரம் தாலுக்காவுக்குள் பாயும் அமராவதிக்கு உப்பாறு தண்ணீரும் கிடைக்கிறது. காவேரி யுடன் கலக்குமுன் இன்னும் சில சிற்றாறுகளும் அமராவதிக்கு உதவுகின்றன. தென்மேற்குப் பருவ மழையால் தான் இந்த நதிக்கு முக்கியமாகத் தண்ணீர் கிடைக்கிறது. பின்னர் மார்கழிவரை வடகிழக்குப் பருவமழையும் நீர் கொடுக்கிறது. நாங்கள் சென்று பார்த்தபோது அந்தப் பருவமழை நீரையும் காவேரியில் கொட்டிவிட்டு பெரும்பாலும் மணல் படுகை யாகவே காட்சியளித்தது. அந்த ஆண்டில் பொதுவாகவே தமிழ்நாட்டில் மழையில்லாது வறட்சி ஆரம்பித்துக்கொண்டி ருந்தது. மற்றும் அமராவதி தான் வரும்வழியில் உள்ள நிலங்களின் தாகத்தைத் தவிர்த்து, எஞ்சியதைத்தான் காவேரிக்கு சமர்ப்பிக்கிறாள்.

தென்னகத்தில் எங்கெங்கோ தொலைவில் எல்லாம் குழுமியும், தொடர்ச்சியாகவும், தனிப்பட்டும் நின்று காவல்புரியும் மலைகளுக்கிடையே உற்பத்தியாகும் நதிகளில் பல காவேரியைத் தேடியே விரைந்துவரும் ரகசியத்தை அமராவதி அன்று எங்களுக்கு உணர்த்தினாள். தமிழ் வளர்த்த பொன்னியின் மகத்தான சேவையில் தாங்களும் பங்கு கொள்ள வேண்டுமென்ற ஆர்வத்தினால் உந்தப்பட்டு இவை கள் வளைந்தும், நெளிந்தும், தடைகளைச் சுற்றியும், தாண்டி யும் தெய்வ சந்நிதானத்திற்கு வரும் யாத்ரீக பக்தர்களைப் போல் வந்து கொண்டிருந்தன.

சேரநாட்டைச் சேர்ந்த அமராவதி, சோழனின் துறைமுகம் நோக்கிச் செல்லும் காவேரியைப் பார்க்க வரும் வேகத்தில் அன்று சேரனின் தலைநகரமாய் இருந்த, ‘வஞ்சி’ என்னும் கரூரையும் தாண்டி வந்துவிட்டாள். கரூர்தான் அன்றைய வஞ்சி என்னும் முடிவை அறவே மறுத்து, பெரியாறு முகத்துவாரத்தில்தான் வஞ்சித் தலைநகர் இருந்தது என்று கூறுவதற்கான அறுதியான சான்றுகள் இன்னும் கிடைக்கவில்லை என்றே தோன்றகிறது. கிரேக்க வரலாறுகளும் கி.பி. மூன்றாவது நூற்றாண்டு கல்வெட்டுகளும், கரூரைத்தான் பழைய சேரநாட்டின் தலைநகர் என்று குறிப்பிடுகின்றன. சோழ மன்னர்களின் துறைமுகமாகிய புகாரையும், தலைநகராகிய உறையூரையும், இன்றிருக்கும் நிலையில் பார்த்த பிறகு கரூரையும் காணவேண்டுமென்ற ஆசை எங்களுக்கு உண்டானது இயற்கையே. ஆராய்ச்சி நண்பருக்கும் மகிழ்ச்சி. அங்கும் ஏதாவது அகழ்வாராய்ச்சி நடந்திருக்கும் என்று எதிர்பார்த்தார்.

ஆனால் அன்று வரலாற்றுப் புகழ்பெற்ற கரூரில் எங்களுக்குக் கிடைத்த மிகவும் தொன்மையான பொருள் நாங்கள் சிற்றுண்டி அருந்திய ஹோட்டலில் கிடைத்த இட்லியும் வடையும்தான். காலையில் திருப்பராய்த்துறையில் வயிறு நிறைய சிற்றுண்டி அருந்திய பிறகு பகல் ஒருமணி வரை எங்களுக்குப் பசியே எடுக்கவில்லை. நாங்கள் நுழைந்த ஹோட்டலில் சாப்பாடு கிடையாது. பிற்பகல் சிற்றுண்டி தயாரிக்கப்படும் வரலாற்றுக் காலம் மாலை 3 மணிக்குத் தான் ஆரம்பிக்கும். ஆகவே எங்களுக்குக் கிடைத்ததை மட்டும் உட்கொள்வதில்தான் வரலாற்று உணர்வு பெறமுடிந்தது. நெரூருக்குச் சென்று சதாசிவப்ரம்மத்தின் சமாதியைக் காணவேண்டுமென்ற அவசரம் வேறு.

கரூரை விட்டுப் புறப்பட்டு நெரூர் மார்க்கத்தில் செல்லும் பொழுதுதான் மீண்டும் காவேரியை அணுகும் சூழ்நிலை தோன்றிற்று. அந்தக் குறுகிய சாலையில் இரு மருங்கிலும் கரும்புத் தோட்டங்கள். “காவிரியின் பாய்ச்சலெல்லாம் கருப்பஞ் சோலை, கழனியெலாம் கதிர்முத்தும் செந்நெற்சாலை” என்று ச.து.சு. யோகியார் வர்ணித்த காட்சி கண்முன் எழுந்தது.

ஒரு கருப்பஞ்சோலைப் பக்கத்தில் வண்டியை நிறுத்தி விட்டு, காவிரியை நோக்கி நடந்தோம். நீராடி, உடைகளை உலர்த்தி உடுத்தி சதாசிவப் பிரம்மேந்திரரின் சமாதியை நோக்கி நடந்தோம்.

சதாசிவப் பிரம்மம் உபநிடதங்கள் விளக்கிய உண்மையின் மனிதவடிவம்; மனிதனுக்குள்ளே சர்வவியாபியான பரம்பொருள் உறையும் உண்மையின் ஆய்வுக்கூடம். லௌகீக மனிதனின் விவஹார நிலைகளைக் கடந்த பரமநிலையில் வாழ்ந்து சஞ்சரித்தவர். அனிமா சித்திகள் அலட்சியமாகக் கைவரப் பெற்று, அவற்றையும் சட்டை செய்யாமல் பரமஹம்ச நிலையில் நிலைத்து நடமாடியவர். குழந்தைகளின் மாசற்ற நிலையில் மயங்கி, அவர்களுக்கு தம் சித்திகளை வேடிக்கை காட்டுவார் என்று பாரம்பரியக் கதைகள் சொல்கின்றன. குழந்தை நிலையைக் கடந்த வயதானவர்களும், மனித நிலையின் அவதிகளுக்கு ஆளாகாமல் அவர் உலாவுவதைக் கண்டு மிரண்டிருக்கிறார்கள் என்றும் அந்தக் கதைகள் கூறுகின்றன. செப்பிடுவித்தைக்கும் சித்தர் வாழ்வுக்கும் பேதம் தெரிந்து கொண்டால்தான் இது நமக்குப் புரியும். நம்பிக்கை கழன்றும் கழலாமலும் தளர்ந்து கிடக்கின்ற பொதுவான காலநிலையில் சதாசிவப் பிரம்மேந்திரரின் வாழ்க்கை பற்றிய கதைகள் குழப்பமூட்டத்தான் செய்யும். சென்ற தலைமுறை விஞ்ஞானிகள் எதையும் அறிவால் எட்ட முடியும் என்று நம்பினார்கள். இந்தத் தலைமுறை விஞ்ஞானிகள் அறிவையும் குழப்பும் அதிசயங்களைக் கண்டு வியந்து நிற்கிறார்கள்.

இந்த மனநிலையில்தான் சதாசிவரின் வாழ்க்கையை நினைத்துப் பார்க்க வேண்டியிருக்கிறது. ஆனால் சதாசிவர் இதைப்பற்றியோ, யாராவது தன்னைப் புரிந்துகொள்ள வேண்டும் என்றோ கவலைப்படவில்லை. அந்தக் கவலையைப் படவேண்டிய அவசியமில்லாத ஒரு ஆத்மிக தளத்தில் வாழ்ந்துவிட்டு உடலை விட்டு விடைபெற்றுக் கொண்டார்.

இதை எல்லாம் பேசிக்கொண்டுதான் சமாதியை நெருங்கு கிறோம். சமாதியைக் கோவிலைப் போலவே கட்டியிருக்கிறார்கள். அங்கு ஆழ்ந்த அமைதி நிலவிக் கொண்டிருந்தது. அதைக் காயப்படுத்த பயமாக இருந்தது. வாய்மூடிகளானோம். அந்த மௌனத்தின் நடுவே திரும்பத் திரும்ப ஒரே காட்சி தான் மனக்கண்ணின் முன்னே வந்துகொண்டிருந்தது. கொடு முடிக்கருகே, காவேரிக்கரையில் அவர் கண்ணை மூடி உள் நோக்கித் திளைத்திருக்கையில் திடீரென்று வெள்ளம் வந்து சுவரைப் பெயர்த்து ஒரு மணல் சாரத்தில் செருகிவிட்டது என்றும், சிலகாலம் கழித்து தற்செயலாக அந்தப் பகுதியைத் தோண்டுகையில், தியானத்தில் ஆழ்ந்திருந்த அவர் ஒருமுறை தலை, உடல் எல்லாம் ஒப்புக்குத் தட்டித் துடைத்துக்கொண்டு எழுந்து போய்விட்டார் என்றும் அவர் வாழ்க்கையில் ஒரு வரலாறு. அவரைப்பற்றி நினைக்கும் பொழுதெல்லாம் இந்த உருவம்தான் கண்முன் வரும். சமாதிமுன் நிற்கையில் இந்த நினைவுதான் ஓங்கி நின்றது.

எந்தச் சத்தத்திலும், எந்த வெள்ளத்திலும், தன் மோன அமைதியிலிருந்து அவர் கழலவில்லை. இதற்கு ஒரு புறச்சான்று போல ஒலிக்கிறது, சமாதிப் பகுதியின் அமைதி.

மோன நிலையை அவர் பற்றிக்கொண்ட கதை தாயுமானவர் கதைபோல. சதாசிவரின் குரு காமகோடி சங்கராசார்ய பீடத்தில் 57 ஆவது ஆச்சாரியராக விளங்கிய பரமசிவேந்திர சரஸ்வதி. அவரை தரிசிக்கவரும் பெரும் புலவர்களோடெல்லாம் வாதுக்கு நிற்பாராம் சதாசிவர். "பேசாமல் இரேன்" என்று ஒருநாள் பிரியமாகக் கடிந்துகொண்ட குருவின் வாக்கியத்தையே உபதேசமாகக் கொண்டு, வாய்மூடியாகிவிட்டார் அவர். வார்த்தை களைக் கடை கட்டி, வார்த்தைக்கெட்டாத நிலையில் புகுந்து விட்டார். இத்தனை உண்மைகளையும் சமாதியின் அமைதியும் மோனமும் விளக்கிய வண்ணம் இருக்கின்றன. சமாதிப் பகுதியில் நிற்கும்பொழுது தோலிலும் உள்ளேயும் அந்த அமைதி உறைக் கிறது. திருவையாற்றில் தியாகையர் சமாதியைத் தொட்டுச் செல்லும் காவேரி அவருடைய கீர்த்தனைகளைக் கேட்பது போல, நெரூர் சமாதியில் கேட்கும் சதாசிவரின் பரமஹம்ஸப் பாடல்களைக் கேட்டுச் செல்கிறாள். இதைப்போல பல

நாத யோகிகளின் திருவடிகளைக் காவேரி தன் வழிநெடுகக் கழுவிக்கொண்டே செல்லும் பேறு கங்கை, கோதாவரிக்குக்கூட இல்லை என்று தோன்றுகிறது.

"இந்த சங்கீத யோகிகளுக்குத்தான் என்ன கருணை! இலக்கணம், மருந்து என்று வறட்டு விஞ்ஞானத்தில் லயித்து விட்ட கண்வர் அகத்தியரை விட்டுவந்த காவேரிக்கு வழியெல்லாம் பாட்டாகப் பொழிகிறார்கள்!" என்றார் மதுரை நண்பர்.

"நாதயோகிகள் மட்டும் அல்ல. சாதாரண கச்சேரி வித்வான்களுக்குக்கூட அது தெரிந்திருக்கிறது. சென்னைக்கு வந்து திடீரென்று இறந்துவிட்ட ஒரு சங்கீத வித்வான், தான் மாயப்போவது தெரிந்து, என் உடலைக் காவேரிக்கரையில் கொண்டு எரித்துக் கரையுங்கள் என்று வேண்டிக் கொண்டார்" என்றார் பத்திரிகை நண்பர்.

வெகுநேரம் அந்த மௌனத்தைப் பருகிவிட்டு, மனமில்லாமல், காரில் வந்து ஏறின பிறகுதான் "மானஸ சஞ்சரரே" என்று பாட ஆரம்பித்தார் பாடுகிற நண்பர்.

கண்ணன் குழலின் பரம நிலையைக்கண்டு மிதந்த சதாசிவரின் இதயம்போல எதிரே நதி அலை அசைந்தது.

போன தலைமுறையில் தமிழகத்தில் சர்க்கரை என்றால் ராணிப்பேட்டை, நெல்லிக்குப்பம் – இரண்டு ஊர்களைத்தான் சொல்லிக்கொண்டிருப்பார்கள். மளிகைக் கடையில் ஆனா ஜீனி என்று சொன்னால்தான் மினுமினுக்கின்ற வெள்ளிச் சர்க்கரையைத் தருவார்கள். ஆனா இல்லாமல் சொன்னால் பழுப்பு சர்க்கரை. ராணிப்பேட்டை, நெல்லிக்குப்பம் சர்க்கரையைக்கூட அ.ஜீனி என்று சொல்லக் காரணம், அதற்கும் முந்திய தலைமுறையில் தோன்றிய முதல் சர்க்கரை ஆலை அஷ்டக் கிராமம் என்ற கன்னட நாட்டுப்பகுதியில் இருந்தது தான். இன்றுகூட தமிழ்நாட்டின் பல கிராமங்களில் வெள்ளிச் சர்க்கரையை அ.ஜீனி என்று சொல்கிற பல முதியோர்கள் இருக்கிறார்கள்.

ராணிப்பேட்டை, நெல்லிக்குப்பத்திற்குப் பிறகு தமிழகத்தில் தோன்றிய முக்கியமான சர்க்கரை ஆலை புகளூரில்தான். நன்செய்ப்புகளூர் ராமச்சந்திர அய்யர் என்பவர், அகண்ட காவேரியின் வளத்தையும் ஊரின் அமைப்பையும் கருதி, தீர்க்க தரிசனத்துடன் இந்த ஆலையை நிறுவ முயற்சிகள் எடுத்துக்கொண்டார். நகரத்தார்களும் மற்ற பொதுமக்களும் கைகொடுத்தார்கள். ஆலை உருவாயிற்று. வளர்ந்தது. பாரி கம்பெனியாரின் நிர்வாகத்திற்கு மாறியது. தென்னிந்திய சர்க்கரைப் பொருளாதாரத்தில் புகளூர் முக்கிய இடம்

பெற்றதால், அகண்ட காவேரியின் குறுக்கே பாலம் போடும் திட்டமும் நிர்ணயமாயிற்று. எங்கே போடலாம், எங்கே போடலாம் என்று பல ஆண்டுகள் குழம்பிவிட்டுக் கடைசியில் புகளூரையே தேர்ந்தெடுத்தார்கள். நன்செய்ப்புகளூரை ஒட்டியுள்ள தவிட்டுப்பாளையத்தையும் வேலூரையும் இணைக்கும் இந்தப் பெரிய பாலம், சேலம் மாவட்டத்தையும், திருச்சி மாவட்டத்தையும், இணைக்கிற பெரும் முயற்சி. சுமார் 55 லட்சம் ரூபாய் செலவில் அமைக்கப்பட்ட இந்தப் பாலம் புதிய பொறியில் உத்திகளைக் கொண்டு கட்டப்பட்டது. பழையகாலத்து ஆனை முதுகுகள், ஆற்றைப் பாதி அடைக்கும் சுவர்த்தூண்களின் வளைவுகள் – இவற்றை நீக்கி, உருவில் மென்மையும், உழைப்பில் வன்மையும் கொண்ட புதிய பாணிப் பாலங்களில் ஒன்று இது. வான்முகட்டில் மலைத்தொடர், அகன்று பரந்த ஆற்றுவெளி, விரிந்து கிடக்கும் நிலப்பரப்பு, சுற்றிலும் கவியும் வானக்குண்டம் – இவற்றுக்கிடையே பாலத்தைத் தொலைவிலிருந்து பார்த்தால் எறும்புகள் தற் செயலாகக் கிடைத்த ஒரு வைக்கோல் துண்டை இருபெரும் கிளைகள் அல்லது கற்களுக்கிடையே நகர்த்திப் பொருத்தி வழி அடைப்பதுபோல் தோன்றும்.

பாலங்கள் ஆகட்டும், கட்டடங்கள் ஆகட்டும், வாகனங்கள் ஆகட்டும் – எதிலும் பொறியியல் நுணுக்கங்களால், உருவத்தில் இப்போதெல்லாம் மென்மை கூட்டுகிறார்கள். சிலந்தி, எறும்பு, மரக்கிளைகள், கொடிகள் – ஒவ்வொன்றையும் பார்த்துப் பார்த்து அவற்றின் உறுதி நுணுக்கங்களைக் கற்று, இந்த உருவ நளினம் சாத்தியமாயிருக்கிறது. இயற்கையை வெல்லுகிறேன், வெல்லு கிறேன் என்று மார்தட்டிக் கொள்ளாமல், இயற்கையைப் புரிந்துகொண்டு, அதனிடமே பாடம் கற்று, அதை முடிந்த மட்டும் தன்வசப்படுத்தும் நுணுக்கத்தை இப்பொழுது மனிதன் மேற்கொண்டிருப்பதால், பொறி – விஞ்ஞானப் பெரும் பணி களில்கூட ஒரு நளினமும் கலைப்பண்பும் இழைய செயலாற்ற முடிகிறது.

ஆற்றுப்பாலம் கட்டப்படாத அந்த நாட்களில் சிறுவயதில் நாங்கள் புகளூருக்கு வந்ததுண்டு. அகன்று பரந்த பாதி ஆற்று மணல் வெளியில் விளையாடிய காலம். மாலைமயங்கி இருள் படரும் நேரத்தில், தொலைவில் மலைத்தொடர்களில் தீப்பிழம்புகள் தெரியும். கொல்லிமலையில் காடு பற்றி எரிகிறது என்பார்கள். சேர்வராயன் மலையில் செம்மூங்கில் எரிகிறது என்பார்கள். அச்சமும் துணிவும் கலந்த நிலையில், 'பூச்சி'கள் அண்டாதிருக்க, கையைத் தட்டிக்கொண்ட ஊருக்குள் திரும்புவோம். அப்போதெல்லாம் அக்கரைபோக பாதி ஆற்று மணலில் நடந்து, மீதிப்பாதியைப் பரிசல் ஏறிக் கடக்கவேண்டும்.

ஒரு மணியும் ஒன்றரை மணியும் ஆகும். புதுவெள்ளம் வந்தால் உயிரைக் கையில் பிடித்துக்கொண்டு வந்த வழியே திரும்ப வேண்டும். சிற்சில வருடங்களில் கரை இரண்டும் ததும்பி வெள்ளம் வந்து ஊருக்குள்ளெல்லாம் வரும் என்று கிழவர்கள் கதை சொல்லுவார்கள். மேட்டூர் அணை கட்டியபிறகு அந்தத் தாமதமும் இல்லை. அக்கரை ஐந்து நிமிஷத் தொலைவாகி விட்டது.

புகளூருக்கு அருகில் காவேரிக் கரையிலுள்ள வேலாயுதம் பாளையம் பகுதியில் ஆர்நாட்டார் மலை சேர அரசர்கள் மூவரின் வரலாற்றுக் குறிப்புகளைத் தன்னுள் கொண்டிருக் கிறது. இந்த மலையில் உள்ள குகை ஒன்றில் சேர மன்னன் கோஆதன் சேரலிரும்பொறை, அவனுடைய மகன் பெருங் கடுங்கோன், பேரன் இளங்கடுங்கோன் மூவரையும் குறிக்கும் கல்வெட்டு இருக்கிறது. இளங்கடுங்கோன் சமணத் துறவி ஒருவருக்குப் பாழி அமைத்துக் கொடுத்ததைப் பற்றியும் அங்கு விவரங்கள் உள்ளன. இதைப் பற்றி ஆராய்ச்சி நண்பர் அதிகமாக விவரிப்பதற்கு முயற்சி செய்வதற்கு முன்பே சங்கீத நண்பர் இடைமறித்து புகளூர்ப் பாலத்தைப் பார்த்துவிட்டு வருவோம் என்றார்.

பாலத்தைப் பார்ப்பதற்காகவே, பாதையைவிட்டுப் புகளூர் வந்தோம். அக்கரைவரையில் போய்விட்டு மீண்டும் திரும்பினோம். பாலத்தின்மீது நின்று காவேரியின் அகண்ட சொரூபத்தைப் பார்த்தோம். படமும் எடுத்துக்கொண்டோம். வாங்கல் கிராமத்தில் ஒரு மகான் இருப்பதாகச் சொன்னார்கள். அகண்ட காவேரிக் கரை, ஏறக்குறைய ரிஷிகேசத்தைப் போன்றது. ரிஷிகேசத்தில் திரும்பிய இடமெல்லாம், தவமுனிகளும் துறவிகளுமாகக் காட்சி அளிப்பார்கள். முனிகே ரஹ்தி – அதாவது முனிவர்கள் வாழும் இடம் என்றே அதற்கும் பெயர் வைத்திருக்கிறார்கள். காவிரிப்பகுதியில் பல இடங்கள் முனிகே ரஹ்திகளாக இருக்கின்றன. நாங்கள் இப்போது போய்க்கொண்டிருக்கும் பாதையிலேயே ஊஞ்சலூரில் சேஷாத்ரி ஸ்வாமிகள் என்ற சித்தபித்தரும், ராதாபிக்ஷு என்ற ஒரு பெரியவரும் சமீபகாலம் வரையில் வாழ்ந்து மக்களுக்குத் தெம்பும் நம்பிக்கையும் ஊட்டி, அந்த சித்தர்களுக்கே தெம்பையும், நம்பிக்கையும், காவேரியின் அமைதி ஊட்டிக் கொண்டு வருகிறது.

ஊன் அமர் வெண்டலை ஏந்தி
உண்பலிக் கென்றுழல்வாரும்
தேன் மருமொழி மாது
சேர் திருமேனியினாரும்
கானமா மஞ்ஞைகளாலும்
காவிரிக் கோலக் கரைமேல்

பானல நீறணிவாரும்
பாண்டிக் கொடிமுடியாரே

என்று நண்பர் பாடிக்கொண்டிருந்தார்.

"ஏன்யா, இன்னும் நொய்யலே வரவில்லை? அதற்குள் கொடுமுடிப்பாட்டு பாட ஆரம்பித்து விட்டீரே?"

"இதுதான் தெரியும் எனக்கு. இதுகூட நான் புத்தகம் பார்த்துப் படிக்கவில்லை. வெள்ளிக்கிழமை வெள்ளிக்கிழமை ஒரு பண்டாரம் பிச்சைக்கு வருவான். அவன் 'நமச்சிவாயவே, நமச்சிவாயவே' என்று சுந்தரமூர்த்தி திருப்பாண்டிக் கொடு முடியில் பாடின நமச்சிவாயப் பதிகத்தையும் இந்தப் பாட்டையும் தவிர வேறு பாடமாட்டான். இப்படி வீட்டுக்கு வீடு பிச்சை வாங்கியே ஒரு பிள்ளையை வளர்த்து S.S.L.C. வரையில் படிக்க வைத்து விட்டான். சம்பளம் கொடுக்கிறதற்கும், சட்டைக்கும் புத்தகத்துக்கும் அவன் என்ன பாடுபட்டானோ, பாட்டெல்லாம் ஒரே சோகம் பொழியும். பாட்டைவிட அந்த சோகமும் விடாப்பிடியாக அவன் பிள்ளையைப் படிக்கவைக்கிற பிடிவாதமும்தான் என்னை இழுத்துப் பிடித்தன. ஆளும், குளித்துவிட்டு வெள்ளை வேட்டியும், சந்தனக் கீறலும், விபூதியும், பளபளவென்று தேய்த்த செம்புமாக கருக்காக இருப்பான். குடமுருட்டி ஆற்றங்கரையோரமாக ஒரு மண்டபத்தில் குடியிருந்தான் அவன். அவன் வரும்போதெல்லாம் அப்போது தான் படுக்கையில் புளித்த கண்ணும் சோம்பலுமாக விழித்துப் பார்க்கும் எனக்கு வெட்கமாக இருக்கும். ஒரு தினுசான புன்னாகவராளி மாதிரி ராகம் அவன் பாடுவது. "என் பிள்ளையைக் கரையேற்றுகிறதைப் போலவே, உன்னைப் படுக்கையை விட்டுக் கிளப்பவும் இவ்வளவு வாதனையா!" என்று அந்தக்குரல் நிராசையாகக் கேவுவதுபோல் இருக்கும். அப்புறம்தான் எனக்கே காலையில் எழுகிற பழக்கம் சிறிது ஒட்டிக்கொண்டது. ஆற்றங்கரைக்கு நான் குளிக்கப் போவதற்குள் அவன் வேலை முடிந்து மண்டபத்திற்கு வந்து பிள்ளைக்குச் சோறு போட்டுக் கொண்டிருப்பான். அவன்கூட எனக்கு ஒரு காவேரிக்கரை மகானாகத்தான் தோன்றுகிற வழக்கம்."

நொய்யல் சங்கமம் நெருங்கி விட்டது. கோவைக்கு மேற்கேயும் வடக்கேயும், ஈரோட்டுக்கு வடக்கே சற்றுத் தள்ளியும் புறப்பட்டுப் பல நீரோட்டங்கள் நொய்யலாக கனத்து காவேரி யோடு கலக்கும் இடம் இது. அமராவதி சங்கமத்தைவிட சற்று அமைதியும் பசுமையும் அதிகமாக இருந்தன.

கோவை மாவட்டத்தில் வெள்ளியங்கிரி மலையில் போலம் பட்டிக் கணவாயில் உற்பத்தியாகும் நொய்யலின் முதல் பெயர் ஸ்வாமிமுடியாறு. பின்னர் அந்த ஆற்றுடன் பெரியாறும்,

சின்னாறும் வந்து சேருகின்றன. இந்த நீர்ப் பெருக்குடன் பாயும் நொய்யல் பேரூர் வழியாக வந்து கோயம்புத்தூர் நகருக்கு சற்று தொலைவில் ஓடும்பொழுது காஞ்சி மகாநதி என்ற பெயரை அடைகிறது. கோவை, அவிநாசி தாலுக்காக்களிடையே பாய்ந்து வரும்பொழுது வண்ணாத்தங்கரைப் பள்ளம் என்ற ஓடையும் இதனுடன் வந்து சேருகிறது திருச்சி மாவட்டத்தில் நுழைவதற்கு முன் நல்லாறு என்ற சிற்றாறும் அத்துடன் சேருகிறது. இத்தனை சிற்றாறுகளின் தண்ணீரைப் பெற்றுவந்த போதிலும் நொய்யல் ஒரு காட்டாறு போலவே விளங்குகிறது. வருஷத்தில் பெரும்பாலும் அதில் அதிக தண்ணீர் பாய்வதில்லை. உற்பத்தியாகும் இடத்தில் தென்மேற்குப் பருவ மழையினால் அதற்கு அதிக பயன் கிடைக்காமல் போவதாலும், வடகிழக்குப் பருவ மழையினால் பிரவகித்து ஓடும் சிற்றாறுகளின் தண்ணீர் மட்டுமே கிடைப்பதாலும் நொய்யல் எப்பொழுதும் நீர் நிறைந்திருப்பதில்லை. வடகிழக்குப் பருவ மழை காலத்தில் நொய்யலில் ஏற்படும் வெள்ளத்தின் பயனாக சில பாசனக் குளங்களுக்குத் தண்ணீர் கிடைக்கிறது. போலம்பட்டிக் காடுகளில் இருந்த மரங்கள் விறகுக்காக வெட்டப்பட்டு விட்டதால் இந்த நிலை ஏற்பட்டிருக்கிறது என்று சொல்லப் படுகிறது. மழை காலத்தில் நொய்யலில் பாயும் தண்ணீர் வீணாகாமலிருப்பதற்காக அந்த நதியிலும் 150 கோடி கன அடி நீர் கொள்ளக்கூடிய நீர்த்தேக்கம் அமைக்க ஏற்பாடாகிறதாம்.

நாங்கள் நொய்யலின் கடைசிப்பகுதியில் சிறிது தொலைவு நடந்து காவேரியுடன் அதனுடைய படுகையும் சேரும் இடத்திற்குப் போய்க்கொண்டிருந்தபோது, வழியில் மணலில் சில பெண்கள் ஊற்று தோண்டித் தண்ணீர் எடுத்துக் கொண் டிருந்தார்கள். ஓரத்தில் கலங்கலான தண்ணீர் கொஞ்சம் பாய்ந்து கொண்டிருந்தது.

தன்னாலானவரை நொய்யலும் காவேரிக்குக் காணிக்கை செலுத்துவதைப் பார்த்து வியந்தவண்ணம், பயணத்தைத் தொடர்ந்து கொடுமுடி சேர்ந்தோம். கொடுமுடியில் எது அழகு, கோயிலா, காவேரியா என்று வகுத்துச் சொல்வது கடினம். காவேரி பாயும் வழி முழுவதிலும் அமைதியான எழிற்தோற்றம் எது என்று கேட்டால், நாங்கள் கொடு முடிக்குத்தான் முதலிடம் கொடுப்போம். கட்டுக்கரைமீது உட்கார்ந்து ஆற்றின் பரப்பையும் அமைதியையும் சிறிது நேரம் பார்த்தால் மனது அடங்கிவிடும். உளைச்சல் ஓய்ந்து விடும். தூக்கமும் வந்துவிடும். பரிசல்கள், அக்கரையின் பசுமை, தாழ்ந்து ஓடும் வெள்ளம் – ஒவ்வொன்றும் இந்த மொத்த அமைதிக்குக் கொஞ்சம் கொஞ்சம் பங்கு கொடுக்கிறது. அதனால்தான் படைக்கிற பிரும்மா, காக்கிற திருமால்,

அழிக்கிற பரமசிவன் – மூன்று மூர்த்திகளும் தங்கள் பரபரப்புக் களை எல்லாம் மறந்து இங்கு ஒருங்கே கோவில் கொண்டார்கள் போலும். இந்த அமைதியால்தான் சைவ, வைஷ்ணவங்களை மறந்துபோய், எல்லாம் கலந்து ஐக்கியமான சாந்த நிலையில் பக்தர்கள் மூன்று மூர்த்திகளையும் மனதார ஒரே இடத்தில் வைத்து விட்டார்களோ என்னவோ. இந்த அமைதி கோவிலிலும் பூரணமாக, உடம்பில் படுவதுபோல விரவிக்கிடக்கிறது. இந்த அமைதியில் திளைத்த அனுபவம்தான் சுந்தரமூர்த்தி நாயனாரின் நமச்சிவாய பதிகம். குடமுருட்டி மண்டபத்துப் பண்டாரமும், இதை நினைத்துத்தான் ஏங்கிக் கொண்டிருந்தானோ?

பரிசல் ஒன்றில் ஏறி அக்கரைக்குப் போய்விட்டு வர வேண்டும் போலிருந்தது. ஆனால் கையெழுத்து மறைந்து கொண்டிருந்தது. டிரைவரின் முகக்களையும் ஈரோட்டு உணவு விடுதிக்குப் போய்விட்டது போலிருந்தது. பேசாமல் வண்டியை நோக்கி நடந்தோம்.

○ ○ ○

ஈரோட்டில் சாப்பிடும்பொழுது, எங்கள் குழுவினரில் ஈரோட்டு நண்பரும் சேர்ந்து கொண்டார். எங்களுடைய "நடந்தாய், வாழி காவேரி" கதையைக் கேட்டுவிட்டு "கொடு முடிவரையில் வந்தீர்கள், ஊஞ்சலூர் தூரமா, பாசூர் தூரமா, இல்லை சாவடிப் பாளையம், ஊத்துக்குழிதான் தூரமா? பாசூரில் இருக்கிற சிவன் கோவிலுக்கும், சங்கிலிக் கருப்பன் கோவிலுக்கும் மைசூர் ராஜா முதற்கொண்டு சொத்து கொடுத்திருக்கார். நீங்க பார்க்கப்படாதா! அங்கிருந்து வரவழி தான். காவேரிக்கு நடுவிலே அகஸ்தீச்வரர் கோவில் இருக்கு. அகஸ்தியர் பூஜை பண்ணின இடம். இதையெல்லாம் விடலாமா?"

"இருட்டிவிட்டது. அது சரி, எத்தனை அகஸ்தீச்வரர் கோவில் இருக்கு, காவேரிக் கரையிலே. தலைக்காவேரியிலே ஒண்ணு பார்த்தோம். காவேரிப் பட்டணத்திலே ஒண்ணு பார்த்தோம்."

"அமராவதி – காவேரி சங்கமத்தில் ஒண்ணு."

"மைசூர் ராஜ்யத்து ராமநாதபுரத்தில் காவேரிக்கு மத்தியில் ஒரு பாறையின்மேல் ஒரு அகஸ்தீச்வரர் ஆலயம். அதுவும் அகஸ்தியர் பூஜை பண்ணினதுதான். நீங்கள் திரும்பிப் போகும்போது முசிரிக்கு இந்தண்டை ஒரு மலை இருக்கு – திருஈங்கோய்மலைன்னு. அங்கேயும் ஒரு அகஸ்தியர் கதை உண்டு. அகஸ்தியர் ஈயாக மாறி மரகதேச்வரரை பூஜை பண்ணினதாகச் சொல்வார்கள்."

"திருக்கோடிகாவலில் கோடீச்வரரை அகஸ்தியர் பூஜை செய்ததாக ஒரு ஸ்தல புராணமே இருக்கிறது."

காவேரி உலகிற்கு நன்மை செய்யும் பொருட்டு அகத்தியரை விட்டு நீர்வடிவில் புறப்பட்டாள் என்றும் ஆனால் தான் போகும் இடம் எல்லாம் அகத்தியரின் அடிதொழ அருளவேண்டும் என்று கேட்டுக்கொண்டதாகவும் ஸ்தல புராணம் கூறுகிறது.

இவர் எந்த அகத்தியர்? தமிழை வரைபடுத்தி வளப்படுத்திய அகத்தியரா? மருந்துக்குப் பேர்போன அகத்தியரா?

நம்முடைய ஊரில் 'ரிஷி' என்றால் காஷாயம், தண்டம், கமண்டலு, தாடி எல்லாம் கொடுத்து சிலையும், சித்திரமும், புராணமும் பண்ணி விடுகிறார்கள். மரத்தடியிலோ, குகையிலோ வைத்துக் கண்ணை மூடி 'தவமுனி'களாக ஆக்கிவிடுகிறார்கள். இந்த ஸ்தல புராணப் போர்வைகளை நீக்கிவிட்டுப் பார்த்தால் அந்த ரிஷிகள் பெரும் பெரும் ஆராய்ச்சிக்காரர்களாகவும் விஞ்ஞானிகளாகவும் புது நிலம் தேடி காடழித்து நாடாக்கிய புவி இயல் அறிஞர்களாகவும், அறிவே தெய்வம் என்று கருதிய ஞானிகளாகவும் இருந்திருக்கவேண்டும் என்று தெரிகிறது. பொருளின் ஓட்டை ஊடுருவி, அதன் தத்துவத்தைக் கண்டு இயற்கைப் பொருட்களுக்கு மாற்றாக செயற்கை இரட்டையைக் காண முனைந்தார் விஸ்வாமித்திரர். அகத்தியர் புதுநிலம் காண முனைந்தவர். பதஞ்சலி மன தத்துவத்தை ஆய்ந்தவர். தங்கள் ஆராய்ச்சியையே தவமாகவும், தியான

மாகவும் கொண்டிருந்தவர்கள் இந்த ரிஷிகள். ஓரிருவர் தங்கள் லட்சியத்தைத் தவிர்த்தோ, துறந்தோ முழு மூச்சாக ஈடுபட்டிருக்கலாம். ஆனால் இவர்களை எல்லாம் சகட்டு மேனிக்கு தாடியும் கமண்டலமும் கொடுத்து மரத்தடியில் உட்கார்த்தி விட்டிருக்கிறது நம்முடைய பழைய வரலாற்று மரபு. காவேரிக்கும் அகத்தியருக்கும் உள்ள தொடர்பை இந்தக் கண் கொண்டு பார்த்தால் என்ன என்ன கிடைக்குமோ? திறனுள்ளோர் முயலட்டும்.

16
நிறைவு

ஈரோட்டு நண்பர் சொன்னார்: "ஈரோடு ஹரித்து வாரம் மாதிரி இமயமலையின் பள்ளங்கள், மேடுகள், பாறைகள் வழியாகவே வருகிற கங்கை ஹரித்துவாரம் வந்தவுடன் சமவெளியில் இறங்குகிறது. மணல் பரப்பு அங்கிருந்து தொடங்குகிறது. அதேமாதிரி காவேரியும் ஈரோட்டுக்கு வந்தவுடன் பாறைப் பரப்பைவிட்டு மணலுக்கு இறங்குகிறது. ஆனாலும் முழு மணலாக இராது. மணல் அதிகம். கல் குறைச்சல். பவானிக்குப் போய் காவேரியில் நீராடினால் காலில் பாறையும் கல்லும்தான் தட்டுப்படும்; கொடுமுடி, புகளூர் – இங்கெல்லாம் கீழே மணலோடு, கூழாங்கல் உள்ளங் காலில் உருளும்."

உடனே மேகதாட்டு, ஹொகெனக்கல், அதேபோல கங்கைக் காட்சிகளும் ஞாபகத்திற்கு வந்தன. ஹரித்து வாரத்தில் சமவெளியில் இறங்கியபிறகு, கட்முக்தேச்வர் போன்ற இடங்களில் கங்கையைப் பார்த்தால், புகளூர்ப் பாலத்திலிருந்து காவேரியைப் பார்ப்பது போலிருக்கும்.

☾ ☾ ☾

சாப்பிட்டு முடிந்த கையோடு வண்டியில் ஏறிவிட்டோம். அரைமணிக்குள் பவானி வந்துவிட்டது. ஹோட்டலில் அறைகள் இருந்தன. காபி இல்லை. காபிக் கடையைக் காட்டி விட்டார்கள். காபி சாப்பிடாவிட்டால் எப்படித் தூக்கம் வரும்? கடைத் தெருவில் வெளிச்சம் இன்னும் எரிந்து கொண்டிருக்கிற பகுதிக்குப் போய் ஒரு உணவு விடுதியில் ஏறி "காபி இருக்கா?" என்று பரிதாபமாகப் பார்த்தோம்.

“அடேடே எங்க சார் வந்தீங்க?” என்று ஒரு ஆச்சரியக் குரல். மேல் ஸ்தாயி. திரும்பினோம்.

ஒரு உற்சாகமான, சிரிக்கிற, அகலமான முகம். தெருவிலிருந்து தெரியாமல் உள்ளடங்கிய கல்லா மேஜைக்குப் பின்னாலிருந்து அந்த உருவம் எழுந்து ஒரே எட்டில் எங்களிடம் வந்தது.

“அட நாச்சிமுத்துவா! நீங்க எங்க சார் இங்கே வந்தீங்க?” என்று பதிலுக்குக் கேட்டோம்.

“இங்க வரதா? இதுதானே எங்க ஊரு?”

“நீங்க மெட்ராஸ்லே இல்லையா இப்ப?”

“ஓ கோ கோ! என்னடா சொல்லிக்காம வந்திட்டே பயலேன்னு கேட்கறதுக்குப் பதிலா இப்படிக் கேட்டீங்களா!” என்று சுருக்கமாகச் சொன்னார் நாச்சிமுத்து தன் கதையை.

அகில பாரத நாட்டிய சங்கத்தின் சார்பாக நடிகர் சகஸ்ரநாமம் நடத்திய நாடகப் பயிற்சிப் பள்ளியில் நாடகக் கலை பயின்றவர் அவர். சேவா ஸ்டேஜ் மானேஜராகவும் இருந்தவர். இங்கு வந்து ஜமுக்காளம் செய்யும் தொழிற்கூடத்தோடு, புதிதாக ஒரு ஹோட்டலும் தொடங்கியிருக்கிறாராம்.

புதிதுதான். சுவர், மேஜைகள், நாற்காலிகள் – எல்லாம் நிகுநிகுவென்று மின்னின. அதேபோல்தான் சிற்றுண்டிகளும். பவானியில் தங்கிய இரண்டு நாளும் நாச்சிமுத்து எங்களைத் திணற அடித்துவிட்டார். நல்ல சாமான்களைப் போட்டுச் செய்த உயர்ந்த உணவுகள். ருசிக்கு நப்பாசைப்பட்டு நாங்களும் அளவுக்கு மீறி சாப்பிட்டுக் கொண்டிருந்தோம். அதுவும் நாச்சிமுத்துவின் அழகிய பற்களும், சிரிப்புமாறாத உற்சாகமும் கொண்ட முகம் பாய்ந்து, பாய்ந்து உபசாரம் செய்யும்போது, வயிறுகள் முட்டாமல் என்ன செய்யும்?

இந்தக் காவேரிப் பயணத்தில் எங்கு போனாலும் எங்களுக்குத் திடீர் திடீர் என்று நண்பர்களும் சகாயமும் கிடைத்துக் கொண்டிருந்தது, இங்கேயும் தொடர்ந்தது. தலைக் காவேரியில் எங்களுக்குப் புகல் அளித்த ராமன் நாயரில் தொடங்கி, தலைக் காவிரி என்ஜினீர் – அர்ச்சகர், ராமநாத புரத்தில் சந்தித்த கண்ட்ராக்டர் கஸரகோடு, மேகதாட்டுவில் ரங்கசாமி செட்டியார், பாயம்பள்ளியில் தொல் பொருள் அதிகாரி ராவ், திருச்சிராப்பள்ளி ஜே. சடகோபன் – இப்படி எத்தனையோ பேர் – இத்தனை பேரும் தற்செயலாகச் சந்தித்து எதிர்பாராத உதவிகளை அளித்தவர்கள். இப்படியே பழகிப் பழகி, நாச்சிமுத்துவின் உபசாரங்களையும் ஏதோ எங்களுக்கு உரியவைபோல ஏற்றுக்கொண்டு விட்டோம்.

ஊரில் உள்ள கோவில்கள், சங்கமம், ஜமுக்காளக் கம்பெனிகள் – எல்லாவற்றிற்கும் ஒன்றுவிடாமல் இழுத்துக் கொண்டு போனார் நாச்சிமுத்து.

இரண்டு நதிகள் சங்கமமானால் நம்முடைய ஸ்தல புராணக் காரர்களுக்குத் திருப்தி வருவதில்லை. இங்கும் காவேரியோடு பவானி மட்டுமின்றி அமுதா என்ற இன்னொரு நதி அந்தர் வாஹினியாகக் கலக்கிறது என்று சொல்லி அதற்கும் ஒரு கதையும் சொல்கிறார்கள். மிச்சமிருந்த அமிருதத்தைத் திருமாலிட மிருந்து வாங்கிக்கொண்ட பராசரர், அதை ஒரு குடத்தில் வைத்து, குடத்தை எடுக்க முடியாமல் சங்கமேச்வரர் கோவி லுக்குத் தெற்கே நிறுவி விட்டார் என்றும் அந்தக் குடத்து அமுத நீர்தான் மறைவாகக் காவேரியோடு கலக்கிறது என்றும் கதை. பவானியில் இத்தகைய தெய்வக் கதைகள் பல உண்டு. ஊரும் சுற்றுப்புறமும் மலையும் நீருமாக அழகு பொங்கினால், உள்ளமும் பொங்கி மூலதத்துவ அழகில் சிக்கி விடுகிறது என்பதற்கு பவானி ஒரு எடுத்துக்காட்டு.

பவானி சங்கமேச்வரர் கோவிலுக்கருகில் ஒரு கோட்டை இருந்தது. 1924ஆம் ஆண்டு வெள்ளம் அந்தக் கோட்டையை மூழ்கடித்து விட்டது. காய்த்திரி லிங்கேச்வரன் கோவில் ஒன்று இருந்ததாகவும் அது பல நூற்றாண்டுகாலம் மணலில் மூழ்கி இருந்ததாகவும் சொல்லப்படுகிறது. சென்ற நூற்றாண்டு ஆரம்பத்தில் சங்கமத்திற்கு அருகே, பங்களாவில் வசித்து வந்த William Garrow எனும் ஐரோப்பிய கலெக்டரின் கனவில் ஒருநாள் அம்மன் வேதநாயகி தோன்றி அவரை உடனே வெளியேறும்படி கூறினாளாம். கலெக்டர் வீட்டைவிட்டு வெளியேறியவுடன் அந்தக் கட்டடம் வெள்ளத்தில் மூழ்கி விட்டதாம். தமது நன்றியைத் தெரிவிக்கும் முறையில் அந்த கலெக்டர் ஒரு தந்தக் கட்டில் உட்பட பல நகைகளைக் கோவிலுக்குக் காணிக்கையாக அளித்தாராம். Garrow கோவி லுக்குள் பிரவேசிக்கக் கூடாதாகையால் அவருக்கு தரிசன வசதிக்காக வெளிமதிலில் கணிசமான துவாரங்கள் அமைத்துக் கொடுக்கப்பட்டதாம்.

நாங்கள் பவானி சென்றபோது கோவில் புனருத்தாரண திருப்பணிகள் நடந்து கொண்டிருந்தன. அங்கங்கே சிற்பிகள் கல்லிலிருந்து உயிர் துடிக்கும் வடிவங்களை செதுக்கிக் கொண் டிருந்தார்கள். கோவிலைச் சுற்றி மேலும் சீரமைப்புக்காக பல பெரும் கற்குவியல்கள் ஸ்தபதிகளின் கைவண்ணத்திற் காகக் காத்துக் கிடந்தன. கோவிலுக்கடுத்த ஸ்நானத்துறை சென்று, பவானி காவேரியின் நிறைவுக்கு மேலும் நிறைவு கொடுக்கும் காட்சியைக் கண்டு வியந்து நின்றோம்.

கேரள ராஜ்யத்தில் வள்ளுவநாடு பகுதியில் உள்ள மலைகளில் பவானி உற்பத்தியாகிறது. அது கோவை மாவட்டத்திற்குள் நுழைவதற்குமுன் சிறுவாணி என்னும் ஜீவநதியின் தண்ணீரைப் பெறுகிறது. பின்னர் கொரங்கன் பள்ளம் என்ற சிற்றாறும் பவானிக்குத் தண்ணீர் கொண்டுவந்து சேர்க்கிறது. அவனாசி தாலுக்காவில் பாயும்பொழுதுதான் குந்தாநதி வந்து சேர்ந்து கொள்கிறது. கூனூர் தாலுக்காவில் இருந்து வரும் குன்னூர் என்ற நதியும் பவானியில் வந்து கலக்கிறது. ஆரம்பத்தில் பைகாரா என்ற பெயரைக் கொண்ட மோயாறு தனநாயகன் கோட்டைக்கு அருகே பவானியில் பாய்கிறது. சத்தியமங்கலம், கோபிசெட்டிபாளையம் ஆகிய ஊர்களைக் கடந்து வந்து கிழக்கு நோக்கிப் பாய்ந்து, கூடுதுறையில் காவேரியுடன் சங்கமம் ஆவதற்குமுன் மேலும் சில நீரோடைகள் பவானியின் நீர்ப்பெருக்குக்கு உதவுகின்றன. பவானி ஒரு ஜீவநதி. பவானியின் நீர்ப்பிடிப்புப் பிரதேசம், 1600 சதுர மைலுக்கும் அதிகமானது. ஆண்டுதோறும் 7400 கோடி கன அடி தண்ணீர் பாய்கிறது.

இந்த நதியின் நீரைப் பாசனத்திற்காக நல்லமுறையில் பயன்படுத்துகிறார்கள். ஏற்கனவே கணியம்பாளையம், கொடிவெரி என்ற இடங்களில் பவானிக்குக் குறுக்கே அணைகள் உள்ளன என்றாலும் சமீப காலத்தில் கட்டப்பட்ட கீழ்பவானி அணைக்கட்டுதான் மிகவும் முக்கியமானது. சத்தியமங்கலத்திற்கு 10 மைல் தொலைவில் அமைக்கப்பட்டிருக்கும் பவானி சாகர் நீர்த்தேக்கம் 3280 கோடி கன அடி தண்ணீர் கொள்ளக் கூடியது. 207,000 ஏகரா நிலப்பரப்புக்குப் பாசன வசதி அளிக்கிறது. 8.75 கி.மீ. ($5^1/_2$ மைலுக்கும் அதிகமான) நீளமுள்ள அணைக்கட்டின் பெரும்பாகம் மண்ணால் அமைந்தது. நடுவில் கலிங்கல் பகுதி மட்டும் கற்களாலும் காரையாலும் கட்டப்பட்டது. அணைக்கட்டின் வலது பக்கத்திலிருந்து பிரியும் பாசன வாய்க்கால் 124 மைல் நீளமுள்ளது. பவானி காவேரியுடன் சங்கமமாகும் இடத்திற்கு முன் பவானி பாலத்தருகில் 60 மைலுக்கும் அதிக நீளமான காளிங்கராயன் வாய்க்கால் பிரிகிறது. இந்த வாய்க்காலும் 12,800 ஏகரா நிலப்பகுதிக்குப் பாசனம் கொடுக்கிறது. காவேரி டெல்ட்டாப் பிரதேசத்தின் தேவைக்கேற்ப தண்ணீர் விடப்பட்ட பிறகு மிஞ்சும் உபரி நீர்தான் பவானி சாகரில் தேக்கப்படுகிறது.

பவானி கூடல்துறையில் நீராடிவிட்டுத் திருப்பியபோது எங்கள் காரை சங்கமேச்வரர் தடுத்தாட் கொண்டுவிட்டார் என்ற தெரிந்தது. சிறிது யந்திரக்கோளாறு ஏற்பட்டுவிட்டதாகவும் வண்டி சீராவதற்கு பிற்பகல் ஆகுமென்றும் ஓட்டுநர் தெரிவித்தார். அன்றே மேட்டூர் சென்று திரும்பிவிடவேண்டு

மென்று நாங்கள் விரும்பினோம். தீவிர விவாதத்திற்குப் பிறகு நாச்சிமுத்துவின் யோசனைப்படி காரை பவானியில் விட்டுவிட்டு பஸ்ஸில் மேட்டூர் போய்வரத் தீர்மானித்தோம். பவானியிலிருந்து மேட்டூர்வரை காவிரிக்கரை வழியாகப் போகும் வாய்ப்பில்லாமல் போனது கொஞ்சம் வருத்தம்தான். ஆயினும் காவிரியின் பல எழில்களை ஏற்கெனவே கண்டு களித்த திருப்தியில் அரைமனதுடன் புறப்பட்டோம்.

மேட்டூர் சேர்ந்தவுடனேயே நாங்கள் பார்க்கவேண்டு மென்று விரும்பிய நண்பரும் பேருந்து நிலையத்திலேயே எதிர்ப்பட்டார். மேட்டூர் மின் நிலையத்தில் பணியாற்றும் அவர் வியப்பு நிறைந்த களிப்புடன் எங்களை வரவேற்றார். குசலப்பிரச்னம், பிற்பகல் சிற்றுண்டி எல்லாம் முடிந்தபின் மேட்டூர் அணை, நீர்த்தேக்கம் எல்லாம் சுற்றிப்பார்த்தோம். முதலில் அவர் தம்முடைய அலுவலகத்திற்கும் மின் உற்பத்தி செய்யும் பிரம்மாண்டமான டர்பைன்கள் நிறைந்த பொறியகத் திற்கும் அழைத்துச் சென்றார். பின்னர் அணைக்கடியில் செல்லும் சுரங்கப்பாதை வழியாகச் செல்லும்போது உற்சாகம் நிறைந்த பயம் புல்லரிப்புக் கொடுத்தது. ஏதோ பழைய வரலாற்றுக் கோட்டைகளின் நிலவறைப்பாதையில் நடக்கும் உணர்வு!

ஆராய்ச்சி நண்பர் வரலாற்று நிகழ்ச்சிகளைப் பற்றி முடிவில்லாமல் பேசாதபோது அதிர்ச்சி தரக்கூடிய விஷயங் களைப்பற்றி ஏதாவது சொல்லிக் கொண்டிருப்பார். உணர்ச்சி களைத் தூண்டிவிடுவதில் அவருக்கு அலாதி ஆசை. தான் மட்டும் உணர்ச்சி வசப்படாமல் பயங்கர விஷயங்களைப்பற்றி விவரிப்பார். வளைவான சுரங்கப்பாதையை விட்டு வெளியேறி யதும் சொன்னார். பாதைக்குள் நடக்கும்போது அணை அப்படியே ஆழ்ந்துவிட்டால் என்னவாகும் என்று யோசித் தாராம்! அப்படி ஏற்படுவதற்கு வழி இல்லை என்பதை விளக்குவதற்கு சுரங்க அமைப்பு நவீன நீரியல் பொறிநுட்ப நுணுக்கத்துடன் அமைக்கப்பட்டிருப்பதையும் உடனே விவரித்தார். அத்துடன் விட்டாரா? பூங்காவில் நின்றவண்ணம் வானளாவும் அரண்போல் ஓங்கி வளர்ந்த அணை மதிலைப் பார்த்துக்கொண்டிருந்தபோது, மேட்டூர் அணை தகர்ந்து விட்டால் ஏற்படும் பிரவாகத்தினால் எத்தனை மாவட்டங்கள் அழிந்து போகும் என்று கணக்கிடத் தொடங்கினார்.

'ஏன்சார் அபசகுனமாக ஏதோ சொல்லிக்கொண்டே இருக்கிறீர்? சரியாக டிபன் சாப்பிடவில்லையா?' என்று சங்கீத நண்பர் கேட்டதற்கு காவிரியின் பெருந்தன்மையைப் பற்றிப் பேசுவதாக விளக்கினார். தன்னுடைய உக்ரம் முழுவதையும்

நிறைவு

கேவலம் மனிதன் தேக்கி அடைத்து வைத்திருப்பதையும் பொறுத்துக்கொண்டு மனிதனுக்கு, அதிலும் தமிழனுக்கு நன்மை பயப்பதையே காவேரி கருத்தாகக் கொண்டிருக்கிறாள். அவளுடைய பொறுமைதான் அணையைவிடப் பாதுகாப்பு அளிக்கிறது என்று திரைப்பட வசனரீதியில் பேச ஆரம்பித்து விட்டார். அணைமீது ஏறிப்பார்க்கும்போது மேலும் விளக்குவ தாகவும் எச்சரித்தார். தாம் சொல்வதால் ஆபத்து நேர்ந்துவிடு மென்பது உண்மையானால், எத்தனையோ அணைகளைத் தகர்க்க விரும்புவதாகவும் சொன்னார். அப்படிச் செய்து, பல சமுதாய விரோதிகளை அடியோடு அழிக்கவேண்டுமாம்! விரோதிகள் மட்டுமன்றி சமுதாயமே போய்விடுமென்பதில் அவருக்கு அக்கறையில்லை. திருச்சி மலைக்கோட்டையிலிருந்து பலரை உருட்டித் தள்ளவேண்டுமென்ற உன்னத யோசனையை வெளியிட்ட பேர்வழியல்லவா இவர்!

அணையின் மீது, கடல் மட்டத்திற்கு 800 அடி உயரத்தில் செல்லும் பாதையில் நடந்து தேக்கத்தின் நீர்ப்பெருக்கத்தைப் பார்த்துக் கொண்டிருக்கும்போது, நண்பர், தாமே அந்த அணையைக் கட்டிய தோரணையில் விவரங்கள் கொடுக்கத் தொடங்கினார். கிட்டத்தட்ட 70 கிராமங்கள் தேக்கத்தில் மூழ்கிவிடும் என்று ஆரம்பத்திலேயே மதிப்பிடப்பட்டதாம். அணைகட்டும் அலுவலுக்கான மணல் காவேரியின் போக்கில் 10 மைல் தூரத்திலிருந்து கொண்டு வரப்பட்டதாம்.

1934ஆம் ஆண்டு மேட்டூர் அணை திறக்கப்பட்டபோது செய்திகளையும் விவரங்களையும் பத்திரிகைகளில் படித்திருந்தார். ஆகவே வரலாற்று ரீதியில் மேட்டூர் திட்டத்தைப் பற்றிப் பிரவசனமே தொடங்கிவிட்டார்.

1845ஆம் ஆண்டில் மேலணைக்கருகில் தண்ணீர்க் கட்டுப் பாட்டுக்கான ஏற்பாடுகள் செய்யப்பட்டது, கல்லணைக் கருகில் ரெகுலேட்டர்கள் அமைக்கப்பட்டது போன்ற நட வடிக்கைகளின் பயனாக பாசனத்திற்கு சீராக நீர் கிடைக்கும் வசதி கிடைத்தது. சாகுபடிக்கான நிலப்பரப்பும் அதிகரித்தது. டெல்ட்டாப் பகுதியில் கிடைக்கக்கூடிய தண்ணீரின் அளவு மாறிக்கொண்டே வரும் நிலையும் ஏற்பட்டது. நீரின் அளவும் தென்மேற்குப் பருவமழையின் தீவிரத்தைப் பொருத்தே இருந்தது. தென்மேற்கு, வடகிழக்குப் பருவ மழைகளின் இடைக் காலத்தில் வறட்சி ஏற்பட்டபோதும் நிலைமை சிக்கலாயிற்று. இந்த நிலையைத் தவிர்க்கும் வகையில் ஒரு பெரிய நீர்த்தேக்கம் அமைப்பதின் அவசியம் உணரப்பட்டது. இது விஷயமாக ஒரு நூற்றாண்டு காலமாகவே பல யோசனைகள் பரிசீலிக்கப் பட்டு வந்தன.

இதற்கிடையில் மைசூர் ராஜ்யத்திலும் ஒரு நீர்த்தேக்கம் அமைப்பதற்கான திட்டங்கள் பரிசீலிக்கப்பட்டு வந்தன. தமிழ் நாட்டில் காவேரி டெல்ட்டாப் பிரதேசத்தில் பத்து லக்ஷம் ஏகரா நிலப்பகுதிக்குத் தொன்று தொட்டுப் பாசன வசதி கிடைத்துக் கொண்டிருந்த உரிமை பாதிக்கப்படக் கூடாதென்ற முறையில், மைசூர் ராஜ்யம் திட்டம் சர்ச்சைக்குள்ளாயிற்று. 1892ஆம் ஆண்டின் உடன்பாட்டின்படி தமிழ்நாட்டுப் பாசனத் தேவைகளைப் பாதிக்கும் வகையில் மைசூர் ராஜ்யம் திட்டங்கள் வகுக்கக்கூடாதென்று ஏற்பாடு. இவ்விரண்டு பிரதேசங்களிலும் பாசனத் தேவைகளுக்கான புதிய திட்டங்கள் ஆலோசனைக்கு வந்தபோது 1914ஆம் ஆண்டு வரை பல சர்ச்சைகளும் பேச்சு வார்த்தைகளும் நடைபெற்று இறுதியில் 1924ஆம் ஆண்டு ஏற்பட்ட ஒப்பந்தத்தின்படி மைசூரில் கிருஷ்ணராஜசாகரமும், தமிழ்நாட்டில் மேட்டூர் நீர்த்தேக்கமும் அமைப்பதற்கான முடிவு காணப்பட்டது.

ஹொகெனக்கல் வீழ்ச்சிப் பிறகு மலைப்பாறைப் பிளவு களுக்கிடையே பாய்ந்து 35 மைல் தொலைவில் காவேரி சமவெளிப் பிரதேசத்தை அடையும் இடத்தில் ஒரு கணவாய் போன்ற இடைவெளியில் மேட்டூர் அணை அமைக்கப் பட்டிருக்கிறது,

1925இல் சென்னை ராஜதானியின் கவர்னராக இருந்த கோஷன் பிரபுவால் துவக்கப்பட்ட இந்தத் திட்டம் 1934இல் முடிவுற்று அமுலாக்கப்பட்டபோது ஸர் ஜார்ஜ் ஸ்டான்லி கவர்னராக இருந்தார். ஆகவே ஸ்டான்லி நீர்த்தேக்கம் என்று பெயரிடப்பட்டது. 1924இல் காவேரியில் ஏற்பட்ட வெள்ளத்தின் விளைவாக ஏற்பட்ட சேதத்திற்கு நிவாரணம் அளிப்பதற்கு நிதி சேர்க்க அந்தக் காலத்தில் சென்னை கவர்னர் கோஷன் தலைமையில் ஒரு கூட்டமும், சுதந்திரப் போராட்ட வீரர் சத்யமூர்த்தி கலந்து கொண்ட பல பொதுக்கூட்டங்களும் நடைபெற்றன. அந்த வெள்ளத்தின் போது மேட்டூருக்கருகில் காவேரியில் பாய்ந்த தண்ணீரின் அளவு விநாடிக்கு 4,56,000 கன அடி என்று கணக்கிடப்பட்டது.

மேட்டூர் அணையினால் ஏற்பட்ட தேக்கத்தின் நீர் கொள்ளளவு 9350 கோடி கன அடி. இந்தத் தேக்கத்தின் பயனாக 3,01,000 ஏக்கர் நிலப்பகுதிக்குப் பாசன வசதி கிடைக் கிறது. கற்களும் சிமெண்டும் கொண்டு கட்டப்பட்ட இந்த அணையின் உயரம் 65 மீ. (214 அடி). இது அமைக்கப்பட்ட போது, இதுதான் மிகப்பெரிய அணையாக இருந்தது. நீர்த் தேக்கத்தின் பரப்பு ஹொகெனக்கல் வரையும் நீடிக்கிறது. அணையின் நீளம் 5,300 அடி. அணை அமைப்புக்குப் பயன்

பட்ட கற்கள் முதலிய பொருள்களின் அளவு 5 கோடியே 46 லட்சம் கன அடிக்கும் அதிகம்.

மேட்டூர் நீர்த்தேக்கம் அமைக்கப்பட்ட அதே சமயத்தில் அந்தத் திட்டத்தின் ஒரு பகுதியாகக் கல்லணையிலிருந்து ஒரு புதிய கால்வாய் வெட்டப்பட்டது. இந்தக் கால்வாயின் மூலம் சுமார் 3 லட்சம் ஏகரா அதிகப்படி நிலப்பகுதிக்குப் பாசன வசதி கிடைத்தது. டெல்ட்டாப் பிரதேசத்தில் இரண்டாவது போகம் உள்பட 10 லட்சம் ஏகரா நிலப்பகுதிக்குப் பாசன வசதியும் சீராக்கப்பட்டது. மேட்டூரில் தேக்கப்படும் தண்ணீரை சாகுபடி காலத்தில் அளவுடன் பாய்ச்சி தேவையானபோது தண்ணீர் கிடைக்கும்படி செய்ய வழி கிடைத்தது. 16 கலிங்குகள் கொண்ட 1274 அடி நீளமுள்ள பாலம் ஒன்றும் அணைக்குக் கிழக்குப் பகுதியில் அமைக்கப்பட்டு அதன் மூலம் உபரித் தண்ணீர் பாய்ச்சுவதற்கு ஏற்பாடு செய்யப்பட்டிருக்கிறது.

முக்கியமாகப் பாசனத்திற்காகவே இந்த அணை அமைக்கப் பட்டதென்றாலும் தேக்கத்தின் தண்ணீரில் ஒரு பகுதி மின் சக்தி உற்பத்திக்கும் உபயோகிக்கப்படுகிறது. 50,000 கிலோவாட் மின்சக்தி இங்கே ஒரு மின் நிலையத்தில் உற்பத்தியாக்கப்பட்டு தமிழ்நாட்டின் பல பகுதிகளுக்கும் செலுத்தப்படுகிறது. பாசன காலங்களில் சாகுபடியின் முக்கியத்துவத்தை முன்னிட்டு மின்சக்தி உற்பத்திக்காகக் குறைந்த அளவு தண்ணீரே உபயோகிக்கப்படுகிறது.

மேட்டூர் திட்டத்தின் பாசனப் பகுதியில் ஏற்படும் பற்றாக் குறையைத் தவிர்ப்பதற்காக மேட்டூர் கால்வாய் திட்டமும் முதல் ஐந்தாண்டு திட்டகாலத்தில் மேற்கொள்ளப்பட்டது. தேக்கத்திலிருந்து பாயும் உயர்மட்டக் கால்வாயிலிருந்து பிரியும் பிரதான வாய்க்கால் குன்றுகளின் அடிவாரத்தில் நில மட்டத்திற் கேற்ப மேலிருந்து கீழ் பாய்ந்து சுமார் 4 மைல் தூரம் ஓடிய பிறகு இரண்டாகப் பிரிகிறது. ஒரு கிளை காவேரியின் வலது பக்கத்தில் ஓடுகிறது. மற்றொரு கிளை ஒரு நீர் அழுத்தப் பாய்ச்சல் அமைப்பின் மூலம் காவேரியைக் கடந்து சேலம் மாவட்டத்திற்குள் பாய்கிறது. வலது பக்கத்தில் பாயும் 26 மைல் நீளமுள்ள கால்வாய் சேலம் மாவட்டத்தில் ஓமலூர் தாலுக்காவிலும் கோவை மாவட்டத்தில் பவானி தாலுகா விலும் 18 ஆயிரம் ஏகரா நிலப்பகுதிக்குப் பாசன வசதி கொடுக்கிறது. இடது பக்கத்தில் ஓடும் 39 மைலுக்கும் அதிக நீளமான வாய்க்கால் ஓமலூர், திருச்செங்கோடு தாலுக்காக்களில் 27,000 ஏகரா நிலப்பகுதிக்குப் பாசனம் கொடுக்கிறது.

சேலம், திருச்சி மாவட்டங்களில் காவேரியிலிருந்து பல குரம்பு வாய்க்கால்கள் பிரிக்கின்றன. காவேரி மைசூர் ராஜ்யத்தை

விட்டு தமிழ்நாட்டில் நுழைந்தவுடன் பிரியும் வாய்க்கால், பரமத்தி ராஜா வாய்க்கால் என்பது. இடது பக்கத்தில் பிரியும் இந்த ஓடை 22 மைல் நீளமுள்ளது. $1^1/_2$ மைல் நீளத்திற்கு அமைக்கப்பட்ட குரம்பிலிருந்து $3^3/_4$ அடி உயரத்திற்கு தண்ணீர் ஏற்றப்பட்டு வாய்க்காலில் செலுத்தப்படுகிறது.

திரும்பும் வழியில் வடகரையில் இத்தகைய பல வாய்க் கால்களைக் காணப்போகிறோம், அப்பொழுது ஆராய்ச்சி நண்பர் மேலும் விளக்கம் கொடுக்க வேண்டுமென்று கேட்டுக் கொண்டு அன்று மாலையே பவானிக்குப் புறப்பட்டோம்.

பவானிக்குத் திரும்பி வருவதற்கு முன் மேட்டூர் நண்பர் அங்குள்ள ரஸாயனத் தொழிற்சாலைக்கு அழைத்துச் சென்றார். வனஸ்பதி, சோப் முதலிய பொருள்கள் தயாரிக்கப்படும் பகுதிகளையெல்லாம் பார்த்தோம். மேட்டூரில், நெசவாலையும், அலுமினியத் தொழிற்சாலையும் மற்றும் பல சிறு தொழில்களும் நிறைந்து காவேரியின் வளத்திற்குக் கட்டியம் கூறுகின்றன. மின்சக்தி விநியோகத்திற்காக அதிக சக்திகொண்ட கம்பி களைத் தாங்கி நிற்கும் உருக்கு கோபுரங்கள் மேட்டூரில் தயாரிக்கப்படுகின்றன. சற்று தொலைவிலிருந்து பார்த்தால் மேட்டூர் அணையும் அதன் சூழலும், ஏதோ பழைய பெரிய கோட்டை, அதைச் சேர்ந்த பாசறைகள்போல் காட்சி அளிக் கின்றன. தொழிற்சாலைகளிலிருந்து கேட்கும் இயந்திரங்களின் உழைப்பின் ஒலியும், அணை மதிலின் அடியில் பாயும் நீரின் ஓசையும் சேர்ந்து காவேரியின் ஓய்வற்ற பணிக்கு பண்கள் பாடுகின்றன.

நாங்கள் பவானி அடைந்தபோது இரவு 10 மணிக்குமேல் ஆகிவிட்டது. பேருந்து நிலையத்திலிருந்து எங்கள் விடுதிக்குச் செல்லும் வழியில் ஒரு சினிமாக் கொட்டகையைப் பார்த் தோம். ஒரே ஜனத்திரள். சினிமா விசிறிகள் மிகவும் விரும்பும் படமென்று தெரிந்தது. நாமும் பார்க்கலாமே என்றார் ஆராய்ச்சி நண்பர். இம்மாதிரி நடவடிக்கைகளில் அவர் மானிட உளவியல் ஆராய்ச்சியின் பொருட்டு ஈடுபடுவதாகச் சொல்வார். உண்மை யில் சராசரி மனிதனின் மனப்பான்மைதான் வெளியாகிறது என்பதை மறைக்க அவர் கையாளும் வழி. சிறிது வேடிக்கை யாகப் பொழுது போக்கலாமே என்று சம்மதித்து உள்ளே சென்றோம். ஒரு துப்பறியும் வண்ணப்படம். நல்ல தூய தமிழில் வசனங்கள் பேசும் பாத்திரங்கள் நவீன கார்களிலும், புது மோஸ்தர் உடைகளிலும் தோன்றி நடித்தார்கள். முக்கால்வாசி நடனங்கள்தான். வசனங்களின் நடுவே கைத்துப்பாக்கி முழக்கங்கள் ஒலித்தன. கதை என்னவென்று புரிந்துகொள்ள நாங்கள் முயலவில்லை, ஒருவர் தூங்கி விட்டார். இன்னொரு

வருக்குத் தலைவலி வந்துவிட்டது. இடைவேளை சமயத்தில் வெளியேறி விடுதிக்கு வந்துவிட்டோம்.

மறுநாட்காலை பவானி விஜயத்திற்கு அடையாளமாக ஜமுக்காளங்கள் வாங்கச் சென்றோம். நண்பர் நாச்சிமுத்து ஜமுக்காள விற்பனை நிலையத்திற்கு மட்டுமன்றி தயாரிப்புக் கூடத்திற்கும் அழைத்துச் சென்றார். ஜமுக்காள நெசவு நடவடிக்கையைப் பார்க்கப் பார்க்க வசீகரமாயிருந்தது. பல வண்ண நூல்களைக் கொண்டு பல சித்திரங்கள், கோலங்கள் கொண்ட கண்ணைப்பறிக்கும் விரிப்புகளை அந்தத் தொழிலாளி கள் மிகவும் லாவகமாக நெய்வதை எவ்வளவு நேரம் பார்த்துக் கொண்டே இருந்தாலும் சலிக்கவில்லை. ஜமுக்காளக் கடை யொன்றில் நூற்றுக்கணக்கான ரகங்களை எடுத்து விரித்தார்கள். எல்லாவற்றையும் வாங்கிவிட வேண்டுமென்று தோன்றிற்று. வெகுநேரம் யோசித்து ஆளுக்கு ஒரு ஜமுக்காளமும் படுக்கை விரிப்பும் வாங்கிக்கொண்டு புறப்பட்டோம். எங்கள் வழித் துணைக்காக நாச்சிமுத்து தம்முடைய 'உணவுலகம்' என்ற ஹோட்டலிருந்து, பொங்கல், இட்லி, தயிர்சாதம் வகைகளைக் பொட்டலங்களாகக் கட்டி காரையே நிரப்பிவிட்டார்.

பவானி பாலத்தைக் கடந்து திருச்செங்கோடு செல்லும் சாலையில் பயணத்தைத் தொடர்ந்தோம். திருச்செங்கோட்டி லிருந்து தெற்கே திரும்பி காவிரி ஓரத்தை அடையும் திட்டம். செங்கோட்டு மலையின் மீது ஏறிப்பார்க்க வேண்டுமென்று ஆசைதான். நண்பகல் நெருங்கிக் கொண்டிருந்தது. மாலை வரை அங்கு தங்குவதற்கும் நேரமில்லை. கார் ஓட்டுநர் பெட்ரோலுக்காக வண்டியை நிறுத்திய இடத்தில் சாலை யோரத்தில் ஒரு நரிக்குறவர் குடும்பம் ஆடிப்பாடிக் கொண் டிருந்தது, சங்கீத நண்பர் அவர்களை போட்டோ எடுக்க முயன்றபோது அவர்களைச் சேர்ந்த பெண் ஒருத்தி 'காசு குடுப்பையா சாமி?' என்று வர்த்தக ரீதியில் பேச்சு வார்த்தைகள் தொடங்கினாள். அமெரிக்கப் பிரயாணிகள் ஆரம்பித்து வைத்த பழக்கம். இதே அனுபவம் அர்க்காவதி கிராமத்திலும் எங்களுக்கு ஏற்பட்டது. பழங்குடி மக்களையும் நாடோடிகளையும் மற்றவர்கள் போட்டோ எடுத்துப் பத்திரிகைகளில் பிரசுரித்துப் பயனடையும்போது அந்தப்பயனில், முக்கிய பாத்திரங்களான அவர்களும் பங்கு கேட்பதில் தவறு இல்லை என்றுதான் எங்களுக்குப்பட்டது. ஆயினும் நண்பருக்குப் பிடிக்கவில்லை.

கண்ணகி மதுரையை எரித்த பிறகு ஆற்றைக்கடந்து நடந்து அடைந்த 'நெடுவேள்குன்றம்' என்ற இடம் திருச்செங் கோடுதான் என்று சிலப்பதிகார உரையாசிரியர்கள் எழுதி வைத்திருக்கிறார்கள். இதை மேற்கோள் காட்டி, நாங்கள்

மீண்டும் கண்ணகியின் அடிச்சுவட்டைத் தொட்டது பற்றி சங்கீத நண்பர் ஆராய்ச்சிக்காரருக்கு ஆறுதல் கூறினார். பேசாமல் இருந்திருக்கலாம். ஆராய்ச்சி நண்பர் விடுவாரா? கண்ணகி திருச்செங்கோட்டுக்கு வரவேயில்லையென்று வாதாடத் தொடங்கிவிட்டார்.

புகாரிலிருந்து புறப்பட்ட கோவலனும் கண்ணகியும் மதுரையை அடைய ஒரு மாதகாலமாயிற்று. மதுரையிலிருந்து திருச்செங்கோட்டுக்கு இரண்டு வாரங்களுக்குள் கண்ணகி நடந்து போயிருக்க முடியாதென்றார். தவிர, வழிகாட்டுவதற்கு, கவுந்தி அடிகளும் இல்லை; கீழ்த்திசை வாயிலில் மதுரையில் நுழைந்த கண்ணகி மேற்றிசை வாயில் வழியாக வைகைக் கரையோரமாக மதுரையை விட்டுப் புறப்பட்டுச் சென்றாள் என்றே இளங்கோ கூறியிருக்கிறார். திருச்செங்கோடு செல்ல வேண்டுமென்றால் நேர் வடக்காக போயிருக்கவேண்டும் என்று, தாமே, கண்ணகியுடன் சென்றதுபோல் கூறினார்.

"அப்படியானால் சுடர் இலை நெடுவேல் நெடுவேள் குன்றம் வேறு எங்கே சார் இருக்கிறது?" என்று சங்கீத நண்பர் ஆணித்தரமாகக் கேட்டார்.

"ஒருவேளை திருப்பரங்குன்றத்தைக் குறிப்பிடுகிறாரோ என்னவோ" என்று, எப்பொழுதும் பேசாமலே வந்த பத்திரிகை நண்பர் வெற்றிலை குதப்பிய வாயுடன் மெதுவாக, கிண்டலாகச் சொன்னார்.

ஆராய்ச்சி நண்பர் ஒரு வெற்றிப் புன்னகையுடன் ஆரம்பித்தார். "நாற்பது நாற்பத்தைந்து ஆண்டுகளுக்கு முன்பு நாடகமேடையில் காதர்பாட்சா ஹார்மோனியம் வாசித்ததைப் பார்த்திருக்கிறீர்களா?" என்று கேட்டார்.

வாதத்தைத் தொடர முடியாமல் பேச்சை மாற்றுகிறார் என்று நினைத்தோம். எங்களில் அவர்தான் மூத்தவர். மற்றவர் களுக்குத் தெரியாத தகவலைக் கொண்டு விஷயத்தைக் குழப்புகிறார் என்னும் சந்தேகமும் எழுந்தது. சற்றுநேரம் ஒருவரும் பதில் பேசவில்லை. திருச்செங்கோட்டை விட்டுப் புறப்பட்ட கார் சாலையில் வேகமாகக் காவிரி நோக்கிப் பறந்து கொண்டிருந்தது. வெயிலும் ஏறிக்கொண்டிருந்தது. சங்கீத நண்பர் காதர்பாட்சாவைப் பற்றிக் கேள்விப்பட்டிருந்தார்.

"கோகுலாஷ்டமி கதையாயிருக்கிறதே... காதர்பாட்சாவுக் கும் கண்ணகிக்கும் என்ன சார் சம்பந்தம். அப்படியும் காதர் பாட்சா ஹார்மோனியம் வாசித்தது அல்லி அரசாணி, ஞான சௌந்தரி போன்ற நாடகங்களில்தான். கோவலன் நாடகத்திற்குக் கூட அவர் வாசித்ததாகத் தெரியவில்லையே" என்றார்.

நிறைவு

“அது முக்கியமில்லை. வள்ளி திருமணம் நாடகத்தில் தான் காதர்பாட்சாவின் திறமை முழுவதும் வெளிப்பட்டது. நான் நேரில் பார்த்திருக்கிறேன். மதுரையில் 1920க்களில் அவர் வாசிப்புக்காகவே ஜனத்திரள் கூடும்” என்றார்.

“இருக்கட்டுமே. அவர் என்ன திருச்சேங்கோட்டுக்காரரா? கண்ணகி அங்கு வரவில்லை என்று எழுதி வைத்திருக்கிறாரா?” என்றார் ஒரு நண்பர் ஆத்திரத்துடன்.

“காதர்பாட்சா திருச்சியில்தான் இருந்தார். சமீபத்தில் 5, 6 ஆண்டுகளுக்கு முன்புதான் காலமானார். அவரும் காவேரிக் கரை வாழ்வின் பலனை அடைந்து இசைவல்லுநராகப் புகழ் பெற்றார். முஸ்லிமாக இருந்தாலும் முருகன்மீது உருக்கமான பக்திப்பாடலைப் பாடி மக்களை மகிழ்வித்தார்.”

தாம் கிளப்பிய பிரச்சனையை ஆதாரங்களுடன் நிலை நாட்ட முடியாமல் வேறு விஷயங்களைப்பற்றிப் பேசுகிறார் என்று நினைத்து மற்றவர்கள் மௌனம் சாதித்தார்கள். அவர் தொடர்ந்தார்.

“அந்தக் காலத்தில் அநேகமாக வள்ளி திருமணம் நாடகங்களில்தான் காதர்பாட்சா அதிகமாக ஹார்மோனியம் வாசித்துப் பாடவும் பாடுவார். மற்ற நாடகங்களிலும், மக்கள் குறிப்பிட்ட ஒரே பாட்டை அவரிடம் எதிர்பார்த்துக் கூச்ச லிட்டுக் கேட்டதால், பொருத்தமாய் இருக்கட்டுமென்று வள்ளி நாடகத்திற்குத்தான் வாசிப்பார்....”

மற்ற நண்பர்கள் ஒன்றும் பேசாமலிருந்ததைக் கண்டு கொஞ்சமும் தளராமல் மீண்டும் சொன்னார்.

சுருளிமலை மீதில் மேவும் சீலா – உனைத்
தோத்தரித்தேன் சுப்ரமண்ய வேலா

என்னும் பாட்டை காதர்பாட்சா வாசித்துப் பாடுவதைக் கேட்கத்தான் ஜனக்கூட்டம் வரும். அப்பொழுதெல்லாம் இந்தப் பாட்டை முனகாத சிறுவர்களோ, பெரியவர்களோ தமிழ்நாட்டில் கிடையாது என்றே சொல்லலாம். நானே மூன்று முறை நாடங்களில் அவர் பாடுவதைக் கேட்டிருக்கிறேன்....”

எங்கே நண்பர் பாட ஆரம்பித்து விடுவாரோ என்று சந்தேகத்துடன் மற்றவர்கள் அவரைப் பார்த்தோம். செவி சாய்க்கிறோம் என்று தெரிந்து மேலும் சொன்னார்.

“சுருளிமலை மதுரை மாவட்டத்தில் வரப்பிரஸாதமான புண்ணியஸ்தலம். வைகை உற்பத்தியாகும் மலைப்பகுதிகளில் சுருளியாறும் உற்பத்தியாகிறது. மதுரைக்கு மேற்கே பழனி

மலைப் பகுதிகளில் முருகன் கோவில் கொண்டுள்ள இடத்திற்கு சுருளி என்று பெயர். அங்கே ஒரு சிறு நீர்வீழ்ச்சியும் இருக் கிறது. சில ஆண்டுகளுக்குமுன் அந்த இடத்திற்கு உல்லாசப் பிரயாணிகளின் வசதிகள் சேர்க்கப்பட்டன. முன்பெல்லாம் முருகனிடம் ஆழ்ந்த பக்தி கொண்டவர்கள் மிகவும் சிரமத் துடன் சுருளிக்குப் போவார்கள். அப்பொழுது பிரபலமா யிருந்ததை யொட்டித்தான் காதர்பாட்சா பாடிய பாட்டும் அமைந்தது. மதுரையிலிருந்து நடந்து சென்றால் 3 நாட்களில் சுருளியை அடைந்து விடலாம்; 100 மைலுக்கும் குறைவான தூரம்தான். கண்ணகி அடைந்த நெடுவேள்குன்றம் இந்த சுருளிமலையாகத்தான் இருக்கவேண்டும்" என்று முடித்தார்.

பேச்சை மாற்றவில்லை; ஆதாரங்களைச் சுட்டிக்காட்டு கிறார் என்று தெரிந்தவுடன் எங்களுக்குக் கொஞ்சம் கோபம் தணிந்தது.

"ஆனால் உரையாசிரியர்கள் தெரியாமலா திருச்செங் கோட்டைக் குறிப்பிட்டார்கள்?" என்று கேட்டார் ஒருவர்.

"உரை எழுதியபோது திருச்செங்கோட்டுக்கு அதிக பிரபல்யம் இருந்திருக்கலாம். கண்ணகி திருச்செங்கோடு செல்வ தென்றால் வைகையை மட்டுமல்ல, காவேரியையும் கடந்து சென்றிருக்கவேண்டும். பத்தினி சென்ற வழிபற்றி இளங்கோ ஒன்றும் விவரமாகக குறிப்பிடவில்லை. புகாரிலிருந்து மதுரை வரை, இன்றும் அடையாளம் கண்டு கொள்ளக்கூடிய நிலக் குறிகளை வர்ணித்த இளங்கோ இந்த விஷயத்தில் ஏன் ஒன்றுமே சொல்லவில்லை? கண்ணகி, மேற்கு நோக்கி வைகைக் கரை யோரமாகச் சென்றபொழுது குறிப்பிடத்தக்க இடங்கள் ஒன்றும் அதிகமாக இல்லை. வேலவன் இருப்பிடமாகத் திகழும் சுருளி மலை ஒன்றுதான் எதிர்ப்பட்டது. அங்கு தங்கி பதினான்கு நாட்கள் கெடுவைக் கழித்தாள் என்றுதான் கொள்ள வேண்டும்...."

"வேட்டுவமக்கள் கண்ணகி விண்ணுலகம் சேர்ந்ததைக் கண்ட அற்புதத்தை செங்குட்டுவனுக்குச் சொன்னார்களாமே. சுருளிமலை சேரநாட்டிலா இருந்தது?" என்றார் பத்திரிகை நண்பர்.

"இருந்திருக்கலாம். இது மேலும் ஆராயப்படவேண்டிய விஷயம். சுருளி இருக்கும் மலைப்பிரதேசம் சேரநாட்டின் எல்லைப் பகுதிகளாக இருந்ததாக பேராசிரியர் மு.ராகவையங்கார் போன்ற அறிஞர்கள் எடுத்துக் கூறியிருக்கிறார்கள். சுருளி மலையையும் தாண்டி மேலும் மேற்கே சென்றால் சேரநாட்டில் தான் நுழைய வேண்டும். கண்ணகி சென்ற வழி திருச்செங் கோட்டை நோக்கியது என்று முடிவுகட்டுவதற்கு சிலப்பதி காரத்தில் போதிய ஆதாரம் இல்லையென்பதாலும், மதுரைக்கு

மேற்கே சில நாட்கள் நடைதொலைவில் சுருளி என்ற முருகன் க்ஷேத்திரம் இருப்பதாலும் நெடுவேள்குன்றம் சுருளிமலை தான் என்று ஏன் கொள்ளக்கூடாது?" என்று கேட்டார்.

"நமது வரலாற்றுக் குறிப்புகள் அநேகமாக இம்மாதிரி குழப்பங்களைத்தான் கிளப்புகின்றன. நீர் மதுரைக்காரர் என்பதால் இவ்வாறு சொல்கிறீர் என்று சேலம் மாவட்டத்துக் காரர்கள் குற்றம் சாட்டலாம்" என்றார் சங்கீத நண்பர்.

"அடுத்த உலகத் தமிழ் மகாநாட்டில் இதைப்பற்றி ஒரு கட்டுரை படிக்கலாமே" என்றார் பத்திரிகை நண்பர்.

"முதலில் மதுரையிலிருந்து சுருளிமலைக்கு நடந்து சென்று பார்க்கவேண்டும். வைகையின் போக்கைக் காணச் செல்லும் போது பார்க்கலாம்" என்றார் ஆராய்ச்சியாளர்.

நல்லவேளை. இப்பொழுதே சுருளிக்குப் போகவேண்டு மென்று பிடிவாதம் செய்வாரோ என்றுகூட பயந்தோம். நாங்கள் பரமத்தியையும் தாண்டி வேலூர் வந்துவிட்டோம் என்பதை சர்ச்சையின் வேகத்தில் அறியவில்லை. காவேரியின் போக்கு பற்றிப் பேச்சு திரும்பிற்று.

மேட்டூர் அணையும் தேக்கமும்

17
ஆலாபனை

வடகரை வழியாகத் திரும்பிவரும்பொழுது, தாளாத வெய்யில். நாக்கு வறண்டு வறண்டு ஒட்டுகிறது. பித்தளைக்குடத்தின் திருகு மூடியைத் திறந்து திறந்து தண்ணீரைக் குடிப்பதும் மூடுவதுமாக பொழுது சாலையில் விரைகிறது.

"பட்டணத்தில் தண்ணீருக்குப் பறக்கிற பறப்புக்கு இது குறைந்த பறப்பில்லை. அதனால் எனக்கு ஒரு யோசனை தோன்றுகிறது" என்றார் பத்திரிகை நண்பர். "ஜேடர்பாளையத்திலிருந்து காவேரி தண்ணீரை சென்னைக்குக் கொண்டு வருவதாக முதலில் திட்டம் போட்டிருந்தார்கள். அதைப் பார்த்துவிட்டுத்தான் போக வேண்டும்."

"நாம் இப்பொழுது காவிரிக்கரையோடு போக வில்லை. ஜேடர்பாளையம் போக இந்த சாலையை விட்டு ஏழெட்டு மைல் பக்கவெட்டாகப் போகவேண்டும்" என்றார் கார் ஓட்டி.

"எந்த வெட்டாக இருந்தாலும் சரி. இவ்வளவு தூரம் வந்துவிட்டு ஜேடர்பாளையத்தைப் பார்க்காமலே போகவாவது!"

"சரி" என்றோம். கார் திரும்பிற்று.

வழவழவென்று ஓடுகிற ராஜபாட்டை இல்லை. ஆனாலும் வயிறு கலங்காத சிறு குலுங்கலாகக் குலுங்கிக் கொண்டே போனோம்.

நாலைந்து மைல் போனதும், திடீரென்று பாதை இறங்கிற்று. குறுக்கே வாய்க்கால். சமீபத்தில் பெய்த மழையாலோ என்னவோ பாதை நீர் நிரம்பி தடைபட்டு நின்றது.

"சும்மா போவலாம்," என்றார்கள் இரண்டு மூன்று கட்டை வண்டிக்காரர்கள். கட்டை வண்டிக்கால் ஆள் உயரம். காரின் கால் முழங்கால் உயரம்.

"வச்சகாலைத் திருப்பவாவது. பாத்துப்பிடுவோம்" என்று துணிந்துவிட்டார் கார் ஓட்டி. தீ மிதிக்கிற வெறியில் அவர் மிதியை அழுத்திக்கொண்டே போனார். ஒன்றும் குடிமுழுகி விடவில்லை. காரின் அடித்தளம்தான் முழுகிவிட்டது. காலடியில் போட்டிருக்கிற ரப்பர் தகடு முழுகி நனைந்தது. கால் செருப்பு நனைந்தது. தண்ணீர் உட்கார்ந்திருக்கிற மெத்தை இருக்கையை யும் தடவிக் கொஞ்சுமோ என்று சந்தேகப்படுகிற தருணத்தில், தரை தட்டி விட்டது. சற்று காரை நிறுத்தி செருப்பு, ரப்பர், அடிதளம் எல்லாவற்றையும் சுத்தப்படுத்திக்கொண்டு மீண்டும் புறப்பட்டோம்.

ஒரு பாடாக ஜேடர்பாளையம் வந்தேவிட்டோம். நடுப் பகல் வேளை. அப்போது குளிர்காலம் என்று பெயர். ஆனால் வெயிலின் வெள்ளை கண்ணை உறுத்திற்று. இந்த வெயில் தாங்காமலே மூச்சு முட்டி பிராணனை இழந்ததுபோல, ஒரு பட்டமரம் வெறுங்கைகளை உயர்த்தி ஒரு பொருக்குப்பட்டை கூட இன்றி, வெளுப்பும் வழவழப்புமாக காவிரியின் கட்டுக் கரையில் நின்றது. மரத்துக்கு சிலை நிறுத்தினாற்போன்ற தோற்றம். ஆனால் பாடம் பண்ணி வைத்த எகிப்திய அரசர் களின் மம்மியோ டம்பமோ, காலத்தை வெல்லும் கையாலாகாத சோனி வெறியோ அதில் இல்லை. மரணத்தையே அழகாக மாற்றி ஆற்று வெளியில் அமைதியுடன் நின்றது அந்த பட்ட கோலம்.

ஆற்றையொட்டிப் பாய்ந்துகொண்டிருந்த வாய்க்காலுக்குக் குறுக்கே இரண்டு பனைமரங்களைப் பாலமாகப் போட் டிருந்தார்கள். அதைக் கடந்துசென்று ஒரு பெரிய கருவேலஞ் சோலையில் முட்கள் நிறைந்த நிழலில் எச்சரிக்கையுடன் அமர்ந்து நாச்சிமுத்து கொடுத்தனுப்பிய பொட்டலங்களை அவிழ்த்தோம். அவர் கொடுக்கும்போது, மிகவும் தாட்சண்யத் துடன் உபசாரமாக 'இவ்வளவு எதற்கு சார்!' என்று சொன்னவர் கள், கொண்டுவந்த உணவு அவ்வளவையும் உண்டுவிட்டோம். இன்னும் கொஞ்சம் இருந்தாலும் நல்லது என்று பட்டது. பசியா, உணவின் ருசியா என்று ஆராய நாங்கள் முற்பட வில்லை. சாப்பாட்டை முடித்துக்கொண்டு காவிரிப் படுகைக்குள் நுழைந்து ரெகுலேட்டரைப் பார்க்கச் சென்றோம். படுகையில் தண்ணீர் சிறு ஓடைகளாகப் பாய்ந்து கொண்டிருந்தது. மற்ற பகுதியில் மணலை மூடிய கற்கள் ஜமுக்காளம்போல் பரவிக் கிடந்தன.

காவேரி, மைசூர் ராஜ்யத்தைவிட்டு நீங்கி தமிழ்நாட்டில் நுழைந்தபிறகு ஹொகெனக்கலிலிருந்து மேட்டூர்வரை ஒரு பெருங்கடல்போல் காட்சியளிக்கிறாள். மேட்டூர் திட்டத்தின் கால்வாய்கள் தவிர, பல குரம்புக் கால்வாய்கள் காவேரியிலிருந்து அமைக்கப்பட்டுப் பாசனத்திற்குப் பயன்படுகின்றன. முதலில் பிரிவது பரமத்தி ராஜ வாய்க்கால். இந்த வாய்க்காலில் தண்ணீர் பாய்வதற்காக சுமார் நான்கடி உயரம் குரம்பு அமைக்கப்பட்டது. இது பிரியுமிடத்திற்கருகில்தான் ஜேடர்பாளையம் படுகை ரெகுலேட்டர் அமைக்கப்பட்டிருக்கிறது. இவைத்தவிர, மோகனூர் வாய்க்கால், நஞ்சை இடையார் என்னுமிடத்தில் பிரிகிறது. அதற்கு எதிர்ப்புறத்தில்தான் தென் கரையில் நெரூர் வாய்க்கால் பிரிகிறது.

ஜேடர்பாளையம் தடுப்பு அமைப்பைத் தொலைவிலிருந்து பார்க்கும்போது யுகர்ந்தகாலத்தில் ராட்சதர்கள் கற்களைக் கொண்டு விளையாடிவிட்டு அடுக்கி வைத்ததுபோல் இருந்தது. இனி வெறும் தரையில் பாயப்போகும் காவேரியைத் தடுப்பதற்கு இயற்கையான கற்கள் கிடையாது; மலைப்பிரதேசத்தைத் தாண்டியாகிவிட்டது என்பதைத் தெளிவாக்கும் முறையில் நீரின் ஓட்டத்தில் அடிபட்டு சிறுத்துப்போன பாறைகள் சிறு கற்குவியல்களாகத் தோற்றமளித்தன. மலைகள் பலவற்றை ஒரு பிரம்மாண்டமான அறைவை யந்திரத்தில் போட்டு சிறு சிறு துண்டுகளாக உடைத்து உருட்டி, புரட்டி பல வடிவங்களில் வடித்துக் கொட்டியது போல் இருந்தது. பல நூற்றாண்டுகளாக காவிரி நீரின் ஸ்பரிசத்தால் கடினமான வெளிப்புறத்தை இழந்து வழவழப்பாகவே பிரகாசித்தன அங்கு சிதறிக் கிடந்த கற்கள் எல்லாம். ஆற்றுப் படுகைக்குக் குறுக்கே காவல் புரியும் படையைப்போல் அணிவகுத்து நின்றது அந்தக் கல்லாலான கலிங்கு.

கலிங்கல் அணைக்கு அருகில் கற்களை அடுக்கி வெள்ளத்தின் வேகத்தைத் தடுத்திருந்தார்கள். ரிஷிகேசத்து கங்கை நினைவுக்கு வந்தது. கூழாங்கற்கள் நீரின் விரல்கள்பட்டு வடிவு வடிவாகச் செதுங்கிக் கிடந்தன. பொறுக்கிக்கொண்டே மூட்டை கட்டினோம். நிழலில் சற்று அமர்ந்து மிக மிக நயமான அலை உறைவுகள் கொண்டவற்றை மட்டும் எடுத்துப்போவது என்று பொறுக்கத் தொடங்கினோம். பலவித வடிவங்களில் கற்குவியல்கள்! சிறு சிறு விநாயகர்போல் தோன்றும் கற்கள், சாலிக்கிராமம் போன்ற படிமங்கள், ஓரிடத்தில் பெரிய அளவிலான காப்பிக்கொட்டைகள் போன்ற கற்குவியலையும் பார்த்தோம். கண் பூத்தது. பூத்து ஓய்ந்தது. எது நயம், எது இரண்டாம்தரம் என்று ஆயமுடியவில்லை. களைத்துப்போய்,

அத்தனை கற்களையும் சாய்த்து நீரில் கொட்டிவிட்டு துண்டைப் பிழிந்துகொண்டு நகர்ந்தோம்.

சென்னைக்கு காவிரி நீர் கொண்டு வருவதற்கு ஏன் ஜேடர்பாளையத்தை முதலில் தேர்ந்தெடுத்தார்கள்? ஏன் பின்பு அதைக் கைவிட்டு விட்டார்கள் என்பதைப்பற்றி பத்திரிகை நண்பர் விளக்கத் தொடங்கினார்.

நேரம் அதிகம் இல்லை. மாலையில் திருஈங்கோய் மலை மீது ஏறிவிட்டு, முசிரியில் இரவைக் கழிக்கவேண்டும் என்று எங்கள் திட்டம். எனவே பட்டியலில் இருந்த, பலிகிலிபாளயம், பேட்டை முதலிய இடங்களை நின்று சாவகாசமாகப் பார்க்க முடியவில்லை. மணிமுத்தாறு நதி காவேரியுடன் கலக்கும் நஞ்சை இடையார்ப் பகுதியில் உள்ள கூடுதுறையில்கூட விலகிச்சென்று பார்க்க முடியாமல் விரைந்து கொண்டிருந்தோம். "ராகம், தானம், பல்லவி ஆரம்பித்துவிட்டது" என்றார் பாடுகிற நண்பர் திடீரென்று.

"என்ன ராகம் பாடப் போகிறீர்கள்?".

"நான் பாடவில்லை. காவேரியைச் சொன்னேன். காவேரியே ஒரு சங்கீதக் கச்சேரி. சின்னச் சின்னதாகத் தொடங்கி, மைசூரில் களைகட்டுகிற கச்சேரி. பிரதான பாகம், ராகம், தானம், பல்லவி. அது திருச்சி தஞ்சை மாவட்டம். அதற்கு மோகனூரிலிருந்து தயார் செய்து கொண்டிருந்தாள் போலிருக்கிறது. சாலைக்கு ரெண்டு பக்கம் பாருங்களேன்."

கரும்பும் வாழையுமாகக் குலுங்கிக் கொண்டிருந்தது இரு மருங்கிலும். கரும்புப் பூக்களின் வெண்பட்டுக் கொண்டைகள் வெயிலில் மின்னிச் சிலிர்த்தன.

மோகனூரிலும் கோவிலுக்குள் போகமுடியவில்லை. பிற்பகல். சந்நிதி திறக்கவில்லை. எந்தக் காற்றாலும் கோவிலுக்குள் இறைவனுக்கு முன்னுள்ள விளக்குச் சுடர் அசையாமல் எரியும் விந்தையைப் பார்க்க முடியாமல், கேட்டுவிட்டு நகர்ந்தோம். அதனால்தான் இறைவனுக்கு அசல தீபேசர் என்று பெயராம். திருஈங்கோய் மலையைக் காணப்போகிற விரைவில், சர்க்கரை ஆலையையும் பார்க்க முடியவில்லை.

தென்கரையில் பல உபநதிகள் சங்கமத்தைப் பார்த்தீர்களே, எங்களைப் பொருட்படுத்தாமல் விரைகிறீர்களே என்று புகார் சொல்வதுபோல் சீலப்பிள்ளையார்புத்தூருக்கருகே கரை போட்டனாறு குறுக்கிட்டுப் பாய்ந்து காவேரியை அடைய விரைந்து கொண்டிருந்தது. கொல்லிமலைப் பகுதியில் உற்பத்தியாகிவரும் இந்த சிற்றாறு சேலம் மாவட்டத்தில்

நாமக்கல் தாலுக்கா வழியாக வந்து திருச்சி மாவட்டம் முசிரி தாலுகாவைக் கடந்து காவிரியை அடைந்து சங்ககால மூவேந்தர் ராஜ்யங்களுக்கு எல்லையாக விளங்கிற்று.

காவிரியை ஒட்டித்தான் வந்து கொண்டிருந்தோம். ஆனால் சாலைக்கும் நதிக்கும் இடையே பல தோப்புகள், கழனிகள். ஆற்றுநீரைப் பார்க்க வேண்டுமென்றால் இடையில் திரும்பி வலதுபுறமாக சிறிது தூரம் செல்லவேண்டும். தொட்டியம் தாண்டிய பிறகுதான் படுகை தென்படும். அதற்குள் நல்ல தாகம். ஜேடர்பாளையத்திற்கு அருகில் குடத்தில் நிரப்பிய தண்ணீரெல்லாம் தீர்ந்துவிட்டது. நல்லவேளையாக ஒரு சிறு கிராமத்தைக் கடக்கும் போது ஒரு கிணறு கண்ணில் பட்டது. சில பெண்கள் தண்ணீர் இறைத்துக் கொண் டிருந்தார்கள். காரை நிறுத்தி அவர்களிடம் தண்ணீர் கேட்டதும் ஒருவர்க்கொருவர் போட்டியிட்டு தங்களுடைய பானைகளில் நீர் கொண்டுவந்தார்கள். பக்கத்திலிருந்த குடிசைகளிலிருந்து சிறுவர் சிறுமியர் பலர் காரைச் சூழ்ந்து கொண்டார்கள்.

ஏழ்மையின் எல்லைக்கோட்டில் நின்று தள்ளாடும் மக்கள் நிறைந்த கிராமம். இந்த மக்களின் வாழ்க்கைத் தரத்தை உயர்த்தப் போவதாகச் சொல்லிக் கொண்டுதான் அரசியல்வாதிகள் பதவிக்குப் பாடுபட்டு, வீடுகட்டி, சொத்து சேர்த்து தங்கள் குழந்தைகளை வெளிநாட்டுக் கல்வி பயில அனுப்பி உழைக் கிறார்கள். நரிக்குறவர்கள், பழங்குடி மக்கள்போல், காசு கேட்காமல், ஒரு பலனும் எதிர்பாராமல், தாகத்திற்குத் தண்ணீர் கொடுத்துதவிய பெண்கள் காவேரியின் செல்விகள் போல் தோற்றமளித்தார்கள். காரைச் சுற்றியிருந்த சிறுவர் களும் அமைதியாகவே ஒருவித மகிழ்ச்சியுடன் எங்களைப் பார்த்துக்கொண்டிருந்தது சங்கீத நண்பரின் உள்ளத்தை உருக்கி விட்டது. உடனே நாங்கள் ஏற்கெனவே கொண்டு வந்திருந்த பட்சண வகைகள் எல்லாவற்றையும் எடுத்து அவர்களுக்கு விநியோகித்து விட்டார். “ரொம்ப தொலவுலேருந்து வரிங்க போலெ இருக்கு, உங்களுக்கு வேணும்?” என்று ஒரு கிழவி கேட்டது எங்களுக்கு மேலும் வியப்பளித்தது. அவர்களுக்கு எப்படி நன்றி சொல்வது என்று தெரியாமல் ஏதோ சம்பிரதாய மாக பல்லை இளித்துவிட்டு நகர்ந்தோம். கரையோடு செல்லும் எங்களுக்குக் காவேரி பல வடிவங்களில் வந்து உதவுவது ஆச்சரியமாகவே இருந்தது.

அடுத்து வந்த ஊர்கள் அத்தனையும் ஏதோ ஒரு வழியில் புகழ் போர்த்தவை. உன்னியூருக்கு அடுத்துள்ள ஸ்ரீராம சமுத்ரத்தி லிருந்துதான் காவிரிக்கு அகண்ட (பிரிவுபடாத) காவிரி எனும் பெயர் வருவதாகச் சொல்கிறாகள் – அதாவது இங்கிருந்து

கிளைக்கிற அய்யன் வாய்க்காலை ஒரு கிளைநதியாகக் கருதா விட்டால். காட்டுப்புத்தூருக்கு அடுத்துள்ள நத்தத்தில் பல ஆண்டுகட்கு முன்பு காமகோடி பீடத்தின் அதிபர் ஒரு ஆண்டு காலம் தங்கி தவமும் பூஜையும் இயற்றிய கதையை மதுரை நண்பர் சொல்லிக்கொண்டு வந்தார். காமகோடி பீடாதி பதியைப் பற்றிப் பேசும் போது அவருக்கு ஒருவித நெகிழ்வு நடுங்குகிற வழக்கம். உணர்ச்சி வெள்ளங்களை மரக்கட்டைக் குரலில் மறைத்துக் கொள்ளுகிற சுபாவம் அவருக்கு. அதை இரண்டாம் இயற்கையாகப் பழகிக்கொண்டு வந்தவர். ஆனால் காமகோடியைப் பற்றிப் பேசத் தொடங்கினால் தம் திறமை நழுவுவதைக் கண்டு, சுருக்கமாக ஒரு வார்த்தை சொல்லி நிறுத்திக்கொண்டு விடுவார். "அஹமஹமிகா" என்று காளிதாசன் ஒரு சொல்லை உருவாக்கியிருக்கிறான். சில அரசர் களையும் மகான்களையும் "எனக்குத்தான் மிக நெருங்கியவர்", "நான்தான் அவருக்கு அந்தரங்கம்" என்று ஒவ்வொரு குடிமகனும் உறவுகொண்டு நேசித்துப் பேணியிருக்கிறான். ரத்த உறவைப் போன்ற இவ்வித பாசம் வரலாற்றின் நெடும்போக்கில் சிற்சிலருக்குத்தான் கிடைத்திருக்கிறது. உயிர்களையெல்லாம் தன்னுயிராக்கிக் கொண்டு விச்வ கருணையின் பெருவெள்ளத்தில் தன்னைக் கரைத்துக் கொள் கிற பேராத்மாக்களுக்குத்தான் இந்த அரிய நிலை கிட்டுகிறது. காமகோடி பீடாதிபதி, தனிப்பட்டவர்கள் மட்டுமின்றி நூற்றுக் கணக்கான பல ஊர்களுக்கும் அந்தப் பாசத்தை ஏற்படுத்தியவர். அகண்ட காவேரிக் கரையிலுள்ள நத்தம் அவர் தங்கியிருந்த நினைவையும் நன்றியோடு போற்றி வருகிறது.

நத்தத்திற்கு அடுத்துள்ள திருநாராயணபுரமும் ஶ்ரீ ராமானுஜரின் வாழ்வோடும் தொடர்பு கொண்டது. மைசூர் மாநிலத்தில் அவர் நிறுவிய திருநாராயணபுரம் இந்தத் திருநாராயணபுரத்தில் அவர் தங்கிச் சென்றதின் நினைவாகவே என்று சிலர் கருதுகிறார்கள்.

தொட்டியம், மகேந்திரபுரம் ஆகிய ஊர்களைக்கடந்து திருஈங்கோய்மலையை அடைந்தபொழுது வெயில் சாய்ந்து காவிரி, சாலை, சோலை எல்லாம் மஞ்சள் பூசிக்கொண் டிருந்தன. மேலே ஏறினோம். கூடவே உள்ளூர் ஆள் ஒருவர் ஏறிக்கொண்டு வந்தார். பல ஆண்டுகட்கு முன்பு யாரோ ஒரு துறவி மரம் செடிகளை நட்டு, மலை ஏறுபவர்களுக்கு வழியை களைப்பு தராதவாறு செய்ய உடலால் உழைத்துக் கொண்டிருப்பாராம். படி ஏற ஏற அந்தத் துறவி அப்படி உழைத்ததில் வியப்பில்லை என்று தெரிந்தது. குளிர்ந்த காற்று, அடிவானம், பக்கத்தில் மலைத்தொடர்கள், எதிரே ரத்ன கிரீசர் மலை, இப்பால் மலைக்கோட்டை, ஆங்காங்கு நெடுங்

குன்றுகள், காவேரி ஆற்றைக் கடக்கும் கிண்ணப் பரிசல்கள், நிலத்திற்கு மாலையிடும் தோற்றம், பசும் வயல், வாழைத் தோட்டங்கள், கீழேயிருந்து அவ்வப்போது கேட்கும் ஓசைகள் – எல்லாம் பூமியில் தொட்டும் தொடாமலும் வாழும் ஒரு பிரமையை ஏற்படுத்தின. கோவிலைச் சுற்றிச் சுற்றி வந்து, வனப்பு வெள்ளத்தை அடிவானம்வரை கண்டு கொண்டிருந்த எங்களுக்குக் கீழே இறங்க மனமில்லை. துறவிக்குக் கேட்பானேன்? இறங்கி எந்தக் குடும்பத்தைக் காணப்போயிருப்பார்? எந்த ஆபீஸுக்குப் போக அல்லாடி யிருப்பார்? அவரை நினைத்துப் பொறாமைதான் பெருமூச்சு விட்டது. நாங்கள் இறங்கித்தான் ஆகவேண்டும். குழந்தை குட்டிகள், குடும்பம், பக்கிங்ஹாம் கால்வாயின் நறுமணம், சென்னை பஸ் கண்டக்டர்களின் அன்புபசார பரிபாஷைகள் – எல்லாவற்றுக்கும் மீண்டும் திரும்பத்தான் வேண்டும். இங்கு அகஸ்தியர் ஈ வடிவம் கொண்டு பச்சையப்பக் கடவுளை தரிசித்தாராம். ஈ வடிவில் இருந்தால் யாரும் தேடமாட்டார்கள், பச்சையப்பரையும், சுற்றிலும் அடிவானம்வரை மண்டிய பச்சைக்கோலத்தையும் பார்த்துக்கொண்டே தங்கிவிடலாம் என்று நினைத்தார்போலும்.

நாங்களும் விடவில்லை. கையெழுத்து மறையும் வேளைக்குத்தான் கீழே இறங்கினோம். ஊருக்குள் போனோம். நெசவாளர்களும் விவசாயிகளும் வசிக்கிற ஊர். கிழக்காக நடந்து சென்று காலஞ்சென்ற தேசபக்தர் டாக்டர் ராஜன் நடத்திவந்த பண்ணையைப் பார்த்தோம். டாக்டர் தி.சே.சௌ. ராஜன் இந்தப் பண்ணையைப் பற்றியும் களர் மண்ணை நல்ல மண்ணாக்க அவர் அந்தக்காலத்தில் பட்ட பாடுகளைப் பற்றியும் விவரமாக எழுதியதை எங்கோ படித்த ஞாபகம். பழைய நாட்கள் நினைவிற்கு வந்தன.

காவிரியின் போக்கை நெடுந்தூரம் கண்டுகுளிர, திரு. ஈங்கோய்மலையைப் போன்ற வேறு ஒன்றும் இருப்பதாக எங்களுக்குத் தெரியவில்லை. திருச்சி மலைக்கோட்டையை விட அமைதியும் பசுமையும் வனப்பும் ஆர்ந்த சூழ்நிலையில் காவேரியைப் பார்க்கக்கூடிய இடம் ஈங்கோய்மலைதான்.

இங்கு வருவதற்குமுன் வரலாற்றுத் தொட்டில்களில் ஒன்றான அளகரையில் நின்று பார்க்க விரும்பினோம். ஆனால் பொழுது சாய்ந்துவிட்டதால் கார் ஓடும் போக்கிலேயே அஞ்சலி செலுத்திவிட்டு வந்தோம். அளகரை (அலை படும் கரை: அலைகரை என்பதன் மரூஉ என்று சொல்கிறார்கள்)யிலும் சென்னை பல்கலைக் கழகம் அகழ்வாராய்ச்சி நடத்தியிருக் கிறது. அங்கு தோண்டப்பட்ட ஐந்து அகழ்களில் கிடைத்த

பண்பாட்டுச் சின்னங்கள் திருக்காம்புலியூரில் கிடைத்த சின்னங்களின் காலத்தை உறுதிப்படுத்தும் முறையில் இருக்கின்றனவாம். நீலம், சிவப்பு வண்ணங்கள் பூசப்பட்ட மண்பாண்டங்களின் பகுதிகள் கிடைத்திருக்கின்றன. கி.மு. 4ஆம் நூற்றாண்டிலிருந்து முதல் நூற்றாண்டுவரை அங்கு வாழ்ந்த மக்களின் பண்பாட்டுச் சின்னங்கள். இவையெல்லாம் ஆராய்ச்சி நண்பர் சொல்லக் கேட்டோம். அளகரையில் நிற்கவில்லை என்று அவருக்குச் சற்று கோபம்தான். இம்மாதிரி எங்களுக்குள் இந்தப் பயணத்தில் எத்தனையோ மனத்தாங்கல்கள். காவேரியின் தோற்றம் இந்தப் பூசல்களையெல்லாம் தீர்த்துவிட்டது.

மூன்று மைல் வந்து முசிரியில் இரவைக் கழித்துவிட்டு காலையில் எழுந்தவுடன், "மறுபடியும் எப்போது வரப்போகிறோம்! திருஈங்கோய் மலையைத் திரும்பவும் ஒரு தடவை பார்த்துவிட்டு வருவோமே" என்று பத்திரிகை நண்பர் மலையிருக்கிற பக்கமாகத் திரும்பி நின்றார். ட்ரைவரும் உற்சாகி. "ஒன்னாங்கிளாஸ் சீனரியல்லோ! நான் ரெடி" என்று காரைத் திருப்பி விட்டார். மலையடிவாரத்தில் மூன்று கார்களும் ட்ரக்குகளும் நின்று கொண்டிருந்தன. பாதி மலையில் கால்சட்டைகள், வெயிலை மறைக்கும் கிரிக்கெட் தொப்பிகள் – இப்படி ஒரு கூட்டம். கார்களைச் சுற்றியும் கூட்டம். ஏதோ திரைப்படத்திற்கு வெளிக்காட்சிகள் பிடிக்க வந்திருந்தார்களாம். பாதி மலை ஏறியதும் ட்ரைவர் "அட, எல்லாம் நம்ம தோஸ்த்துங்கதான்" என்று நிதி கண்டாற்போல விம்மத் தொடங்கிவிட்டார். "அண்ணாச்சி" என்று குரல் கொடுத்துக் கொண்டே இரண்டிரண்டு படியாகத் தாண்டிப் பாய்ந்தார். தொப்பிக் கூட்டத்தோடு ஐக்கியமாகிவிட்டார். நாங்கள் நெருங்கியதும் எங்களையும் அறிமுகப்படுத்தி வைத்தார். நடிகர்கள் யாருமில்லை. வர்ணத் திரைப்படத்திற்கு மாதிரிப் பிடிப்புகள் செய்து சோதிப்பதற்காக வந்திருந்தார்கள். வெளியூர்ப் படப்பிடிப்பு எவரெஸ்டில் நடந்தாலும் இட்லி காப்பி கீழேயிருந்து போய்க்கொண்டேயிருக்கும் என்று தெரிந்து கொண்டோம். காபி ப்ளாஸ்குகள், வாழைப்பழச்சீப்புகள், பலகாரங்கள் என்று கீழேயிருந்து படி ஏறி வந்துகொண்டிருந்தன.

ட்ரைவரின் செல்வாக்கு எங்கள் வயிற்றையும் நிரப்பிவிட்டது. பிறகுதான் தெரிந்தது – ட்ரைவர் ஒரு நடிகர் என்று. நாடகப் பயிற்சி நிலையங்களில் படித்து நடித்து அவர் நற்சான்றுப் பத்திரங்கள் பெற்றவராம். திரைப்பட உலகில் புக, திட்டி வாசல் கிட்டாதா என்று பார்த்துக்கொண்டிருக்கிறாராம். "நட்சத்திரம் கணக்காகவே இருக்கிறாயாக்கும்னு சொல்றாங்க எல்லோரும். நம்ம லிபியானா, டாக்சி ஸ்டியரிங்கிலல்லோ இருக்கு!" என்று கீழே வரும்பொழுது சொன்னார்.

அவருடைய செல்வாக்கில் பசி களைப்பு ஆறிவிட்டதால், மலைமீது வெகுநேரம் நின்று சுற்றிலும் பார்த்தோம். குளிர் காலமாயிருந்தும் வெயில் பளார் பளார் எனக் கீழே தெரியும் நீர்ப்பாளங்களில் ஆடிற்று. காவிரி வெள்ளியாக உருகி ஓடிற்று. பச்சை மலை, கொல்லிமலை, சேர்வராயன் மலை, பொன் மலை, ரத்னகிரி என்று தட்டாமாலை சுற்றியவண்ணம் மதுரை நண்பர் தொலைகாணியைக் கண்ணில் ஒட்டிக்கொண்டு விட்டார். பச்சைமலை, கொல்லிமலைக்கெல்லாம் பலமுறை போய்வந்தவர் அவர். நாற்காலி யாத்திரைபோல, மலை யாத்திரை யாக நாங்கள் ஒரு மணிநேரத்தில் எல்லா மலைகளுக்கும் கண்ணாலேயே யாத்திரை செய்து முடித்துவிட்டோம். காவேரி யாத்திரையில் மறக்க முடியாத அனுபவம் திருஈங்கோய் மலையேற்றம்தான். அகத்தியரின் சக்தியிருந்திருந்தால், ஈயாக மாறி அங்கேயே பறக்கத் தயார்தான். முடியாததால், திரைப்பட நண்பர்களிடம் விடைபெற்று, கீழே இறங்கினோம். படிகளில், நின்று நின்று, காவேரி பரந்து பாய்ந்து ஓடுவதைக் கண்டு வியந்தோம்.

வடக்கிலும் தெற்கிலும் மேடிட்டுப் பரவியுள்ள திருச்சி மாவட்டப் பகுதியில் நடுவில் ஒரு அகன்ற படுகையைக் காவேரி அமைத்துக் கொண்டிருக்கிறாள். ஆற்றின் இரு கரை களும் படிப்படியாக மேடாக உயர்ந்து இருப்பதால் மேட்டூர் திட்டத்தின் மூலம்கூட இந்த மாவட்டத்திற்கு அதிக பாசன வசதி கிடைக்கும் வாய்ப்பு இல்லை. ஆற்றுப்படுகையில் தண்ணீர் குறைந்து போகும் நாட்களில் பல குரம்புக் கால் வாய்களின் மூலமே பாசன அலுவல்கள் மேற்கொள்ளப்படு கின்றன. ஆற்றில் வெள்ளம் ஏற்படும் போதெல்லாம் இந்தக் குரம்புகள் சிதைந்து விடுகின்றன. ஆயினும் மீண்டும் மீண்டும் மணல், மண், மரக்கிளைகள், புதர்கள், மூங்கிற் கொம்புகள், கோரைப் புல் முதலியவைகளைக் கொண்டு தேவைக்கேற்ற படி குரம்புகள் அமைக்கப்படுகின்றன.

தென் கரையில் உய்யக்கொண்டான், கட்டளைக் கால் வாய்கள் பிரிவதுபோல் வடகரையில் ஐயன் வாய்க்கால், பெரு வாளை வாய்க்கால் இரண்டும் முக்கியமானவை.

சேலம் மாவட்டத்திற்கும் கோவை மாவட்டத்திற்கும் எல்லையாகப் பாய்ந்து வரும் காவேரி நொய்யல் ரயில்வே ஸ்டேஷனுக்கு அருகில் திருச்சி மாவட்டத்திற்குள் நுழைகிறாள். அமராவதி சங்கமம்வரை தென்கிழக்காக சிறிதுதூரம் ஓடிய பிறகு திருச்சி மாவட்டத்தின் நடுவில் நேர்கிழக்காக நடக்கிறாள். இந்த மாவட்டத்தில் காவேரியின் போக்கு வடக்கே கொல்லி, பச்சைமலைப் பகுதிகளாலும், தெற்கே விராலிமலையைச் சேர்ந்த மேட்டுப் பிரதேசத்தினாலும் நிர்ணயிக்கப்படுகிறது.

குடகிலிருந்து மலைகளின் வழியாக இறங்கி வந்து மைசூர் ராஜ்யத்தில் சிவசமுத்திரம் வரையிலும் மட்டுமே ஏறக்குறைய சமவெளியில் பாயும் காவேரி மேகதாட், ஹொகனெக்கல் போன்ற மலைப் பகுதிகளில் மீண்டும், பாறைகளை உடைத்து வழி வகுத்து வந்தபின் தமிழ்நாட்டை அடையும்பொழுது, இனி எந்தவிதத் தடையுமில்லாமல் கடல்நோக்கி விரைந்து கழனிச் செல்வத்தைப் பெருக்க நினைத்தாள் போலிருக்கிறது. இக்கரையில் காவேரியுடன் கலக்கும் கடைசி உபநதி அய்யாறு. கொல்லிமலைக்கும் பச்சைமலைக்கும் இடையில் உற்பத்தி யாகும் இந்த சிற்றாறு முசிரி தாலுக்கா வழியாகப் பாய்ந்து ஸ்ரீரங்கத்திற்கருகே காவேரியுடன் கலக்கிறது. தன்னுடைய வளம் முழுவதையும் தஞ்சை மாவட்டத்திற்களித்து தானியக் களஞ்சியமாக்கும் காவேரி வழியில் திருச்சி மாவட்டத்திற்கும் செழிப்பைத் தருகிறாள். தஞ்சையில் டெல்ட்டாப் பகுதி முழுவதிலும் காணப்படும் அபரிமிதமான செழிப்பு இல்லா விட்டாலும் தான் நடந்த வழி என்பதை முன்னிட்டுக் காவேரி திருச்சி மாவட்டத்திலும் பல இடங்களில் பசுமை அளிக்கிறாள். தென்கரையில் கரூர், குளித்தலை, திருச்சி. வடகரையில் காட்டுப் புத்தூர், முசிரி, மணச்சநல்லூர், லால்குடி போன்ற இடங் களில் காவேரிப் பாசன விளைபொருள்கள் விற்பனைக்கு வருகின்றன.

இந்த ஊர்களில் விற்பனைக்கு வந்து குவியும் தானிய வகைகளும், வாழைப்பழங்களும், வெற்றிலையும், காசி – கல்கத்தாவரை பரவுகின்றன. இத்தகைய சாதனைக்குக் காவேரி உதவுவதைக் கண்டுதான் பாரதியார் 'கங்கை நதிப்புறத்து கோதுமைப் பண்டம் காவிரி வெற்றிலைக்கு மாறு கொள் வோம்' என்று பாடினார்.

18
பல்லவி

ஆற்றுக்கு அக்கரையில் தொலைவில் ரத்னகிரியும், இடதுபக்கம் அடிவானத்தில் திருச்சி மலைக்கோட்டை யும், வலதுபக்கத்தில் கொல்லி, பச்சைமலைக்குவியல் களின் மங்கிய தோற்றமும் காவேரி வழி தேடிக்கொண்ட தாழ்நிலப் பகுதிக்குக் காவல் புரிந்து நிற்கின்றன. சுற்றிலும், தோப்புகளும் வயல்களும் பசுமையில் மிளிர்ந்து பொன்னி யின் வற்றாத வளத்திற்குச் சான்றுகூறின. வைரக் கற்கள் பதிந்த ஆபரணம்போல் காலை இள வெயிலில் காவேரி ஜ்வலித்ததைப் பார்க்கும்பொழுது

  பொங்கிவரும் காவிரியை
  இடையில் கோத்தாள்,
  புரமூன்றும் கடற்கன்னி
  பணியப் பார்த்தாள்

என்று யோகியார் பாடியது நினைவில் மிதந்தது.

முக்கொம்புக்கருகில் மேலணை நோக்கி விரைந்து கொண்டிருந்தோம். குணசீலம் கோவிலில் பேய்கள் ஆடுவதைப் பார்க்கலாம் என்றார்கள். சென்னையில் காத்திருக்கும் பிழைப்புப் பேய் உள்ளே ஆடிக்கொண் டிருந்ததால், கோவிலை எட்ட நின்று பார்த்து வண்டி யில் ஏறினோம். வாய்த்தலைக்கூடு வந்து கொள்ளிடம் பிரியும் முக்கொம்புக்கு அருகில் நிறுத்தி, மேலணை நீரடைப்புப்பாலத்தின் மீது நடந்து தீவுக்குள் வந்து நின்றோம்.

கொள்ளிடத்திற்கும் காவிரிக்கும் எத்தனை வேற்றுமை! ஒரு பக்கம் பச்சை நீரோட்டம். வளம் – இன்னொரு பக்கம் புதரும் பூண்டும்! உடன் பிறந்தவளோடு சண்டை

போட்டுக்கொண்டு, பிரிந்துபோய் அவலப்படுகிற முரட்டுப் பிறப்பு போலிருந்தது கொள்ளிடத்தைப் பார்த்தால். மனிதர் களுக்குப் பயன்பட்டு உருப்படியாக வாழ இதையும் என் னென்னமோ செய்திருக்கிறார்கள். ஆனாலும் கணப்பித்தம் கணச்சித்தமுமான போக்கில்தான் போகிறது கொள்ளிடம். முதலைகளைகூட அது குடிவைத்துக் கொண்டிருக்கிறது என்று சொல்லுகிறார்கள். ஆனால் ஒரு நல்ல பணியைச் செய்யவே காவேரி, கொள்ளிடத்திற்கு விடை கொடுத்தனுப்புகிறாள் என்று தெரிகிறது.

முக்கொம்புத்தீவில் ஒரு அனுமார் கையை உயர்த்தி நிற்கிறார். இங்கு எப்படி அனுமார் வந்தார் என்று புரிய வில்லை. சற்று தூரத்தில் தீவில் ஸ்ரீரங்கம். ரங்கநாதரை ராமன் வழிபட்டாராம். அதற்குக் காவலாகத்தான் தீவின் தொடக்கத்தில் அனுமார் நின்றாரோ என்னவோ.

முக்கொம்பில் நிழல் கண்ணிமைகளை அழுத்திற்று. ஆனால் காவல்காரர் பெஞ்சில் படுக்கவிடவில்லை. கலெக்டர், என்ஜினீயர்கள் எல்லாரும் சிறிது நேரத்தில் வரவிருந்தார் களாம். ஐ சீ எஸ் ஸோ, ஐ ஏ எஸ் ஸோ, கலெக்டர் கலெக்டர் தானே என்று மரியாதையாகப் படியிறங்கி நீரால் தூக்கத்தை வழித்துவிட்டு நடந்து வந்து கரும்பலகையில் எழுதியிருந்த மேலணை விவரங்கள் அடங்கிய காவேரி கொள்ளிட ஜாதகத்தைப் படித்துவிட்டு வண்டியை நோக்கி நடந்தோம்.

கொள்ளிடத்தைப் பற்றி சிலப்பதிகாரம், மணிமேகலை ஆகிய காப்பியங்களில் குறிப்பு ஏதும் இருப்பதாகத் தெரிய வில்லை. கிரேக்க அறிஞர் டாலமி (*Ptolemy*)யின் எழுத்துக் களிலும் கொள்ளிடத்தைப் பற்றிய விவரங்கள் கிடையாது. ஆகவே சங்க காலத்திற்குப் பல நூற்றாண்டுகளுக்குப் பின்பே கொள்ளிடம் ஏற்பட்டிருக்க வேண்டும். வரலாற்றுக்கு அகப் படாத ஒரு பெரும் பிரவாகம் ஏற்பட்டபோது காவிரி நீரில் பெரும்பகுதி சிறிது வடக்கே தள்ளிக் கரைபுரண்டு பாய்ந்து தனக்கெனத் தனிவழி வகுத்துக்கொண்டு கடல் சேர்ந்திருக்க வேண்டும். இவ்வகையில் கொள்ளிடம் தோன்றியிருக்கலாம். 1924ஆம் ஆண்டில் ஏற்பட்ட வெள்ளத்தின்போது காவேரி முருங்கப்பேட்டைக்கருகே கரையை உடைத்துக்கொண்டு திசை திரும்பிப் பாய்ந்ததைக் கருதினால் வேறோரு பெரிய வெள்ளத்தின் பயனாகச் சென்ற 1500 ஆண்டுகளுக்குள் காவேரியிலிருந்து கொள்ளிடம் பிரிந்து சென்றிருக்கலாம் என்னும் முடிவு ஆராயப்பட வேண்டியது என்பது தெளி வாகும். இத்தகைய யோசனையை *Dr. Macleane* என்பவர் பல ஆண்டுகளுக்கு முன் தெரிவித்திருந்தார். காவேரிக்குக்

கணிசமான கிளைநதிகள் அதன் போக்கில் எங்குமே இருந்த தில்லை. கொள்ளிடம் பிரிந்த பிறகுதான் டெல்ட்டாப் பிர தேசத்தில் மேலும் பல சிறிய நதிகளை ஈன்று, காவேரி, தான் கடல் செல்லும் வழியில் துணை கொண்டாள். மூத்த மகள் கொள்ளிடம் தன்னுடைய பெரும் பொறுப்பை உணர்ந்து அன்னை பொன்னியின் ஆசியுடன் தனிவழி சென்று வறண் டிருந்த தென் ஆற்காடு பிரதேசத்திற்கு வளம் தேடிக் கொடுக்கிறாள்.

மேலணை

ஸ்ரீரங்கம், திருவானைக்கா கோவில்களைப் பார்த்துவிட்டு திருச்சிக்குள் நுழையும்பொழுது இரவு மணி பத்து. நண்பரின் வீட்டு மாடி வராந்தாவிலிருந்து பார்த்தால் மலைக்கோட்டை கூப்பிடுதூரம். மாடாகப் படுத்து, கண்ணை அடைத்து நின்றது மலை. காதை நிறைத்தது நாதசுர இசை. அன்று என்ன திருநாளோ, நள்ளிரவுவரை குழலிசை கேட்டது. அர்த்தஜாம மணி நாதம் முழங்கி நிறைந்து ஓய்ந்த பிறகும் தூக்கம் கொள்ளவில்லை.

பொன்னுமா மணியும் முத்தமும் சுமந்து
பொருதிரை மாநதி புடைசூழ்ந்து
அன்ன மாடுலவும் அலை புனல் சூழ்ந்த
அரங்கமா நகர் அமர்ந்தானை

என்று திருவரங்கம் கோவிலில் கேட்ட திருமொழி, மணியின் கார்வைபோல உள்ளே கேட்டுக்கொண்டிருந்தது.

எங்களைப் படுக்கச் சொல்லிவிட்டு மலைக்கோட்டை கோவிலுக்குச் சென்றிருந்த நண்பர், திரும்பி வந்தவர், எங்கள் பேச்சுக் குரலைக் கேட்டு மாடிக்கு வந்துவிட்டார்.

"தூங்கவில்லையா" என்று தொடங்கியவர் குடை குடை யென்று குடைந்தார். "என்னவெல்லாம் பார்த்தீர்கள்?" என்று எங்கள் பிரயாணத்தைப் பற்றிக் கேட்டவர் குறுக்கு விசாரணை துவங்கியதும் எங்களுக்கு வெட்கமாக இருந்தது.

"நீட்டி முழக்கிட்டுப் போனீங்களே? குடுகுடுன்னு ஓடினான்னு என்னமோ சொல்லுவாங்களே, அந்த மாதிரில்ல இருக்கு. ஓரவந்தூர்லே அஞ்சுமூஞ்சி அனுமார் இருக்கு, அதைப் பார்க்கலே. மகேந்திரமங்கலம் பார்க்கலே. அங்கே ஆதிசங்கரரை கோவில்லே ஏளப்பண்ணிருக்கு. காவிரிப்பட்டிகிட்ட சரபங்கா நதி கூடறது. அதைப்பாரக்கலே. கரும்பல மகாதேவ் கிட்ட காவேரி மேற்காலே போறது. அதைப் பார்க்கலே. உமாரெட்டியூர் பார்க்கலே. வெங்கரை பார்க்கலே. சங்கரபாளயம் பார்க்கலே. அட, கோவில்தான் பார்க்கலே, ஒரு சர்க்கரை மில்லாவது பார்க்கப்படாதா? நடந்தாய் வாழி காவேரின்னு மோட்டார்லே போயிட்டு வந்தீங்களாக்கும் பொட்டை சாரைக் கணக்கா!" என்று எள்ளினார். இன்றும் நாங்கள் பார்க்காத இடங்களின் பெருமைகளை எல்லாம் சொல்லி வயிற்றெரிச்சலைக் கிளப்பினார். "நான்தான் நீங்க இங்கேயிருந்து கிளம்பறச்சேயே சொன்னேனே – இது பத்து பன்னிரண்டு நாள்லே பார்க்கற சங்கதியில்லை. பவானி வரையில் போய்த் திரும்ப ரண்டு மாசமாவது இருந்தாத்தான் கொஞ்சமாவது காவேரி ஆத்தா பெருமை புரியும்னு. காலைல்ல ஓடிக்கணும், நடந்தாய் வாழி காவேரின்னு கார்லே போய்ட்டு வந்ததுக்கு."

"நடந்தாய்னு காவேரியைச் சொல்றாரையா இளங்கோ" என்றார் பாட்டு நண்பர்.

"காவேரியே நடக்கறப்ப – நீங்க நடந்தா என்னவாம்?"

நண்பர் சடகோபனுக்கு ஏற்பட்ட தார்மீக ஆத்திரம் உடனே அடங்கிவிட்டது. அவர் இயல்பு, எந்த இடமாக இருந்தாலும் 'கடாமுடா'ன்னு பேசுவார். உடனே உதவுவதற் காக கச்சை கட்டி முன் வருவார். சொற்பொழிவு முடிந்த வுடன் எங்களுக்குக் காவேரியின் போக்கு முழுவதிலும் சென்று எடுக்கப்பட்ட திரைப்படம் ஒன்றைப் போட்டுக் காண்பித்தார். பள்ளிக்கூடங்களில் கேள்வி – காட்சி சாதனங்கள் பாடத் திட்டத்தில் சேர்க்கப்பட்டபோது கல்வி சம்பந்தமான திரைப் படங்கள் 200க்கும் மேல் வாங்கி வைத்துப் பல பள்ளிக் கூடங்களில் பதினைந்து ஆண்டுகளுக்கு முன் அவர் காட்டி

வந்தார். அரசாங்கம் இந்தச் சிறு தொழிலையும் தானே எடுத்துக்கொண்டபோது நஷ்டமடைந்தவர். இந்தக் காவேரி படத்தை தமிழ்நாட்டுப் பள்ளிகளில் ஏன் கட்டாய பாடமாக வைக்கக்கூடாது என்று எங்களையே கேட்டுக் கொண்டோம்.

நாங்கள் பவானி மார்க்கத்தில் புறப்படுவதற்கு முன் எடுத்திருந்த போட்டோ பிலிம்களை அவரிடம் கொடுத்திருந்தோம். மிகவும் முக்கியமான அந்த நெகடிவ்களைக் 'கழுவி' படங்களாகத் தயார் செய்து வைத்திருந்தார். காவேரி பற்றிய திரைப்படம் பார்த்தபிறகு எங்களுக்குத் தூக்கம் வரவில்லை. காவேரியைப் பற்றிப் பேசியே இரவைக் கழித்தோம். இருபத்தைந்து ஆண்டுகளுக்குமுன் தேசபக்தர் டாக்டர் சாமிநாத சாஸ்திரி, தாவர இயல் பேராசிரியர் அனந்தகிருஷ்ணன் முதலியவர்களுடன் காவிரிக்கரையில் பல கிராமங்களுக்கும் சென்று வந்ததையெல்லாம் நண்பர் நினைவூட்டினார். சிறுகதைச் சிற்பி கு.ப.ரா. குடும்ப சகாயநிதிக்காக அவ்விருவரும் ஆற்றிய தொண்டு அற்புதமானது.

டாக்டர் சாஸ்திரியே ஒரு நல்ல நகைச்சுவை எழுத்தாளர். 'மணிக்கொடி' காலத்தில் 'களிராட்டை' என்ற நகைச்சுவையும் தேசப்பற்றும் நிறைந்த ஒரு மாதப் பத்திரிகையை நடத்தி வந்தார். பேராசிரியர் அனந்தகிருஷ்ணன் எழுத்தாளர்களின் நண்பன். அவருடைய இல்லத்தில் எழுத்தாளர்களாகக்கூடி இரவுகளில் விடிய விடியக் கொட்டமடித்துக் கொண்டிருப்போம். யோகியார் கவிதை பாட, பிச்சமூர்த்தி தத்துவம் பேச, வ.ரா. சிந்தனையைக்கிளற, மற்றவர்கள் இலக்கிய சாதனைகளைப் பற்றிக் கனவு கண்டு பொழுதைப் பொன்னாக்கிக் கொண்டிருப்போம். அனந்தகிருஷ்ணன் அடிக்கடி எங்களுக்கு சிற்றுண்டி கொண்டுவந்து கொடுத்து ஊக்கமூட்டிக் கொண்டிருப்பார்.

அதிகாலையில் எல்லோருமாகச் சேர்ந்து காவிரியில் நீராடச் சென்றுவிடுவோம். கரையில் உள்ள செடி கொடி களைப்பற்றி அனந்தகிருஷ்ணன் வேடிக்கையாக விளக்கிக் கொண்டே வருவார். இலக்கிய சேவையைத் தமக்கே உரித்தான தாராள மனதுடன் செய்துவந்த பேராசிரியர் ஒரு விபத்தில் அகால மரணம் எய்தியபோது 'கிராம ஊழியன்' ஒரு நினைவு மலர் வெளியிட்டது, தமிழ் மறுமலர்ச்சி இயக்கத்தில் ஒரு சிறப்பான கட்டம். காவேரியின் கரையில் வாழ்ந்து அறிவு வளர்ச்சியில் ஈடுபட்டிருந்த பல அறிஞர்களில் எங்களுடன் நெருங்கிய நட்பு கொண்டு உற்சாகமூட்டிய இவ்விருவரையும் பற்றி அன்றிரவு முழுவதும் பேசித்தீர்த்தோம்.

காவிரிக் கரையில் ஒரு சிறு குடியிருப்புத்திட்டம் நிறுவி எழுத்தாளர்களுக்கு இடம் தரவேண்டுமென்று டாக்டர் சாஸ்திரி

கனவு கண்டார். பேராசிரியர் அனந்தகிருஷ்ணன் உதவியுடன் அந்தக்குடியிருப்பில் பல மூலிகைகளைப் பயிர்செய்து மருத்துவத்தில் தன்னிறைவு காணவும் முற்பட்டார். இந்தத் திட்டத்திற்கு மனை தேடுவதற்காக அந்த இரண்டு அறிஞர்களுடனும் அடிக்கடி காவேரியின் இருகரைகளிலும் உலாவியது எல்லாம் நினைவுக்கு வந்தது.

இரவு முழுவதும் பேசிய பிறகு சிறிதும் தூங்காமல் கிழக்கு வெளுக்கும்போதே திருச்சியைவிட்டுப் புறப்பட்டோம். நண்பர் பல பயனுள்ள யோசனைகள் கூறி வழியனுப்பினார்.

பூம்புகாரிலிருந்து கிளம்பும்பொழுது கோவலன் நடை பட்ட வடக்குக் கரையோடு வரவேண்டும் என்று ஆசை. அப்படியே வந்துவிட்டோம். இப்பொழுது சென்னைக்குத் திரும்புமுன் தென்கரையோடு பூம்புகார் வரையில் போய்விட வேண்டும் என்று ஏற்பாடு.

கல்லணையை மீண்டும் ஒரு முறை நின்று பார்த்தோம். ஆராய்ச்சி நண்பர் ஏதோ சிந்தனையில் மூழ்கியிருந்தார். தமக்குள்ளேயே முணுமுணுத்துக் கொண்டார். கரிகாலன் காவிரிக்கு கரை கட்டியதாக வரலாறு. ஆனால் கல்லணையைக் கட்டினான் என்பதற்கு சமகால வரலாற்றுச் சான்றுகள் இல்லை. அவன்தான் கட்டியிருக்கட்டுமே. கரை கட்டியவன் அணை கட்டியிருக்கக் கூடாதா! அவன் கட்டவில்லை என்று சாதித்து என்ன வந்துவிடப் போகிறது? கட்டினான் என்பதற்குச் சான்று கிடைக்காமலிருக்கலாம். கட்டவில்லை என்பதற்குத்தான் என்ன சான்று இருக்கிறது கரிகாலனுக்குப் பிறகு காணப்படும் சான்றுகள் எல்லாம் கரிகாலன் கட்டியதாகத்தான் கூறுகின்றன.

காக்காய்க்கு எத்தனை பல், ஆட்டுக்கு எத்தனை அண்டம் என்பது போன்ற ஆராய்ச்சியாகத்தான் எங்களில் சிலருக்குத் தோன்றிற்று. 'ஆராய்ச்சியே! கோபித்துக் கொள்ளாதே! நீதான் புதுயுக சேதனத்திற்கு தூண், அடிவாரம் எல்லாம். மூன்றும் மூன்றும் ஆறு என்று கண்டுபிடிப்பவர்களும் உன்னுடைய பக்தர்கள்தான். இன்னும் எங்களுக்குப் போகவேண்டியிருக்கிறது. விடைபெற்றுக் கொள்ளுகிறோம். காவேரியின் சொச்ச அழகைப் பார்த்தாக வேண்டும். பிறகு திருக்கூவத்தின் நறுமணத்திற்குத் திரும்பியாகவேண்டும்' என்று மனதிற்குள் சொல்லிக் கொண்டோம். ஆராய்ச்சி நண்பருடன் விவாதம் தொடரும் தெம்பு இல்லை.

சிறு வயதில் பாட்டுக்கார நண்பர் இரண்டு தடவை வரகூருக்கு வந்திருக்கிறாராம். கிருஷ்ணபக்தி துளிர்த்த பூமி அது. கண்ணன் பிறப்பைக் கொண்டாடும் பருவத்தில், கோலாகலமாக உறியடித் திருவிழா நடக்குமாம். அதைப் பார்ப்பதற்காக வந்தாராம் அவர். பொதுவாக தஞ்சைப் பகுதியில் உறியடி விளையாட்டு பிரபலமாக நடக்கும் பருவம் அது. நாலைந்து ஆள் உயரத்திற்குக் கம்பத்தை நட்டு அதன்மீது விளக்கெண்ணெய்ப் பாடம் போட்டு ஏறச் சொல்வார்கள். உச்சியில் காசு, பழங்கள், உருமால்கள் – கட்டிய ஒரு பரிசுப் பட்டம். உச்சிவரை ஏறி அதைப் பறிக்கவேண்டும். லேசில் ஏற விடமாட்டார்கள். சுற்றிலும் ஒரு கூட்டம் நின்று பீச்சாங் குழலால் நீரை முகத்திலும் உடலிலும் பீச்சி அடிக்கும். இதைப் பார்க்க இன்னும் பெரிய கூட்டம். வரகூரில் சற்று வேறு விதமாக இந்த உறியடி நடக்குமாம்.

கண்ணனின் தோழர்களாகத் தம்மை பாவித்துக்கொண்டு விளையாட்டு வடிவத்தில் தத்பாவ பக்தி செய்யும் திருவிழாக்களை ஏற்படுத்தியவர் மகான் நாராயண தீர்த்தர் என்று சொல்கிறார்கள். கிருஷ்ணப்ரேமையில் உருகித் திளைத்தவர் அவர். ஆந்திர நாட்டவர். தமிழகத்திற்கு யாத்திரை வந்தவர் ஒரு நாள் வயிற்று வலி தாங்காமல் துடித்தாராம். அன்று கனவில் தோன்றிய ஒரு குறிப்பிற்குப் பணிந்து, மறுநாள் கண் விழித்ததும் தெரிந்த ஒரு பன்றியைத் தொடர்ந்து போனாராம். அது ஊர்க் கோவிலுக்குள் சென்று திடீரென்று மறைந்து விட்டது. அதேகணம் வயிற்றுவலியும் மறைந்துவிட்டதாம். இதனால் வராகபுரம் என்று ஊருக்குப் பெயர் மாறிற்று. இப்பொழுது வரகூராக மாறிவிட்டது. நாராயண தீர்த்தர் அங்கேயே பலகாலம் தங்கி, பிறகு திருப்பூந்துருத்தியில் சமாதி யடைந்தாராம். அவர் இயற்றிய 'கிருஷ்ணலீலா தரங்கிணி' கண்ணன் சிறு குழந்தையாக ஓடியாடிய விளையாட்டுகளைப் போற்றும் பாடல் தொகுப்பு. கண்ணனின் கால் சிலம்பொலி

பாடல்களில் கேட்கும். ஒரு குழந்தையின் விளையாட்டில் அவர் லயித்துப்போன பரவசத்தை, அந்த இளமையிலும் துள்ளலிலும் கேட்க முடிகிறது. அவருடைய இதயத்தில் குழந்தையின் செம்பாதங்கள் குதித்த குதிப்புகள் சொல்லிலும் மெட்டிலும் குதிக்கின்றன. சாமர்த்தியம் செய்யும் டம்பக் கவிதை இல்லை. கபடமற்ற எளிய கவிதை. அதாவது உண்மைக் கவிதை.

காவேரி எத்தனை வகை சங்கீதங்களைக் கேட்டிருக்கிறாள்! எத்தனை இசை வடிவங்களுக்கு உயிரூட்டியிருக்கிறாள்!

திருக்காட்டுப்பள்ளியருகில் குடமுருட்டி பிரியும் காட்சியைக் கண்டு வடகரை வந்தோம். மீண்டும் திருவையாறு வந்து காவிரியைக் கடந்து தென்கரை வந்து குடமுருட்டியாற்றைக் கடந்து கண்டியூருக்கு வந்து கிழக்கே திரும்பினோம். நல்லூர் போகிற வரையில் இனி குடமுருட்டிக்குத் தெற்காகதான் போகவேண்டும்.

ஒருவரைத் தவிர எங்கள் குழுவில் யாவரும் தஞ்சை மாவட்டத்துக்காரர்கள். ஆனால் மதுரைக்காரர் ஒருவருக்குத் தான் தஞ்சையின் பல கோவில்கள், வரலாறு எல்லாம் கரதல பாடமாக இருந்தது. திருச்சோற்றுத் துறையைக் கடந்து வந்து திருப்புள்ளமங்கை வந்ததும் வண்டியை நிறுத்தச் சொல்லி விட்டார். பசுபதி கோவில் என்னும் ஊரில் உள்ள இந்தக் கோவில் தொன்மை வாய்ந்தது என்றும், கோச்செங்கச் சோழன் கட்டிய கோவில் அது என்றும் சொன்னவர் அவர்தான். திருவலம் பரம் கோவிலைப் போலவே இதுவும் ஏழைக் கோலத்துடன் காட்சி அளிக்கிறது. கோவிலைப் பார்த்துவிட்டு அய்யம் பேட்டை கடைத்தெருவில் ஒரு மணி நேரம் நின்றுவிட்டோம். பாட்டுக்கார நண்பர் அய்யம்பேட்டையில் பல வருடங்கள் இருந்தவராம்.

ஊரைவிட்டு வந்தபிறகு அவர் இங்கு திரும்பி வரவில்லை போலிருக்கிறது. 'அடையாளமே தெரிலியே' என்று ஒவ்வொரு வரிடமும் இவர் சொன்னார். அதையே திருப்பி ஒவ்வொரு வரிடமும் பெற்றுக் கொண்டார். கடைசியில் ஒரு மளிகைக் கடையில் நுழைந்தார் நண்பர். முதலாளி அவரையும் எங்களையும் வரவேற்றார். நண்பர் எங்கள் காவேரி யாத்திரை பற்றி சுருக்கமாகச் சொல்லி முடித்தார்.

"காவேரி மட்டும்தானா! குடமுருட்டி கிடையாதா? காவேரிக்கு ஒரு இம்மி சோடையில்லே சார் குடமுருட்டி! அதே விளைச்சல், அதே மாதிரி கோவில்கள், அதே மாதிரி மகான்கள், அதே மாதிரி வியாபாரம். குடமுருட்டியை விட்டு

விடாதீர்கள். இந்த ஊருக்குப் பக்கத்திலேயே வையச்சேரியிலே மகாவைத்யநாதய்யர் இருந்தார். மாங்குடியிலே சிதம்பர பாகவதர் – இந்த ஊரிலேயே வேணுகோபால்னு ஒரு பெரிய நாதஸ்வரக்காரர் இருந்தார். ஸர் ஸி. வி. ராமன் ஊர் பக்கத்திலே புரசக்குடி. இங்கே பக்கத்திலே சக்கராப்பள்ளி – சப்தஸ்தானம் உண்டு – இந்த ஊரிலேயே வெங்கடசூரின்னு ஒரு சௌராஷ்டிர கவி இருந்தார்...”

மளிகை முதலாளி சொல்லிக்கொண்டே போனார். நடு நடுவில் நண்பரை அடையாளம் கண்ட பலர் பேச வந்தார்கள். ஆனால் முதலாளியிடம் ஒரு மரியாதையுடன், குறுக்கிடாமல் காத்திருந்தார்கள்.

முதலாளி சொன்னது உண்மை. காவேரியைப் போலவே, குடமுருட்டியென்ன – எல்லா கிளை நதிகளோடும் போய்ப் பார்த்தால் நன்றாகத்தான் இருக்கும். விண்ணாறு, விட்டாறு, அரிசிலாறு, குடமுருட்டி, முடிகொண்டான், திருமலை ராஜன், புத்தாறு, சோழ சிகாமணி, பழவாறு, பாம்பணி, முள்ளி, சுள்ளன், வீரசோழன், ஓடம்போக்கி – இன்னும் எத்தனையோ சிற்றாறுகள். வாய்க்கால்போல ஓடும் சிற்றாற்றைக் கூட மக்கள் அசட்டை செய்யவில்லை. தண்ணீரைத் தந்தாயே, தந்தாயே, என்று கரையில் எல்லாம் கோவில் எழுப்பி இறைவனுக்கு நன்றி காட்டியிருக்கிறார்கள். பக்தர்களும் இசைஞர்களும் அந்த நன்றியில் நெக்குருகிப் பாடியிருக் கிறார்கள். கலைஞர்களும், கவிஞர்களும் இந்த வனத்தில் முழுக்காடி முழுக்காடி வளர்ந்திருக்கிறார்கள். ஓடம்போக்கி போகும் திருவாரூர் ஒரு மாபெரும் கோவில் (தியாகேசன்) – இன்னும் நாகைப்பட்டினம், திருவிழிமழலை, எங்கண், திருக்கண்ணமங்கை, ஸ்ரீவாஞ்சியம், ஒப்பிலியப்பன் கோவில், தாராசுரம், திருக்கொள்ளம்புதூர், ராஜமன்னார்குடி, பட்டீசுரம், பழையாரை, திருநறையூர், நாச்சியார் கோவில், திருச்சேறை, திருப்பனந்தாள் – இந்தக் கோவில்கள் யாவுமே காவிரியின் கிளைகளில் தோன்றிய நன்றி வடிவங்கள்.

ஒவ்வொரு கிளைநதியோடும் போய்ப் பார்க்கவேண்டும் என்றால் நாயன்மாராக வேண்டும், ஆழ்வாராக வேண்டும் – குறைந்தது பண்டாரம் அல்லது ‘ஹிப்பி’யாகவாவது இருக்க வேண்டும்.

பாபநாசத்திற்கும் சுந்தரபெருமாள் கோவிலுக்கும் இடையே குடமுருட்டி, திருமலைராஜன் ஆறுகளைக் கடந்து திருவலம் சுழி வெள்ளைப்பிள்ளையாரைப் பார்த்துவிட்டுக் கிளம்பும் போது மாலைப் பொழுதாகிவிட்டது. வெள்ளைப் பிள்ளையார்க்கு முன்னமேயுள்ள பலகணி ஒரே கல்லில்

பல சதுரங்கள் கொண்ட விசித்ர அமைப்பு. கோவில் கட்டு முன் ஸ்தபதிகள் ஒப்பந்தம் செய்யும்பொழுது திருவலஞ்சுழி பலகணி, திருவீழிமழலை வௌவால் மண்டபம், ஆவுடையார் கோவில் கொடுங்கை மூன்றும் நீங்கலாக எதையும் கட்டு வோம் என்று எழுதுகிற மரபாம். (இந்த மூன்றில் ஒன்றிரண்டு மாறுபடுவதும் உண்டு. உள்ளூர் அபிமானத்தைப் பொறுத்து இந்த விலக்கங்கள் மாறுகின்றன என்று தோன்றுகிறது.)

ஆனால் இதைவிட எங்களை அவசர அவசரமாக உந்திக்கொண்டுபோனது தாராசுரம் கோவில்தான். அளவில் நடுத்தரமான கோவில். ஆனால் சிற்பியின் உளி பேய்க்கற்பனை யாகப் பொளிந்து தள்ளியிருக்கிறது. ஹளயபீடு, சோமநாதர் ஆலயத்தை விட கட்டுக்கோப்பு நிறைந்த கோவிலமைப்பு. நகாசுகள், முழுமையையும் ஒருமையையும் பாதித்துவிடாமல், அவற்றை எடுத்துக்காட்டும் அளவுக்கு மிதமாகச் செய்யப் பட்டுள்ளன. முன்பெல்லாம் ஆலும் அரசும் பூண்டுமாக மண்டி கோவிலைச் சிதைத்து வருகிற வழக்கம். இப்பொழுது தொல்பொருள்துறை செப்பனிட்டுக் காத்து வருகிறது. இருட்டு கிற வரையில் ஒவ்வொரு தூணையும் கவனமாகப் பார்த்துக் கொண்டு நின்றோம்.

அரிசிலாற்றைக் கடந்தாயிற்று. கும்பகோணத்திற்குக் கிழக்கே மணஞ்சேரியில் வீரசோழன் ஆறு கிளைக்கிறது. பிறகு சில சிற்றாறுகள் – வாய்க்கால்கள். பெற்றுக் களைத்துப் போன நிலை காவிரிக்கு. ஆண்களைப் போலவே பெண்களில் பலர் வயதாக வயதாக வெடவெடவென்று மெலிகிறார்கள். பலர் புசுபுசுவென்று பருக்கிறார்கள். காவேரி தந்து தந்து மெலிந்து போவதைப் பார்த்தால் ஒரு சோகம் கிளரத்தான் செய்கிறது. மறுநாள் காலை குடந்தையிலிருந்து கிளம்பிய எங்களுக்கும் ஒரு பிரயாணம் இன்னும் நாற்பது மைலில் முடிந்துவிடும். இன்னும் நின்று நின்று பார்க்க முடியவில்லையே என்று ஒரு வேதனை. குடந்தையிலிருந்து காவிரிப்பட்டணம் வரையில் பிடித்தால் சோழர் எழுப்பிய கோவில்கள் பெரியன வாகப் பத்தாவது தேறும். கும்பகோணத்தில் உள்ள நாகேச்வரர், திருபுவனம் கம்பாபுரேசுவரர், திருவிடைமருதூர் மகாலிங்கர், குத்தாலம் சொன்னவாறறிவார், செம்பொன்னார்கோவில் புஞ்செய் கடாரங்கொண்டான், திருவலம்பரம் – எல்லாமே பழைய கோவில்கள். மரபும் தொன்மையும் கொண்ட கோவில்கள். சில பட்டினி கிடக்கின்றன.

தஞ்சைப் பெரியகோவில் தன்னைப்போலவே ஒரு கோவிலைப் பெற்றெடுத்ததுபோல் தோன்றுகிறது திருபுவனம் கம்பஹரேசர் ஆலயம். அளவில் சிறியது. ஆனால் அதே சாயல்.

அதைச் சுற்றிப் பார்த்துவிட்டுப் புறப்பட்டோம். திருவிடை மருதூர், குத்தாலம், மாயவரம் செம்பொன்னார் கோவில் ஆகிய ஊர்களில் இறங்கி இறங்கிப் பார்த்துவிட்டு, பூம்பு காருக்கு இருட்ட இருட்ட வந்தோம். புறப்பட்ட அன்று இருந்த நிலவு இல்லை.

மின்சாரம் இல்லாத காவிரிப்பட்டணத்தில் சென்னை நண்பர் வீட்டு மாடியில் மண்ணெண்ணெய் விளக்கை ஏற்றி உட்கார்ந்தோம். ஜன்னல் வழியாகத் தெரிந்த மரக்கும்பல் களின் அடர்ந்த கருமை, இந்தப் பகுதிக்கு உள்ள சாயாவனம் எனும் பெயரை உணர்த்திற்று. விட்டில், தவளை, சிள்வண்டு, ஆந்தை, நாய் – எல்லாம் ஓசையிட்டு இரவைப் போற்றிக் கொண்டிருந்தன.

யாரும் சிறிது நேரம் பேசவில்லை. வயிற்றில் பசிக் கொடுமையோ, நல்ல உணவு தின்னாத அதிருப்தியோ இல்லை. கடைத்தெருவில் உணவுக்கடையில், இருபது நாள் தாடிக்காரர் எங்களுக்காகச் சுடச்சுட இட்லியை இறக்கி நன்றாய்த்தான் போட்டார். வேறு எந்த விதையைக் கலந் தாலும் காபியும் சூட்டோடு ருசியாக வாய்க்கு வழங்கித்தான் இருந்தது. பயணம் முடிந்துவிட்ட ஏக்கம்தான் வாய் மூடி மௌனியாக அந்த அறையில் சுமந்து கிடந்தது. விளையாட் டாக ஆரம்பித்த ஆசை. சிலப்பதிகாரத்தைப் படித்துவிட்டு கோவலனும் கண்ணகியும் நடந்த பாதையில் காவேரியை யாவது பார்த்துவிடவேண்டும் என்று தொடங்கினது. அந்த ஆசை முதலில் தலைக்காவேரிக்கும் சிவசமுத்திரத்திற்கும் ஹொகெனக்கல்லுக்கும் கொண்டு போயிற்று. பிற்பாடுதான் கோவலன் நடந்த பாதை கிட்டிற்று.

ஆனால் எதைப் பார்த்தோம்? சில கோவில்கள், சில பாலங்கள், சில கிளைநதிகள், சில மனிதர்கள், சில கல்லறைகள், சில ஆலைகள், சில பழமைச் சின்னங்கள்...

எல்லா 'சில'க்களையும் கூட்டினால் பல ஆகும். ஆனால் எல்லாம் ஆக ஆகிவிடாது.

ஒன்றுமே பார்க்காததுபோல்தான் இருந்தது மனம். வெற்று வெளி. பயணம் முடிந்த விசனமாக இருக்கலாம்.

சங்கீத நண்பர் ஏதோ பாட்டை முனகிக் கொண்டிருந்தார். எங்களுக்கு ஏற்பட்ட ஏக்கத்தில் 'நன்றாய்த்தான் பாடுமே ஐயா!' என்று விளித்தோம். பழைய பாட்டு என்றும், முழுவதும் சரியாக கவனத்திற்கு வரவில்லை என்றும் சொல்லிக்கொண்டே அவர் முதல் சரணத்தை மட்டும் பாடினார். இதைக் கேட்டுக் கெண்டிருந்த ஒரு பாட்டி எதிர் வீட்டிலிருந்து, "காவேரி

ஓடம்தானே?" என்று கேட்டாள். உடனே எல்லோரும் விழுந்தடித்துக் கொண்டு எதிர் வீட்டுக்குச் சென்று அந்தப் பாட்டியை பாட்டு முழுதும் பாடச்சொல்லி மன்றாடினோம். அந்த மூதாட்டிக்கும் உடனே முழுப்பாட்டும் நினைவில் வராவிட்டாலும், சில சரணங்களைத் திருப்பித் திருப்பிச் சொல்லிக்கொண்டே முழுப்பாட்டையும் பாடினார். அது கப்பல் பாணியில் அமைந்தது. இரண்டு தலைமுறைகளுக்கு முன்பு பெண்கள் சாதாரணமாகப் பாடுவார்களாம். பாட்டியிடம் கேட்டு பாட்டு முழுவதையும் எழுதிக்கொண்டோம். காவேரியின் போக்கு முழுவதும் தலைக்காவேரியிலிருந்து புகார்வரை கச்சிதமாக வர்ணிக்கப்பட்டிருந்தது.

கப்பல்

அம்புயன் மால் தேடரிய திருவை
யாற்றில் நிதம் அறம் வளர்த்தாள்
அம்பிக்கைதான் அருளாலே பெருக்கம்
அணிந்துவரும் காவேரி

முடுகு

அம்பரம் தொடுசைய மலையில் நிலைபெற்று
அகத்திய மஹாமுனி கடத்தினில் உதித்து
அண்டர்புக ழும்பிரம்ம குண்டமதில் வந்து
அறியொணாப் பாதாள நெறியில் அலைந்து
திண்புவியி லோராம நாதபுரம் கூடி
திருவேண்டிச் சென்றுருத் திரா் அடியைநாடி
ஸ்ரீரங்கப் பட்டிணத் திருபால் நிகழ்ந்து
ஸ்ரீகண்ட நரசிங்க புரமதில் இணைந்து
வம்புபெரு கும்யானைக் குந்திமலை துன்னி
மாதேவ புரம்சிவ சமுத்திரம் மன்னி
மாநிலத் துயரும் பவானியை அடுத்து
வாஞ்சை யுடனீரோடொ டூஞ்சலூர் உற்று
முன்புகொடு முடிவந்து வேலூரைச் சேர்ந்து
மோகனூர் கண்டு நெருவூ ரருகில் சார்ந்து
மோதிவரு கின்ற அமராவதியைத் தேக்கி

முக்கூடல் மாயனூர் அயிலூரைத் தாக்கி
செம்பொன் வளரும் கிருஷ்ணராஜபுர மண்டி
திருவேங்கி மலை கடம்பர் கோவில் தண்டி
சிறுகுமணி முசிரி பாலத் துறையில் வாய்த்து
செய்யகுண சேகரமந்த தண நல்லூர் பார்த்து

பண்புபெருகும் திருச் செந்துறை மருங்கி
பார்புகழும் திருவாசி மாதலம் நெருங்கி

பரவுமிசை திருவரங் கேசரை வணங்கி
பகரும் உறையூர் திரிசிபுரம் இணங்கி

அன்புபெருகும் கஜாரண்யம் மதித்து
அகிலாண்டவல்லி நாயகனடி துதித்து
அருகுறும் தோகூர் கல்லணையிற் பொருந்தி
அன்னமுதவும் கோயிலடியிற் றிருந்தி

தென்புடனே ஐராவ தேச்வரம் மேவி
திருக்காட்டுப் பள்ளி சாத்துப் பிள்ளையார் கோவில்
செப்புமக ராஜபுரம் கடு வெளியிற் சென்று
தேச மகிழும் திருநெய்த்தான் மதில் நின்று

அன்புடன் திருவை யாற்றப்பனைக் கண்டு
அறம்வளர்த்தாள் உத்தரவு பெற்றுக் கொண்டு
அரிய கணபதி அக்ரஹார மதில் ஊக்கி
ஆடுதுறை நோக்கிக் கபிஸ்தலம் விளக்கி

தன் பெருகுமர விந்தபுர மேவி தியாக
சமுத்ர முமையாள்புரம் நெருங்கி நலமாக
சாமிமலை முருகனை யிறைஞ்சியுள் மகிழ்ந்து
தரணி புகழ் திருவலஞ்சுழியிற் புகுந்து

கும்பகோணம் கஞ்சனூர் திரிபுவனமும்
கூடியிடை மருதூரில் வாசஞ்செய் தினமும்
குலவுமக ராஜபுரம் திருக்கொடி காவல்
குத்தாலம் மல்லியம் கொரநாடு தாவிச்

சம்பூரணமாக மாயூரத்தில் நண்ணி
ஜகதீசனைப் பணிந்து தியானம் பண்ணி
தன்பேர் விளங்கும் நகரத்தில் மகிழ்ந்துள்ளம்
சங்கமும் வந்து கடல் கூடியது வெள்ளம்

ஏலேலோ.

ஏதோ அபூர்வமான நாட்டுப்பாடல் பொக்கிஷம் கிடைத்த பெருமிதம் எங்களுக்கு. இந்தப் பாட்டு வேறு எவருக்கும் கிடைக்காது என்று நினைத்துக் கொண்டிருந்தோம். ஆனால் எங்களுடைய காவேரிப் பயணம் முடிவடைந்த மூன்று மாதங்களுக்குள் கும்பகோணத்தில் நடந்த மகாமகத்தின்போது எழுத்தாளர் 'கரிச்சான் குஞ்சு' வெளியிட்ட 'மஹாமகம்' என்ற சிறு கையேட்டில் பாட்டு முழுவதும் அச்சிடப்பட்டிருந்தது. அந்த நூலில் குடந்தை ஸ்தல, மூர்த்தி, தீர்த்த வரலாறு எல்லாம் அடங்கியிருந்தது. பாடல் யாருடையது என்றுமட்டும் தெரியவில்லை. 'கரிச்சான் குஞ்சு'வும் கர்ண பரம்பரையாகக் கேட்டதாகத்தான் குறிப்பிட்டிருந்தார். பாடலாசிரியர் தகவல் தெரியாத குறையை பிரயாண முன்னோடியான 'உலகம் சுற்றும் தமிழன்' திரு. ஏ.கே. செட்டியார் அடுத்தபடியாக தீர்த்து விட்டார். அவர் தொகுத்து வெளியிட்ட பழைய பயணக்

கட்டுரைகள் அடங்கிய 'தமிழ்நாடு' என்ற நூலில் இந்தப் பாடல் 'காவிரித் திருநதிச்சிறப்பு' என்ற தலைப்பில் நன்றாகச் சீர் பிரித்து அச்சிடப்பெற்றுள்ளது. இதன் ஆசிரியர் திருநயம் கிருஷ்ண பாரதிகள் என்றும், பாடலின் மூலப்பெயர் 'திருவை யாற்றுக் கப்பல்' என்றும் குறிப்பிட்டிருக்கிறார். 1902ஆம் ஆண்டில் விவேக சிந்தாமணியில் பிரசுரமானது என்றும் விவரமான தகவல் கொடுத்திருக்கிறார்.

O O O

மறுபடியும் அதேதான் தோன்றுகிறது. நாயன்மாராக, ஆழ்வாராக இருக்கவேண்டும். இன்றேல் புலவனாக இருக்க வேண்டும். மூன்று சக்தியும் இல்லாத மோழையாக இருந்தால் பண்டாரம் அல்லது ஹிப்பியாக இருக்கவேண்டும். சம்பளம், வேலை என்று கால்கட்டு கைகட்டுடன் சுதந்திரத்திற்கு ஆசைப் பட்டால் மீசையை எடுத்துவிட்டுக் கூழ்குடிக்கிற புத்தத் தெளிவு வேண்டும்.

'காவேரி ரஹஸ்யம்' என்ற நூலைக் கையில் எடுத்துப் புரட்டினோம். எங்களுக்கு வழிகாட்டினது இந்த நூல்தான். ஆன்மிக நோக்கில் காவேரியைப் பற்றிய அத்தனை தகவல் களையும் திரட்டி கோபாலய்யர் என்ற ஒரு மாஜி கல்வித்துறை அதிகாரி இந்த நூலை இயற்றியிருக்கிறார். குடகிலிருந்து பிடித்து, காவேரியின் வடகரையில் 400 ஊர்களையும் தென் கரையில் 377 ஊர்களையும் குறிப்பிடுகிறது இந்த நூல். காமகோடி ஆச்சாரியாளின் ஆக்ஞையில் தயாரிக்கப்பட்ட தல்லவா!

பயண முடிவில் அதைப் புரட்டும்பொழுது, நாங்கள் ஒன்றையுமே பார்க்கவில்லை போன்ற ஒரு ஏமாற்றம்தான் மிஞ்சி நின்றது.

நாங்களும் பயணம் தொடங்கியபோது காமகோடி பீடாதிபதியின் ஆசியைப் பெற்றே புறப்பட்டோம். எந்த அளவுக்கு அந்த மஹானின் ஆசிக்குத் தகுதியானோம் என்று எங்களையே கேட்டுக்கொண்டோம். எங்களை காவேரிப் பயணம் மேற்கொள்ளத் தூண்டிய வாசகர்வட்ட கிருஷ்ண மூர்த்தி தம்பதிகளின் நம்பிக்கைக்குப் பாத்திரமாக வேண்டுமே என்ற கவலையும் மேலிட்டது. காவேரியின் விசுவரூபத்தை ஒரு பயணக்கதையில் சுருக்கிக் காட்டும் பெரும் பொறுப்பு உள்ளத்தில் கனத்தது.

எங்கோ நாதஸ்வர இசை தொலைவில் கேட்கிறது. சாயா வனம் கோவிலிலிருந்து வருகிறதோ என்னவோ. திருமருகல் நடேசன், திருவாடுதுறை ராஜரத்னம், சின்ன பக்கரி என்று பழைய பெயர்களின் ஞாபகம்.

புதிய கலைஞர்களின் ஞாபகம்.

காவேரியைத் தழுவி வளர்ந்த திருவிழாக்கள், கதைகள், நாட்டுப்பாடல்கள்.

தண்ணீர் குழாயிலும்தான் வருகிறது. ஆனால் ஒரு ஆற்றில் ஓடும்போது இப்படியா பாட்டாகக் கேட்கும், கோவிலாக உயரும், கவிதையாகச் சிரிக்கும், கூரறிவாக ஊடுருவும்!

திருமூலர் நாள் தொட்டு கணக்கிலடங்காச் சிவ யோகிகள். திருப்பாணாழ்வார் நாள் தொட்டு கணக்கிலடங்காத இசை யோகிகள்.

இவர்களுக்கும் முன்னாலிருந்து காவேரி ஓடுகிறது. இன்னும் ஓடுகிறது.

எல்லாவற்றையும் பார்க்கவில்லையே என்று ஏன் இந்த ஏக்கம்?

எதையும் முழுவதும் பார்க்க முடியாது. உள்ளங்கை ரேகையையே ஒரு வாழ்நாள் முழுவதும் பார்த்துக் கொண்டிருக்கலாம்.

காவேரியின் நீர்ச்சுழிப்பையே பார்த்துக் கொண்டேயிருக்கலாம்.

ஞானம், கவிதை, கோவில் எல்லாம் அதில் காலம் காலமாகக் கொப்பளித்து நகர்ந்து கொண்டேதானிருக்கும்.

பேச்சுப் பிடிக்காமல் உள்ளம் அடங்கிக்கிடந்தது. நேரம் கழிந்து வந்த உறக்கம் எல்லாம் கனவு.

துயில் எழுந்ததும் காவேரி கடலோடு கூடும் இடத்திற்குச் சென்றோம். கடலலை எழுந்து காவேரி நீரைத் தனக்குள் அணைத்துக்கொண்டேயிருந்தது. இது முடிவற்ற காதல். தீராத காதல். மூப்பும் மறைவும் தெரியாது முக்காலமும் முயங்கும் காதல்.

ஆதிமந்தி, ஆட்டனத்தி,

மாதவி, கோவலன்,

ஆதிரை, மருதி,

கம்பன், கூத்தன்,

சம்பந்தன், சுந்தரன், குமிழ்கள், அலைகள் எல்லாம் கடலில் கலந்து முகிலாக மாறும். மீண்டும் வாழும்.

காவேரி நடக்கிறாள். நடந்து வாழ்வளிக்கிறாள். காவேரியை வாழ்த்த இன்னும் எத்தனையோ காவிய கர்த்தாக்கள் தோன்றுவார்கள்.

I
சென்னை வரும் காவேரி

சென்னை நகரில் ஆண்டுதோறும் பெருகிக் கொண்டே போகும் மக்கள் தொகைக்கு குடிதண்ணீர் தேவையும் அதிகரித்துக்கொண்டே வருகிறது. 1914ஆம் ஆண்டில் சென்னைக்காக குடிதண்ணீர்த் திட்டம் வகுத்த போது 1961க்குள் மக்கள் தொகை ஆறரை லட்சம் ஆகு மென்று எதிர்பார்க்கப்பட்டது. ஆனால் 1931ஆம் ஆண்டு வாக்கிலேயே மக்கள் தொகை ஐந்து லட்சத்திற்கும் அதிகமாகிவிட்டது. 1940இல் கார்ப்பரேஷன் மேயராக இருந்த நாட்டு விடுதலை போராட்ட வீரர், திரு.எஸ்.சத்ய மூர்த்தியின் முயற்சியால் பூண்டி நீர்த்தேக்க அலுவல் துவங்கப்பட்டு 1944லிருந்து அதிக தண்ணீர் பெறும் வசதி கிடைத்தது. பூண்டி, சத்தியமூர்த்தி சாகரிலிருந்து கிடைக்கும் தண்ணீரும், பெருகிவரும் மக்கள் எண்ணிக்கை யின் தேவையைப் பூர்த்தி செய்வதற்குப் போதாது என்று அறியப்பட்டதும், தண்ணீர் அளவை அதிகப்படுத்து வதற்கும், சேதமாவதைத் தடுப்பதற்கும் பல திட்டங்கள் மேற்கொள்ளப்பட்டன. 1981இல் 26 லட்சம் நிலையை எட்டும் வகையில் பெருகிவரும் நகரமக்கள் தேவைக்காக சமீபத்தில் காவேரி நீரைக் கொண்டு வரும் திட்டம் மேற்கொள்ளப்பட்டிருக்கிறது.

தென் ஆற்காடு மாவட்டத்தில், வடவாறு கால்வாய் மூலம், காவேரியின் கிளையான கொள்ளிடத்தின் தண்ணீர் பெறும் வீராணம் ஏரியிலிருந்து சென்னைக்குத் தண்ணீர் கொண்டுவரப்படும். 1968இல் தமிழ்நாடு அரசாங்கம் மேற்கொண்ட இத்திட்டத்தின் பலனாக சென்னைக்கு நாள்தோறும் 4 கோடி காலன் காவேரி நீர் கிடைக்கும். வீராணம் ஏரியில் ஒரு தலை மதகு

அமைத்து அங்கிருந்து தண்ணீர் வடலூருக்கு அருகில் உள்ள வடக்குத்து கிராமத்திற்குக் கொண்டு செல்லப்படும். அங்கே அமைக்கப்பட்டு வரும் நீர் சுத்திகரிப்பு நிலையத்தில் தண்ணீர் தெளிவாக்கப் பட்டு கான்க்ரீட் குழாய்கள் மூலம் சென்னைக்கு வரும். 165 செ.மீ. விட்டம் கொண்ட இந்தக் குழாய்கள், வீராணம் ஏரியிலிருந்து கீழணை – விக்ரவாண்டிசாலை வழியாகவும், பின்னர் தேசிய நெடுஞ்சாலை வழியாகவும் 222.5 கி.மீ தொலைவைக் கடந்து சென்னை நகருக்குக் காவிரி நீரைக் கொண்டுவரும். சென்னையில் தியாகராய நகரில் அமைக்கப்படும் தலைப்பணி நிலையத்தில் இருந்து காவேரித் தண்ணீர், சென்னை நகரத்தின் பல்வேறு பகுதிகளுக்கு வழங்கப்படும்.

1972ஆம் ஆண்டுக்குள் நிறைவேற்றப்படவிருக்கும் இத் திட்டத்தின் செலவு ரூ. 21.30 கோடி என்றும் பராமரிப்புச் செலவு ஆண்டு தோறும் ரூ.35 லட்சம் என்றும் மதிப்பிடப் பட்டிருக்கிறது.

காவேரியின் கரையிலும், அதனுடைய உபநதிகள், கிளை நதிகள் முதலியவற்றின் கரையிலும் வாழும் மக்களுக்கு மட்டு மன்றி சென்னையில் வாழும் மக்கள் எல்லோருக்கும் காவிரி நீர் கிடைக்கும் வாய்ப்பளிக்கும் இத்திட்டம் காலஞ்சென்ற திரு.சி.என். அண்ணாதுரை முதலமைச்சராயிருந்தபோது 1968இல் துவக்கப்பட்டது.

II
காவேரி நீர்ப் பங்கீடு

1924ஆம் ஆண்டு ஒப்பந்தம்

மைசூர் ராஜ்யத்தில் கண்ணம்பாடி அணைக் கட்டும் கிருஷ்ண ராஜசாகரமும் அடங்கிய திட்டம் 1911ஆம் ஆண்டில் துவங்கப்பட்டது. இத்திட்டத்தின் விளைவாக மைசூர் ராஜ்யத்திற்கும் அன்றைய சென்னை மாகாணத்திற்கும் இடையே ஏற்பட்ட தகராறைத் தீர்க்கும் வகையில் 1924ஆம் ஆண்டு ஒரு ஒப்பந்தம் ஏற்பட்டது. கிருஷ்ணராஜசாகரம் 1931ஆம் ஆண்டிலும், 1925ஆம் ஆண்டில் துவங்கப்பட்ட மேட்டூர் அணைத் திட்டம் 1934ஆம் ஆண்டிலும் நிறைவுபெற்றன.

ஹேமாவதி, கபினி, ஹரங்கி, சுவர்ணாவதி முதலியவை மைசூர் ராஜ்யத்தில் காவேரியின் உபநதிகள். சமீப காலத்தில் இந்த ஆறுகளில் மைசூர் அரசாங்கம் சில அணைகளைக் கட்டத் திட்டமிட்டு நடவடிக்கை மேற் கொண்டிருக்கிறது. இதன் விளைவாக தமிழ்நாட்டில் காவேரிப் பாசனத்திற்குட்பட்ட நிலங்கள் பாதிக்கப் படும் என்று தமிழ்நாடு அரசாங்கம் கருதுகிறது. மற்றும் இந்தத் திட்டங்கள் 1924ஆம் ஆண்டு ஒப்பந்தத்திற்கு முரணானவை என்றும் எடுத்துக் காட்டியிருக்கிறது. அந்த ஒப்பந்தத்தின் படி, காவேரியின் போக்கில் மைசூர் மேற்கொள்ளும் திட்டங்களுக்கு தமிழ்நாடு அரசாங்கத்தின் சம்மதத்தை மைசூர் பெறவில்லை. இது விஷயமாக மேற்கொண்ட பல பேச்சுவார்த்தைகள் பலன் அளிக்காததால் இந்தப் பிரச்சனையை ஒரு நடுவர் மன்றத்தின் தீர்ப்புக்கு விட வேண்டுமென்று தமிழ்நாடு அரசாங்கம் கோரியிருக்கிறது.

காவேரியின் தண்ணீரைப் பயன்படுத்திக்கொள்ளும் விஷயமாக 1924ஆம் ஆண்டு ஏற்பட்ட ஒப்பந்தத்தின் சில முக்கிய பிரிவுகள்:

காவேரியின் போக்கில் மைசூர் ராஜ்யத்தில் ஆரம்ப கட்டத்தில் மேற்கொள்ளப்படும் எந்தத் திட்டத்தினாலும் பாதிக்கப்படாமல் தமிழ்நாட்டுக்கும் போதிய தண்ணீர் பாயும் வசதி இருக்க வேண்டும்.

தமிழ்நாட்டில் 3,01,000 ஏகரா நிலப்பகுதிக்குப் பாசனத்திற்காக 9,350 கோடி கன அடி நீர்கொள்ளும் நீர் தேக்கம் (மேட்டூர்) அமைத்துக் கொள்ளலாம்.

1,25,000 ஏகரா நிலப்பகுதிக்கு பாசன வசதி கொடுப்பதற்காக 4,500 கோடி கன அடி நீர்கொண்ட கிருஷ்ணராஜசாகரம் தேக்கத்தை மைசூர் அமைத்துக் கொள்ளலாம்.

மேலும் 1,10,000 ஏகரா நிலப் பகுதிக்குப் பாசனம் அளிக்க மொத்தம் 4,500 கோடி கன அடி நீர் கொள்ளக்கூடிய தேக்கங்களையும் மைசூர் அமைக்கலாம்.

தமிழ்நாட்டின் தேவைகளுக்குப் போதிய தண்ணீர் பாய்ச்சப்படும் என்று உறுதியாகத் தெரிந்த பின்னர்தான் மைசூர் ராஜ்ய அணைக்கட்டுகளில் மேற்கண்டவாறு தண்ணீரைத் தேக்கலாம்.

மைசூர் ராஜ்யத்தில் பின்னர் மேற்கொள்ளப்படும் எந்தத் திட்டமும் தமிழ்நாட்டுக்கு உரிய அளவு தண்ணீர் பாய்ச்சுவதைப் பாதிக்கும் முறையில் செயல்படக்கூடாது.

இந்தப் புத்தகத்தில் அடங்கிய தகவல்களுக்காக எங்களுக்குப் பயன்பட்ட நூல்கள்:

காவேரி ரஹஸ்யம்
திருவான்மியூர், சென்னை-20

காவிரிப்பூம்பட்டினம்
டி.வி. சதாசிவ பண்டாரத்தார்
(மாதவி மன்றம், மேலப்பெரும்பள்ளம்)

தமிழ்நாடு சட்டப் பேரவையில் அரசாங்கச் சார்பில் தெரிவிக்கப்பட்ட விவரங்கள்

தியாகராஜ கீர்த்தனைகள்:
டி.எஸ். பார்த்தசாரதி (தமிழ் மொழிபெயர்ப்பு)

Religion and Society Among the Coorgs of South India, by M. N. Srinivas.

Imperial Gazetteer.

Gazetteer of India, Vol. I.

Mysore State Gazetteer.

Madras District Gazetteers, Salem, Tiruchirapalli, Coimbatore and Thanjavur.

Irrigation in Southern India, by E. Baird Smith (1856).

Report on the Sixth Congress on Irrigation and Drainage, New Delhi (Vol. 5).

Madras Geographical Association Journal, Vol. VIII.

Indian Archaeology (Annual Reports).

Historical Inscriptions of South India.

Gangaikonda Cholapuram, by R. Nagaswamy, Director of Archaeology, Tamil Nadu.

Selections from Orme Manuscripts, by C. S. Srinivasachari, (Annamalai university).

This is Tamilnad: Souvenir of the 21st International Geographical Congress 1968 (Madras).